INSIGHT PUBLICA®

INSIGHT PUBLICA®
Nadakkave, Kozhikode, Kerala
www.insightpublica.com
e-mail: insightpublica@gmail.com
Bhāshāvādam
(Malayalam)
Dr. R.V.M. Divakaran
First Edition : October 2016
This Edition: November 2021

ISBN 978-93-85899-55-3

ഭാഷാവാദം

ഡോ. ആർ വി എം ദിവാകരൻ

INSIGHT PUBLICA ®

ചലച്ചിത്ര, നാടകനടനും ചിത്രകാരനുമായിരുന്ന ദേശമംഗലം രാമവർമ്മയുടെയും വി എം ലീലാഭായിയുടെയും മകനായി 1971-ൽ കണ്ണൂർജില്ലയിലെ അതിയടത്ത് ജനിച്ചു. ഭൗതികശാസ്ത്രത്തിൽ ബിരുദവും മലയാളത്തിൽ ബിരുദാനന്തരബിരുദവും. തിരക്കഥാപഠനത്തിന് കാലിക്കറ്റ് സർവകലാശാലയിൽ നിന്ന് പിഎച്ച്.ഡി. ജേണലിസത്തിൽ കേരള പ്രസ് അക്കാദമിയിൽ നിന്ന് ഒന്നാം റാങ്കോടെ ബിരുദാനന്തര ഡിപ്ലോമ. പൂനെ ഫിലിം ഇൻസ്റ്റിറ്റ്യൂട്ടിൽ നിന്ന് ഫിലിം അപ്രീസിയേഷൻ കോഴ്സ്. പെയിന്റിങ്ങിൽ അഖിലേന്ത്യാ അന്തർസർവകലാശാലാ കലോത്സവത്തിൽ ഒന്നാംസ്ഥാനമുൾപ്പെടെ നിരവധി പുരസ്കാരങ്ങൾ. കാലിക്കറ്റ് സർവകലാശാല സെനറ്റ് അംഗമായിരുന്നു. 1995 മുതൽ 2006 വരെ മാതൃഭൂമിയിൽ പത്രപ്രവർത്തകൻ. ഇപ്പോൾ കാലിക്കറ്റ് സർവകലാശാല മലയാള-കേരളപഠന വിഭാഗത്തിൽ അധ്യാപകൻ. സംസ്ഥാനസർക്കാറിന്റെ 2002-ലെ റെഡ് റിബൺ പുരസ്കാരം. പ്രഥമ കോഴിക്കോടൻ പുരസ്കാരം, കേരള ഭാഷാ ഇൻസ്റ്റിറ്റ്യൂട്ടിന്റെ പ്രഥമ ഡോ. കെ എം ജോർജ് പുരസ്കാരം എന്നിവ നേടിയ *കഥയും തിരക്കഥയും* (2005, 2011), *വചനം നടനം വിചാരം* (എഡി.)(2007), *മലയാള തിരക്കഥ: വളർച്ചയും വർത്തമാനവും* (2008, 2014), *പ്രിയപ്പെട്ട ഗാബോ: മാർകേസിന്റെ ജീവിതകഥ* (2010), *എഴുത്തച്ഛന്റെ കാവ്യലോകം* (എഡി.)(2011) *എഴുത്തച്ഛൻ ഭാഷയും സമൂഹവും* (എഡി.)(2011) *പണ്ഡിറ്റ് രവിശങ്കർ* (2013), *യന്ത്രവിവർത്തനം* (2014) *സാഹിത്യസാഹ്യം: പഠനവും വ്യാഖ്യാനവും* (2015) എന്നിവ പ്രധാന പുസ്തകങ്ങൾ.

കുടുംബം: ഡോ. ഷീബാ ദിവാകരൻ, അപർണ, അഭയദേവ്

വിലാസം: അഭയം, കൃഷ്ണൻനായർ റോഡ്, കോഴിക്കോട്-10

ഇ മെയിൽ: rvmdivakaran @ gmail.com

ഡോ. ആർ വി എം ദിവാകരൻ

ഉള്ളടക്കം

ഭാഷാവാദത്തെപ്പറ്റി *ആർ വി എം* 7

പാൽപ്പായസവും പനങ്കാടിയും: പഴയൊരു മലയാളവാദത്തെപ്പറ്റി 9

രൂപിമവിചാരം മലയാഴ്മയുടെ വ്യാകരണത്തിൽ 21

മലയാളശൈലിയും വ്യവഹാരവ്യാകരണവും 32

പാഠം: അടഞ്ഞതും തുറന്നതും 45

എസ്. കെ. കേട്ട ഭാഷകൾ 55

ഭാഷ, സാഹിത്യം, ചരിത്രം: ഇളംകുളംവഴി 66

വിവർത്തകർ നിഘണ്ടുനോക്കുമ്പോൾ 80

കോർപ്പസ് ഭാഷാശാസ്ത്രവും ഭാഷാകമ്പ്യൂട്ടിങ്ങും: മലയാളത്തിന്റെ സാധ്യതകൾ 90

ഭാഷയുടെ സാന്ദർഭികഭേദങ്ങൾ 107

സാഹിത്യം, സിനിമ, ചരിത്രം: ചില ഭാഷാവിചാരങ്ങൾ 118

സിനിമയുടെ കാവ്യഭാഷ 127

നാടകഭാഷയും തിരനാടകഭാഷയും 136

ഗാനഭാഷയുടെ പരിണാമവഴികൾ 147

ഭാഷാവാദത്തെപ്പറ്റി

ആർ വി എം

ഭാഷയെക്കുറിച്ച് പലപ്പോഴായി എഴുതിയ ലേഖനങ്ങളുടെ സമാഹാരമാണിത്. സെമിനാറുകളിൽ അവതരിപ്പിക്കാനായി തയ്യാറാക്കിയവയും റേഡിയോവിൽ വായിക്കാനായി എഴുതിയവയും ലേഖനമായിത്തന്നെ എഴുതിയവയും ഇവയിലുണ്ട്. ഭാഷാവ്യാകരണങ്ങളെ സംബന്ധിച്ച ചില പഴയ നിലപാടുകളെ സമകാലഭാഷാപഠനങ്ങളുടെ വെളിച്ചത്തിൽ പരിശോധിക്കാൻ ശ്രമിക്കുന്ന ലേഖനങ്ങളും; വിവർത്തനത്തെക്കുറിച്ചും ചരിത്രമെഴുത്തിനെക്കുറിച്ചും പാഠവിമർശനത്തെക്കുറിച്ചുമൊക്കെയുള്ള ചില നിരീക്ഷണങ്ങളും; സിനിമ, നാടകം തുടങ്ങിയ മാധ്യമങ്ങളുടെ ഭാഷയെ സംബന്ധിച്ച ആലോചനകളും കമ്പ്യൂട്ടർ ഭാഷാശാസ്ത്രസംബന്ധിയായ ലേഖനവും കൂട്ടത്തിലുണ്ട്. ഭാഷയെന്നത് വാചികഭാഷമാത്രമല്ലെന്നു ചുരുക്കം.

'ഭാഷാവാദ'ത്തെ ഭാഷയ്ക്കുവേണ്ടിയുള്ള വാദമെന്നോ ഭാഷയെക്കുറിച്ചുള്ള (സം)വാദമെന്നോ വിഗ്രഹിക്കാം. ജോർജ് മാത്തൻ, കുട്ടികൃഷ്ണമാരാര് തുടങ്ങിയവരുടെ ചില ഭാഷാസമീപനങ്ങളെ എളിയതോതിൽ വിശദീകരിക്കാൻ ശ്രമിച്ചിട്ടുണ്ട്, പലേടത്തായി. മലയാളത്തെ അളവറ്റ് സ്നേഹിക്കുകയും അതിനെ നിലവാരപ്പെടുത്താൻ ജീവിതകാലംമുഴുവൻ പ്രയത്നിക്കുകയും ചെയ്തപ്പോഴും പഴയ മനീഷികൾ അന്യഭാഷകളെ ആദരിക്കുകയും അന്യഭാഷകൾ ആവോളം പഠിക്കാൻ നിർദ്ദേശിക്കുകയും ചെയ്തിരുന്നു. ഭാഷാവാദങ്ങൾ അന്യഭാഷാവിരോധമായും എന്തോ ഒരു സ്വത്വപ്രശ്നമായും ചുരുങ്ങുന്ന സമകാലത്ത് പഴമക്കാർ പറഞ്ഞുവെച്ചതൊക്കെ വീണ്ടുമൊന്ന് ഓർമ്മിക്കുന്നത് നന്നാവും.

'സ്വഭാഷാഭിമാനം എത്രതന്നെ ഇരുന്നാലും മലയാളം ഒരു സ്വതന്ത്രഭാഷയായിത്തീർന്നിട്ടുണ്ടെന്നു സമ്മതിപ്പാൻ ഈ ഗ്രന്ഥകാരനു ധൈര്യംവരുന്നില്ല' എന്ന ഏ ആറിന്റെ ആശങ്കയിൽനിന്ന് 'മലയാളം എന്തിനും പോരും' എന്ന കുട്ടികൃഷ്ണമാരാരുടെ ആത്മവിശ്വാസത്തിലേക്ക് വളരാൻ മലയാളത്തിന് പത്തുമുപ്പതുവർഷമേ വേണ്ടിവന്നുള്ളൂ. സംസ്കൃതത്തെ എത്രത്തോളം ആശ്രയിക്കാം എന്ന കാര്യത്തിലും ഇവരുടെ നിലപാടുകൾക്കുതമ്മിൽ ചാർച്ചയെന്നപോലെ വൈരുധ്യവുമുണ്ട്. വീട്, കൊട്ടാരം, മന. കുടി, ഇല്ലം, ചാള തുടങ്ങിയ തരഭേദങ്ങൾ തീണ്ടാത്ത ഗൃഹമെന്ന സംസ്കൃതം പ്രയോഗിക്കാൻ 'തമ്പുരാൻ' നിർദേശിക്കുന്നതുകാണാം. പ്രയോഗിക്കുകയാണെങ്കിൽ പാകംവന്ന സംസ്കൃതം പ്രയോഗിക്കൂ എന്നാണ് മാരാരുടെ പക്ഷം. 'റോമൻസിനു പകരം സാക്സൺ' എന്നതരം ഭാഷാശാഠ്യം മാരാരിലില്ലതന്നെ. പഴയ ഭാഷാചിന്തകർക്കെന്നല്ല, 'വളർച്ചയെത്തിയ ഏതെങ്കിലുമൊരു ലോക

ഭാഷ സ്വായത്തമാക്കാതെ ഒരു വിദ്യാർഥിക്കും ആധുനികശാസ്ത്രവും സാങ്കേതികവിദ്യയും സ്വായത്തമാക്കാൻ കഴിയുകയില്ല' എന്ന് വിശ്വസിച്ച സാമൂഹികചിന്തകൻ ഇ എം എസ്സിനുപോലും ഭാഷാവൈവിധ്യത്തോട് ആദരവായിരുന്നു. ഏതാണ്ട് ഇരുപത് ഭാഷകൾ കലക്കിക്കുടിച്ചതിന്റെകൂടി ബലത്തിലാണ് മാർക്സും ഏംഗൽസും 'സർവരാജ്യത്തൊഴിലാളികളേ സംഘടിക്കുവിൻ' എന്നു പറഞ്ഞത്. ഓരോ ഭാഷയും ഓരോ ലോകബോധമാണെന്നും ഭാഷകളുടെ സമന്വയമാണ് ജനാധിപത്യമെന്നും അവരെല്ലാം കരുതി.

മാതൃഭാഷയെ സംബന്ധിച്ച് ഇന്ന് ചിലരെങ്കിലും സ്വീകരിക്കുന്ന ശാഠ്യങ്ങൾ അടഞ്ഞതാണെന്ന് തോന്നാറുണ്ട്. താഴ്ന്ന ക്ലാസുകളിൽ മാതൃഭാഷതന്നെയാവും നല്ലതെങ്കിലും മുതിരുമ്പോൾ അതു പോരാതെവരും. അറിവിന്റെ വിഹായസ്സുകൾ കീഴടക്കാൻ വിവിധ ഭാഷകളും അവയുടെ ലോകബോധങ്ങളും മെനക്കെട്ട് പഠിച്ചുണ്ടാക്കുക തന്നെവേണ്ടിവരും. എല്ലാകാര്യവും മാതൃഭാഷയിൽമാത്രം പഠിച്ച് പുറത്തുവരുന്ന പുതുതലമുറ 'രാഷ്ട്രീയശരി'യാണെന്നുവരികിൽ ത്തന്നെയും അവർക്ക് പുറംലോകവുമായി ബന്ധപ്പെടാൻ, തങ്ങളുടെ അറിവുകളെ നവീകരിക്കാൻ, പ്രതിസംസ്കരിക്കാൻ, അപ്ഡേറ്റു ചെയ്യാൻ, മലയാളത്തിനൊപ്പം ഇംഗ്ലീഷോ മറ്റേതെങ്കിലുമൊരു ഇണക്കുഭാഷയോകൂടി നന്നായറിയുന്ന പുതിയൊരു വരേണ്യവർഗത്തെ സഹിക്കേണ്ടിവരുമെന്നുറപ്പ്. അവരുടെ മൊഴിമുത്തുകൾ തൊണ്ട തൊടാതെവിഴുങ്ങുന്ന പുത്തൻ കീഴാളവിഭാഗമായി ഏകഭാഷക്കാർ മാറിപ്പോവുകയുംചെയ്യും. അറിവാണല്ലോ അധികാരം. ഒരു വിദേശ ഭാഷ പഠിക്കുകയെന്നത് ജീവിതസമരത്തിൽ പുതിയൊരായുധം നേടലാണെന്ന് മാർക്സ് പറഞ്ഞിട്ടുണ്ട്. നമ്മുടെ സാഹിത്യാദി സമ്പത്തുകളെ ലോകസമക്ഷം അവതരിപ്പിക്കാനും മറ്റു ഭാഷകളിൽക്കൂടി പ്രാവീണ്യം സമ്പാദിച്ചേ പറ്റൂ. ആ ഭാഷകളെല്ലാം നമ്മുടെകൂടി സമ്പത്താണ്; ലോകം സ്വന്തം പോക്കറ്റിലെ അഞ്ചിഞ്ച് സ്ക്രീനിലൊതുങ്ങുന്ന ഇക്കാലത്ത് വിശേഷിച്ചും.

കുട്ടികൾ മലയാളത്തെ അമ്മയെപ്പോലെ കരുതാൻ ശീലിക്കണമെന്ന് ഭാഷാസ്നേഹാധിക്യത്താൽ നമ്മളെല്ലാം ആവർത്തിച്ചുറപ്പിക്കുമ്പോൾത്തന്നെ വ്യാകരണം, എഴുത്തുപരിശീലനം തുടങ്ങിയ സംഗതികൾ എന്തോ പാതകമാണ് എന്ന ധാരണ അവരിൽ ഒപ്പം നിറയ്ക്കപ്പെടുന്നുമുണ്ട്. നന്നായി സംസാരിക്കാനറിയുന്നതുകൊണ്ട് നന്നായി എഴുതാൻപറ്റണമെന്നില്ല; അതിന് സവിശേഷപരിശീലനം കൂടിയേ പറ്റൂ. ഭാഷയെ കൂടുതൽനന്നായി അറിയാനും പഠിക്കാനും ഇണക്കാനുമുള്ള ആഗ്രഹപ്രകടനമാണ് ഭാഷാവാദം.

പുസ്തക പ്രസിദ്ധീകരണത്തിന് ധനസഹായം ചെയ്ത യു.ജി.സി.ക്കും സൗകര്യങ്ങൾ ചെയ്തുതന്ന കാലിക്കറ്റ് സർവകലാശാലയ്ക്കുംപ്രസാധനം ഏറ്റെടുത്ത ഇൻസൈറ്റിനും നന്ദി.

■

പാൽപ്പായസവും പനങ്കാടിയും: പഴയൊരു മലയാളവാദത്തെപ്പറ്റി

മലയാളഭാഷയെ നിലവാരപ്പെടുത്തുന്നതിൽ വലിയ പങ്കുവഹിച്ച നാട്ടുപാതിരി ജോർജുമാത്തന്റെ 'ബാലാഭ്യസനം' എന്ന പ്രഭാഷണം[1] (1867), മാതൃഭാഷയിൽ വിദ്യാഭ്യാസം നിർവഹിക്കേണ്ടതിന്റെ പ്രാധാന്യത്തെപ്പറ്റി പറയുന്നിടത്തെല്ലാം ഉദ്ധരിച്ചുകണ്ടിട്ടുണ്ട്. ഇംഗ്ലീഷിൽ വിദ്യാഭ്യാസം നേടിയ താൻ ഈ പ്രഭാഷണം മലയാളത്തിലല്ല, ഇംഗ്ലീഷിലാണ് തയ്യാറാക്കിയിരുന്നതെങ്കിൽ ഇതിലധികം നന്നാവുമായിരുന്നു എന്ന അതേ പ്രഭാഷണത്തിലെ പരാമർശമോ, മാത്തന് ലഭിച്ച ഇംഗ്ലീഷ് പരിചയമാണ് മലയാളത്തിന് ആധുനികരീതിയിലുള്ള വ്യാകരണം തയ്യാറാക്കാൻ അദ്ദേഹത്തെ പ്രാപ്തനാക്കിയത് എന്നതരത്തിൽ മറ്റു മിഷണറിമാർ നടത്തിയ പരാമർശങ്ങളോ ഭാഷാസ്നേഹത്തെപ്പറ്റി സംസാരിക്കുന്നിടത്ത് നാം സൗകര്യപൂർവം വിട്ടുകളയുകയാണ് പതിവ്. മലയാളഭാഷയെ നിലവാരപ്പെടുത്തി സംരക്ഷിക്കുന്നതിനും പുതിയപുതിയ ആവശ്യങ്ങൾക്കനുസരിച്ച് ശക്തിപ്പെടുത്തുന്നതിനും നമ്മൾ മലയാളികൾക്ക് എന്തുചെയ്യാനാവും എന്ന ആലോചനയാണ് മാത്തൻ അന്ന് നടത്തിയത്. ഇന്നും പ്രസക്തമാണ് ഈ വിഷയം. മലയാളത്തെ ഔദ്യോഗിക-ജ്ഞാനഭാഷയാക്കണമെന്നമട്ടിൽ പിൽക്കാലത്ത് ഏ ആർ രാജരാജവർമയെഴുതിയ ലേഖനങ്ങളും മലയാളത്തിൽ ശാസ്ത്രകൃതികളാണ് ഇനിയങ്ങോട്ട് ധാരാളമായി വരേണ്ടതെന്നതരത്തിൽ കേരളവർമ നടത്തിയ പ്രഭാഷണങ്ങളും ഈ വിഷയത്തിന് അന്നും ഇന്നും പ്രസക്തിയുണ്ടെന്നുകാണിക്കുന്ന മറ്റുചില തെളിവുകളാണ്.

'ബാലാഭ്യസന'ത്തിനു മുപ്പതാണ്ടിനിപ്പുറം, *ഇന്ദുലേഖ* പുറത്തുവന്ന 1889-ൽ, മറ്റൊരു നാട്ടുപാതിരി, ആർച്ചുഡീക്കൻ കോശി നടത്തിയ, നാട്ടുഭാഷാസംബന്ധിയായ മറ്റൊരു പ്രഭാഷണത്തെയാണ് ഈ പ്രബന്ധം മുഖ്യമായും ചർച്ചചെയ്യുന്നത്. ഭാഷാചർച്ചയിൽ അധികം വന്നുകണ്ടിട്ടില്ലാത്ത ഈ പ്രഭാഷണം- പാഠകം- ഡോ. സാമുവൽ ചന്ദനപ്പള്ളി സമാഹരിച്ച *മിഷനറി മലയാളഗദ്യമാതൃകകൾ* എന്ന പുസ്തകത്തിൽ ഉദ്ധരിച്ചിട്ടുണ്ട്, 'മലയാളഭാഷയെക്കുറിച്ച്' എന്ന തലക്കെട്ടിൽ.[2] *പരദേശിയുടെ മോക്ഷയാത്ര, പുല്ലേലിക്കുഞ്ചു* തുടങ്ങിയ കൃതികളിലൂടെയും ബൈബിൾ വിവർത്തനശ്രമങ്ങളിലൂടെയും മലയാളഗദ്യത്തെ നിലവാരപ്പെടുത്താൻ ശ്രമിച്ച വ്യക്തിയെന്നനിലയിൽ നമുക്ക് സുപരിചിതനായ മലയാളിമിഷനറിയാണ് തിരുവല്ലയിലെ തോട്ടപ്പുഴശ്ശേരിക്കാരനായ ആർച്ചുഡീക്കൻ കോശി (1825-1899). സംസ്കൃതവും ലാറ്റി

നും ഇംഗ്ലീഷുമുൾപ്പെടെ പലഭാഷകളിൽ പ്രാവീണ്യംനേടിയ കോശി മലയാളഭാഷയുടെ സമകാലാവസ്ഥയെപ്പറ്റി തിരുവനന്തപുരം കോള ജിൽ നടത്തിയ പ്രസംഗമാണിത്.

കോശിയുടെ വാദമുഖം

ജന്മഭാഷയുടെ- മാതൃഭാഷയുടെ- മഹത്വം, എന്നിട്ടും മലയാളികൾക്ക് സ്വഭാഷയോട് പണ്ടേയുള്ള പുച്ഛം, മലയാളത്തിന്റെ ദരിദ്രാവസ്ഥയുടെ കാരണങ്ങൾ, സംസ്കൃതത്തിന്റെയും ഇംഗ്ലീഷിന്റെയും അധീശത്വം, ഈ ദുസ്ഥിതികൾ മാറ്റാൻ നമുക്ക് എന്തുചെയ്യാനാവും- ഈ മട്ടിലാണ് പ്രസംഗം പുരോഗമിക്കുന്നത്. കോശി ഒന്നേകാൽ നൂറ്റാണ്ടുമുമ്പ് പറഞ്ഞുവച്ച കാര്യങ്ങൾ പലതും ഇന്നും സംഗതമായിത്തോന്നുന്നത് അഭിമാനമാണോ അപമാനമാണോ, അതല്ല കോശിയുടെ ദീർഘവീ ക്ഷണമാണോ പ്രധാനം എന്നൊക്കെ ആലോചിക്കുന്നത് പ്രയോജന കരമാവും.

'എല്ലാ ദേശക്കാരും താന്താങ്ങളുടെ ജന്മഭാഷയെ വലിപ്പമായി വിചാരിക്കുക പതിവാകുന്നു' എന്ന സാമാന്യവാക്യത്തോടെയാണ് അദ്ദേഹം പ്രസംഗം തുടങ്ങുന്നത്. തമിഴരുടെ ഭാഷാഭിമാനം ഉദാഹരി ക്കുന്ന അദ്ദേഹം, മലയാളികൾ അങ്ങനെയല്ലെന്ന് സ്ഥാപിക്കുന്നു. മലയാളം വെടിപ്പായി അറിയുന്നവരാണെങ്കിലും തമിഴർ നമ്മളോട് മലയാളത്തിലല്ല, തമിഴിലാണ് സംസാരിക്കുക എന്നതാണ് അവരുടെ ഭാഷാഭിമാനത്തിന് നിദർശനമായി കോശി ചൂണ്ടിക്കാട്ടുന്നത്. 'എന്നാൽ മലയാളത്തുകാരുടെ പേരിൽ ഈ ലക്ഷണം ദുർല്ലഭമെന്നു പറയേണ്ടി യിരിക്കുന്നു. അവർക്ക് സ്വന്തഭാഷയെ ബഹുമാനമില്ല. അറിവിൽ ഉയർന്ന വർ മുതൽ താണവർവരെ എല്ലാത്തരത്തിലുള്ളവരും പൂർവകാലം മുതൽ അതിനെ നിസ്സാരമായിട്ടത്രേ വിചാരിച്ചിട്ടുള്ളത്.' ഈ ആമുഖ വാക്യങ്ങളിൽനിന്ന് തെളിയുന്ന സംഗതികൾ പലതാണ്. എല്ലാ ദേശ ക്കാരും താന്താങ്ങളുടെ ഭാഷയെ വലിപ്പമായി വിചാരിക്കുന്നവരാണ് എന്ന പ്രസ്താവനയിൽ 'തറവാടിത്തഘോഷണ'ത്തിന്റെയും 'തൻകുഞ്ഞ് പൊൻകുഞ്ഞി'ന്റെയും 'കൂപമണ്ഡൂക'ത്തിന്റെയും യുക്തികൾ ഒളി ഞ്ഞിരിപ്പുണ്ട്. ഇല്ലാത്ത വലിപ്പം കാണുന്നില്ലെന്നത് മലയാളികളുടെ കുഴപ്പമാകുന്നതെങ്ങനെ? പ്രസംഗത്തിന്റെ തുടക്കമാണല്ലോ എന്നുക രുതി ഇത് മാറ്റിവെച്ചാലും തുടർന്നുള്ള പ്രസ്താവനകളുടെ പ്രശ്നം തീരുന്നില്ല. ശ്രോതാവിനുകൂടി മനസ്സിലാകുന്ന ഭാഷ അറിഞ്ഞിട്ടും എല്ലാവരോടും തമിഴുമാത്രം പറയുന്നത് അഭിമാനമല്ല, ദുരഭിമാനമോ അഹങ്കാരമോ ആണെന്നുവിചാരിക്കുന്നതാവും യുക്തിസഹം. ഫ്രഞ്ചുകാരെപ്പറ്റിയും ഇങ്ങനെ പറയാറുണ്ട്. ഭാഷാഭിമാനം വംശീയ ബോധ്യത്തോളം വലുതാവുന്ന ആ അവസ്ഥയോട് ചേർത്തുവച്ച് മല യാളത്തെ അളക്കുന്നതിൽ കാര്യമില്ല.

മലയാളികൾക്ക് സ്വഭാഷയോട് പൂർവകാലം മുതലേ ആദരവില്ലെന്ന് കോശി പറയുന്നത് പത്തൊമ്പതാം നൂറ്റാണ്ടിലാണ്. ഇന്നും നമ്മുടെ മുഖ്യവാദം അതുതന്നെയാണ്. മലയാളമാവട്ടെ, സാഹിത്യം കൊണ്ടും മാധ്യമപ്പെരുപ്പംകൊണ്ടും അതിനുശേഷം അതിഭീമമായ വളർച്ചനേടു

കയുംചെയ്തിട്ടുണ്ട്. സാക്ഷരതയുൾപ്പെടയുള്ള പല സൂചികകളിലും ഏറ്റവും മുന്നിൽനിൽക്കുന്നത് മലയാളികളാണ്. അന്നുമിന്നും ഇതേ വാദം പൊന്തിവരുമ്പോൾ അതിൽ വലിയ കാര്യമില്ലെന്ന് മനസ്സിലാക്കുന്നതാവും എളുപ്പം. ലോകത്തിന്റെ ഏതുകോണിലും ഉപജീവനാർഥമായും അല്ലാതെയും ചെന്നുപാർക്കുന്ന മലയാളി അവിടങ്ങളിലെല്ലാം മലയാളമേ പറയൂ എന്നു വാശിവെച്ചാൽ അരക്കോടിയോളം പേരുടെ കൂട്ടമടക്കത്തിനാവും കേരളം സാക്ഷ്യംവഹിക്കുക. കേരളം പാപ്പരാവാൻ ആ ഒറ്റ സംഗതി മതി. ഏതുഭാഷയെയും സ്വീകരിക്കാൻ സന്നദ്ധരായ മലയാളികളുടെ ഭാഷാഭിമാനവും ഭാഷാബോധവും അല്പം വ്യത്യസ്തമായ വിധത്തിലാണ് എന്നുകരുതാം. സംസ്കൃതമോ ഇംഗ്ലീഷോ പഠിച്ചവർക്ക് മലയാളം 'കന്നഭാഷ'യായി തോന്നുന്നുവെന്ന കോശിയുടെ പരാതിയിൽ അന്നത്തെ നിലയ്ക്ക് കാര്യമുണ്ട്. സാഹിത്യവിജ്ഞാനാദി വിഭവങ്ങളുടെ കാര്യത്തിൽ മലയാളം താരതമ്യേന അതിദരിദ്രമായിരുന്നു അന്ന്. 'ഗവണ്മെന്തിലെ ഔദാര്യദയകൊണ്ടു രാജ്യത്തു അനേകം പള്ളിക്കൂടങ്ങൾ ഇട്ടു മലയാളം പഠിത്വങ്ങൾ നടത്തിത്തുടങ്ങുകയാൽ' ആഢ്യന്മാരുടെ നിസ്സാരംപറച്ചിൽകൊണ്ടുള്ള ദോഷങ്ങൾ കുറേശ്ശ നീങ്ങിവരുന്നതായി അദ്ദേഹം നിരീക്ഷിക്കുന്നുമുണ്ട്.

മാതൃഭാഷയും ജന്മഭാഷയും

ജോർജ് മാത്തനാകട്ടെ, ആർച്ചുഡീക്കൻ കോശിയാകട്ടെ മലയാളത്തെ മലയാളികളുടെ ജന്മഭാഷ എന്നല്ലാതെ മാതൃഭാഷ എന്നു വിശേഷിപ്പിച്ചിരുന്നില്ല എന്നത് ശ്രദ്ധേയമാണ്. 'മാതൃ' എന്നുചേർക്കുന്നതോടെ ഭാഷയ്ക്ക് വൈകാരികമായ ഒരു അധീശപദവി ലഭിക്കുന്നതായി പിൽക്കാല വ്യവഹാരങ്ങളിൽക്കാണാം. മറ്റുള്ള ഭാഷകളെ 'കേവലം ധാത്രിമാ'രാക്കുന്ന ഒരു യോഗ്യത. അമ്മയുടെയല്ല, ആയയുടെ ഭാഷയാണ് കുട്ടിയുടെ ജന്മഭാഷ എന്ന് ഇതിനെ തിരിച്ചിടാറുമുണ്ട് ചിലർ. സ്വാഭാവിക പരിസരത്തിൽനിന്ന് കുട്ടി ഒന്നാമതായി ആർജിക്കുന്ന ഭാഷ എന്ന നിലയിൽ അതിനെ ഒന്നാംഭാഷ (First Language-L1) യെന്നാണ് ഭാഷാശാസ്ത്രം പേരിട്ടുവിളിക്കുന്നത്. ആദ്യംകിട്ടിയത് എന്നയർഥത്തിലും അതുകൊണ്ടുതന്നെ പിന്നീടെപ്പോഴും ആദ്യം നാവിൽ വരാവുന്നത് എന്നയർഥത്തിലും ഇത് സംഗതമാണ്. ഭാഷാർജനഘട്ടത്തിൽത്തന്നെ മറ്റൊരു സമൂഹത്തിലേക്ക് പറിച്ചുനടപ്പെടുന്ന കുട്ടിക്കും ഒന്നാംഭാഷ ആദ്യത്തേതാണ്, പക്ഷേ അതിനെക്കാൾ സ്വാധീനം പിന്നീടുകിട്ടിയ 'ഒന്നാം'ാഷയിലുണ്ടാവും. രണ്ടാംഭാഷ ഇങ്ങനെ ഒന്നാംഭാഷയെക്കാൾ പ്രബലമാകുന്ന അവസ്ഥ കുടിയേറ്റവുമായി ബന്ധപ്പെട്ട് സ്വാഭാവികമാണ്. First Language Attrition (FLA) എന്നാണ് ഇത് അറിയപ്പെടുന്നത്. ഒരിനം ഭാഷാനഷ്ടംതന്നെ.

മാതൃഭാഷയെന്ന പ്രയോഗം മദർ ടങ് എന്ന ഇംഗ്ലീഷ് പ്രയോഗത്തിന്റെ വിവർത്തനമാണ്. മദർലാൻഡ്/ മാതൃഭൂമി തുടങ്ങിയ പദച്ചേരുവപോലൊന്ന്. സംസ്കൃതത്തിൽ 'ഭാഷ' എന്നല്ലാതെ 'മാതൃഭാഷ' എന്ന പ്രയോഗമില്ല. 'സംസ്കൃത'ശബ്ദംതന്നെ ഭാഷ എന്നർഥത്തിലല്ല,

സംസ്കരിക്കപ്പെട്ടത് എന്ന അർഥത്തിൽമാത്രമാണ് പാണിനി പ്രയോഗിച്ചിരുന്നത്. മഹാഭാരതത്തിലാണ് സംസ്കൃതം എന്നത് ഭാഷാനാമമായി ആദ്യം പ്രയോഗിക്കപ്പെട്ടതെന്ന് കുഞ്ചുണ്ണിരാജ സൂചിപ്പിച്ചിട്ടുണ്ട്. ഭാഷാചർച്ചയിൽ 'അമ്മ' കയറിവരുന്ന പതിവ് പണ്ടുണ്ടായിരുന്നില്ലെന്നർഥം. മുലപ്പാൽ എന്ന രൂപകംകൂടി ഉപയോഗിക്കാനുള്ള സൗകര്യത്തിനാവണം കവികൾ ഭാഷയെ അമ്മയോട് ബന്ധിപ്പിച്ചത്. സംസ്കൃതത്തിലെ 'മാതാപിതാക്കൾ' മലയാളത്തിൽ ക്രമംമാറി 'അച്ഛനമ്മമാ'രാകുന്നമട്ടിൽ, എഴുത്തമ്മയില്ലാത്തിടത്ത് എഴുത്തച്ഛനുണ്ടാകുന്നമട്ടിൽ പിതൃസ്നേഹം മുന്നിട്ടുനിൽക്കുന്ന ജനതയ്ക്ക് ഇങ്ങനെയൊരു മാതൃസ്നേഹം സഹജമല്ലെന്നു ചുരുക്കം.

'മുലപ്പാലാണ് മാതൃഭാഷ' എന്ന ഉപമ, ഉദ്ദേശിക്കാത്ത ചില പ്രശ്നങ്ങളുണ്ടാക്കും. ആറുമാസം മുലപ്പാലേ പാടൂ എന്നാണ് ചട്ടം. പിന്നീട് കട്ടിയാഹാരംതന്നെ വേണം. രണ്ടുവയസ്സൊക്കെക്കഴിഞ്ഞാൽ ചെന്നിനായകം തേച്ചിട്ടാണെങ്കിൽക്കൂടി മുലവിടുവിക്കുകയും ചെയ്യും. ആർജിതഭാഷ ആദ്യമൊന്ന് നിന്നുപെഴക്കാനേ കൊള്ളൂ, തുടർവിദ്യകൾക്ക് മറ്റു ഭാഷകളെക്കൂടി ആശ്രയിക്കണം എന്ന സന്ദേശം ഇതിൽ വന്നുകൂടുന്നു.

ആർജിക്കുന്ന സ്വാഭാവിക വാമൊഴിയെയല്ല പൊതുവേ, എഴുത്തിനും സാഹിത്യാദി വിശേഷവ്യവഹാരത്തിനും ഉപയോഗിക്കുന്നത് എന്ന വസ്തുത നമ്മൾ പലപ്പോഴും ഓർക്കാറില്ല. നാലുവയസ്സിനിടെ ആർജിച്ചെടുക്കുന്ന ഭാഷ വികാരംകൊള്ളാനേകൊള്ളൂ, വിചാരത്തിന് നിലവാരപ്പെടുത്തിയ ലേഖനഭാഷാഭേദംതന്നെവേണം. അത് അന്യഭാഷയെന്നപോലെ പഠിച്ചെടുക്കുകയും വേണം. ഒന്നാംഭാഷയിൽ സംസാരിക്കാൻ ശാരീരികസൗഖ്യമുള്ള ആർക്കുംപറ്റും; സാക്ഷരത അതിൽ ഒരുവിഭാഗത്തിനേയുള്ളൂ. സാഹിത്യമോ തത്വചിന്തയോ തർക്കമോ വ്യാകരണമോ വൈദ്യമോ സ്വന്തംഭാഷയിൽ വായിച്ചറിയാനുള്ള 'സാക്ഷരത'യാവട്ടെ നന്നെച്ചെറിയൊരു വിഭാഗത്തിനേ സ്വായത്തമാക്കാനാവുന്നുള്ളൂ. ഓരോ ഭാഷയും ഇങ്ങനെ പഠിച്ചെടുക്കുകതന്നെവേണം. വീണവായിക്കാൻ പഠിച്ചയാൾക്ക് പരിശീലനംകൂടാതെ വായ്പ്പാട്ട് വഴങ്ങില്ലല്ലോ എന്നതരത്തിലാണ് ഏ ആർ രാജരാജവർമ പിന്നീട് ഇക്കാര്യം വിശദീകരിക്കുന്നത്. ഇംഗ്ലീഷറിയാമെങ്കിൽ നിത്യപരിചയത്താൽ സ്വാധീനമായ മാതൃഭാഷയിൽ എഴുതാനെന്ത് പ്രയാസം എന്നവാദത്തെ അദ്ദേഹം ഖണ്ഡിക്കുന്നത് 'ഭാഷ ഏതായാലും എഴുതിഫലിപ്പിക്കുന്നത് അഭ്യാസമാത്രസാധ്യമാകുന്നു' എന്നു പറഞ്ഞാണ്. മാതൃഭാഷയെന്ന പദം വല്ലപ്പോഴും പ്രയോഗിക്കുന്നുണ്ടെങ്കിലും'നാട്ടുഭാഷ'യെന്നാണ് ഏ ആർ കൂടുതലായി ഉപയോഗിക്കുന്നത്. നേറ്റീവ് ലാംഗ്വിജ് എന്ന പരികല്പന മദർ ടങ്ങിനെക്കാൾ വ്യാപകമായി ഇന്നുപയോഗിക്കുന്നുണ്ട്.

മദർ ടങ് എന്ന പദത്തിന്റെ ഉത്ഭവം അത്ര നിർദ്ദോഷമായിരുന്നില്ല എന്ന് ഡീസ്കൂളിങ്ങിന്റെ വക്താവായ ആസ്ത്രിയൻ ദാർശനികൻ ഇവാൻ ഇല്ലിച്ചിനെ(1926-2002)പ്പോലുള്ള സാമൂഹികചിന്തകർ സൂചിപ്പിക്കുന്നുണ്ട്.[3] ലാറ്റിനു പുറമേ പള്ളിയിൽ സംസാരിക്കാനുള്ള നാട്ടുഭാഷയെന്ന നിലയിലാണ് ആ പേർ ആദ്യം ഉപയോഗിക്കപ്പെട്ടത്. മദർ

ദൈവമാതാവാണ്. ഈ മദർ ടങ്ങാവട്ടെ, പഠിച്ചെടുക്കേണ്ട ഒന്നാണെന്നും അവർ കരുതിയിരുന്നു. വീട്ടിലുപയോഗിക്കുന്നത് പരമ്പരാഗതമായി കിട്ടിയ പാട്രിയസ് സെർമോ ആവാം, സ്വാഭാവികശൈലിയായ ലിംഗ്വാ മെറ്റേർണ ആവാം. നിയമപരമായുള്ള ആർജിതഭാഷയാണ് പിതൃഭാഷയായ ആദ്യത്തേതെങ്കിൽ മറ്റത് അമ്മവഴിക്കുകിട്ടുന്ന സ്വാഭാവിക ഭാഷയാണെന്ന് വാൾട്ടർ ജെ ഓങ് നിരീക്ഷിക്കുന്നുണ്ട്.[4] ഇവയൊക്കെ ലിംഗ്വാ വൾഗാരിസ്, വെർണാകുലർ എന്നൊക്കെയുള്ള അപഹാസ്യ വിശേഷണങ്ങൾക്കകത്താണ് വരിക. പള്ളിയിൽ നിലവാരപ്പെടുത്തിയ മദർ ടങ്ങ് തന്നെവേണം. മതാധികാരയുക്തിയായിരുന്നു നിലവാരപ്പെടുത്തലിന് പിന്നിൽ. നാഷൻസ്റ്റേറ്റിന്റെ അധികാരയുക്തിയായി പിൽക്കാലത്ത് മദർ ടങ് മാറി. കേരളത്തിന്റെ ഭാഷ മലയാളമാണെന്ന് ഭാഗ്യവശാൽ മലയാളമറിയാവുന്ന നമ്മൾ എഴുതുമ്പോൾ ആദിവാസി ഭാഷകളുൾപ്പെടെ അനവധി ന്യൂനപക്ഷനാവുകൾ അരിയപ്പെടുന്നുണ്ട് എന്നതുപോലെ.

മദർ ടങ്, നേറ്റീവ് ലാംഗ്വിജ് എന്നതിനു പുറമേ മദർ ലാംഗ്വിജ് എന്നും ഇംഗ്ലീഷിൽ പ്രയോഗമുണ്ട്. സഗോത്രഭാഷകളുടെ പൂർവരൂപത്തെ ഓർമിപ്പിക്കുന്ന ഈ പദമാണ് ഐക്യരാഷ്ട്രസഭ മാതൃഭാഷാദിനത്തിനുപയോഗിക്കുന്നത് (ഇന്റർനാഷണൽ മദർ ലാംഗ്വിജ് ഡേ). അമ്മയെന്ന പദത്തെക്കാൾ വൈകാരികത ലക്ഷ്യമിട്ട് ആർട്ടീരിയൽ ലാംഗ്വിജ് എന്നും പ്രയോഗിക്കുന്നുണ്ട്. ആർട്ടറി ഹൃദയധമനിയാണ്. ഹൃദയരക്തം ചാലിച്ച ഭാഷയത്രേ ആർട്ടീരിയൽ ലാംഗ്വിജ്. നേറ്റീവ് ലാംഗ്വിജ്, മദർ ടങ് തുടങ്ങിയവയ്ക്ക് വംശീയമായ സൂചനകൾകൂടി പല നാടുകളിലുമുണ്ട്. ദ്രാവിഡം എന്ന പദത്തിന്റെ വംശീയസൂചന പ്രകടമാണല്ലോ. ഹിന്ദിയെ ദേശീയഭാഷയാക്കിവെക്കുന്നതിനെ സമരംചെയ്ത് നേരിട്ടത് ദ്രാവിഡജനതയായിരുന്നു. 1952 ൽ പാക്കിസ്ഥാന്റെ ഭാഷാനയത്തെ ചെറുത്ത്, ബംഗാളിഭാഷയ്ക്കുവേണ്ടി വാദിച്ച്, ധാക്കയിൽ മരിച്ചുവീണവരുടെ പല ഇരട്ടിവരും തമിഴ്നാട്ടിൽ അക്കാലത്ത് ജീവൻ നഷ്ടപ്പെട്ടവർ. അമേരിക്കയുൾപ്പെടെയുള്ള മിക്ക വികസിതരാജ്യങ്ങളുടെയും ചരിത്രത്തിൽ ഇത്തരം അടിച്ചമർത്തലുകളും ചെറുത്തുനിൽപ്പുകളും വേണ്ടുവോളമുണ്ടെന്നിരിക്കെ ഫിബ്രവരി 21നെ (1952) മാതൃഭാഷാദിനമാക്കിയ യുനസ്കോവിന് കിഴക്കൻ പാക്കിസ്ഥാനിലെ കുരുതി ഓർമിപ്പിക്കപ്പെടേണ്ട ഒന്നാവുന്നതിനുപിന്നിൽ മുസ്ലീംജനതയെ പ്രാകൃതരാക്കിക്കാട്ടാനുള്ള ത്വരകൂടിയുണ്ടാവണം.

ഭാഷാശാസ്ത്രം, ഒന്നാംഭാഷ എന്ന താരതമ്യേന ന്യൂട്രലായ പദമുപയോഗിക്കുന്നതിന്റെ സൗകര്യത്തെക്കൂടി ഓർമിപ്പിക്കുന്നു ആർച്ചുഡീക്കൻ കോശിയുടെ പ്രസംഗം. ജന്മഭാഷയെന്ന, മാത്തനും കോശിയും മറ്റുമുപയോഗിച്ചിരുന്ന പദത്തിനും കുഴപ്പമുണ്ട്. ജാത്യാ എന്നർഥമുള്ള ജന്മ എന്ന പദത്തിന് മാറ്റാനാവാത്തതെന്ന ധ്വനിയുണ്ട്. വംശീയതയും ഭാഷാമൗലികവാദവും പോലുള്ള കുഴപ്പങ്ങൾ നീതിമത്കരിക്കപ്പെടാൻ ആ വാക്കിന്റെ വാച്യാർഥം കാരണമാവാം. അമ്മയുടെ ചാരിത്ര്യശുദ്ധിപോലെ നിർവിവാദമായ, ആവേണ്ട, ഒരു വിഷയമായി ഒന്നാംഭാഷാചർച്ച മാറിപ്പോകുന്നതിന്റെ പിന്നിൽ മാതൃഭാഷയെന്ന പദത്തിന് പങ്കുണ്ടാവണം.

മലയാളത്തിന്റെ ദരിദ്രാവസ്ഥ

മലയാളത്തോടുള്ള നമ്മുടെ പണ്ടേയുള്ള പുച്ഛത്തിനു കാരണമന്വേഷിക്കുന്ന കോശി, അന്നത്തെ അവസ്ഥവച്ചുനോക്കി മലയാളഭാഷയുടെ ദാരിദ്ര്യത്തിലാണ് ചെന്നെത്തുന്നത്. മൂന്നുപതിറ്റാണ്ടിനുമുമ്പ് ജോർജ് മാത്തൻ പ്രകടിപ്പിച്ച ആത്മവിശ്വാസം കോശിയുടെ വാക്കുകളിലില്ല. 'അന്യഭാഷകൾ പഠിച്ചിട്ടുള്ള ആവശ്യം നാൾക്കുനാൾ കുറഞ്ഞുവരുന്നു' എന്നും വിദ്യാഭ്യാസത്തിനുവേണ്ട പുസ്തകങ്ങൾ മലയാളത്തിൽ ധാരാളമായി വന്നുതുടങ്ങിയിരിക്കുന്നു എന്നും മാത്തൻ 'ബാലാഭ്യസന'ത്തിൽ, മലയാളത്തിൽ വിദ്യാഭ്യാസംചെയ്യേണ്ടതിന്റെ ആവശ്യകത സാധാരണക്കാരെ ബോധ്യപ്പെടുത്തുന്നതിന്റെ ഭാഗമായി 1867-ൽ പ്രസ്താവിക്കുന്നുണ്ട്; അക്കമിട്ടുനിരത്താൻ പതിനഞ്ചോളം പുസ്തകങ്ങളേ അന്നുണ്ടായിരുന്നുള്ളൂവെങ്കിലും. യൂറോപ്യന്മാർക്ക് മൂന്നാലു നൂറ്റാണ്ടുമുമ്പേ ഏതുകാര്യത്തിനും ലത്തീൻ ഭാഷയെ ആശ്രയിക്കേണ്ടിയിരുന്നുവെങ്കിൽ ഇന്നത് വൈദ്യന്മാർ, വൈദികർ, ന്യായശാസ്ത്രിമാർ എന്നീ വകക്കാർക്കേ ആവശ്യംവരുന്നുള്ളൂ എന്നും മാത്തൻ താരതമ്യത്തിനുവേണ്ടി പറയുന്നുണ്ട്.

മലയാളം നിന്ദിക്കപ്പെടുവാൻ ഇടവന്നതിന്റെ ഒരു കാരണം അതിന്റെ ദരിദ്രാവസ്ഥയാണെന്നു സമ്മതിക്കുന്നു എന്നാണ് കോശി പറയുന്നത്. 'നാഗരികത്തിൻകീഴിൽ വന്നിട്ടുള്ള മറ്റുദേശക്കാരുടെ ഭാഷകളിൽ കാൺമാനുള്ള അറിവുകൾ വിദ്യകൾ, ശാസ്ത്രങ്ങൾ, സൂത്രങ്ങൾ ഇവയൊന്നും മലയാണ്മയിൽ ഇല്ല. ഈ ഭാഷ അഭ്യസിക്കുന്നതിനുള്ള പഠിത്വസ്ഥലങ്ങളാകട്ടെ അതു പഠിപ്പിക്കുന്ന ആശാന്മാരാകട്ടെ പണ്ടേ രാജ്യത്തുണ്ടായിരുന്നില്ല' എന്നു നിരീക്ഷിക്കുന്ന അദ്ദേഹം, മിഷനറിമാരുടെ പ്രയത്നഫലമായി വ്യാകരണകോശാദികൾ നിർമിക്കപ്പെട്ടതിൽപ്പിന്നെ പഴയ നിന്ദ അല്പം കുറഞ്ഞിട്ടുണ്ടെങ്കിലും നമ്മുടെ ഭാഷ പഠിപ്പിക്കേണ്ടതാണെന്ന ചിന്ത ഉറച്ചുകഴിഞ്ഞിട്ടില്ലെന്നു പരിതപിക്കുകയും ചെയ്യുന്നു.

'ഏകദേശം മുപ്പതു സംവത്സരത്തിനു മുമ്പുവരെ നടന്നുപോന്ന പഠിത്വങ്ങൾ മിക്ക പള്ളിക്കൂടങ്ങളിലും വാക്യം, പരപ്പേർ, കാലദീപക, ജ്യാവു ഇത്യാദി ജ്യോതിശ്ശാസ്ത്രത്തിലെ ഗണിതങ്ങൾക്കുള്ള പാഠങ്ങളും, തമിൾ പാട്ടുകളും മാത്രമായിരുന്നു. ശ്രുതിപ്പെട്ട ആശാന്മാർ സംസ്കൃതത്തിലേക്കുള്ള അമരസിംഹം, സിദ്ധരൂപം, ബാലപ്രബോധനം എന്നിവ പഠിപ്പിക്കയും ഉണ്ടായിരുന്നു. എന്നാൽ മലയാംഭാഷയോ വെട്ടും കിളയും യാതൊരു കൃഷിവേലയും ഇല്ലാത്ത തരിശുഭൂമി പോലെ ഉദാസീനതയിലും വളർച്ചയ്ക്കു വഴിയില്ലാത്ത കന്നഭാഷയെന്ന അപകീർത്തിയിൻ കീഴിലും ദരിദ്രപ്പെട്ടുകിടന്നു' എന്ന കോശിയുടെ പരാമർശത്തിൽനിന്ന് മാത്തൻ ബാലാഭ്യസനമെഴുതിയകാലത്ത് നടപ്പുണ്ടായിരുന്ന വിദ്യാഭ്യാസരീതി വ്യക്തമാവുന്നു. അത്തരമൊരു സാഹചര്യത്തിൽ മലയാളവും പഠിപ്പിക്കാനും പഠിക്കാനും കൊള്ളാം എന്ന ആത്മവിശ്വാസം വളർത്താനാണ് മാത്തൻ ശ്രമിച്ചതെന്നുകാണാം. മലയാളത്തിൽ പത്തൊമ്പതാംനൂറ്റാണ്ടിന്റെ രണ്ടാം പകുതിയിൽമാത്രമാണ്

ഗദ്യം അത്യാവശ്യം എഴുതിത്തുടങ്ങിയത് എന്നാലോചിക്കുമ്പോൾ ഈ ദരിദ്രാവസ്ഥയുടെ കാരണം വ്യക്തമാവും. പുരാണേതിഹാസങ്ങൾ ഉരുക്കഴിക്കുന്ന പദ്യങ്ങൾകൊണ്ട് മാറുന്ന ലോകത്ത് 'നാഗരിക ത്തിൻകീഴിൽ' പിടിച്ചുനിൽക്കാനാവില്ലെന്ന തിരിച്ചറിവ് അക്കാലമാവു മ്പോഴേക്കും ഉണ്ടായിക്കഴിഞ്ഞിരുന്നു.

സംസ്കൃതത്തിന്റെ സമ്പന്നാവസ്ഥയാണ് അഭ്യസ്ഥവിദ്യരിൽ മല യാളത്തോട് പുച്ഛംവളർത്തിയതെന്ന നിരീക്ഷണം പ്രസക്തമാണ്. സംസ്കൃതത്തെ അന്നൊന്നും നമ്മൾ അന്യഭാഷയായി വിചാരിച്ചിരു ന്നില്ലെന്നകാര്യവും ഓർക്കണമെന്ന് കോശി പറയുന്നു. ശാസ്ത്രാദിവി ദ്യകൾ കൈകാര്യംചെയ്യാനുള്ള നിലവാരപ്പെട്ട ഭാഷയായാണ് നമ്മൾ സംസ്കൃതത്തെ കണ്ടത്. ഇംഗ്ലീഷുകാർക്ക് ലാറ്റിൻപോലെ. സംസ്കൃ തമല്ല, ഇനി ഇംഗ്ലീഷാണ് നമുക്ക് വഴികാട്ടിയാവേണ്ടതെന്നും ഗദ്യമെ ഴുത്തിൽ സംസ്കൃതത്തിൽനിന്ന് നമുക്ക് ഒന്നും പഠിക്കാനില്ല എന്നും താനുണ്ണാത്തേവരാണോ വരംകൊടുക്കാൻപോകുന്നത് എന്നുമൊക്കെ ഏ ആർ എഴുതുന്നത് 1911-ൽ മാത്രമാണ്.[5] (അപ്പോഴും നൂതനപദസൃ ഷ്ടിക്കും പ്രൗഢിക്കും സാമാന്യനിർദേശത്തിനും മറ്റും സംസ്കൃതം തന്നെ വേണമെന്നും ഏ ആർ പറയുന്നുണ്ട്.) ഈ രണ്ടുപതിറ്റാണ്ടി നിടയിൽ നമ്മുടെ ഗദ്യമെഴുത്ത് ഇംഗ്ലീഷിനെ ആശ്രയിച്ചുതന്നെ അത്ര യധികം വളർന്നു. സംസ്കൃതമെന്ന പവിത്രഭാഷയുടെ ചൂടലിൽ-ത ണലിൽ- അകപ്പെട്ട് മലയാളം മുരടിച്ചുപോവുകയായിരുന്നുവെന്ന് അന്ന് കോശി നിരീക്ഷിക്കുന്നുണ്ട്. സംസ്കൃതം പഠിച്ചവർക്ക് മലയാളം വേണ്ടാ താവുന്നു എന്നുപറയാൻ അദ്ദേഹംകൊണ്ടുവരുന്ന ഉപമയിങ്ങനെ- 'പാൽപ്പായസംകുടിച്ച് വിരക്തിവന്നവനു പനംകാടി ഓർക്കുമ്പോൾ തോന്നുംപ്രകാരമുള്ള വെറുപ്പ്!.' 'പെറ്റതള്ളക്കു അഴകുപോരാ എന്നു വച്ചു വല്ലവന്റെയും തള്ളയെ അമ്മയെന്നു ഭാവിപ്പാറുണ്ടോ' എന്ന ചോദ്യത്തിലും മലയാളത്തിനു ശേഷിപോരാ എന്ന നൈരാശ്യം സ്ഫുരി ക്കുന്നുണ്ട്.

സംസ്കൃതമല്ല, ഇനിയങ്ങോട്ട് ഇംഗ്ലീഷാണ് അറിവിന്റെ ഭാഷയാ കാൻപോവുന്നതെന്ന ധാരണ കോശി മറച്ചുവെക്കുന്നില്ല. എന്നാൽ ഇംഗ്ലീഷുമായുള്ള ബന്ധം മലയാളത്തെ തളർത്താറാണിട എന്നും അദ്ദേഹം പറയുന്നു. തുടർന്ന് ജോർജു മാത്തനെ സ്മരിക്കുന്ന വരിക ളിൽ പക്ഷേ ഇതിന് വിരുദ്ധമായ ധ്വനിയാണുള്ളത്. കോശി എഴുതി: 'മലയാളത്തിൽ വ്യാകരണദോഷം കൂടാതെ എഴുതുന്നതിനുള്ള പ്രാ പ്തിയും കുറ്റംതീർന്ന അറിവും ഇംഗ്ലീഷുപഠിച്ചതിൽനിന്നുമാത്രം ഉണ്ടാ യിട്ടുള്ള നാട്ടുകാർ വളരെയുണ്ട്. കഴിഞ്ഞുപോയ ജോർജ് മാത്തൻ പാദ്രി അങ്ങിനെയുള്ള ആളായിരുന്നു. അദ്ദേഹം എഴുതിയിട്ടുള്ള വ്യാ കരണം വായിച്ചാൽ സ്വന്തഭാഷയിൽ താൻ അസാമാന്യനിപുണൻ ആയിരുന്നു എന്നു ആരും സമ്മതിക്കും.' വിദ്യാഭ്യാസമാധ്യമം ഏതാ യാലും നിപുണർക്ക് അതൊരു വിഷയമാകില്ലെന്നർഥം. 'മലയാളം എന്റെ ജന്മഭാഷതന്നെ. എങ്കിലും ഞാൻ വിദ്യപഠിച്ചത് എംഗ്ലീഷിലാ കയാൽ ഈ പ്രസംഗം എഴുതിയുണ്ടാക്കേണ്ടിയത് അതിൽ ആയിരുന്നു എങ്കിൽ ഇനിക്ക് ഈ വന്നിടത്തോളം പ്രയാസം കാണുകയില്ലായിരുന്നു'

എന്ന 'ബാലാഭ്യസന'ത്തിലെ വാക്യത്തിന്റെ പൊരുളും ഈവഴിക്കാണ് അന്വേഷിക്കേണ്ടത്.

ഭാഷയുടെ ഉയർച്ചയ്ക്ക്

'പണം ഇല്ലാത്തവൻ പിണം' എന്ന ചൊല്ല് ഓർമ്മിപ്പിച്ചുകൊണ്ടാണ് നമ്മുടെ ഭാഷയെ സമ്പന്നമാക്കണമെന്ന നിർദേശം കോശി മുന്നോട്ടു വെക്കുന്നത്. ദരിദ്രത ഏതുവിഷയത്തിലായാലും അപഹാസ്യതയാണെന്ന മുതലാളിത്തയുക്തി അദ്ദേഹം പങ്കുവെക്കുന്നു. സംസ്കൃതം പിൽക്കാലത്ത് സംസ്കരിക്കപ്പെട്ട് സമ്പന്നമായതാണ്. ആംഗ്ലോ സാക്സൻ എന്ന ദരിദ്രഭാഷയാണ് ഇംഗ്ലീഷായി വളർന്നത്. പലവിഷയങ്ങളിലുമുള്ള അറിവുകൾ ഭാഷയിലുണ്ടാവുകതന്നെ സമ്പന്നതയ്ക്കുള്ള വഴി. 'സംസ്കൃതവ്യുല്പത്തി മുമ്പിനാലും ഇംഗ്ലീഷ് വിദ്യ ഇപ്പോൾ വിശേഷാലും രാജ്യത്തു പ്രബലപ്പെട്ട' അവസ്ഥയുള്ളതുകൊണ്ട്, ആ ഭാഷകളിൽ പാണ്ഡിത്യമുള്ളവർ പരിഭാഷയായും മൂലകൃതിയായും ധാരാളം കൃതികൾ 'വെടിപ്പും തെളിവുമുള്ള വാചകത്തിൽ' മലയാളത്തിൽ എഴുതി ഭാഷയെ സമ്പന്നമാക്കണമെന്നതാണ് കോശിയുടെ നിർദേശം.

'ഒരു ഭാഷയിലുള്ള കൃതികളെല്ലാം പാട്ടുകളായിട്ടുമാത്രം ഇരിക്കുന്ന കാലത്തെങ്ങും ആ ഭാഷ ഉയരുകയില്ലെ'ന്ന മുഖവുരയോടെ ഗദ്യത്തെ പ്രോത്സാഹിപ്പിക്കുകയാണ് കോശി. 'ബോധിച്ച വാക്കുകൾവെച്ചും ഇഷ്ടംപോലുള്ള വാചകത്തിലും എഴുതുവാൻ പൂർണ സ്വാതന്ത്ര്യമുള്ള ഗദ്യകൃതിക്കാരാണ് എല്ലാ ദേശങ്ങളിലും ഭാഷയുടെ വളർച്ചയ്ക്കും അഭിവൃദ്ധിക്കും സഹായികളായി തീരുന്നത്' എന്നും അദ്ദേഹം പറയുന്നു. ഇനിയങ്ങോട്ട് കവിതകളല്ല, ശാസ്ത്രകൃതികളാണ് മലയാളത്തിലുണ്ടാവേണ്ടത് എന്ന് കേരളവർമ വലിയകോയിത്തമ്പുരാനും ഏതാണ്ടതേകാലത്ത് അഭിപ്രായപ്പെട്ടിട്ടുണ്ടല്ലോ.

അച്ചടിയുടെയും ആധുനികതയുടെയും മാധ്യമമായി ഗദ്യം തിരിച്ചറിയപ്പെട്ടുതുടങ്ങി. ഗദ്യത്തിൽത്തന്നെ സാഹിത്യമല്ല, ശാസ്ത്രമാണ് വേണ്ടത് എന്ന ആശയവും അന്ന് പ്രബലമായിരുന്നു. കളിയല്ല, കാര്യമാണ് പ്രധാനം! *ഇന്ദുലേഖ*യുടെ 'ഒന്നാം അച്ചടിപ്പിന്റെ അവതാരിക'യിൽ ചന്തുമേനോൻ 'ശാസ്ത്രപക്ഷപാതി'യായ ഒരു സുഹൃത്തിനെ പരിചയപ്പെടുത്തുന്നുണ്ടല്ലോ. ചന്തുമേനോൻ എന്തോ എഴുതുന്നു എന്നറിഞ്ഞ് എന്തിനെപ്പറ്റിയാണത് എന്നദ്ദേഹം ആരാഞ്ഞപ്പോൾ അച്ചടിച്ചുതീർന്നാൽ കോപ്പിതരാം അപ്പോൾ മനസ്സിലാവും എന്നായിരുന്നു ഗ്രന്ഥകാരന്റെ മറുപടി. അപ്പോൾ ആ സുഹൃത്ത് പ്രതികരിച്ചതിങ്ങനെ: 'സയൻസ് എന്നു പറയപ്പെടുന്ന ഇംക്ലീഷ്ശാസ്ത്രവിദ്യകളെക്കുറിച്ചാണ് ഈ പുസ്തകം എഴുതുന്നത് എങ്കിൽ കൊള്ളാം. അല്ലാതെ മറ്റൊരു സംഗതിയെപ്പറ്റിയും മലയാളത്തിൽ ഇപ്പോൾ പുസ്തകങ്ങൾ ആവശ്യമില്ല.' മലയാളത്തിൽ ആദ്യത്തെ ലക്ഷണമൊത്ത നോവൽ വരാനിരിക്കുന്നതേയുള്ളൂ എന്നോർക്കണം. വീട്ടിൽ സംസാരിക്കുന്ന മലയാളഗദ്യത്തിൽ ചില കൃതികൾ പുറപ്പെടുന്നു എന്ന് സംസ്കൃതാഭിജ്ഞർ അത്ഭുതംകൂറുന്ന കാലമായിരുന്നു അത്.

പലവിഷയത്തെപ്പറ്റിയും എഴുതിത്തുടങ്ങുമ്പോഴാണ് പദദാരിദ്ര്യത്തെപ്പറ്റി നമുക്ക് ബോധമുണ്ടാവുന്നത്. സംസ്കൃതത്തെയും ഇംഗ്ലീഷിനെയുംപോലെ നൂതനപദങ്ങൾ സൃഷ്ടിക്കുന്നതിൽ മലയാളത്തിന് കഴിവുകുറയും. വാക്കുകൾ കടംവാങ്ങാം, വ്യാകരണം നമ്മുടേതുമതി എന്ന യുക്തിസഹമായ നിലപാടാണ് ഇക്കാര്യത്തിൽ കോശിയും പിന്നീട് ഏ ആറുമൊക്കെ മുന്നോട്ടുവെക്കുന്നത്. നാമപദങ്ങളേ ഇങ്ങനെ കടംവാങ്ങുക പതിവുള്ളൂ. അതിൽ അസ്വാഭാവികമായി ഒന്നുമില്ലതന്നെ. അത്യാവശ്യത്തിനേ പാടൂ, വന്നാൽത്തന്നെ അവ നമ്മുടെ നിയമങ്ങൾ അനുസരിക്കണം എന്നൊക്കെ കോശിയും പിൽക്കാലത്ത് ഏ ആറും തങ്ങളുടേതായ മട്ടിൽ നിർദ്ദേശിക്കുന്നുണ്ട്. 'ചേതസ്സാ വരിച്ചു' എന്നു പറയരുത് 'ചേതസ്സുകൊണ്ട് വരിച്ചു' എന്നേ പറയാവൂ എന്ന് കോശി ഉദാഹരിക്കുന്നുണ്ടെങ്കിലും സംസ്കൃതവിഭക്തിസഹിതമായ പ്രയോഗങ്ങൾ പലതും നാം 'മനസാ വരിച്ചി'ട്ടുണ്ട്. നിത്യേന, ക്രമേണ, ജാത്യാ തുടങ്ങിയ പ്രസിദ്ധപ്രയോഗങ്ങൾക്ക് ഇളവുനൽകാമെന്നും അദ്ദേഹം പറയുന്നുണ്ട്.

എഴുതുന്ന മലയാളം തെളിഞ്ഞതാവണം എന്ന നിർദ്ദേശം വിസ്തരിച്ചുറപ്പിച്ചാണ് അദ്ദേഹം പ്രസംഗം അവസാനിപ്പിക്കുന്നത്. കഠിന സംസ്കൃതപ്രയോഗങ്ങൾ ചേർത്ത് 'പണ്ഡിതോചിത'മായി എഴുതുന്നവരുടെ കൃതികൾകൊണ്ട് സാധാരണക്കാർക്ക് എന്തു പ്രയോജനം? അറിവു കുറഞ്ഞവരെ വിജ്ഞരാക്കാനാണല്ലോ പുസ്തകങ്ങൾ. അത് 'അകാരാദിയുടെയോ മുനിശിമാരുടെയോ' സഹായമില്ലാതെ വായിക്കാൻ പറ്റില്ലെന്ന സ്ഥിതിവന്നാലോ? ആളുകൾക്ക് കാര്യംമുഴുവൻ വ്യക്തമാക്കിക്കൊടുക്കുന്ന എഴുത്തുകാരൻ എഴുത്തിനുപിന്നിൽ മറഞ്ഞിരിക്കും. സൂര്യൻ അങ്ങനെയത്രേ. തന്നെയൊന്ന് നോക്കാൻ പോലും അനുവദിക്കാതെ ലോകത്തിന് വെളിച്ചംനൽകി എല്ലാകാര്യവും വ്യക്തമാക്കിത്തരുന്നു. ചന്ദ്രൻ നേരെ തിരിച്ചാണ്. നല്ല നിലാവ് എന്ന് ആളുകൾ സ്തുതിക്കും. നിലാവിലെന്നപോലെ കാര്യമെല്ലാം അവ്യക്തമായിരിക്കുകയുംചെയ്യും. വിഷയം കഠിനമായാൽ തെളിവ് കുറയാം. വാചകം കഠിനമായാലും അങ്ങനെവരാം. ബഹുജനങ്ങൾക്കുവേണ്ടി പുസ്തകമെഴുതുന്നവർ തെളിഞ്ഞ മലയാളത്തിൽ എഴുതാൻ ശ്രമിക്കണമെന്നാണ് കോശി പറയുന്നത്. 'നാട്ടിൽ ഇപ്പോൾ അക്ഷരജ്ഞാനം എത്ര താണസ്ഥിതിയിൽ ഇരിക്കുന്നുവെന്നോർക്കുമ്പോൾ ഈ സംഗതിയെക്കുറിച്ച് പറയുന്നത് ഒന്നും അധികമാവില്ല' എന്ന് അദ്ദേഹത്തിന് ഉറപ്പുണ്ട്. ഏതു വിദ്യയും ഭാഷയും പഠിച്ചവരും സ്വന്തം ഭാഷയെ അതുകൊണ്ട് മുറിവേൽപ്പിക്കാതെ സമ്പന്നമാക്കാൻ ശ്രമിക്കുകയാണ് വേണ്ടത്. 'അമ്മയുടെ മുലപ്പാലോടുകൂടി പരിചയപ്പെട്ട'തും 'പൊന്നുതമ്പുരാൻ തിരുമനസ്സുകൊണ്ട് സംസാരിക്കുന്ന'തുമായ ഈ നല്ല ഭാഷയെ ബഹുമാനിച്ച് അഭിവൃദ്ധിപ്പെടുത്തണം എന്ന പ്രാർഥനയോടെയാണ് കോശി പ്രസംഗം അവസാനിപ്പിക്കുന്നത്.

മലയാളത്തെ എഴുത്തുകളാൽ സമ്പന്നമാക്കി ഉയർത്തുക എന്ന കാഴ്ചപ്പാടാണ് ആർച്ചുഡീക്കൻ കോശിയുടേത്. വിദ്യാഭ്യാസമാധ്യമം മലയാളമാക്കുക എന്ന, 'മണ്ഡവത്തു വാതിലുകൾതോറും മലയാം

പള്ളിക്കൂടങ്ങൾ ഇടണം എന്നു നിശ്ചയി'ക്കപ്പെട്ടകാലത്ത് ജോർജു മാത്തൻ ഉന്നയിച്ച ആശയം കോശി ആവർത്തിക്കുന്നില്ല. പലവിധത്തിലുമുള്ള നൂതന വ്യവഹാരങ്ങൾക്ക് ഭാഷയെ പ്രാപ്തമാക്കുകയെന്ന സങ്കൽപമാണ് അദ്ദേഹം ഉയർത്തുന്നത്. മലയാളം ജന്മഭാഷയാകയാൽ അതിലൂടെയുള്ള വിദ്യാഭ്യാസം എളുപ്പമാണ് എന്ന വാദമുയർത്തുന്നതോടൊപ്പം, ജന്മഭാഷയിൽ സാധാരണമായ അറിവ് എല്ലാവർക്കുമുള്ളതിനാൽ അതിനെപ്പറ്റി പ്രത്യേകം അധ്യയനംചെയ്തിട്ടുകാര്യമില്ല എന്ന തെറ്റുധാരണ തിരുത്താനും മാത്തൻ മെനക്കെടുന്നുണ്ട്. ഭാഷയേതായാലും വിശേഷവ്യവഹാരത്തിനു ശേഷിവേണമെങ്കിൽ അത് ആഴത്തിൽ പഠിച്ചേപറ്റൂ എന്നതുതന്നെയാണ് മാത്തൻ പറയുന്നത്. ജന്മഭാഷയിലെ പൊരുളുകൾ സ്വാഭാവികമായിത്തന്നെ തിരിഞ്ഞുകിട്ടും, അന്യഭാഷയിലായാൽ അതിന് സാധ്യതകുറയും എന്ന വാദത്തെ, മലയാളത്തെ സമ്പന്നമാക്കുകയെന്ന വലിയ ലക്ഷ്യത്തിനുവേണ്ടി അവതരിപ്പിക്കുന്ന യുക്തിയായേ കാണേണ്ടതുള്ളൂ. *മലയാഴ്മയുടെ വ്യാകരണ*ത്തിന്റെ തുടക്കത്തിൽ മാത്തൻ എഴുതിയിട്ടുണ്ട്: 'മലയാളികൾ പരിചയംകൊണ്ട് മലയാഴ്മ അറിഞ്ഞിരിക്കുന്നവരാകയാൽ അവർക്കും ആ ഭാഷയുടെ വ്യാകരണം കൊണ്ടു എന്തുപകാരം എന്നും ചോദിച്ചാൽ, ഒരു ഭാഷയെ സാമാന്യമായിട്ടു പറയുന്നതിന്നും എഴുതുന്നതിന്നും പരിചയം കൊണ്ടു മനുഷ്യർക്കു വശമാകാമെങ്കിലും വ്യാകരണം പഠിക്കാതെ ആ ഭാഷയുടെ ലക്ഷണങ്ങളെയും അതിലേ പ്രയോഗങ്ങളുടെ കാരണങ്ങളെയും അറിയുന്നതിന്നു കഴിയുന്നതല്ല'.[6] ഏതു ഭാഷയായാലും എഴുത്തും പഠനവും അഭ്യാസമാത്രസാധ്യമാണ് എന്ന് ഏ ആർ പറഞ്ഞതും ഇക്കാര്യം മുൻനിർത്തിയാണ്.

ഇംഗ്ലീഷറിയാവുന്ന മലയാളികൾ ആ അറിവുപയോഗിച്ച് മലയാളത്തിന്റെ ഗ്രന്ഥദാരിദ്ര്യം തീർക്കണമെന്നും എത്രയും ഭാഷകൾ പഠിക്കുന്നുവോ അത്രയും നന്ന് എന്നും മലയാളത്തെ നിലവാരപ്പെടുത്താൻ യത്നിച്ച മനീഷികൾ ആവർത്തിച്ചു പറയുന്നുണ്ടെങ്കിലും മലയാളം മാത്രം എന്ന അതിവാദത്തിനാണ് സമകാലത്ത് കൈയടി ലഭിക്കുന്നത്. പ്ലംബിങ് തൊട്ട് സർജറിവരെ മലയാളത്തിൽമാത്രം പഠിച്ച് കേരളത്തിനകത്തുമാത്രം ചെലവാകുന്ന കറൻസിയുമായി നടക്കുന്ന ഒരു തലമുറയെ സങ്കൽപ്പിച്ചുനോക്കൂ. അപ്പോഴും അവർക്ക് നൂതനമായതും പുറത്തുനിന്ന് വരുന്നതുമായ അറിവുകൾ ലഭ്യമാക്കാൻ ഇതേകാര്യങ്ങൾ ഇംഗ്ലീഷിലോ മറ്റേതെങ്കിലും ലോകഭാഷയിലോ മനസ്സിലാക്കി മലയാളത്തിലെ വിദഗ്ധരെ അറിയിക്കുന്ന മറ്റൊരു വിഭാഗത്തെ നമുക്ക് ആവശ്യമായിവരും. അവരാകും അന്നത്തെ വരേണ്യവർഗം. 'വളർച്ചയെത്തിയ ഏതെങ്കിലുമൊരു ലോകഭാഷ സ്വായത്തമാക്കാതെ ഒരു വിദ്യാർഥിക്കും ആധുനികശാസ്ത്രവും സാങ്കേതികവിദ്യയും സ്വായത്തമാക്കാൻ കഴിയുകയില്ല' എന്ന് മാതൃഭാഷാമാധ്യമത്തിനായി ശക്തമായി വാദിക്കുന്ന ലേഖനത്തിൽത്തന്നെ പിൽക്കാലത്ത് ഇ എം എസ് നമ്പൂതിരിപ്പാട് ഊന്നിപ്പറയുന്നുണ്ട്.[7] ജ്ഞാനം നിർമിക്കപ്പെടുന്ന ഭാഷയായി മലയാളത്തെ മാറ്റിയെടുക്കണമെങ്കിൽ മാധ്യമമാറ്റംപോരാ, കേരളത്തെ വൻ സാമ്പത്തികശക്തിയാക്കുകതന്നെ വേണ്ടിവരും. നമ്മുടെ പരിധിയിലുള്ള കാര്യമല്ലല്ലോ അത്.

മലയാളത്തെ ശക്തിപ്പെടുത്താൻ മാത്തനും കോശിയും ഏ ആറും കേരളവർമയും മറ്റും നിർദേശിച്ച വഴികൾതന്നെയാണ് ഇന്നും സമീചീനം. വിവിധ വിഷയങ്ങളിൽ മലയാളത്തിൽ എഴുത്തുകളുണ്ടാവാനുള്ള ശ്രമം പല തലങ്ങളിൽ നടക്കണം. നമ്മുടെ സാഹിത്യാദിവിഭവങ്ങൾ ലോകസമക്ഷം അവതരിപ്പിക്കുകയുംവേണം. കന്നഭാഷ, പനംകാടി തുടങ്ങിയ രൂപകങ്ങൾ പ്രയോഗിക്കാൻ മടിതോന്നുംവിധം ഭാഷ ലോകശ്രദ്ധയാകർഷിക്കാൻ നമ്മുടെ ആശാനും ബഷീറും വൈലോപ്പിള്ളിയും വി കെ എന്നുമൊക്കെ വിദേശഭാഷകളിൽ ശ്രദ്ധിക്കപ്പെടണം. മലയാളവും അന്യഭാഷകളും നന്നായറിയുന്നവരെയാണ് കോശിയുടെ കാലത്തെന്നപോലെ ഇന്നും നമുക്കാവശ്യം. പലഭാഷകൾ വശമായിരുന്നിട്ടും സ്വഭാഷയിൽ എഴുതി എന്നതാണ് ആശാൻതൊട്ട് ഒ വി വിജയൻവരെയും മാർക്സ് തൊട്ട് ഗാന്ധിജിവരെയും ഉള്ളവരുടെ മഹത്വം. ഏതാണ്ടെല്ലാ യൂറോപ്യൻഭാഷകളും കലക്കിക്കുടിച്ച ബലത്തിലാണ് കാൾ മാർക്സും ഫെഡറിക് ഏംഗൽസും ലോകത്തെ മാറ്റിമറിക്കുന്ന തത്വശാസ്ത്രം അവതരിപ്പിച്ചത് എന്നോർക്കണം. ഇരുപതോളം ഭാഷകൾ സംസാരിക്കുമായിരുന്നു ഏംഗൽസ്. A foreign language is a weapon in the struggle of life എന്നത് മാർക്സ് മിക്കപ്പോഴും ആവർത്തിക്കുന്ന തത്വശാസ്ത്രമാണ്.[8] പുതിയൊരു ഭാഷയെ അറിയുകയെന്നാൽ പുതിയൊരു ലോകബോധം സ്വാംശീകരിക്കൽകൂടിയാണ്.

കുറിപ്പുകൾ

1. 'ബാലാഭ്യസനത്തെ കുറിച്ചു ഒരു പ്രസംഗം' റവറന്തു മാത്തൻ ഗീവറുഗീസു പാദ്രിയാൽ പറയപ്പെട്ടതു. സാമുവൽ ചന്ദനപ്പള്ളി (സമ്പാ.) 1992. *റവ. ജോർജ് മാത്തൻ: കൃതികളും പഠനവും*. ചന്ദനപ്പള്ളി: ഓറിയന്റൽ റിസർച്ച് ഇൻസ്റ്റിറ്റ്യൂട്ട്. പു. 407-447

2. സാമുവൽ ചന്ദനപ്പള്ളി (സമ്പാ). 1984. *മിഷനറി മലയാളഗദ്യമാതൃകകൾ*. കോട്ടയം: നാഷണൽ ബുക്ക് സ്റ്റാൾ പു. 193-203

3. Ivan Illich 1981. *Shadow Work Salem*, New Hampshire and London: Marion Boyars

4. Walter J. Ong 1981. Fighting for Life: Contest, Sexuality and Consciousness. Ithaca, New York: Cornell University Press. "Patrius sermo means the national speach bequeathed by ancestors who held it as a kind of property, where as lingua meterna means quite simply 'mother tongue', the tongue you interiorised as it came to you from your mother (or a mother figure). the concept is between legally inherited speach and 'natural' speech" p. 37

5. ഏ ആർ രാജരാജവർമ *സാഹിത്യസാഹ്യ*ത്തിന്റെ മുഖവുരയിൽ

6. കാണുക http://ml.wikisource.org/wiki/*മലയാഴ്മയുടെ വ്യാകരണം*

7. ഇ എം എസ് നമ്പൂതിരിപ്പാട് 1997. *നമ്മുടെ ഭാഷ*. തിരുവനന്തപുരം: കേരള ഭാഷാ ഇൻസ്റ്റിറ്റ്യൂട്ട് പു. 92

8. Paul Lafargue, (1890) Reminiscences of Marx in www.marxist.org/archive/lafargue/1890/xx/marx.htm (2015)

രൂപിമവിചാരം
മലയാഴ്മയുടെ വ്യാകരണത്തിൽ

ജോർജു മാത്തൻ എന്ന നാട്ടുപാതിരിയുടെ *മലയാഴ്മയുടെ വ്യാകരണ* (1863) ത്തിലെ രൂപിമസങ്കല്പം ആധുനിക ഭാഷാശാസ്ത്രത്തിലെ രൂപവിജ്ഞാനത്തിന്റെ വെളിച്ചത്തിൽ പരിശോധിക്കുകയാണ് ഈ പ്രബന്ധം. ഭാഷയിലെ അർഥയുക്തമായ ഏറ്റവും ചെറിയ ഏകകമായ രൂപത്തെക്കുറിച്ചുള്ള പഠനമാണ് മോർഫോളജി. പാരമ്പര്യവ്യാകരണത്തിലെയും പ്രധാന പരിഗണനാവിഷയം ഈ അല്പതമ ആർഥികമൂലകങ്ങളുടെ വിഭജനവും രൂപഭേദങ്ങളും അതിനുകാരണമാകുന്ന പ്രക്രിയകളുമൊക്കെത്തന്നെയായിരുന്നുവെന്ന് പ്രഭാകരവാരിയർ നിരീക്ഷിച്ചിട്ടുണ്ട് (*ഭാഷാശാസ്ത്രവിവേകം*); സമീപനത്തിലാണ് വ്യത്യാസം. ആധുനികഭാഷാശാസ്ത്രത്തിലെ *മോർഫീം* എന്ന സങ്കല്പം ബോദിൻ കോർതിനേയിലാരംഭിച്ച് ബ്ലൂംഫീൽഡിൽ പ്രഫുല്ലമാകുന്നതായി വിചാരിക്കാം. എന്നാൽ രൂപവിശകലനത്തിന് പാണിനിയോളം പാരമ്പര്യമുണ്ടെന്നത് കാണാതിരിക്കാനാവില്ല. സംസ്കൃതവ്യാകരണത്തിലെ നാലായിരത്തോളം രൂപവിജ്ഞാനപരമായ നിയമങ്ങൾ പാണിനി ഇന്നത്തെ ഫ്രേസ് സ്ട്രക്ചർ ഗ്രാമറിന്റെ പ്രാഗ്രൂപമുപയോഗിച്ചാണ് നിർധാരണംചെയ്തെടുത്തത്. രൂപരൂപിമങ്ങളെക്കുറിച്ചുള്ള കാഴ്ചപ്പാടുകൾ പക്ഷേ, ആധുനികഭാഷാശാസ്ത്രത്തിന്റെ വരവോടെ നന്നായി പരിഷ്കരിക്കപ്പെട്ടിട്ടുണ്ട്. മറ്റൊരു രൂപത്തോടും സ്വനപരമായോ അർഥപരമായോ സാദൃശ്യംകല്പിക്കാൻ കഴിയാത്തതാവണം രൂപിമമെന്ന ബ്ലൂംഫീൽഡിന്റെ നിർവചനംപോലും ഇന്ന് സ്വീകാര്യമല്ലെന്നോർക്കുക.

പാരമ്പര്യവ്യാകരണത്തിന്റെ പ്രധാന പരിഗണനാവിഷയം രൂപവിജ്ഞാനത്തിന്റെ മേഖലയിലായിരുന്നുവെന്ന് പറഞ്ഞല്ലോ. വ്യാകരണത്തെ വ്യവഹാരവുമായി ബന്ധിപ്പിച്ച ഭാഷാസാഹിത്യചിന്തകനായ കുട്ടികൃഷ്ണമാരാർ *ഭാഷാപരിചയ*(1942)ത്തിന്റെ ആമുഖം തുടങ്ങുന്നതിങ്ങനെയാണ്: 'രാജാക്കന്മാരെക്കൊണ്ടു തോറ്റു എന്നു നാം എളുപ്പത്തിൽ പറഞ്ഞുകഴിക്കുന്ന വാക്കുകളെ രാജാ + കൾ + മാർ + എ + കൊണ്ട് + തോല് + തു എന്നു വെവ്വേറെ പകർത്തുവെച്ചും അക്ഷരം മാറ്റിയും കൂട്ടിച്ചേർത്തും ആളുകളെ മെനക്കെടുത്താനുള്ള ഒരു പാഴ്വേലയല്ല വാസ്തവത്തിൽ വ്യാകരണാധ്യയനം. വ്യാകരണത്തിനു

പദക്രിയ, അർഥയുക്തി എന്നു രണ്ടു വശമുള്ളതിൽ മേൽക്കാണിച്ച പ്രക്രിയാവശം മാത്രമാണ് ഒട്ടെങ്കിലും മുഷിപ്പനായിത്തോന്നുന്നത്; യുക്തിവശം, മറ്റേതു ശാസ്ത്രത്തിലുമെന്നപോലെ, വ്യാകരണത്തിലും ആകർഷകംതന്നെയാണ്.' മുഷിപ്പനെന്ന് മാരാർതന്നെ സമ്മതിക്കുന്ന ഈ പ്രക്രിയാഭാഗമാണ് മോർഫോളജിയുടെ വിഹാരരംഗം. ഉദാഹരണത്തിൽക്കണ്ടതുപോലെ, വാക്യഘടനയുടെ ഭാഗമായി, പദക്രിയകളെ വിശദീകരിക്കലാണത്; വിശേഷിച്ച് ബ്ലൂംഫീൽഡാനന്തര രൂപിമവിജ്ഞാനം.

അർഥത്തോടൊപ്പം രൂപത്തെയും പരിഗണിക്കുകയെന്നതാണ് രൂപിമവിജ്ഞാനത്തിന്റെ അടിസ്ഥാനയുക്തി. വ്യതിരിക്തരൂപവും വ്യതിരിക്താർഥവുമുള്ള ഏറ്റവും ചെറിയ ഭാഷാഖണ്ഡമാണ് രൂപം അഥവാ മോർഫ് എന്ന സങ്കല്പനത്തിൽത്തന്നെ സാമ്പ്രദായിക വ്യാകരണയുക്തിയോടുള്ള ഇടർച്ച കാണാം. അർഥമില്ലാതെ രൂപം മാത്രമുള്ള ഇടനിലകളെപ്പറ്റി പറയുന്നിടത്തും അർഥമുണ്ടായിട്ടും രൂപം പ്രത്യക്ഷമല്ലാത്ത ഇടങ്ങളിലും നാനാർഥത, പര്യായത്വം തുടങ്ങിയ സംഗതികളിലുമൊക്കെ ഈ സംവർഗം പ്രശ്നസങ്കുലിതമാണ്. നാമാദിയാം വിഭാഗത്തിനെല്ലാമർഥം നിയാമകം എന്ന നിലപാടോടെ പദക്രിയയാരംഭിക്കുന്ന കേരളപാണിനീയമാർഗമാണ് നമ്മുടെ വ്യാകരണപഠനത്തിൽ പ്രബലമായതെങ്കിലും മലയാളത്തിന് മലയാളത്തിൽ വ്യാകരണമെഴുതിയ ആദ്യ മലയാളിയായ ജോർജു മാത്തന്റെ ചിന്താവഴികളിൽ, പിൽക്കാലത്ത് ഭാഷാശാസ്ത്രസങ്കല്പങ്ങളിൽ കേന്ദ്രസ്ഥാനത്തുവന്ന പല ആശയങ്ങളുടെയും മിന്നലാട്ടംകാണാം എന്നതാണ് ഈ പ്രബന്ധത്തിന്റെ പരികല്പനകളിൽ പ്രധാനം.

അർഥവും രൂപവും

ഇന്ദ്രിയഗോചരമായ ശബ്ദസമൂഹമാണ് പദത്തിന്റെ രൂപം അഥവാ ശബ്ദം. അതിന്റെ സൂചിതം അർഥവും. ഇവ രണ്ടുംതമ്മിലുള്ള ബന്ധം നിത്യമാണോ, ഇവരണ്ടും വേർപിരിക്കാൻ പറ്റുന്നതാണോ തുടങ്ങി അനവധി ചർച്ചകൾ പ്രാചീനകാലത്തുതന്നെ ലോകമെമ്പാടും ഭാഷയുടെയും തത്വചിന്തയുടെമൊക്കെ മണ്ഡലങ്ങളിൽ നടന്നിട്ടുണ്ടെന്ന് നമുക്കറിയാം. ഈ ചിന്തകളിലെല്ലാം രൂപത്തിന് വലിയ പ്രാമുഖ്യവും ലഭിച്ചിരുന്നു. ശബ്ദാർഥങ്ങൾക്ക് അഭേദംകല്പിക്കുന്നതിൽത്തന്നെ ഒരു രൂപപക്ഷപാതിത്വമുണ്ടല്ലോ. ഭാഷയുടെ, വാക്കിന്റെ ഉല്പത്തി ദൈവത്തിൽനിന്നാണെന്ന് പലമട്ടിൽ പലവഴിക്ക് സ്ഥാപിക്കുമ്പോൾത്തന്നെ, വിജ്ഞന്മാർ വസ്തുക്കൾക്ക് പലനിലകളിൽ പലതരം പേരിടുന്നു എന്നു കല്പിക്കുന്ന *യദൃച്ഛ*ശബ്ദങ്ങളെക്കുറിച്ചുള്ള (ഐച്ഛികശബ്ദങ്ങളെന്ന് വേറെചിലർ) പരാമർശവും പഴയ ചിന്തകളിൽക്കാണാം. (ചതുഷ്ടയി ശബ്ദാനാം പ്രവൃത്തിഃ, ജാതിശബ്ദാഃ ഗുണശബ്ദാഃ ക്രിയാശബ്ദാഃ യദൃച്ഛാശബ്ദാഃ *മഹാഭാഷ്യം, ആഹ്നികം 2,* വേദബന്ധു *അർഥവിജ്ഞാന*ത്തിൽ ഉദ്ധരിച്ചത്) രണ്ടു പ്രയോഗത്തിലെയും *ഇച്ഛ*യ്ക്ക് സൊസൂറിയൻ പരികല്പനയിലെ ആർബിട്രറിനസ്സുമായി ചാർച്ചയുണ്ടല്ലോ.

ഭാഷയെന്ന അത്യത്ഭുതകരമായ പ്രതിഭാസം മനുഷ്യസൃഷ്ടമാവാൻ വഴിയില്ല, അത് ദൈവദത്തമാവാൻ ന്യായംകാണുന്നുണ്ട്, ഭാഷ ദൈവദത്തമായി ആദ്യം ലഭിച്ച തലമുറയിൽനിന്ന് പിന്നീട് അനന്തരതലമുറകൾക്ക് പകർന്നുകിട്ടിയതാവാം എന്നിങ്ങനെയാണ് മാത്തൻ വിശദീകരിക്കുന്നത്. ഇതിൽ ഒരു മിഷണറിയുടെ യുക്തിയല്ല, ഭാഷാശാസ്ത്രജ്ഞന്റെ ആധുനികയുക്തിയാണ് തെളിഞ്ഞുകാണുന്നതെന്ന് നിരീക്ഷിക്കപ്പെട്ടിട്ടുണ്ട്. വാക്കുകൾക്ക് അവ സൂചിപ്പിക്കുന്ന ആശയലോകവുമായി *ആഗന്തുകബന്ധം* മാത്രമേയുള്ളൂ, വെള്ളത്തിന് തീയെന്നോ മറിച്ചോ ആണ് പറഞ്ഞുപോന്നിരുന്നതെങ്കിലും ഒരു തരക്കേടുമുണ്ടാകുമായിരുന്നില്ല എന്നിങ്ങനെയുള്ള മാത്തന്റെ നിരീക്ഷണങ്ങളും ഈ യുക്തിചിന്തയുടെ നിദർശനങ്ങൾതന്നെ.

ഭാഷയെ നിർമ്മമമായി സമീപിക്കാൻ ഈ യുക്തിബോധം സഹായിക്കുന്നു എന്നതാണ് മാത്തന് ഉണ്ടായിരുന്ന മെച്ചം. സംസ്കൃതത്തിന്റെയും തമിഴിന്റെയും ഇംഗ്ലീഷിന്റെയും ഹീബ്രുവിന്റെയും സുറിയാനിയുടെയുമൊക്കെ വഴികളെക്കുറിച്ച് അറിയുമ്പോഴും ആ വഴിയെ മലയാളത്തിന്റേതുമായി തട്ടിച്ചുനോക്കുമ്പോഴും മലയാളത്തെ സ്വതന്ത്രമായി സമീപിക്കാൻ മാത്തന് കഴിയുന്നുണ്ട്. സമശിഖരങ്ങളായ ഭാഷകളുമായുള്ള താരതമ്യത്തിന് ഇതൊരു തടസ്സവുമല്ല. മലയാളത്തെപ്പറ്റി ആലോചിക്കുമ്പോൾത്തന്നെ എല്ലാഭാഷകൾക്കും സംഗതമായ, അല്ലെങ്കിൽ മനുഷ്യഭാഷയ്ക്കു പൊതുവിൽ ബാധകമായ യുക്തികൾ നിരത്തുന്ന മാത്തന്റെ രീതിക്കുതന്നെ പിൽക്കാല ഭാഷാശാസ്ത്രത്തിന്റെ ആലോചനാപദ്ധതികളുമായി ചാർച്ചയുണ്ട്. പിൽക്കാലത്ത് വിശ്വവ്യാകരണം (യൂണിവേഴ്സൽ ഗ്രാമർ) പോലുള്ള കാഴ്ചപ്പാടുകളായി വികസിച്ച ആശയങ്ങൾ മനുഷ്യഭാഷയുടെ ചില പൊതു ലക്ഷണങ്ങളിലാണല്ലോ ഊന്നുന്നത്. നാമാദിയാം വിഭാഗങ്ങൾ കല്പിക്കുന്നതിന്റെ യുക്തി മാത്തൻ വിവരിക്കുന്നിടത്തെ ചില പരാമർശങ്ങൾ കാണുക:

'വാക്കുകളെ ഇത്രതരം ആക്കേണമെന്നതിനെക്കുറിച്ചു വ്യാകരണക്കാരുടെ ഇടയിൽ തർക്കമുണ്ടു, ചിലർ നാമവും വചനവുമായി രണ്ടുതരമെ വകവെക്കുന്നുള്ളു. മറ്റു ചിലർ പത്തുവരെ ആക്കുന്നുണ്ടു. ഏതാനും പേർ മേൽ ചെയ്തിരിക്കുന്നപ്രകാരം മൂന്നായി വിഭാഗിച്ച വേറേ വകകളായി എണ്ണപ്പട്ടിരിക്കുന്ന പദങ്ങളെ ഇവയുടെ ശിഖരങ്ങൾ ആക്കുന്നു ... കാര്യത്തെ സൂക്ഷ്മമായിട്ടു വിചാരിക്കുമ്പോൾ പദങ്ങളെ നാമവും വചനവും അവ്യയവുമെന്നിങ്ങനെ മൂന്നുവകയായിട്ടു വിഭാഗിക്കതന്നെ യുക്തമായിട്ടും തെളിവായിട്ടുമുള്ളതെന്നു തോന്നുന്നു. എന്തെന്നാൽ ഭാഷ ഒന്നും പഠിച്ചിട്ടില്ലാതെ വിചാരബുദ്ധിയുള്ളതിൽ ഒരു ജീവാത്മാവു ഭൂമിയിൽ വരികയെന്നു വെച്ചാൽ അതിന്റെ ചുറ്റും കാണുന്ന വസ്തുതകളിൽ അതിന്റെ ശ്രദ്ധ ആദ്യം ചെല്ലുന്നതാകയാൽ ഇവയെ ഒന്നിൽനിന്ന ഒന്നിനെ വിവരപ്പടുത്തുവാൻ അതു നോക്കുന്നതുമല്ലാതെ അതു ഒരു ഭാഷയേ ഉണ്ടാക്കുകയാകുന്നു എങ്കിൽ അവ അടുക്കൽ ഇല്ലാത്തപ്പോൾ അവയുടെ പേരു കേട്ടു ഓർക്കേണ്ടുന്നതിന്നു അവെക്കു പേരിടുക അതിന്റെ ഒന്നാവത്തെ ശ്രമം ആയിരിക്കും. ഇങ്ങനെ

ഒരു തരത്തിൽ ഏറ മൊഴികൾക്കു വകുയുണ്ടാകുന്നു. ആയവ നാമങ്ങൾ എന്ന പേരായിട്ടു എല്ലാ ഭാഷയിലും കാണുന്നു' (ഖണ്ഡിക 96).

പിന്നീട് വചനാവ്യയങ്ങളുടെ യുക്തിയും മാത്തൻ നിരത്തുന്നുണ്ട്, അതിരിക്കട്ടെ. പൊതുവിൽ മനുഷ്യഭാഷയുടെ സവിശേഷത എന്ന നിലയിലാണ് മാത്തൻ ഈ വിഭാഗങ്ങളെ സമീപിക്കുന്നത് എന്നത് കൗതുകകരമാണ്. എല്ലാ ഭാഷയ്ക്കും പാകമായ ചില ഘടകങ്ങളെക്കുറിച്ച് ആലോചിച്ചാണ് അദ്ദേഹം അടിസ്ഥാനപരമായ ഈ തരംതിരിവിലെത്തുന്നത്. പദസംഹിത, ക്രിയാസംഹിത (NP, VP) എന്ന അടിസ്ഥാന വാക്യവിഭജനതത്വമാണ് നാമം-ക്രിയ (വചനം) വിഭജനത്തിലുള്ളത്. അവ്യയമെന്നത് ഇവയെ ബന്ധിപ്പിക്കാനുള്ള കണക്ട്ടീവുകളത്രേ.

പിൽക്കാലത്ത് നോം ചോംസ്കി, ഭാഷകളുടെ സാർവലൗകികസ്വഭാവത്തെക്കുറിച്ചാലോചിക്കവേ ഉൽപ്രേക്ഷിച്ചതും ഭൂമിയിലെത്തുന്ന 'വിചാരബുദ്ധിയുള്ള ജീവാത്മാവിനെ'പ്പറ്റിത്തന്നെയാണെന്നത് രസകരമാണ്. ചൊവ്വയിൽനിന്ന് ഒരു ലിംഗ്വിസ്റ്റ് ഭൂമിയിൽ വന്നെന്നിരിക്കട്ടെ; ഭൂമിയിൽ എല്ലാ മനുഷ്യരും പദാവലികൾ പരസ്പരം മനസ്സിലാകാത്തവിധം അകന്നുപോയ ഒരേ ഭാഷയുടെതന്നെ ഭേദങ്ങളാണ് സംസാരിക്കുന്നത് എന്ന് അയാൾക്ക് തോന്നാനിടയുണ്ട് എന്നത്രേ ചോംസ്കിയുടെ പ്രയോഗം (a visiting Martian linguist would surely conclude that aside from their mutually unintelligible vocabularies, Earthlings speak a single language)

ജോർജ് മാത്തൻ കാലത്തിനുമുമ്പേ നടന്ന പ്രതിഭയാണെന്നു വാദിക്കാനല്ല, വ്യാകരണരചനയിൽ പ്രകടിപ്പിച്ച തുറന്ന കാഴ്ചപ്പാട് അദ്ദേഹത്തിന് പലനിലയ്ക്കും സൗകര്യംനൽകിയിട്ടുണ്ടെന്നു കാണിക്കാനാണ് ഇത്രയും പറഞ്ഞത്. *മലയാഴ്മയുടെ വ്യാകരണ*ത്തിലെ വിഭക്തിചർച്ചയെ മുൻനിർത്തി, മാത്തന്റെ രൂപിമസങ്കല്പത്തിൽത്തെളിയുന്ന ഇത്തരം ആധുനികയുക്തികൾ വിശദീകരിക്കാൻ ശ്രമിക്കാം.

വിഭക്തിചർച്ച

നാമങ്ങളും ക്രിയകളും എന്ന അടിസ്ഥാനവിഭജനം സ്വീകരിച്ചുകഴിഞ്ഞാൽ അവ തമ്മിലുള്ള ബന്ധത്തെക്കുറിച്ചാണല്ലോ ആലോചനവരിക. അങ്ങനെനോക്കുമ്പോൾ വിഭക്തി, കാരകം തുടങ്ങിയവയെപ്പറ്റിയുള്ള ചിന്ത, വാക്യനിഷ്ഠമായ ഭാഷാപഠനത്തിൽ പരമപ്രധാനമാണെന്നു വരുന്നു. ഭാഷയുടെ തനതുസവിശേഷതകളിലാണ് അതുചെന്നു തൊടുന്നത്. മാത്തൻ ഇക്കാര്യം സരളമായി വിവരിക്കുന്നത് നോക്കുക:

'നാം ഇന്ദ്രിയങ്ങളെക്കൊണ്ടു ഓരോരോ വസ്തുക്കളെ ഗ്രഹിക്കുന്നതു അവ ഒറ്റയായി, ശേഷം വസ്തുക്കളിൽനിന്നു വേർപട്ടിരിക്കുന്ന പ്രകാരത്തിൽ തന്നെയല്ല, മറ്റുള്ള വസ്തുകളോടു സംബന്ധമായിട്ടുള്ളവയായിട്ടും ചില ഗുണങ്ങൾക്കു ഉടയവയായിട്ടും ചില ഗുണങ്ങളിൽ വികാരപ്പട്ടവയായിട്ടും കൂടെ ആകുന്നു: ദൃ-ന്തം; ഒരു വസ്തു തനിയായിരിക്കുന്ന പ്രകാരത്തിൽ വിചാരിക്കപ്പെടുംപോൾ അതു വിഭക്തിരൂപം കൂടാതെ പ്രകൃതിരൂപത്തിൽ ആകുന്നു. അതു ഒരു ക്രിയെക്കു കർത്താവായിരിക്കുംമ്പോൾ പ്രഥമയിലും കർമമായി വരുംപോൾ

ദ്വിതീയയിലും ആകുന്നു. ഇങ്ങനെയുള്ള സംബന്ധഭേദങ്ങളെ കാണിക്കുന്നതിന്നു വല്ലതും ഒരു വഴി ആവശ്യമാകുന്നു. ആല്ലാഞ്ഞാൽ നാം പറയുന്നതു തിരിച്ചറിയപ്പടുകയില്ല: ദൃ-ന്തം; 'പിതാവു പുത്രനെ സ്നേഹിച്ചു' എന്നുള്ളതിനു 'പിതാവു പുത്രൻ സ്നേഹിച്ചു' എന്നു പറഞ്ഞാൽ 'സ്നേഹിക്ക' എന്നതിന്റെ കർത്താവു ഏതെന്നും കർമ്മം ഏതെന്നും വിവരമില്ലായിരിക്കും. ഇങ്ങനെയുള്ള വിവരക്കേടു ഭാഷയിൽ വരാതിരിക്കുന്നതിന്നു മൂന്നു സംപ്രദായം നടപ്പായിരിക്കുന്നു. ഒന്നാവതു നാമങ്ങളുടെ പ്രകൃതിയിൽ മാറ്റം വരുത്തുന്നതാകുന്നു: ദൃ-ന്തം; 'പിതാവു പുത്രനെ സ്നേഹിക്കുന്നു.' രണ്ടാവതു നാമങ്ങളിൽ നിലഭേദം വരുത്തുന്നതാകുന്നു: ദൃ-ന്തം; പൂച്ച മീൻ പിടിച്ചു. ഇവിടെ *മീൻ* എന്നതു ആദിയിൽ നിന്നു എങ്കിൽ അതു കർമ്മത്തിന്നു പകരം കർത്താവായിരുന്നേനെ. മൂന്നാവതു അവ്യയമെന്നു പേരായിട്ടു ചില പദങ്ങളേ ഇടയിൽ വരുത്തുന്നതാകുന്നു: ദൃ-ന്തം; 'ഞാൻ ആലപ്പുഴെ നിന്നു വരുന്നു' ഈ മൂന്നു വഴിയും എല്ലാഭാഷയിലും കാണ്മാനുണ്ടു. എന്നാൽ ഹെബ്രായി, സുറിയാനി മുതലായ പണ്ടത്തെ ചില ഭാഷകളിലും ഇംഗ്ലീഷു മുതലായിട്ടു ഇപ്പോൾ യൂറോപ്പിൽ നടപ്പുള്ള ചില ഭാഷകളിലും നാമങ്ങൾക്കു നിലഭേദം വരുത്തുകയും അവയുടെ ഇടയിൽ അവ്യയങ്ങളെച്ചേർക്കുകയുമാകുന്നു അധികനടപ്പു. നേരെ മറിച്ചു സംസ്കൃതത്തിലും അതിന്റെ സമശിഖരങ്ങളായ യവനത്തിലും ലത്തീനീലും ഇന്ദ്യയിലെ പ്രാകൃത ഭാഷകളിലും കൂടെക്കൂടെ വരുന്ന സംബന്ധങ്ങൾ രൂപഭേദംകൊണ്ടു കാണിക്കപ്പെടുന്നു. വസ്തുക്കൾക്കു തമ്മിൽ തമ്മിൽ ഉള്ള സംബന്ധങ്ങൾ അനവധിയാകയാൽ അവയെ എല്ലാം രൂപഭേദം കൊണ്ടു കാണിക്കേണമെന്നു വന്നാൽ വിഭക്തികൾ അസംഖ്യമായി പോകും. ആകയാൽ മൊഴികൾക്കു വളരെ രൂപഭേദം വരുന്ന ഭാഷകളിൽ തന്നെയും അവ്യയങ്ങൾ വേണ്ടി വന്നിരിക്കുന്നു. എന്നാൽ പ്രധാനമായിട്ടുള്ള സംബന്ധങ്ങളെ അവ്യയങ്ങളെക്കൊണ്ടു കുറിക്കുന്നതിനെക്കാൾ രൂപഭേദങ്ങളെക്കൊണ്ടു കാണിക്കുന്നതു തന്നെ നല്ലതാകുന്നു. എന്തെന്നാൽ അതു മുഖാന്തിരം വാചകത്തിന്നു സംക്ഷേപവും ശക്തിയും ഭംഗിയും കൂടുന്നതിന്നിട ഉണ്ടാകുന്നു'. (162)

വിശ്വവ്യാകരണപരവും വാക്യഘടനാപരവും ഭാഷാഗോത്രപരവും കക്ഷ്യാപരവുമൊക്കെയാണ് ഈ ആലോചനകൾ എന്നുകാണാം. എല്ലാ ഭാഷകൾക്കും സംഗതമാണ് വിഭക്തി. വാക്യത്തിൽ വാക്കുകൾതമ്മിലുള്ള ബന്ധം അഥവാ വാക്യാർഥം തിരിഞ്ഞുകിട്ടലാണിത്. പദങ്ങളിൽ രൂപഭേദം വരുത്തുക, പദക്രമം മാറ്റുക, മറ്റെന്തെങ്കിലും കഷ്ണം ഇടയിൽച്ചേർക്കുക എന്ന സാധ്യമായ മൂന്നുവഴികളെപ്പറ്റിയും മാത്തൻ ചിന്തിക്കുന്നു. സംസ്കൃതത്തിനും സമശിഖരഭാഷകൾക്കും രൂപഭേദമാണ് സുഖം എന്നു പറയുമ്പോൾ, വിഭക്തികളെ അതേപടി കടമെടുക്കുമ്പോൾ ഗോത്രപരവും കക്ഷ്യാപരവുമായ സാരൂപ്യം ശ്രദ്ധിക്കണമെന്ന ധ്വനികൂടിയുണ്ട്. പദങ്ങൾക്ക് സാധ്യമായ എല്ലാ സംബന്ധങ്ങളെയും രൂപഭേദംകൊണ്ടു കാണിച്ചാൽ വിഭക്തികൾ വളരെയധികമായിപ്പോവും എന്ന ആലോചനയും രൂപവിജ്ഞാനപരമാണ്. ഒന്നിലധികം രൂപങ്ങളെ അർഥം മുൻനിർത്തി ഗ്രൂപ്പുചെയ്യുന്ന ഭാഷായുക്തി

യാണിത്. അതേസമയം അർഥം മാത്രം പരിഗണിച്ചാലുണ്ടാവുന്ന കുഴപ്പങ്ങൾ വേറെവരും. 'മലയാഴ്മയിൽ എട്ടു വിഭക്തികൾ ഉണ്ടു' എന്നു പ്രസ്താവിക്കുന്ന മാത്തൻ എട്ട് എന്ന തീർപ്പിന് നൽകുന്ന വിശദീകരണം നോക്കുക:

'വിഭക്തികളുടെ സംഖ്യയേയും വിവരങ്ങളെയും കുറിച്ചു ചില തർക്കങ്ങൾ ഉണ്ടു. ആ തർക്കം തീർക്കുന്നതിന്നു വിഭക്തിയെന്ന പദത്തിന്റെ അർത്ഥം ഇന്നതെന്നു അറിഞ്ഞിരിക്കുന്നതു ആവശ്യമാകുന്നു. എന്തെന്നാൽ ആ പദത്തെ വിഭക്ത്യാർത്ഥത്തിന്നും വിഭക്ത രൂപത്തിന്നുമായിട്ടു ഇങ്ങനെ രണ്ടു ഭാവത്തിൽ പ്രയോഗിക്കയുണ്ടു: ദൃ-ന്തം; 'ആചാര്യൻ പൂജകഴിച്ചു'. ഇവിടെ പൂജ ദ്വിതീയയിലെന്നു പറയുമ്പോൾ രൂപം നോക്കിയല്ല അർത്ഥം നോക്കിയാകുന്നു. ദ്വിതീയകൊണ്ട് കാണിക്കപ്പെടുന്ന സംബന്ധത്തിൽ ആ പദം നിൽക്കുന്നതുകൊണ്ടു തന്നെ. എന്നാൽ വിഭക്തികളുടെ സംഖ്യയും വിവരവും നിശ്ചയിക്കുംപോൾ അർത്ഥം തന്നെയല്ല നോക്കേണ്ടുന്നതു, രൂപം കൂടെ നോക്കുവാനുള്ളതാകുന്നു. അർത്ഥം മാത്രം നോക്കിയാൽ ഒരു ഭാഷയിൽ കാണിക്കപ്പെടുന്ന സംബന്ധങ്ങൾ ഒക്കെയും ഒരു വിധത്തിലല്ലെങ്കിൽ മറ്റൊരു വിധത്തിൽ ശേഷം എല്ലാ ഭാഷകളിലും കുറിക്കപ്പെടാകുന്നതാകയാൽ എല്ലാ ഭാഷകളിലും വിഭക്തികളുടെ സംഖ്യയും വിവരവും ഒരു പോലായിരിക്കും. പിന്നയും ഒരു ഭാഷയിൽ തന്നെ സമാന സംബന്ധങ്ങൾ പല വിധത്തിൽ പറയപ്പെടുന്നു: ദൃ-ന്തം; 'കന്നിയുടെ പുത്രൻ' എന്നും 'കന്നി പെറ്റ പുത്രൻ' എന്നും ഉള്ളവ അർത്ഥത്തിൽ ശരിയായിരിക്കുന്നു. എന്നാൽ സംബന്ധം കാണിക്കുന്നതിന്നു നാമങ്ങൾക്കു ഉണ്ടാകുന്ന രൂപഭേദങ്ങൾ ഒക്കെയും പ്രത്യേകം ഓരോ വിഭക്തികളാകുന്നു എന്നു വിചാരിക്കേണ്ടുന്നതുമല്ല. എന്തെന്നാൽ പല രൂപങ്ങൾ ഒരു സംബന്ധം തന്നെ കാണിക്കുമ്പോൾ അവ പലവിഭക്തികളായിട്ടല്ല, ഒരു വിഭക്തി ആയിട്ടു തന്നെ വിചാരിക്കപ്പെടുന്നു; ദൃ-ന്തം; ആളിന്നു ആളുക്കു എന്നവ രണ്ടും തമ്മിൽ രൂപഭേദമായിരിക്കുന്നു എങ്കിലും അർത്ഥവ്യത്യാസം ഇല്ലാത്തതുകൊണ്ടു രണ്ടും ചതുർത്ഥിയായിട്ടത്രേ വിചാരിക്കപ്പെടുന്നു. ആകയാൽ അർത്ഥഭേദവും രൂപഭേദവും ഒരുപോലെ ചേരുന്ന പടുതികൾ മാത്രമേ വിഭക്തികളാകത്തുള്ളു. ഈ മുറനീക്കു നോക്കുമ്പോൾ മലയാഴ്മയിൽ എട്ടു വിഭക്തികൾ വരും. അതിൽ കൂടുകയുമില്ല കുറയുകയുമില്ല.' (163)

വിഭക്തിയെന്നത് രൂപപരവും ആർഥികവുമാണെന്നു സാരം. രണ്ടാം വിഭക്തി പലപ്പോഴും ആന്തരവിഭക്തിയായാണ് വരുന്നതെന്ന് അദ്ദേഹം നിരീക്ഷിക്കുന്നു. അർഥം നോക്കി അത് ടാഗ് ചെയ്യപ്പെടണമെന്നർഥം; നിർലിംഗനാമങ്ങളിൽ വിശേഷിച്ച്. നിർലിംഗനാമങ്ങളിൽ പല വിഭക്തിയും ഇങ്ങനെ ആന്തരമായിരിക്കാമെന്നും അദ്ദേഹം നിരീക്ഷിക്കുന്നു. വിഭക്തിക്കുറിയില്ല, കുറിവേണ്ട, അർഥം കിട്ടിക്കോളും എന്നമട്ടിലല്ല, വിഭക്തി അകത്ത് ഒളിച്ചിരിക്കുന്നു രൂപഭേദം പ്രത്യക്ഷമല്ലെന്നുമാത്രം എന്ന രീതിയിലാണ് ഈ 'ആന്തര' പ്രയോഗം. ശൂന്യരൂപം- സീറോ അലോമോർഫ്- എന്ന ആലോചനയിലേക്ക് വികസിക്കാൻ ഇതിന് സൗകര്യംകൂടും.

'സംബന്ധം കാണിക്കുന്നതിന്നു നാമങ്ങൾക്കു ഉണ്ടാകുന്ന രൂപ ഭേദങ്ങൾ ഒക്കയും പ്രത്യേകം ഓരോ വിഭക്തികളാകുന്നു എന്നു വിചാരിക്കേണ്ടുന്നതുമല്ല. എന്തെന്നാൽ പല രൂപങ്ങൾ ഒരു സംബന്ധം തന്നെ കാണിക്കുമ്പോൾ അവ പലവിഭക്തികളായിട്ടല്ല, ഒരു വിഭക്തി ആയിട്ടു തന്നെ വിചാരിക്കപ്പെടുന്നു' എന്ന നിരീക്ഷണവും രൂപിമവിചാരത്തിൽ പ്രസക്തമാണ്. ഒറ്റയർഥം വരുന്ന സ്വനസമൂഹങ്ങളെ ഒന്നിച്ചെടുത്ത് ഒരു രൂപിമത്തിന്റെ ഉപരൂപങ്ങളായി സങ്കല്പിക്കുന്ന ഘടനാപരമായ വിശകലനസമ്പ്രദായത്തിലേക്കെത്താൻ ഈ വഴി ഉപകരിക്കും. 'ആകയാൽ അർത്ഥഭേദവും രൂപഭേദവും ഒരുപോലെ ചേരുന്ന പടുതികൾ മാത്രമേ വിഭക്തികളാകത്തുള്ളു' എന്ന തീർപ്പിലും ആധുനികമായ രൂപിമസങ്കല്പത്തിന്റെ മിന്നലാട്ടംകാണാം. ഭാഷയിൽ അർഥം മാറുന്നതിനനുസരിച്ച് രൂപംമാറുന്നുവെന്ന് പറഞ്ഞൊഴിയുകയാണ് ഏആർ ഈ സന്ദർഭത്തിൽ.

പ്രഥമയെത്തന്നെ രണ്ടാക്കണമെന്ന മാത്തന്റെ അഭിപ്രായം വാക്യഘടനാപരമായ അർഥസൂക്ഷ്മതയിലേക്കാണ് സഞ്ചരിക്കുന്നത്: 'ആക' 'എങ്ക' എന്നുള്ള ക്രിയകൾക്കു ആധാരത്തിന്റെയും ആധേയത്തിന്റെയും ആയിട്ടു രണ്ടു പ്രഥമ വേണ്ടിയിരിക്കുന്നു. ദൃ-ന്തം; 'രാജാവു ഗുണവാനാകുന്നു'; 'വിദ്വാനായ മന്ത്രി' 'ചീനമെന്ന രാജ്യം'.' മറ്റു ക്രിയകളോടുള്ള സംബന്ധംകൊണ്ടു ആധാരം പ്രഥമയിൽനിന്നു മാറിവരും പോഴും ആധേയം പ്രഥമയിൽത്തന്നെ ആയിരിക്കണം ദൃ-ന്തം; 'ഗൊലിയാഥ എന്ന മല്ലനെ ദാവീദു കവിണിക്കല്ലാലെ കൊന്നു' ഈ ക്രിയകൾ നാമധേയത്തിന്റെ അർത്ഥത്തിൽ പലപ്പോഴും ഉണ്മാനമായിരിക്കും: ദൃ-ന്തം; 'രാമൻ (എന്ന) പട്ടർ'; 'ആശാൻ (ആയ) വറുഗീസു'; വിശേഷണത്തെ വിശേഷ്യത്തിന്നു പിൻമ്പു വെച്ചു പറയുന്നതു ബഹുമാനത്തിന്നും മുൻമ്പു വെച്ചു പറയുന്നതു വിപരീതത്തിന്നും ആകുന്നു. ദൃ-ന്തം; 'ചാക്കൊ വൈദ്യൻ', 'വൈദ്യൻ ചാക്കൊ'. (179)

പ്രഥമയിലിരിക്കവേതന്നെ കർത്താവ് രണ്ടായി പിരിഞ്ഞുനിൽക്കുന്ന സന്ദർഭം രൂപിമവിജ്ഞാനത്തിൽനിന്ന് രൂപവാക്യഘടനാവിഷയത്തിലേക്ക്- മോർഫോസിന്റാക്റ്റിക്സിലേക്ക് നീങ്ങുന്നു. 'വർഗീസ് ആശാൻ' എന്നതിൽ രണ്ടുപദവും കർതൃസ്ഥാനത്താണല്ലോ. ഈ പദസംഹിതയെ ഒരർഥത്തിൽ, ആഴഘടന-ഡീപ് സ്ട്രക്ചർ-യിലുള്ളൊരു വാക്യത്തിന്റെ പ്രയോഗരൂപമായി ഗണിക്കുകയാണിവിടെ. ഒപ്പം, വിഭക്തി മാറാതിരിക്കവേതന്നെ, വാക്യത്തിലെ സ്ഥാനംമാറ്റംകൊണ്ടുള്ള അർഥഭേദത്തിനുകൂടി ദൃഷ്ടാന്തം നിരത്തുന്നു മാത്തൻ. ഭാഷാജ്ഞാനം വൈയാകരണന്റെ തുണയ്ക്കെത്തുന്ന സന്ദർഭമാണിത്. രൂപമാറ്റമില്ലാതെ സ്ഥാനചലനംകൊണ്ട് അർഥംഭേദപ്പെടുന്ന ചാക്കോവൈദ്യനും (ബഹുമാനം) വൈദ്യൻചാക്കോവും (നിന്ദ) പോലുള്ള ഒരുദാഹരണം പറയുമ്പോഴും പ്രത്യയത്തിനപ്പുറം രൂപവാക്യഘടനാവിഷയത്തിലേക്കാണ് മാത്തന്റെ ശ്രദ്ധപോകുന്നത്. വിഭക്തിയിൽ മറ്റാരും ചർച്ചചെയ്യാത്ത ഇടങ്ങളാണിവ.

മോർഫോസിന്റാക്റ്റിക്സിലേക്ക് രൂപവിചാരം നീങ്ങുന്ന മറ്റൊരു സന്ദർഭംകൂടി, സാന്ദർഭികമായി ചൂണ്ടിക്കാണിക്കാം. വാക്യത്തിന്റെ

ഘടനാപരമായ സന്ദേഹാത്മകതയെക്കുറിച്ചുള്ള ആലോചന മാത്തന്റെ സമാസചർച്ചയിലുംമറ്റും കാണാം. നിഷ്പാദനവും വ്യുൽപ്പാദനവും പോലെ ആധുനിക രൂപവിചാരത്തിലെ പ്രധാന ആലോചനാമേഖലയാണ് സമസ്തപദനിർമിതിയും, 'സമാസത്തിൽ രണ്ടിൽ അധികം മൂല നാമങ്ങൾ ഉണ്ടായിരുന്നാൽ ആധേയത്തിന്റെ ചേർച്ച ഇന്നതിനോടെന്നു ഇല്ലാത്തതുകൊണ്ടു ഔചിത്യം നോക്കി അറിഞ്ഞുകൊള്ളണം: ദൃ-ന്തം; 'സൽഗുണരാജപുത്രൻ' എന്ന മൊഴിയിൽ സൽഗുണം രാജാവി നുള്ളതൊ പുത്രന്റെയൊ എന്നു വിവരം ഇല്ല. 'സൽഗുണം'എന്ന തും 'രാജപുത്രൻ'എന്നതും തമ്മിൽ ചേർന്നു ആ മൊഴി ഉണ്ടായി എന്നു വിചാരിക്കുമ്പോൾ സൽഗുണം പുത്രനോടു ചേരും. സൽഗുണം രാജ ാവിനോടു ചേരുന്നതു, 'സൽഗുണരാജാവു' എന്നതും 'പുത്രൻ' എന്നത ും തമ്മിൽ ചേർന്നു ആ മൊഴി ഉണ്ടായി എന്ന നിരൂപിക്കും പോളാകുന്നു'. (248) ഇത്തരം പ്രശ്നങ്ങൾ പ്രകരണവിജ്ഞാനത്തിന്റെ ഭാഗമായി മാറ്റിവെക്കുകയാണല്ലോ പതിവ്. അർഥ-പ്രകരണവിജ്ഞാ നങ്ങളുടെയും പരിധിയിൽവരുന്ന പലതിനെയും വ്യാകരണവിഷയമാ ക്കുന്നതിലുള്ള പരിമിതി ഏ ആർ കേരളപാണിനീയത്തിൽ സൂചിപ്പി ച്ചിട്ടുണ്ട്. കാരകങ്ങളിലൊന്നിനും പ്രാധാന്യമില്ലാതെ, ക്രിയയ്ക്കും ഭാവത്തിനും പ്രാധാന്യമുള്ള വാക്യഘടനയായ ഭാവേപ്രയോഗത്തെപ്പറ്റി പറഞ്ഞുപോവുന്നിടത്ത് കേരളപാണിനി എഴുതി: 'രൂപത്തിൽത്തട്ടുന്ന തായ അർഥഭേദമേ വ്യാകരണത്തിനു സാക്ഷാദ്വിഷയമാകൂ എന്ന അഭി പ്രായത്തിൻപേരിൽ ഈവക വിശേഷങ്ങളെ വൈയാകരണൻ ഗൗനി ക്കാറില്ല'. എന്നാൽ ബഹ്വർഥസാധ്യതയുള്ള രൂപഘടനയെ സവിശേഷമായി പരിഗണിക്കുന്നുണ്ട് ജോർജ് മാത്തൻ.

ഉം ചേരുന്ന പ്രതിഭാവവചനങ്ങളിലെ (നിഷേധക്രിയ) ബഹ്വർഥക തയെക്കുറിച്ചുള്ള നീണ്ട ചർച്ച (376-379) മറ്റൊരുദാഹരണം. 'ജ്യേഷ്ഠ നും അനുജനും പോയില്ല' എന്നതിൽ രണ്ടാളും പോയില്ല എന്നും ഒരാൾ പോയി എന്നും അർഥം വരുന്നുണ്ടല്ലോ. ഈ സന്ദേഹാത്മക തയുടെ വിവിധ സാധ്യതകൾ ചർച്ചചെയ്യുന്ന മാത്തൻ, ഇത് എല്ലാ ഭാഷകളിലും കാണുന്ന പ്രശ്നമാണെന്നും വേണ്ടയർഥംമാത്രം കിട്ട ത്തക്കവിധത്തിൽ വാക്യഘടനപരിഷ്കരിക്കയല്ലാതെ വഴിയില്ലെന്നും വിശദീകരിക്കുന്നുണ്ട്. പിന്നീട് ഇത്തരമൊരു ചർച്ച മലയാളത്തിൽ വരുന്നത് മാരാരുടെ *മലയാളശൈലി*യിലാണെന്നു തോന്നുന്നു.

വിഭക്തിയിലേക്കു തിരിച്ചുവരാം. 'വിരൂപവിഭക്തികളിൽ മുൻമ്പില ത്തേതായ ദ്വിതീയ സകർമ്മകക്രിയയുടെ കർമ്മത്തെക്കാണിക്കുന്നു. ഒരു ക്രിയയുടെ വികാരം ഏൽക്കുന്നപൊരുൾ അതിന്റെ കർമ്മമാകുന്നു' (180) എന്നു രണ്ടാംവിഭക്തിയെ വിവരിക്കുന്ന മാത്തൻ, തുടർന്ന്, 'ഈ വിഭക്തിക്കു നിർലിഗംനാമങ്ങളിലും പ്രത്യേകം നിർജ്ജീവ പൊരുളു കളിലും അന്തരമായിട്ടു ആകുന്നു. അധിക പ്രയോഗം: ദൃ-ന്തം, 'അവൻ പുസ്തകം വായിച്ചു' നിർജ്ജീവപൊരുളായ പുസ്തകത്തിനു 'വായി ക്കുക' എന്നുള്ള ക്രിയ ചെയ്വാൻ കഴിയാത്തതാകകൊണ്ടു ഇങ്ങനെ യുള്ള പ്രയോഗത്തിൽനിന്നു വിവരക്കേടിന്നു ഇടയില്ല. എന്നാൽ നി ർലിംഗനാമം വാക്യത്തിൽ സാരവാക്കായിരിക്കുമ്പോഴും ചില വചനാ

ധേയയവ്യയങ്ങളോടു സംബന്ധിക്കുമ്പോഴും രൂപഭേദങ്ങളോടു കൂടിയ വിവരണ വിഭക്തി തന്നെ പ്രയോഗിക്കപ്പെടെണം; ദൃ-ന്തം, 'വേദവാക്യത്തെ ശോധന ചെയ്‌വിൻ', പശുവിനെക്കൊണ്ടുവരിക, അവൻ നീതിയെക്കുറിച്ചു സംസാരിച്ചു.' (183) എന്നു വിശദീകരിക്കുന്നു.

അർഥംകൊണ്ടറിയാവുന്നതിന് ചിഹ്നം വേണ്ടല്ലോ, എല്ലാവരുടെയും മുണ്ടിന് അടയാളമുണ്ടെങ്കിൽ എന്റെ മുണ്ടിന് അടയാളമില്ലായ്മ തന്നെ അടയാളമാവും, എന്നിങ്ങനെയാണ് നിർദ്ദേശികയ്ക്ക് പ്രത്യയമില്ലാത്തതിനെയും ഒപ്പം പ്രതിഗ്രാഹികാപ്രത്യയം ലോപിക്കുന്നതിനെയും കേരളപാണിനി വിശദീകരിക്കുന്നത്. പറ്റി, കുറിച്ച് ഇത്യാദികൾക്കു മുമ്പ് പ്രതിഗ്രാഹിക പ്രയോഗിക്കുകതന്നെവേണം എന്നും മറ്റുമുള്ള നിയമങ്ങൾ സാഹിത്യശാസ്ത്രത്തിന്റെ വിഷയമായാണ് ഏ ആർ എണ്ണുന്നത് എന്നതും ശ്രദ്ധേയമാണ്. വിഭക്തിക്കായി പദത്തിനു രൂപഭേദം വരുത്തുന്നതും വാക്യത്തിൽ സ്ഥാനം മാറ്റുന്നതും അവ്യയം ചേരുന്നതും ഒരേ കാര്യത്തിനായുള്ള വ്യത്യസ്തമാർഗ്ഗങ്ങൾമാത്രമായി കണക്കാക്കുന്നതുകൊണ്ടാവാം മാത്തന് ഗതിയുടെ ഉപയോഗം, മിശ്രവിഭക്തി, വിഭക്ത്യാഭാസങ്ങൾ തുടങ്ങിയവയെ മനക്ലേശമില്ലാതെ സമീപിക്കാനാവുന്നത്. ലോപമെന്ന് വിളിക്കാതെ ആന്തരമെന്ന് പറഞ്ഞ് രണ്ടാംവിഭക്തിയെ വാക്യത്തിൽ പദത്തിനുള്ളിൽ മറഞ്ഞിരിക്കുന്ന പ്രതീതിയുണ്ടാക്കുകയാണ് അദ്ദേഹം. വാക്യത്തിലെ ആഴഘടനയെക്കുറിച്ചുള്ള ഉൾക്കാഴ്ചയായി ഈ സമീപനത്തെ കാണുന്നതിൽ തെറ്റില്ല. ആന്തരപ്രയോഗത്തെ, logical in opposition to formal എന്നാണ് മാത്തൻ വിശദീകരിക്കുന്നത്. രൂപപരമായ കാഴ്ചയിൽ കാണാത്തതും അകത്ത് യുക്തിസമാനമായി ഒളിച്ചിരിക്കുന്നതുമാണ് ആന്തരം. സംഖ്യാവിശേഷണം ചേരുമ്പോൾ ബഹുവചനപ്രത്യയം ലോപിക്കുന്നതിനെപ്പറ്റി പറയുന്നിടത്ത് ഈ 'ആന്തര' യുക്തി മാത്തൻ പ്രയോഗിച്ചിട്ടില്ലെന്നതും ആലോചിക്കേണ്ടതുണ്ട്. 'പത്തു തേങ്ങ' എന്നതിൽ 'കൾ'തേങ്ങയെന്ന പദത്തിൽ അന്തരമായിരിക്കുന്നുഎന്നതിനെക്കാൾ പത്തിൽ ഉൾപ്പെട്ടിരിക്കുന്നു എന്ന യുക്തിയാവാം അത്. ഇതുന്നെ വികല്പമായിമാത്രം വരുന്നു എന്നതും ഒരു കാരണമാവാം.

ഉപരൂപത്തിരഞ്ഞെടുപ്പ്

ഒരു രൂപിമത്തിന്റെ ഒരേയർഥം കാട്ടുന്ന ഉപരൂപങ്ങളിൽ ഏതാണ് വരികയെന്നത് സ്വനിമാധിഷ്ഠിതമായും രൂപാധിഷ്ഠിതമായും അർഥാധിഷ്ഠിതമായും (phonologically, morphologically or semantically conditioned allomorphs) തീരുമാനിക്കപ്പെടാറുണ്ടെന്ന് രൂപവിജ്ഞാനം നിരീക്ഷിക്കുന്നു. ഈ സൂചന *മലയാഴ്മയുടെ വ്യാകരണ*ത്തിൽ പലേടത്തും തെളിഞ്ഞുകാണാം.

വിഭക്തികാട്ടുന്ന ഉപരൂപങ്ങൾ സ്വനിമാധിഷ്ഠിതമായി പ്രത്യക്ഷപ്പെടുന്നതിനെപ്പറ്റിയുള്ള ചിന്ത മാത്തന്റെ വിവരണത്തിലുണ്ട്. രൂപയോജനയ്ക്ക് സ്വനിമസാഹചര്യത്തെ അനുരൂപമാക്കുകയെന്ന ഏർപ്പാട് സ്വനിമാധിഷ്ഠിതമായി ഉപരൂപം നിശ്ചയിക്കപ്പെടുന്നതിന്റെ സൂചനയാണ്. ക്ക്, ഉ് എന്നിവ മാറിവരുന്നതിൽ നകാരാന്തത്തിന്റെ സാന്നിധ്യം

മാത്തൻ ചൂണ്ടിക്കാട്ടുന്നുണ്ട്. 'മാൻ' പോലുള്ള ഏകാക്ഷരികളിൽ നകാരാന്തമായിട്ടുപോലും 'ഇൻ' എന്ന ഇടബന്ധം ചേർന്ന് മാനിന്, മാനിന്റെ എന്നിങ്ങനെ വിഭക്തിചേരുന്നകാര്യംകൂടി അദ്ദേഹം വിവരിക്കുന്നു. പോർ, ആൾ, കാൽ എന്നിങ്ങനെ ചില്ലിലവസാനിക്കുമ്പോൾ നാലാംവിഭക്തിയിൽ ക്ക് എന്ന ഉപരൂപവും, അവതന്നെ പോര്, ആള്, കാല് എന്നിങ്ങനെ അർധാച്ചിലവസാനിച്ചാൽ ഇൻ ചേർന്ന് ഉ് എന്ന ഉപരൂപവും മാറിവരുന്നസന്ദർഭം സ്വനിമനിഷ്ഠതയുടെ നല്ല ഉദാഹരണമാണ്. ഉടെ, ന്റെ മാറിവരുന്ന സന്ദർഭം വിവരിക്കുന്നതു നോക്കുക:

'നകാരാന്ത നാമങ്ങൾക്കും ഇൻ എന്നയിടബന്ധം ചേരുന്നവെക്കും ഷഷ്ഠിയിൽ ഉടെ എന്നതിനെക്കാൾ ന്റെ എന്നാകുന്നു അധികം നടപ്പു: ദൃ-ന്തം; 'വൃക്ഷത്തിനുടെവൃക്ഷത്തിന്റെ. റെ എന്നതു നീങ്ങീട്ടു ശേഷിക്കുന്നതും ഷഷ്ഠിയായിട്ടു പ്രയോഗിക്കപ്പെടുന്നു. അതിന്നു ലോപഷഷ്ഠി എന്നു പേർ. ചില നാമങ്ങൾക്കു മുൻപെ ഈ രൂപമേയിരിക്കു: ദൃ-ന്തം; 'വൃക്ഷത്തിൻകൽ'; മണ്ടവത്തിൻ വാതുക്കൽ.' (171) 'റെ' എന്നതു മുൻപലത്തേ അനുനാസികത്തോടു യോജിക്കുന്നതിന്നു 'ടെ' എന്നതു മാറിവരുന്നതാകുന്നു എന്നു തോന്നുന്നു.' (172)

സ്വനിമാധിഷ്ഠിതമായി ഉപരൂപങ്ങൾ തിരഞ്ഞെടുക്കപ്പെടുന്നതിനെപ്പറ്റിയുള്ള ഉൾക്കാഴ്ചയാണ് ഇവിടെ പ്രകടമാകുന്നത്. അം അംഗപ്രത്യയമോ ലിംഗപ്രത്യയമോ തുടങ്ങിയ ആശങ്കകൾ മാത്തനില്ലാത്തത് ഈ ഉൾക്കാഴ്ചമൂലമാണ്. ബഹുസംഖ്യ (ബഹുവചനപ്രത്യയം) യെക്കുറിച്ചുള്ള ചർച്ചയിൽ രൂപച്ചേർച്ച നോക്കിയാണ് പ്രത്യയംവരുന്നതെന്ന സൂചന, യോഗ്യംപോലെ, മുറതെറ്റിച്ച് എന്നിങ്ങനെയുള്ള പ്രയോഗങ്ങളിലുണ്ട്. ഇവ രൂപാധിഷ്ഠിതമായ തിരഞ്ഞെടുപ്പിനെയാണ് കാട്ടുന്നത്.

ക്രിയാചർച്ചയിൽ ആശകയവസ്ഥയെന്ന ശീർഷകത്തിൽ, പ്രകാരത്തെപ്പറ്റി (imperative mood) പറയവേ, നട, നടക്കു, നടക്കൂ, നടക്കിൻ, നടന്നാലും പോലുള്ള പ്രയോഗങ്ങളിലെ ഉപരൂപങ്ങൾ അർഥാധിഷ്ഠിതമായാണ് തിരഞ്ഞെടുക്കപ്പെടുന്നതെന്ന് (സെമാന്റിക്കലി കണ്ടീഷൻഡ്) മാത്തൻ വിശദീകരിക്കുന്നുണ്ട്. നീ, നിങ്ങൾ, താൻ, അങ്ങ് എന്നിങ്ങനെയുള്ള പ്രയോഗങ്ങളിലെ അർഥവ്യത്യാസം ഉപരൂപത്തിരഞ്ഞെടുപ്പിലും പ്രതിഫലിക്കുന്നു. 'ആശകയവസ്ഥക്കു കാലഭേദം ഇല്ല എങ്കിലും അഭിസ്ഥാന നാമങ്ങളിൽ ഓരോന്നിനോടു ചേരുന്നതിനും ചില പ്രത്യേക രൂപങ്ങൾ ഉണ്ടു, എന്തെന്നാൽ പറച്ചിൽക്കാരന്റെ ആഗ്രഹം സാധിക്കുന്നതിന്നു അവസറഭേദം പോലെ ഛല്പിക്കയും അപേക്ഷിക്കയും ചെയ്‌വാൻ ഇടവരുന്നതാകയാൽ ആ വ്യത്യാസം കാണിക്കുന്ന രൂപഭേദങ്ങൾ ആവശ്യമാകുന്നു' (342) എന്നാണ് മാത്തന്റെ വിശദീകരണം. ആളുംതരവുംനോക്കി, കാര്യംനടക്കത്തക്കവിധം സംസാരിക്കണം എന്നതാണ് ഈ 'അർഥാധിഷ്ഠിത' ത്തിന്റെ പൊരുൾ. പറയുന്ന മട്ടാണല്ലോ പ്രകാരം. *കേരളപാണിനീയ*ത്തിലെ പ്രകാരചർച്ച ചരിത്രപരവും കക്ഷ്യാപരവുമൊക്കെയായി നീണ്ടുപോവുമ്പോഴും ഈ സൂചന വേണ്ടത്ര പ്രകടമല്ല.

വിച്ഛിന്നരൂപിമം

രൂപിമവിചാരത്തിൽ സവിശേഷമായൊരിനമാണ് വിച്ഛിന്നരൂപിമം അഥവാ ഡിസ്കണ്ടിന്യുവസ് മോർഫീം. ഒറ്റരൂപിമം രണ്ടായി പിരിഞ്ഞ് വാക്യത്തിൽ രണ്ടിടത്തിരുന്ന് ഒറ്റയർഥമുണ്ടാക്കുന്ന അപൂർവത. മോർഫോസിന്റാക്സിന്റെ തലത്തിലാണ് ഇതും ചർച്ചചെയ്യപ്പെടേണ്ട ത്. മലയാളത്തിൽ എല്ലാ മനുഷ്യരും, ഓരോ പുസ്തകവും, അവനേ വന്നുള്ളൂ തുടങ്ങിയവയിൽ എല്ലാ+ഉം, ഓരോ+ഉം, ഏ+ഉള്ളൂ എന്നീ ഘടകങ്ങൾ ഒരുമിച്ചാണല്ലോ സവിശേഷാർഥമുണ്ടാക്കുന്നത്. ഈ സവി ശേഷത മാത്തന്റെ ശ്രദ്ധയിൽപ്പെട്ടിരുന്നു സർവാർഥസർവനാമ ങ്ങളെക്കുറിച്ചുള്ള ചർച്ച നോക്കുക:

'എല്ലാം എന്നതു ഉം എന്നതു ചേർന്നിരിക്കുന്ന എല്ലാവരും എന്നതിന്റെ ചുരുക്കം ആകുന്നു. വിരൂപത്തിൽ എല്ലാത്തിൽ എന്നും എല്ലാറ്റിൽ എന്നും ആകും. വിഭക്തിരൂപങ്ങളുടെ പിന്നാലെ ഉം എന്ന തും ചേരുകയും വേണം: ദൃ-ന്തം; പശുക്കൾക്കു എല്ലാറ്റിന്നും പാലൊ രുപോലല്ല. ആധേയമായിട്ടു വരുമ്പോൾ ഉം എന്നതു ആധാരത്തോടെ ചേർന്നിരിക്കും: ദൃ-ന്തം; എല്ലാക്കാര്യവും; എല്ലാ മനുഷ്യരും; എല്ലാപ്പോ ഴും: എല്ലാനേരവും.' (279)

പൃച്ഛകങ്ങളോടും മറ്റും ഉം എന്ന അവ്യയം ചേർന്നുണ്ടാകുന്ന 'ആരും, ഏവനും, ഒരുത്തനും വല്ലവനും, എന്തും, ഏതും, ഒന്നും, വല്ലതും, എന്നവയിൽ 'ഏവനും, എന്തും' എന്നവ സാമാന്യമായിട്ടു സ്വയഭാ വത്തോടും, 'ആരും, ഒരുത്തനും, ഏതും, ഒന്നും' എന്നവ പ്രതിഭാ വത്തോടും 'വല്ലവനും വല്ലതും' എന്നവ രണ്ടു ഭാവങ്ങളോടും സംബ ന്ധിക്കും: ദൃ-ന്തം; 'അവിടെ ഏവരും അന്നു കൂടും'. 'അവൻ എന്തുംപ റയും'. 'ഇന്ന ആരെയും കാണുന്നില്ല'. 'ഇവിടെ ഒരുത്ത നും വരികയില്ല'; 'അവിടെ ഒരുത്തർക്കും കാര്യമില്ല'. 'അവൻ ഏതും അറിഞ്ഞില്ല'. 'അവർക്ക ഒന്നും കഴികയില്ല'. 'നി വല്ലവനും വല്ലതും പറയുന്നതു കേൾക്കരുതു'; 'വല്ലവരോടും കളിച്ചാൽ വല്ലതും വഴക്കു ണ്ടാകും'. ഉം എന്നതു നാമത്തോടു ചേരുന്നതിനു പകരം വചനാധേ യത്തോടും ചേരും. അപ്പോൾ ഒരുത്തൻ ഒന്നു എന്നവ ഒഴികെ ശേഷം ഒക്കയും രണ്ടു ഭാവങ്ങളോടും സംബന്ധിക്കും: ദൃ-ന്തം; 'ആരു പറഞ്ഞാലും'; 'എന്തു ചെയ്തിട്ടും'; 'ഒന്നായാറയും ഒക്കുന്നില്ല'; 'ആരെങ്കിലും എന്തെങ്കിലും.' (282)

ഉം എന്നത് നാമത്തോടുമാത്രമല്ല, വചനാധേയത്തോടും ചേരുമെന്ന് മാത്തൻ ചൂണ്ടിക്കാട്ടുന്നു. ആരും എന്നതിനെ ചോദ്യരൂപമായ ആരി നോട് ഉം ചേർന്ന രൂപിമയായി കാണുകയും അതിനെ പിരിച്ച്, ആരിനെ ആദ്യംനിർത്തി, ഉം-നെ വിനയെച്ചത്തിലും ചേർക്കുന്നു. വിച്ഛിന്ന രൂ പിമത്തിന് നല്ല ഉദാഹരണമാണിത്. ഇവയിൽത്തന്നെ, ഒരുത്തൻ, ഒന്നു എന്നിവ ഇതിനു വഴങ്ങാതിരിക്കുന്നതും മാത്തൻ ചൂണ്ടിക്കാട്ടുന്നു. ഈ വിബന്ധസ്വഭാവം മറ്റ് വൈയാകരണന്മാരൊന്നും ഈമട്ടിൽ വിശദീക രിച്ചുകണ്ടിട്ടില്ല.

മോർഫോളജിയുടെ വിഷയമായ പദക്രിയകളെ, വാക്യപ്രകരണ തലങ്ങളിൽനിർത്തി വിശദീകരിക്കുന്നുവെന്നതാണ് *മലയാഴ്മയുടെ വ്യാകരണം* എന്ന കൃതിയുടെ ഒരു തനിമയായിത്തോന്നുന്നത്. മറ്റ് ഭാഷകളിലെ സമാനസന്ദർഭങ്ങൾ ചർച്ചക്കെടുക്കുമ്പോഴും, അവിടെ 'ഇതിങ്ങനെയാണല്ലോ' എന്ന പ്രശ്നം മാത്തനെ ഒരിക്കലും അലട്ടുന്നതായി തോന്നുന്നില്ല. നമ്മുടെ വിഭക്തിയെക്കുറിച്ചും ലിംഗവ്യവസ്ഥയെക്കുറിച്ചും സംഖ്യയെക്കുറിച്ചുമൊക്കെയുള്ള ചർച്ചകളിൽ തുറന്ന സമീപനത്തിന്റെ ഈ ഗുണംകാണാം. ഇംഗ്ലീഷിന്റെയും മറ്റും യുക്തി എന്നതിനപ്പുറം, ഭാഷാശാസ്ത്രയുക്തികളാണ് മാത്തനെ ഇതിനു പ്രാപ്തനാക്കിയത് എന്നു വിചാരിക്കാം. ഭാഷാപ്രയോഗങ്ങളെ ഉൽസർഗാപവാദനിയമങ്ങളിൽ കുരുക്കാനോ ഇന്നത് ശരി ഇന്നത് തെറ്റ് എന്ന് വിധിക്കാനോ അധികം മെനക്കെടാതെ വിവരണാത്മകവും താത്വികവുമായ രീതിയിൽ വിശകലനംചെയ്തുപോകാൻ അദ്ദേഹത്തിന് പറ്റുന്നുണ്ട്. രൂപാർഥങ്ങൾക്ക് അർഹിക്കുന്ന പരിഗണന നൽകാനും മനുഷ്യഭാഷയെന്ന വിശാലതയിൽനിർത്തി ഓരോ രൂപത്തെയും പരിശോധിക്കാനും ഈ സമീപനത്തിന് കഴിയുന്നു. ഉപരൂപം, അർഥപരവും രൂപപരവും സ്വനിമപരവുമായി നിർണയിക്കപ്പെടുന്ന ഉപരൂപങ്ങൾ, ശൂന്യരൂപിമം, വിച്ഛിന്നരൂപിമം തുടങ്ങിയ പിൽക്കാല രൂപവിജ്ഞാനസങ്കല്പങ്ങളിലേക്ക് സഞ്ചരിക്കാനുള്ള വഴി *മലയാഴ്മയുടെ വ്യാകരണ*ത്തിൽനിന്നാണ് കൂടുതലും തെളിഞ്ഞുകിട്ടുക.

(2016)

■

മലയാളശൈലിയും വ്യവഹാരവ്യാകരണവും

മലയാളസാഹിത്യവിമർശകരിൽ പ്രമുഖനായ കുട്ടികൃഷ്ണമാരാരുടെ (1900– 1973) കർമ്മമണ്ഡലങ്ങളിൽ ഒന്ന് വ്യാകരണമാണ്. സാഹിത്യനിരൂപണം, സാഹിത്യസിദ്ധാന്തം, ഇതിഹാസപഠനം, കാളിദാസകൃതികളുടെ ഗദ്യവിവർത്തനം തുടങ്ങിയ പ്രധാനമേഖലകൾക്കു ശേഷംവരുന്ന ആദ്ധ്യാത്മികം, കവിത, ബാലസാഹിത്യം, നാടകം പോലുള്ള കളരികളിൽപ്പെട്ട ഒന്നായേ അദ്ദേഹത്തിന്റെ വ്യാകരണകൃതികളെ പരിഗണിച്ചുകാണാറുള്ളൂ.'*ഭാഷാപരിചയം* (1942) യു പി സ്കൂൾ കുട്ടികൾക്കുവേണ്ടിയാണ് തയ്യാറാക്കിയത് എന്നതിനാലാവണം ഒരു ഗൈഡിനുള്ള പരിഗണനയാണ് അതിന് കൊടുക്കാറ്. എങ്ങനെ നല്ല മലയാളമെഴുതണം എന്നു നിർദ്ദേശിക്കുന്ന *മലയാളശൈലി* (1942)യാവട്ടെ, പ്രയുക്തവ്യാകരണമായാണ് അറിയപ്പെടുന്നത്. വ്യാകരണപ്രയോഗത്തെക്കുറിച്ച് ചിന്തിക്കുന്നുവെന്നതാണ് ഈ പ്രയുക്താംശം. ഏ ആറിന്റെ സാഹിത്യസാഹ്യത്തിനുശേഷം ഗദ്യമെഴുത്തിനെപ്പറ്റി ചിന്തിച്ച ഗൗരവപ്പെട്ട ആദ്യപുസ്തകം *മലയാളശൈലി*യാണെങ്കിലും (കേസരിയുടെ *രൂപമഞ്ജരി* (1935) സാഹിത്യരൂപങ്ങളിലാണ് ഊന്നിയത്) അതിനുശേഷം അത്തരം പുസ്തകങ്ങൾ കണ്ടമാനം വന്നുവെന്നത് *മലയാളശൈലി*ക്കുകിട്ടേണ്ട ശ്രദ്ധ കുറച്ചിട്ടുണ്ട്. സംസ്കൃതവൈയാകരണന്മാരുടെ സിദ്ധാന്തം പറച്ചിലായാണ് 'നല്ലമലയാളം' എന്ന ശാഖയെത്തന്നെ മലയാളികൾ പില്കാലത്ത് കണ്ടത്. *മലയാളശൈലി*യെ മുൻനിർത്തി മാരാരുടെ വ്യാകരണദർശനം വിശദീകരിക്കാനുള്ള ശ്രമമാണ് ഈ പ്രബന്ധത്തിൽ നടത്തുന്നത്.

വ്യാകരണം എന്ത്, എന്തിന് എന്ന ചോദ്യങ്ങൾ മാരാർ പലതരത്തിൽ ഉയർത്തുന്നുണ്ട്. 'രാജാക്കന്മാരെക്കൊണ്ടു തോറ്റു' എന്നു നാം എളുപ്പത്തിൽ പറഞ്ഞുകഴിക്കുന്ന വാക്കുകളെ 'രാജാ + കൾ + മാർ + എ + കൊണ്ട് + തോല് + തു' എന്നു വെവ്വേറെ പകർത്തുവെച്ചും അക്ഷരം മാറ്റിയും കൂട്ടിച്ചേർത്തും ആളുകളെ മെനക്കെടുത്താനുള്ള ഒരു പാഴ്വേലയല്ല വാസ്തവത്തിൽ വ്യാകരണാധ്യയനം- എന്നതാണ് ഭാഷാപരിചയത്തിന്റെ പ്രസ്താവനയിലെ ആദ്യവാചകം. വ്യാകരണത്തിന് പദപ്രക്രിയ, അർഥയുക്തി എന്നീ രണ്ടു വശമുള്ളതിൽ ആദ്യത്തേതാണ് മുഷിപ്പനെന്നും രണ്ടാമത്തേത് യുക്തിവശത്താൽ ആകർഷകമാണെന്നും മാരാർ പറയുന്നു. 'വ്യാകരണപാഠത്തിന്റെ ഉദ്ദേശം, വ്യാകരണത്തിലെ കുറേ സാങ്കേതികപദങ്ങളെ പഠിപ്പിച്ചുവിടുകയും വാക്യങ്ങളിൽ അവയെ തിരഞ്ഞു കണ്ടെത്താറാക്കുകയുമല്ല, വെടിപ്പായ ഭാഷയിൽ യുക്തിയുക്തമായി സംസാരിപ്പാനും എഴുതാനും

പരിശീലിപ്പിക്കുകയാണല്ലോ'എന്നു സൂചിപ്പിച്ചാണ് മാരാർ പ്രസ്താവന അവസാനിപ്പിക്കുന്നത്.

വൈയാകരണന്റെയല്ല, ഭാഷാധ്യാപകന്റെ യുക്തിയാണിത് എന്നാണ് പ്രഭാകരവാരിയരുടെ അഭിപ്രായം *(മൊഴിവഴികൾ)*. ഒരർഥത്തിൽ വ്യാകരണത്തെയല്ല, വ്യാകരണപഠനത്തെയാണ് മാരാർ ഇവ്വിധം വിശദീകരിക്കുന്നത്. വിമർശനംപോലെ വ്യാകരണവും യുക്തിഭദ്രമാവണമെന്ന് തർക്കജ്ഞനായ മാരാർ ശഠിക്കുന്നു. ഭാഷാപരിചയത്തിൽ ഈ യുക്തിഭദ്രതയുണ്ട്. അധ്യായക്രമത്തിൽ, കാരകാദികളുടെ വിവരണത്തിൽ, ഉദാഹരണങ്ങളിൽ, ഏ ആറിന്റെ 'പരസംക്രാന്തി' പ്രയോഗത്തിൽനിന്ന് സംക്രാമിതക്രിയയെന്നൊരു വിഭാഗം കല്പിക്കുന്നതിൽ, പ്രയോഗവിവരണത്തിൽ ഒക്കെ ഈ യുക്തി പ്രകടമാണ്. ഭാഷാപ്രയോഗങ്ങൾക്ക് കുറിക്കുകൊള്ളുംവിധമുള്ള ലക്ഷ്യബോധവും ഒറ്റവെട്ടിന് മുറിക്കാനുള്ള മൂർച്ചയും വേണമെങ്കിൽ അത് യുക്തിപൂർവമാവണമെന്നതാണ് *മലയാളശൈലി*യുടെ കാഴ്ചപ്പാട്. നന്നായി എഴുതാനാണ് വ്യാകരണനിയമങ്ങൾ.

വ്യാകരണപ്രയോജനം

വ്യാകരണത്തിന്റെ ലക്ഷ്യം ഭാഷാവ്യാകരിപ്പുമാത്രമല്ല, നന്നായി പ്രയോഗിക്കാൻ പരിശീലിപ്പിക്കൽകൂടിയാണ് എന്ന ഈ ഭാഷാധ്യാപകസമീപനം ഒരുതരത്തിൽ പഴയ വൈയാകരണന്മാരും പങ്കുവെക്കുന്നുണ്ട്. മലയാളത്തിന് വ്യാകരണമെഴുതിയ ആദ്യമലയാളിയായ ജോർജ് മാത്തൻ *മലയാഴ്മയുടെ വ്യാകരണ*(1851/63)ത്തിന്റെ ആമുഖത്തിലെഴുതി: 'മലയാളികൾ പരിചയംകൊണ്ട് മലയാഴ്മ അറിഞ്ഞിരിക്കുന്നവരാകയാൽ അവർക്കും ആ ഭാഷയുടെ വ്യാകരണംകൊണ്ടു എന്തുപകാരം എന്നും ചോദിച്ചാൽ, ഒരു ഭാഷയെ സാമാന്യമായിട്ടു പറയുന്നതിന്നും എഴുതുന്നതിന്നും പരിചയംകൊണ്ടു മനുഷ്യർക്കു വശമാകാമെങ്കിലും വ്യാകരണം പഠിക്കാതെ ആ ഭാഷയുടെ ലക്ഷണങ്ങളെയും അതിലേ പ്രയോഗങ്ങളുടെ കാരണങ്ങളെയും അറിയുന്നതിന്നു കഴിയുന്നതല്ല. ..... വ്യാകരണവിദ്യയില്ലാത്തവരും നടപ്പായുള്ള കാര്യങ്ങളെ കുറിച്ചു തെറ്റു കൂടാതെ ഒരു വേളപറകയും എഴുതുകയും ചെയ്യുമായിരിക്കും, എങ്കിലും യുക്തികളും വിസ്താരങ്ങളും അടങ്ങിയിരിക്കുന്ന സംഗതികളെ കുറിച്ചു അവർക്കു മുറപോലെയും തെളിവായിട്ടും പറകയോ എഴുതുകയോ ചെയ്യുന്നതിന്നു കഴികയില്ല. ആകയാൽ അത്രേ മലയാഴ്മയിൽ നല്ല വാചകങ്ങൾ ചുരുക്കമായിരിക്കുന്നതു'. നല്ല യുക്തിഭദ്രമായ മലയാളമെഴുതാൻ വ്യാകരണം പഠിക്കണമെന്ന ഈ നിലപാടിൽ ഒരു 'അധ്യാപകസമീപന'മുണ്ടല്ലോ.

മാത്തന് പിമ്പേവന്ന പാച്ചുമൂത്തതിന്റെ *കേരളഭാഷാവ്യാകരണത്തി*ന്റെ (1877) ആമുഖം പ്രയോജനവിചാരമാണ്; വ്യാകരണംകൊണ്ട് എന്തു പ്രയോജനം എന്ന ചോദ്യത്തിനുത്തരംതന്നെയിത്. 'മലയാളത്തിലെ വാക്കിന ആചണ്ഡാലം സാധാരണയായി നടപ്പുള്ളപ്പോൾ ഈ വ്യാകരണംകൊണ്ടു എന്തു പ്രയോജനമുണ്ടാകുമെന്നുള്ള ശങ്ക

യിൽ അഭിപ്രായം പറയുന്നു. കന്ന്യാകുമാരിമുതൽ കണ്ണൂരുവരെ മുമ്പ യും ജനങ്ങൾ പൂർവ്വമാർഗ്ഗത്തിലൂടെ സഞ്ചരിച്ചിരിന്നു. എങ്കിലും നാലു നാഴികക്ക നാനൂറ പെരൊടു ചൊദിച്ചു വളരെ തെറ്റിയും അനാവശ്യമായി കെറിയിറങ്ങിയും കഷ്ടപ്പെട്ട നടക്കെണ്ടിയിരുന്നു. ആ വഴികളിൽതന്നെ നല്ല റൊട്ടുകളാക്കി നാഴികക്കല്ലും ചൂണ്ടിപലകയും ഉണ്ടാക്കിവച്ചപ്പൊൾ ആര്യംകാവു നിലംപൂര മുതലായ വനാന്തരങ്ങളിൽ കൂടയും ആരൊടും ചൊദിക്കാതെ ആന്യദെശത്തുനിന്ന വന്നവർക്കും യഥെഷ്ടം സഞ്ചരിക്കാൻ എടവന്നത എത്ര സുഖകരമായൊ അതിന്മണ്ണം മലയാളവാക്കിന വ്യാകരണനിയമമില്ലെങ്കിൽ അക്ഷരവൃത്തിയുള്ള മലയാളിയൊട അപ്പഴപ്പൊൾ ചോദിച്ച അറിഞ്ഞാൽ ഇരുപതൊ ഇരുപത്തഞ്ചൊ സംവത്സരംകൊണ്ട ചിലർക്ക ഭാഷാനൈപുണ്യം ഉണ്ടാകുന്നു. ചിലർക്ക ഷഷ്ഠിപൂർത്തി കഴിഞ്ഞിട്ടും പറഞ്ഞാലെകൊണ്ടന്നും ഒരുത്തടത്തന്നും കാമ്പിക്കുന്നു എന്നും തീയത്തിന്റെ എന്നും മൊൻ എന്നും കീഞ്ഞ എന്നും രാമൊൻ ശങ്കൊരൻ എന്നും പലവിധം സംജ്ഞനരീതിയിൽ നിന്ന തെറ്റിയും വ്യവസ്ഥകൂടാതെ മാറിമാറിയും പറയുകയും അതിനാൽ പരിഹാസത്തിന്നും തന്നിനിമിത്തം ദുഃഖത്തിന്നും എടവരുന്നു. സ്ഥിതിക്കു ഒരു നിയമപുസ്തകം കിട്ടിയാൽ അല്പദിവസംകൊണ്ട പഠിച്ച അന്യദെശക്കാർക്കും പരാപെക്ഷകൂടാതെ സുഖമായി മലയാളം സംസാരിക്കുന്നതിന്ന എടവരുമെന്ന വിചാരിക്കുന്നു'.

മലയാളികൾക്കുമാത്രമല്ല, മലയാളം പഠിക്കാനാഗ്രഹിക്കുന്ന അന്യനാട്ടുകാർക്കും വ്യാകരണം പ്രയോജനപ്പെടും. പ്രാദേശികവും സാമുദായികവുമായ ഭാഷാഭേദങ്ങളാണ് ഓരോരുത്തരും ആർജ്ജിച്ചെടുക്കുന്നത്. നിത്യനിദാനകാര്യങ്ങൾക്ക് ഇതുമതിയാവുമെങ്കിലും വിശേഷസന്ദർഭങ്ങളിൽ ഇതു പരിഹാസ്യമാവുന്നു. വിഷയാന്തരങ്ങളിലേക്ക് സഞ്ചരിക്കാൻ നിലവാരപ്പെട്ട ഭാഷ പഠിച്ചെടുക്കുകതന്നെവേണം. ഇതുതന്നെയാണ് പാച്ചുമൂത്തത് വ്യാകരണപഠനലക്ഷ്യമായി കരുതുന്നത്.

ഏ ആറിന്റെ *ശബ്ദശോധിനി*(1902)യുടെ തുടക്കത്തിലും വ്യാകരണപ്രയോജനം ചുരുക്കിപ്പറഞ്ഞിട്ടുണ്ട്. 'വാമൊഴിയിൽ അധികം വരമൊഴിയിലാണു വ്യാകരണത്തിന്റെ ആവശ്യം. പ്രായേണ നാം വീടുകളിൽ സംസാരിക്കുമ്പോൾ ചെറിയ തുണ്ടുവാചകങ്ങളേ ഉപയോഗിക്കാറുള്ളൂ. അവയെ സംബന്ധിച്ചിടത്തോളം ഉള്ള വ്യാകരണ നിബന്ധനകളെല്ലാം ബാലൻമാർക്കു വിശേഷാഭ്യാസം കൂടാതെ തനിയേ മനസ്സിലാകുകയും ചെയ്യും. അതിനു പുറമേ, നേരേ സംസാരിക്കുമ്പോൾ ശ്രോതാവിനു സംഗതി മുഴുവൻ ബോധപ്പെട്ടില്ലെങ്കിൽ ആംഗികങ്ങളുടേയും മറ്റും സഹായം കൊണ്ടും, വ്യാഖ്യാനിച്ചുകൊടുത്തും അവനെ കാര്യം ഗ്രഹിപ്പിക്കാം. ഗ്രന്ഥമെഴുതുമ്പോഴാകട്ടെ ആവക സൗകര്യങ്ങളില്ലാത്തതിനാൽ വായനക്കാർക്കു വിവക്ഷിതം മനസ്സിലാക്കാതെ പോകയോ അന്യഥാ ഗ്രഹണം വരികയോ ചെയ്യാൻ ഇടയുണ്ട്. അതിനാൽ വരമൊഴിയിൽ വ്യാകരണനിബന്ധനകളെ അവശ്യം അനുഷ്ഠിച്ചേ തീരൂ'. എഴുത്തിലെ അർഥസൂക്ഷ്മതയാണ് ഇവിടെയും വ്യാകരണപഠനത്തിന്റെ ലക്ഷ്യം.

*കേരളപാണിനീയ*ത്തിന്റെ പ്രസിദ്ധമായ ആമുഖവാക്യങ്ങളിങ്ങനെ: 'ഒരു നാമത്തിന് ലിംഗവിഭക്തികളിലോ, ഒരു ധാതുവിനു് കാലപ്രകാരാ

ദികളിലോ രൂപം ഇന്നവിധം എന്നുപദേശിക്കയല്ല വ്യാകരണത്തിന്റെ ശരിയായ പ്രവൃത്തി. നാട്ടുഭാഷകളെ സംബന്ധിച്ചിടത്തോളം ആ വക സംഗതികളിൽ അതാതു നാട്ടുകാർക്ക് വ്യാകരണാപേക്ഷ വരുന്നത് അപൂർവ്വമാണ്. അക്ഷരം ഉച്ചരിക്കാറായ ദിവസംമുതൽ പെരുമാറിക്കൊണ്ടുവരുന്ന മാതൃഭാഷയിലെ രൂപഭേദങ്ങളെല്ലാംതന്നെ പരിചയം കൊണ്ടു സ്വയമേ കൈവശപ്പെട്ടുകൊള്ളും. വാസനയുണ്ടെങ്കിൽ സ്വല്പമായ പ്രയോഗപരിജ്ഞാനംകൊണ്ട് കവിതചെയ്യാൻകൂടി സാധിച്ചു എന്നുവരാം. എന്നാൽ ഇന്നതു തെറ്റ് ഇന്നതു ശരി എന്നു വിധിക്ക, പുതിയ ആശയങ്ങളെ ആവശ്യംപോലെ ആവിഷ്കരിക്കുന്നതിനു മാർഗ്ഗമുണ്ടാക്കുക, പഴയ മാമൂലുകളും തറവാട്ടുസ്വത്തുക്കളും രക്ഷിച്ചുപോരുക, പരപരിഭവംകൊണ്ട് കെടുതൽ തട്ടാതെ സൂക്ഷിക്ക, ദുസ്സ്വാതന്ത്ര്യത്താൽ ഉണ്ടാകുന്ന നിയമലംഘനങ്ങൾ നിമിത്തം വ്യാകുലീഭാവം വരാതിരിപ്പാൻവേണ്ട ഏർപ്പാടുകൾ ചെയ്ക ഇതെല്ലാം വ്യാകരണംകൊണ്ടല്ലാതെ സാധിക്കയില്ല. എന്നുവേണ്ട, വ്യാകരണമില്ലാത്ത ഭാഷ രാജാവില്ലാത്ത രാജ്യംപോലെയാകുന്നു'.

നല്ല ഗദ്യമെഴുതാനുള്ള മാർഗ്ഗനിർദ്ദേശം നൽകലാണ് വ്യാകരണത്തിന്റെ ഒരു ലക്ഷ്യം. മലയാളത്തിൽ ഗദ്യത്തിന്റെ പ്രചാരവും വ്യാകരണഗ്രന്ഥങ്ങളുടെ പിറവിയും ഏതാണ്ട് ഒരേ കാലത്തായിരുന്നത് യാദൃച്ഛികമല്ല. 'വ്യാകരണം ഇല്ലാത്ത ഭാഷ ലോകത്തിൽ ഇല്ല; മലയാളഭാഷക്കും വ്യാകരണം ഇല്ലെന്നല്ല. ഇത്രോടം അതിനെ കണ്ടുകിട്ടാഞ്ഞതോ നമ്മുടെ ഈ ഭാഷയെ തുഛ്ശീകരിച്ചു വ്യാകരണം ചമപ്പാൻ പ്രയാസം നിമിത്തം മടിച്ചു സംസ്കൃതത്തിൽ അധികം രസിച്ചതിന്നാലും അത്രെ' എന്ന് *ഗുണ്ടർട്ടിന്റെ വ്യാകരണ*(1851) ത്തിന്റെ മുഖവുരയിൽ കാണാം. അലിഖിതമായ ഭാഷാനിയമങ്ങൾക്ക് എഴുത്തച്ഛനെപ്പോലൊരു കവിയെ സൃഷ്ടിക്കാൻ പ്രയാസമില്ലെങ്കിലും നല്ല ഗദ്യമെഴുത്തുകാരെ രൂപപ്പെടുത്താൻ ഭാഷാനിയമങ്ങൾ ക്രോഡീകരിക്കുകയും വ്യവസ്ഥപ്പെടുത്തുകയും ചെയ്യേണ്ടതുണ്ട്. പദ്യത്തിന്റെ വ്യാകരണമല്ല ഗദ്യത്തിന്റെ വ്യാകരണം എന്നർഥം. 'പുതിയ ആശയങ്ങളെ ആവശ്യംപോലെ ആവിഷ്കരിക്കുന്നതിനുള്ള' ഗദ്യത്തിന് അർഥസൂക്ഷ്മതയും കൃത്യതയും പ്രധാനമാണ്; അവ പദ്യത്തിന്റേതിൽനിന്ന് വ്യത്യസ്തവുമാണ്. പണ്ട് മരുന്നിനെന്നപോലെ ചില ഗദ്യകൃതികളേയുണ്ടായിരുന്നുള്ളൂവെങ്കിൽ ഇന്ന് പത്രമാസികാദികളിൽ ദിനംപ്രതി നിരവധി ഗദ്യകൃതികളുണ്ടാവുന്നു എന്നും പ്രചാരം കൂടുമ്പോൾ വേഷങ്ങൾക്കൊപ്പം നിയന്ത്രണവും വേണ്ടിവരും എന്നും ഏ ആർ ഗദ്യലക്ഷണഗ്രന്ഥമായ സാഹിത്യസാഹ്യത്തിൽ സൂചിപ്പിക്കുന്നുണ്ട്. വ്യാകരണമൊന്നുമില്ലാതെതന്നെ പണ്ടുള്ളവർ എഴുതിയിരുന്നല്ലോ എന്ന മറുചോദ്യത്തിന് പണ്ടുള്ള സ്ത്രീകൾ സൂതകർമിണികളുടെ സഹായമില്ലാതെ പ്രസവിച്ചിരുന്നില്ലേ എന്നാണ് ഏ ആർ ഉത്തരംനൽകുന്നത്.

വൈജ്ഞാനികഭാഷയെന്നനിലയിൽ സംസ്കൃതത്തിനുണ്ടായിരുന്ന മേൽക്കൈ അവസാനിക്കുകയും മലയാളത്തിൽ സാഹിത്യാദിവ്യവഹാരങ്ങൾ വ്യാപകമാവുകയുംചെയ്ത കാലത്താണ്, 1942-ൽ, മാരാർ *മലയാളശൈലി* എഴുതുന്നത്; നല്ല മലയാളഗദ്യമെഴുത്തിന്റെ വ്യാകരണമായി, ഭാഷാപ്രയോഗത്തിന്റെ വ്യാകരണമായി അതുമാറി.

മലയാളശൈലി

'*കേരളപാണിനീയ*ത്തിനുശേഷം പ്രസിദ്ധീകരിക്കപ്പെട്ട മലയാള പുസ്തകങ്ങളിൽവെച്ച് ഏറ്റവും ഒഴിച്ചുകൂടാത്തവയെന്നു വിശേഷിപ്പിക്കാവുന്ന നന്നെച്ചുരുക്കം പുസ്തകങ്ങളിലൊന്ന്' എന്നാണ് സഞ്ജയൻ മലയാളശൈലിയെ അവതാരികയിൽ വിശേഷിപ്പിക്കുന്നത്. അതേസമയം സാധാരണ വ്യാകരണപുസ്തകത്തിൽനിന്ന് ഇതിനുള്ള ഭേദത്തെയും അദ്ദേഹം എടുത്തുകാട്ടുന്നുണ്ട്. 'ഈ ഗ്രന്ഥത്തിന്റെ വില അചഞ്ചലങ്ങളായ ഭാഷാനിയമങ്ങളെന്ന നിലയ്ക്ക് അതിലടങ്ങിയ നിർദ്ദേശങ്ങളുടെ വിലയെ ആസ്പദിച്ചല്ല നിൽക്കുന്നത്.... 'ഇതിൽ കാണപ്പെടുന്ന നിയമങ്ങളെ അനുസരിക്കുക' എന്നതാണ് ഏതുവ്യാകരണഗ്രന്ഥത്തിന്നും അടിസ്ഥാനമായി നിൽക്കുന്ന അലിഖിതശാസനം; എന്നാൽ ഈ ഗ്രന്ഥത്തിന്റെയും, ഇതിനെ അനുകരിച്ച് മേലിൽ നമ്മുടെ ഭാഷയിൽ അതാതുകാലത്ത് ഉണ്ടാകുമെന്ന് ഞാൻ സപ്രത്യാശം പ്രതീക്ഷിക്കുന്ന ഇതരഗ്രന്ഥങ്ങളുടെയും കാര്യത്തിലാകട്ടെ ആ ശാസനം വേറൊന്നാണ്. 'എഴുതുന്നതിനുമുമ്പ് ആലോചിക്കുക' എന്നതാണ്'.'

വ്യാകരണമെന്നത് ഭാഷാവ്യവസ്ഥയുടെ, കോംപിറ്റൻസിന്റെ നിയമസംഹിതകൂടിയാണെന്നതിനാൽ കാലാനുസൃതം മാറിമറയുന്നതിനുള്ള വഴക്കം അതിനുണ്ട്. വ്യാകരണപുസ്തകത്തിനാവട്ടെ, അത് ആഗമികമാർഗത്തിലുള്ളതായാലും ശരി, പൊതുവിൽ ഒരു നിർദ്ദേശക- പ്രിസ്ക്രിപ്റ്റീവ്- സ്വഭാവം കാണും; കേരളപാണിനി പറയുന്ന, 'ഇന്നത് ശരി, ഇന്നത് തെറ്റ് എന്നു വിധിക്ക' എന്നതിലെ നിർദ്ദേശാത്മകത്വം. ഗദ്യരചനാപുസ്തകത്തിന് ഈ സ്വഭാവമല്ല, എന്നാണല്ലോ സഞ്ജയൻ ഓർമിപ്പിക്കുന്നത്. എന്നാൽ വ്യാകരണപദാവലി നിർലോഭം പ്രയോഗിച്ചുതന്നെയാണ് മാരാർ എഴുത്തിനെ സൂക്ഷ്മമാക്കാനുള്ള നിർദ്ദേശങ്ങൾ നൽകുന്നത്. വാക്യത്തിന്റെയും വാക്കിന്റെയും വ്യാകരണസവിശേഷതകൾ എടുത്തുപറയാൻ മാരാർ മടികാട്ടുന്നില്ല. വ്യാകരണത്തെ പേടിക്കേണ്ട ഒന്നായല്ല, എളുപ്പം ഇണക്കാവുന്ന ഒന്നായാണ് അദ്ദേഹം വിവരിക്കുന്നത്. *മലയാളശൈലി*യുടെ തുടക്കത്തിൽ വ്യാകരണത്തിലെ പ്രധാന സാങ്കേതികപദങ്ങളെ മൂന്ന് പട്ടികകളാക്കി ക്രമപ്പെടുത്തി മൂന്നുപേജിലൊതുക്കിയിരിക്കുന്നതുകാണാം. ശബ്ദവിഭാഗങ്ങളാണ് ഒന്നാമത്. വിഭക്തികാരകങ്ങൾ രണ്ടാമത്തെയും കൃതികളുടെ പ്രാമാണ്യമൂലകമായ വിഭാഗങ്ങൾ മൂന്നാമത്തെയും പട്ടികകൾ. ആദ്യമായി പദപ്രപഞ്ചത്തെ വാചകം ദ്യോതകം എന്നുതിരിക്കുന്നു. ഒരു ദ്രവ്യത്തെയോ ഗുണത്തെയോ ക്രിയയെയോ നേരെ ചൂണ്ടിക്കാണിക്കുന്നതെല്ലാം വാചകം; വാച്യമായി ഒരർഥത്തെയും കാണിക്കാതെ രണ്ടു പദാർഥങ്ങളോ വാക്യാർഥങ്ങളോ തമ്മിലുള്ള സംബന്ധത്തെ സ്ഫുരിപ്പിക്കുകമാത്രം ചെയ്യുന്നതെല്ലാം ദ്യോതകം. ഒന്നാം പട്ടികയിലെ ഈ മഹാവിഭാഗങ്ങൾ തമ്മിൽച്ചേർന്നുണ്ടാകുന്ന പ്രകാരഭേദങ്ങളെ കാണിക്കുന്നതാണ് രണ്ടും മൂന്നും പട്ടികകൾ- ആമുഖമായി നൽകിയ ഇത്രയും വാക്കുകളിലൂടെ നമ്മുടെ വ്യാകരണത്തിലെ പ്രധാനപ്പെട്ട എല്ലാ സംഗതികളെയും ഒരിക്കലും മറക്കാനാവാത്തവിധം ചിമിഴിലൊതുക്കി

ത്തരികയാണ് മാരാർ. വ്യാകരണം പഠിക്കാനുള്ള ഏറ്റവും സരളമായ താക്കോലായിമാറുന്നു ഈ പട്ടിക. *ഭാഷാപരിചയ*ത്തിലെ അധ്യായ ക്രമത്തിനുമുണ്ട് ഈ യുക്തിയുക്തത. വാക്യത്തിൽനിന്നാണ് തുടക്കം. വാക്യത്തെ അഴിച്ചെടുത്ത് കീഴോട്ടുപോകുന്ന അപഗ്രഥനശൈലി. ചിഹ്നങ്ങൾപോലും അവയുടെ പ്രാധാന്യമനുസരിച്ചും വാക്യത്തിലുള്ള ഉപയോഗിതയനുസരിച്ചും ഇടയിൽ ഓരോ അധ്യായമായി പ്രത്യക്ഷ പ്പെടുന്നതുകാണാം.

മാരാരുടെ പുസ്തകത്തിന് ഫൗളർ സഹോദരന്മാരുടെ (1858–1933) *കിങ്സ് ഇംഗ്ലീഷു*(1906)മായുള്ള യാദൃച്ഛികമായ സാധർമ്യം സാമന്ത ഭാവത്തോടെയല്ലാതെതന്നെ അഭിമാനപൂർവം അവതാരികയിൽ സഞ്ജയൻ എടുത്തുപറയുന്നുണ്ട്. മാരാരും മുമ്പ് ഏ ആറും ചൂണ്ടി ക്കാട്ടുന്ന യുക്തികൾതന്നെയാണ് ഈ രചനാനിർദ്ദേശ പുസ്തകത്തി ന്റേതും. വ്യാകരണത്തോടും കോമ്പസിഷൻ ബുക്കിനോടും എഴുത്തു കാർക്ക് എന്തോ പൊതുവിൽ അലർജിയാണെന്നും വ്യാകരണ നിഷ്ഠമാവുകയെന്നാൽ എന്തോ അനാവശ്യഭാരമാണെന്നാണ് മിക്ക വരും കരുതുന്നത് എന്നും കിങ്സ് ഇംഗ്ലീഷിന്റെ ആമുഖത്തിൽക്കാ ണാം. നല്ല ഭാഷ പഠിപ്പിക്കാൻ പാടായതുകൊണ്ട്, തെറ്റുകളൊഴി വാക്കുകയെങ്കിലും നടക്കട്ടെയെന്നുകരുതി തങ്ങൾ തെറ്റുകളാണ് കൂടുതലും ഉദ്ധരിക്കുന്നതെന്നും[1] അവർ സൂചിപ്പിക്കുന്നുണ്ട്.

'വളർന്നുകൊണ്ടിരിക്കുന്ന ഒരു ഭാഷയിൽ ഉണ്ടായിവരുന്ന പുതു രീതികളുടെ നേർക്കെല്ലാം അബദ്ധം ശൈലീഭംഗം എന്നും മറ്റും പറ ഞ്ഞു നെറ്റിചുളിക്കുന്നത് വിവേകിതയാവില്ല; അവയെ തടയാൻ നിൽ ക്കുന്നവർ അപഹാസപൂർവ്വം തള്ളപ്പെടുകയല്ലാതെ, ആ ഭാഷ അതു കണ്ട് പിൻവാങ്ങിനിന്നു എന്നു വരില്ലതാനും' എന്ന വാക്യത്തോടെ യാണ് മാരാർ ആരംഭിക്കുന്നത്. സൗകര്യവശാൽ വരുന്ന പരിവർത്ത നങ്ങളെ മാരാർ സഹിഷ്ണുതയോടെയാണ് കാണുന്നതെങ്കിൽ അനഭിജ്ഞതയിൽനിന്നോ മിഥ്യാബോധത്തിൽനിന്നോ വരുന്ന മാറ്റ ങ്ങളെ ചെറുത്ത് ഭാഷയെ തെളിവുറ്റതാക്കണമെന്നകാര്യത്തിൽ അദ്ദേഹം വിട്ടുവീഴ്ചയ്ക്കില്ല. *കിങ്സ് ഇംഗ്ലീഷി*ലേതുപോലെ പത്രങ്ങളിൽ നിന്നുംമറ്റുമുള്ള പ്രയോഗവൈകല്യങ്ങളാണ് മാരാരും ഉദാഹരിക്കു ന്നത്. ഭാഷാപ്രയോഗത്തിന്റെ ഏറ്റവും വിപുലവും സ്വാധീനശേഷിയു ള്ളതുമായ മേഖല പത്രമാധ്യമങ്ങളാണല്ലോ. 'തെറ്റുകളു'ദ്ധരിച്ച് തിരു ത്തുകയല്ലാതെ മാതൃകയാക്കേണ്ട ശരിയുദാഹരണങ്ങൾ പ്രായേണ ഉദ്ധരിക്കുന്നില്ല ഇരുവരും. വ്യാകരണപുസ്തകങ്ങളിലെ ഉദാഹരണ ങ്ങളിൽ കൂടുതലും നിയമങ്ങൾ അനുസരിച്ചുകാട്ടുന്ന 'ശരികൾ'മാത്ര മായിരിക്കുമല്ലോ. രണ്ടിനം പുസ്തകത്തിനും ഇങ്ങനെയും ഒരു ഭേദം പറയാമെന്നുതോന്നുന്നു. (മാരാര് *ഭാഷാപരിചയ*ത്തിന്റെ അഭ്യാസ ങ്ങളിലൊന്നിൽ, കുട്ടികളെക്കൊണ്ട് തെറ്റ് എഴുതിക്കാൻ ആവശ്യപ്പെ ടുന്നുണ്ട്. മേൽപ്രകാരം സർവ്വനാമപ്രയോഗം കരുതിക്കൂട്ടി തെറ്റിച്ചു കൊണ്ട് വിദ്യാർഥികളും നാലുവാക്യമെഴുതണം- എന്ന്. ഇത് മറ്റൊര പൂർവതയാണ്. തെറ്റായ വാക്യങ്ങൾ ഉണ്ടാക്കി ഉദാഹരിക്കാനാണല്ലോ പാട്. തെറ്റിച്ചെഴുതാൻ യു പി സ്കൂൾ കുട്ടികളോട് ആവശ്യപ്പെടുന്നു

വെന്നത് ഒറ്റനോട്ടത്തിൽ വലിയ പാതകമായി തോന്നിയാലും ഭാഷാശേഷി കൂട്ടാനുള്ള നല്ലൊരു അഭ്യാസമായി അതിനെ കണക്കാക്കാം.)

ഭാഷയെ, അതിന്റെ തനതുവ്യാകരണത്തെ, ഇതരസ്വാധീനതകളിൽ നിന്നു വിടുവിച്ച് സ്വത്വം സംരക്ഷിക്കുകയെന്ന ദൗത്യമാണ് മാരാർ ഏറ്റെടുക്കുന്നത്. വ്യാകരണം ശല്യമല്ല. കൃത്യമായ അർഥസംവേദനത്തിനുള്ള മുന്നുപാധിയാണ്. ഭാഷാനിയമങ്ങളെ മുൻകാലപ്രയോഗങ്ങൾകൊണ്ടു തിട്ടപ്പെടുത്തി ക്രമപ്പെടുത്തുകയാണ് വ്യാകരണം ചെയ്യുന്നത്. ഇല്ലാത്ത വ്യവസ്ഥ വൈയാകരണൻ ഉണ്ടാക്കിയാൽ ആരും വിലവെക്കുകയില്ല. കലം ചോദിച്ച് കുശവന്റെ വീട്ടിൽചെല്ലുന്നതുപോലെ പുതിയ വാക്കുകൾചോദിച്ച് ആരും വൈയാകരണന്റെയടുക്കൽ ചെല്ലാറില്ലെന്ന് പണ്ട് പതഞ്ജലി പറഞ്ഞിരുന്നത്രേ. ആ നിലപാടാണ് മുമ്പ് ഏ ആറും പിന്നീട് മാരാരും സ്വീകരിക്കുന്നത്.

വ്യവഹാരവ്യാകരണം

ഭാഷയുടേതെന്നതിലുപരി ഭാഷണത്തിന്റെ- പെർഫോമൻസിന്റെ വ്യാകരണമായി *മലയാളശൈലി*യെ കണക്കാക്കാം. 'പ്രയോഗലാഘവമാണല്ലോ ഭാഷയുടെ ഒന്നാമത്തെ വ്യാകരണനിയമം' എന്നു പ്രസ്താവിക്കുന്ന മാരാർ പ്രയോഗങ്ങളുടെ അർഥാന്തരസാധ്യത ചൂണ്ടിക്കാട്ടിയാണ് അർഥസൂക്ഷ്മത ആവശ്യപ്പെടുന്നത്. അനുപ്രയോഗങ്ങളെ വിവേചനരഹിതമായി ഉപയോഗിക്കുന്നകാര്യം ചൂണ്ടിക്കാട്ടുന്നിടത്ത് ഈ നിലപാട് സ്പഷ്ടമാണ്. 'അയാളുടെ അമ്മ മരിച്ചുകഴിഞ്ഞു' എന്നു കേട്ടാൽ മരിക്കാൻ കാത്തിരിക്കുകയായിരുന്നു എന്ന പ്രതീതിയുണ്ടെന്നും 'മജിസ്ട്രേറ്റ് ഇന്നു വിധിപ്രസ്താവിക്കുകയുണ്ടായി' എന്നു കേട്ടാൽ സാധാരണ മജിസ്ട്രേറ്റുമാർ വിധിക്കാറില്ലെന്നോ അപ്രതീക്ഷിതമായിട്ടാണ് ഇന്നതുണ്ടായതെന്നോ ആ വിധി നടക്കാൻപോകുന്നില്ലെന്നോ തോന്നാനിടയുണ്ട് എന്നുംമറ്റും മാരാർ നിരീക്ഷിക്കുന്ന ഭാഗം വായിക്കുമ്പോൾ ഇക്കാര്യം വ്യക്തമാവും. കേരളപാണിനി കാലാനുപ്രയോഗചർച്ചയിൽ ഇക്കാര്യം ഒന്നു സൂചിപ്പിച്ചുവിടുകമാത്രമേ ചെയ്തിട്ടുള്ളൂ. മാരാരാവട്ടെ, നിരവധി ഉദാഹരണങ്ങൾ നിരത്തിയാണ് ചർച്ചനടത്തുന്നത്. അതുപോലെ ഗതി, കർത്തൃപുനർനിർദ്ദേശം, ഉദ്ദേശ്യവിധേയ വിഭജനം, കാരകാന്വയം, വ്യപേക്ഷകസർവനാമം, സമുച്ചയപ്രയോഗം തുടങ്ങി വാക്യാർഥത്തെ കലുഷമാക്കാനിടയുള്ള സന്ദർഭങ്ങൾ വിവരിക്കുന്നിടത്തും മാരാരുടെ യുക്തിയും സൂക്ഷ്മതയും പ്രകടമാണ്.

വാക്യങ്ങളുടെ അർഥാന്തരസാധ്യതകളെല്ലാം ഘടനാപരമായി വിവരിക്കുകയും വ്യവസ്ഥപ്പെടുത്തുകയുംചെയ്യുക വ്യാകരണത്തിന്റെ പരിധിയിൽ വരണമെന്ന് ശഠിക്കാനാവില്ല. 'ബുദ്ധിമാന്മാർക്കിത്രയും കൊണ്ട് മതിയാകുന്നതിനാലും മന്ദന്മാർക്ക് എത്രതന്നെ വിസ്തരിച്ചാലും മനസ്സിലാക്കുവാൻ പ്രയാസമെന്നുഭയന്നും' അനുപ്രയോഗചർച്ച ഏ ആർ ചുരുക്കുന്നുണ്ടല്ലോ. പ്രയോഗത്തിലൂന്നുന്ന മാരാർക്ക് ഏ ആറിനപ്പുറം സഞ്ചരിക്കേണ്ടതുണ്ട്. വാക്യങ്ങളുടെ ബഹിർഘടന,

വിപരീതലക്ഷണയാലും ശ്ലേഷത്താലും സാധിക്കുന്ന ലക്ഷ്യവ്യംഗ്യാർഥങ്ങൾ തുടങ്ങി അർഥവിജ്ഞാനത്തിന്റെയും വാക്യ, പ്രകരണ വിജ്ഞാനങ്ങളുടെയും പരിധിയിൽവരുന്ന പലതിനെയും വ്യാകരണവിഷയമാക്കുന്നതിലുള്ള പരിമിതി ഏ ആർ സൂചിപ്പിച്ചിട്ടുണ്ട്. കാരകങ്ങളിലൊന്നിനും പ്രാധാന്യമില്ലാതെ ക്രിയയ്ക്കും ഭാവത്തിനും പ്രാധാന്യമുള്ള വാക്യഘടനയായ ഭാവേപ്രയോഗത്തെപ്പറ്റി പറഞ്ഞുപോവുന്നിടത്ത് കേരളപാണിനി എഴുതി: 'രൂപത്തിൽത്തട്ടുന്നതായ അർഥഭേദമേ വ്യാകരണത്തിനു സാക്ഷാദ്വിഷയമാകൂ എന്ന അഭിപ്രായത്തിൻപേരിൽ ഈവക വിശേഷങ്ങളെ വൈയാകരണൻ ഗൗനിക്കാറില്ല'. ബഹ്വർഥസാധ്യതയുള്ള രൂപഘടനയെ സവിശേഷമായി പരിഗണിച്ച്, കഴിവതും ഉദ്ദിഷ്ടാർഥംമാത്രം ഉൽപാദിപ്പിക്കുംവിധം വാക്യഘടന പരിഷ്കരിക്കുകയാണ് മാരാരുടെ ലക്ഷ്യം.

മലയാളത്തിന്റെ സവിശേഷ ഘടനയും ശേഷിയും മുൻനിർത്തിയാണ് മാരാർ വാക്യഘടനയെ അഴിച്ചെടുക്കാൻ തുനിയുന്നത്. മലയാള ശൈലിയെന്നാൽ നമ്മുടെ തനതു രീതിയും കരുത്തുംതന്നെ. ഇംഗ്ലീഷിലെ വാക്യശൈലിയനുകരിച്ച് മലയാളമെഴുതുമ്പോൾ വരുന്ന ശൈലീഭംഗങ്ങൾ 'ഒരു' വിന്റെയും 'നിന്ന്' 'വേണ്ടി' തുടങ്ങിയ ഗതികളുടെയുമൊക്കെ അനാവശ്യോപയോഗം നിരത്തി മാരാർ ചൂണ്ടിക്കാട്ടുന്നത് ശ്രദ്ധിക്കുക. ഇംഗ്ലീഷ് മട്ടിലുള്ള ശൈലികൾ ഭാഷയിൽ നടപ്പായി, ജനസമ്മതി നേടിക്കഴിഞ്ഞാൽ കഥമാറും. പബ്ലിഷ് ചെയ്തു, നിറുത്തൽ ചെയ്തു എന്നൊക്കെ കേട്ടാൽ അഭംഗി തോന്നുമോ? കേട്ടുകേട്ട് ചെവിയ്ക്ക് ഉളുപ്പുതീർന്ന പ്രയോഗങ്ങളെ വെറുതെവിടാനാണ് മാരാർ ആവശ്യപ്പെടുന്നത്. (മാരാര് അംഗീകാരം നൽകാൻ കൂട്ടാക്കാത്ത ചിലതിനുവേണ്ടി സഞ്ജയൻ വക്കാലത്തു പറയുന്നതുംകാണാം) ഇത് പ്രായോഗികവശം.

മലയാളത്തിനു തനതായ പല ശേഷികളും, സംസ്കൃതത്തിന്റെയും ഇംഗ്ലീഷിന്റെയും പിറകെപോയിട്ടാവാം, ഉപയോഗിക്കാൻ മറന്നുപോവുന്ന കാര്യം കർമ്മണിപ്രയോഗചർച്ചയിൽ മാരാര് വിവരിക്കുന്നുണ്ട്. ഭാഷയിൽ കൃത്രിമമായ കർമ്മണിപ്രയോഗത്തിനെക്കാൾ ശക്തിയുള്ള രീതിയാണ് തദന്യവ്യാവൃത്തിരൂപങ്ങളുപയോഗിക്കുക എന്നത്. കർമ്മത്തിന് പ്രാധാന്യംകിട്ടലാണ് ലക്ഷ്യമെങ്കിൽ 'വേടനാൽ മാൻ കൊല്ലപ്പെട്ടു' എന്ന കർമ്മണിയെക്കാൾ ശക്തമാണ് 'വേടൻ മാനിനെയാണ് കൊന്നത്' എന്ന തദന്യവ്യാവൃത്തി രൂപം. ഉദ്ദേശ്യവിധേയങ്ങളെ വാക്യത്തിൽ പ്രാധാന്യമനുസരിച്ച് പ്രയോഗിച്ച് അർഥസൂക്ഷ്മത വരുത്താനാവുമെന്ന് മാരാർ കേരളപാണിനീയത്തെ അവലംബിച്ചുതന്നെ വിശദമാക്കുന്നുണ്ട്. ആവണം, ആകട്ടെ, മാത്രം, വേണം എന്നിങ്ങനെ അർഥകൃത്യതയ്ക്കാവശ്യമായ ക്രിയാപദപ്രയോഗങ്ങൾ പലതും യഥാവിധി ഉപയോഗിക്കാൻ നമുക്കറിഞ്ഞുകൂടാ. അങ്ങനെവേണം എഴുതാൻ, അങ്ങനെയാണ് എഴുതുക, അങ്ങനെയാണ് എഴുതേണ്ടത്, അങ്ങനെയെഴുതിയതാവട്ടെ.., അങ്ങനെയേ എഴുതിയുള്ളൂ, അങ്ങനെയൊക്കെയേ എഴുതൂ, അങ്ങനെ എഴുതിയതേയില്ല തുടങ്ങിയ പ്രയോഗഭേദങ്ങൾ ഇന്നും വിരളമായേ കാണുന്നുള്ളൂ. 'എഴുത്തുകാർ എന്തായാലും മല

യാളികളാവുകകൊണ്ട് ഈ പ്രയോഗഭേദം അവരുടെ ഉള്ളിൽക്കിടന്നു പരിസ്ഫുരിക്കുന്നുണ്ടെങ്കിലും പുറത്തേക്കുവരുമ്പോൾ വേണ്ടപോലെ യാവുന്നില്ലെ'ന്ന് മാരാർ സോദാഹരണം വിശദമാക്കുന്നുണ്ട്. 'കുട്ടി മരിച്ചപ്പോൾ അമ്മ കരയുകയാണ് ചെയ്തത്' എന്ന വാക്യംകേട്ടാൽ, 'പിന്നെ ചിരിക്കുകയാണോ വേണ്ടിയിരുന്നത്' എന്ന് ചോദിച്ചുപോവില്ലേ? ഇത്തരം പ്രയോഗങ്ങളുടെ അർഥഭേദങ്ങൾ പറഞ്ഞാൽ തിരിഞ്ഞേക്കു മെങ്കിലും അത് എഴുത്തിൽ വരുത്താനാവാതെപോവുന്നു എന്നത് ആലോചിക്കേണ്ട വിഷയമാണ്.

എഴുത്ത് അഭ്യാസമാത്രസാധ്യമായ ഒന്നാണ് എന്നത്രേ മാരാർ ആവർത്തിച്ചുറപ്പിക്കുന്നത്. മലയാളം മാതൃഭാഷയായതിനാൽ ഏതു വിഷയവും മലയാളത്തിൽ പഠിക്കാനും എഴുതാനും എളുപ്പമായിരിക്കും എന്ന് പറയുക സൂക്ഷിച്ചുവേണം. ഭാഷാസൂക്ഷ്മത എന്നത് സ്വയമേവ കിട്ടില്ല, പഠിച്ചുണ്ടാക്കുകതന്നെവേണം. ആർജ്ജിതസ്വത്തല്ല അത്; അധ്വാനിച്ച് നേടേണ്ടതാണ്. അകത്തെ 'ഭാഷാശേഷി'യിലുണ്ടെങ്കിലും പലതും 'പ്രയോഗ'ത്തിലെത്തണമെന്നില്ല. ശേഷിതന്നെ 'ആദർശ'ാ ഷക/ശ്രാതാക്കൾക്കു (ideal speaker/ hearer) മാത്രമാണല്ലോ കുറ്റമറ്റ രീതിയിലുണ്ടാവുക.

വ്യാകരണമെഴുതുന്നത് ഭാഷാശേഷിയെ മുൻനിർത്തിയാണെങ്കിലും അത് പ്രയോഗത്തെ പാടേ അവഗണിക്കുന്നില്ല. എന്നാൽ പ്രയോഗ വൈചിത്ര്യങ്ങളെ മുഴുവൻ അവയുടെ സന്ദർഭത്തിൽവച്ച് ചർച്ചചെ യ്യുന്നതിൽ വ്യാകരണത്തിന് പരിമിതിയുണ്ട്. പ്രയോഗത്തിൽ ഊന്നുന്ന മാരാർശൈലിക്കാകട്ടെ, ഇതാണ് സാധിക്കാനുള്ളത്. തെറ്റിന് നൽകുന്ന ഉദാഹരണങ്ങൾ പലതും തെറ്റാവുന്നതുതന്നെ സന്ദർഭം പരിഗണിക്കു മ്പോൾമാത്രമാണല്ലോ. ഈ യുക്തിയാണ് മലയാളശൈലിയെ വേറി ട്ടുനിർത്തുന്നത്. 'ഗൃഹം ശരി, ഗ്രഹം തെറ്റ്' എന്ന് സന്ദർഭനിരപേക്ഷമായി വിധിക്കുന്ന 'നല്ലമലയാള'യുക്തിയിൽ ഈ വിശാലമനസ്കത കുറയും. എണ്ണമറ്റ പ്രയോഗങ്ങളുടെ സാധ്യതകൾ ഉല്പാദിപ്പിക്കാവുന്ന നിശ്ചി തമായ വാക്യനിയമങ്ങളായി ഭാഷാശേഷീവ്യാകരണത്തെ മനസ്സിലാ ക്കാം. ഇതിനെ സന്ദർഭത്തിൽവച്ചു പരിശോധിക്കുമ്പോൾ അർഥവി ജ്ഞാനത്തിനും പ്രയോഗവിജ്ഞാനത്തിനും (Semantics and Pragmatics) വാക്യഘടനയ്ക്കുമേൽ ഇടംലഭിക്കുന്നു. ഒരർഥത്തിൽ വ്യവഹാരത്തിന്റെ വ്യാകരണമാണത്. ധർമാത്മക വ്യവഹാരവ്യാക രണം (Functional Discourse Grammar) എന്ന ചോംസ്കിയനന്തര വ്യാ കരണസങ്കല്പവുമായി മാരാരുടെ സമീപനത്തിന് ചാർച്ചയുണ്ട്. വാക്യ ത്തിനുമീതെ സന്ദർഭത്തെ പ്രതിഷ്ഠിക്കുന്ന തലകീഴായ വിശകലനപ ദ്ധതിയാണിത്. വ്യവഹാരപ്രക്രിയയെയാണ് ഇത് ആധാരമാക്കുന്നത്. പ്രാഗ്മാറ്റിക്- സെമാന്റിക്- മോർഫോസിന്റാക്ടിക്- ഫൊണോളജിക്കൽ എന്നതാണ് വ്യവഹാര വ്യാകരണത്തിന്റെ പരിഗണനാക്രമം. സന്ദർഭത്തിനും പ്രകരണത്തിനും കൂടുതൽ പ്രാധാന്യംനൽകുന്നു ഇവിടെ. സന്ദർഭനിരപേക്ഷമായി സൃഷ്ടിക്കപ്പെടുന്ന ഉദാഹരണങ്ങളല്ല മാരാരുടേത് എന്നതാണ് വ്യവഹാരവുമായി ആ വ്യാകരണയുക്തിയെ ചേർത്തുനിർത്തുന്നത്.

പ്രകരണം ഭാഷാർഥത്തിൽ ഉള്ളടങ്ങുന്നുവെന്നല്ല, പ്രകരണമാണ് അർഥം നിശ്ചയിക്കുന്നതെന്ന നിലപാടാണ് മാരാർക്ക് പഥ്യമെന്ന് തോന്നുന്നു. വാക്യാർഥത്തെ നിശ്ചയിക്കുന്നതിൽ പൂർവധാരണയ്ക്കുള്ള പങ്ക്, വാസ്തവികതയുടെ പ്രശ്നങ്ങൾ, ഊഹത്തിന്റെ സാംഗത്യം തുടങ്ങിയവ പ്രകരണവിജ്ഞാനത്തിന്റെ പരിധിയിൽവരും. വക്തൃവിവക്ഷിതം ഇന്നതുമാകാം എന്നതരത്തിൽ വാക്യങ്ങൾക്ക് വിചാരിക്കാത്ത അർഥസാധ്യത കാട്ടിത്തരുന്ന മാരാർ പ്രകരണത്തിലാണ് പലപ്പോഴും ഊന്നുന്നത്. ഇത്തരം സന്ദർഭങ്ങളിൽ, മാരാർക്ക് പ്രിയപ്പെട്ട അനുമാനസിദ്ധാന്തത്തിന് പ്രകരണവിജ്ഞാനവുമായി നല്ല ചാർച്ചയുള്ളതായി തോന്നും. കാര്യകാരണഭാവം (പുകയുണ്ടെങ്കിൽ തീയും കാണും), അവയവാവയവവിഭാവം (ചെടിയുണ്ടെങ്കിൽ വേരുംകാണും), ധർമ്മധർമ്മിഭാവം (നിലാവുണ്ടെങ്കിൽ ചന്ദ്രനുണ്ട്), സാമാന്യവിശേഷഭാവം (എല്ലാം മരിക്കും, അതുകൊണ്ട് താനും), പൗർവ്വാപര്യം (ഇന്ന് തിങ്കളെങ്കിൽ നാളെ ചൊവ്വ) തുടങ്ങി സാഹചര്യാനുമാനത്തെ സാധ്യമാക്കുന്ന ഘടകങ്ങളെല്ലാം (*സാഹിത്യഭൂഷണം*) ഭാഷാപരമായ പ്രകരണജ്ഞാനത്തിനും സംഗതമാണ്. അനുമാനശക്തി പരിചയംകൊണ്ടും അനുശീലനംകൊണ്ടും നേടേണ്ട ഒന്നാണ്. കാവ്യാർഥം നന്നായി തിരിഞ്ഞുകിട്ടാൻ കേവലഭാഷാജ്ഞാനം പോരല്ലോ. വ്യാകരണപഠനത്തിലൂടെ ഭാഷാശേഷി മെച്ചപ്പെടുത്തുന്നവർക്ക് പ്രയോഗവുമായി പ്രകരണത്തെ കൂടുതൽ നന്നായി ബന്ധിപ്പിക്കാനാവും. (സന്ദർഭജ്ഞാനം കൂട്ടാൻ പൊതുവിജ്ഞാനം മെച്ചപ്പെടുത്തുകയല്ലാതെ വഴിയില്ല.) തർക്കത്തിന്റെയും വ്യാകരണത്തിന്റെയും യുക്തിയിലാണ് മഹിമഭട്ടൻ അനുമാനസിദ്ധാന്തത്തെ അവതരിപ്പിച്ചിട്ടുള്ളത്. വാക്കുകളുടെ ഒറ്റയ്ക്കൊറ്റയ്ക്കുള്ള അർഥമറിഞ്ഞ ശേഷമാണ് വാക്യാർഥം കിട്ടുന്നതെന്ന അഭിഹിതാന്വയവാദവും വാക്യഘടനയും അന്വയവും തിരിഞ്ഞുകിട്ടിയതിനുശേഷമേ പദാർഥവും വാക്യാർഥവും സ്ഫുരിക്കൂ എന്ന അന്വയാഭിധാനവാദവും അനുമാനത്തിലെ രണ്ട് പ്രബലപക്ഷങ്ങളാണ്. വാക്യമാണ് ഭാഷയുടെ അടിസ്ഥാനമെന്ന കാഴ്ചപ്പാട് ഭാരതീയ അർഥചിന്തയിൽ പണ്ടേയുണ്ട്. വ്യവഹാരവ്യാകരണം എന്ന ആശയം മാരാർക്ക് പുതിയതല്ലെന്നുചുരുക്കം. 'സൈന്ധവം' ഉപ്പാണോ കുതിരയാണോ എന്ന് തീരുമാനിക്കാൻ സന്ദർഭം നോക്കുക എന്ന പ്രസ്താവന പ്രശസ്തമാണല്ലോ; ലോകവ്യവഹാരവും പ്രകരണവും അർഥത്തെ നിർണ്ണയിക്കുന്ന ഘടകങ്ങളാണ്. അനുമാനത്തെയും അർഥചിന്തയെയും ബന്ധിപ്പിച്ച് കൂടുതൽ പഠിക്കേണ്ടതുണ്ട് എന്നുമാത്രം സൂചിപ്പിക്കട്ടെ.

ഇംഗ്ലീഷ്, സംസ്കൃതം എന്നീ ഭാഷകളിൽനിന്നുള്ള വിവർത്തനത്തിൽവരുന്ന പാകപ്പിഴകൾ ചർച്ചചെയ്യുന്നിടത്ത് മാരാരുടെ വ്യവഹാരവ്യാകരണയുക്തി തലനീട്ടുന്നതുകാണാം. നാടകങ്ങളിലെ സംഭാഷണങ്ങൾ ഒറ്റയൊറ്റയായി വിവർത്തനംചെയ്ത് ചോദ്യവുമായി ബന്ധമില്ലാത്ത ഉത്തരം നൽകുന്നമട്ടിൽ വികലതർജമകൾ നടത്തുന്ന കാര്യം ശാകുന്തളത്തിൽനിന്നുള്ള ഉദാഹരണംവച്ച് മാരാർ വിവരിക്കുന്നു. ഓരോ വാക്യത്തിനും ശരിത്തർജമ നൽകിയാലും സന്ദർഭത്തിനകത്ത് അവ അപഹാസ്യമായിപ്പോവുന്നു. വാക്യത്തിനപ്പുറമുള്ള യൂണിറ്റ് എന്നത്

വിവർത്തനത്തിൽമാത്രമല്ല, ഏതെഴുത്തിലുംവേണ്ട ഒന്നായി മാരാർ അവതരിപ്പിക്കുന്നു ഇവിടെ. പൂർവാപരവാക്യങ്ങൾ ശ്രദ്ധിക്കാതുള്ള തർജമപോലിരിക്കും വാക്യത്തിൽമാത്രം മനസ്സൂന്നുന്ന എഴുത്ത്. ഏകാഗ്രതാഹാനിയെന്ന് മാരാർ പറയുന്നിടത്ത് വാക്യങ്ങളുടെ സന്ദർഭോചിതത്വമാണ് പ്രശ്നമാവുന്നത്. കാരകങ്ങളെ വേണ്ടുംവിധം അന്വയിക്കാത്ത വാക്യവും സരളതയ്ക്കുവേണ്ടി ചെറുതാക്കിയ വാക്യങ്ങളും ലക്ഷ്യവേധിയാവാതെപോവുന്നു. വാക്യങ്ങൾതമ്മിലുള്ള അന്വയം പ്രധാനമായിവരുന്നത് വ്യവഹാരത്തിന്റെ തലത്തിലേക്ക് കടക്കുമ്പോഴാണ്. വ്യവഹാരവ്യാകരണത്തിന്റെ നോട്ടപ്പാടിൽ, ഭാഷണപ്രക്രിയയുടെ ഘടകങ്ങളായ ആശയവും അതുപ്രകടിപ്പിക്കാനായി ഭാഷണചിഹ്നങ്ങളെ കോഡീകരിക്കുന്ന വ്യാകരണവും തുടർന്നുള്ള ആശയപ്രകടനവും പോലെ പ്രധാനമാണ് സമാനമായ മുൻ ആശയപ്രകടനങ്ങളെയെല്ലാം ഉൾക്കൊള്ളുന്ന സന്ദർഭം- കോൺടെക്സ്റ്റ്. മുൻ പ്രയോഗങ്ങൾ പുതിയവയെ സ്വാധീനിക്കുകയും സാധൂകരിക്കുകയുംചെയ്യുന്നതിനെ സഹിഷ്ണുതയോടെ സമീപിക്കാൻ വ്യവഹാരവ്യാകരണത്തിന് സാധിക്കുന്നു.

സംസ്കൃതവും ഇംഗ്ലീഷും പിന്നെ മലയാളവും

സംസ്കൃതവും മലയാളവും തമ്മിലുള്ള ബന്ധവും സംസ്കൃതം ഭാഷയ്ക്കുതന്ന പദസമ്പത്തും വിശദീകരിക്കുന്നിടത്ത് മാരാരുടെ ചില കൗതുകകരമായ നിരീക്ഷണങ്ങൾ കാണാം. സംസ്കൃതത്തിന്റെയും ഇംഗ്ലീഷിന്റെയും വാക്യശൈലിയോ വ്യാകരണസവിശേഷതകളോ നമുക്ക് അനുകരണീയമല്ലെന്ന് ഊന്നിപ്പറയുന്ന മാരാർ അവിടെനിന്നുവന്ന വാക്കുകളോട് മറ്റൊരു സമീപനമാണെടുക്കുന്നത്. കഴിയാവുന്നിടത്തോളം മലയാളപദങ്ങളെ, പരിചിതപദങ്ങളെ ഉപയോഗിക്കണമെന്ന സമീപനം വെറും ഭാഷാസ്നേഹമല്ല പ്രകടിപ്പിക്കുന്നത്. 'സംസ്കൃതപദങ്ങളെക്കൊണ്ട് നമുക്കുള്ള പ്രയോജനം മലയാളപദങ്ങൾക്ക് ഇരിക്കപ്പൊറുതി ഇല്ലാതാക്കുകയല്ലല്ലോ. കേവലം ഭാഷാഭിമാനത്തിന്റെ പേരിലല്ല ഇതു പറയുന്നത്, വാക്യം കേൾക്കുമ്പോഴെന്നപോലെ ഓരോ പദംകേൾക്കുമ്പോഴും നമ്മുടെ ഹൃദയത്തിലുണ്ടാവുന്ന സ്തോഭത്തിന്റെപേരിൽക്കൂടിയാണ്' എന്നാണ് മാരാരുടെ പക്ഷം. സംസ്കൃതപദങ്ങളെ അർഥമാറ്റത്തോടെ സ്വീകരിക്കുന്ന പതിവ് പണ്ടേയുള്ളതിനാൽ മറ്റൊരർഥത്തിൽ ഉറച്ചുപോയ വാക്കുകളെ ഇനി സ്വീകരിക്കുകയല്ലാതെ നിവൃത്തിയില്ലെന്ന പ്രായോഗികസമീപനം സ്വീകരിക്കുന്ന മാരാർ, അതുകൊണ്ടുള്ള വലിയ നഷ്ടങ്ങളെയും എടുത്തുപറയുന്നുണ്ട്. 'ആഗ്രഹം' എന്ന സംസ്കൃതപദം മുറുകെപ്പിടുത്തം എന്ന അർഥത്തിലല്ലാതെ അഭിലാഷം എന്നയർഥത്തിൽ പ്രയോഗിച്ചുവന്നതുകൊണ്ടാണ് നമുക്ക് ഗാന്ധിജിയുടെ 'സത്യാഗ്രഹ'ത്തെ അതിന്റെ പൂർണാർഥത്തിൽ ഉൾക്കൊള്ളാനാകാതെപോയതെന്ന് അദ്ദേഹം നിരീക്ഷിക്കുന്നു. അർഥം മനസ്സിലായിട്ടുണ്ടാവാം, പക്ഷേ നമുക്കത് ഉള്ളിൽത്തട്ടിയിട്ടില്ല. മഹാത്മജിയുടെ 'സത്യനാപ്രയോഗം' (Experiments with Truth) നമുക്ക് വെറും 'സത്യാന്വേഷണപരീക്ഷക'ളായി തരംതാണുപോയത് ഇതിനു തെ

ളിവായി മാരാർ ഓർമിപ്പിക്കുന്നു. ഇനി കയ്യൊഴിയാനാവാത്തവിധം മലയാളത്തിൽ വേരുറച്ചുപോയ സംസ്കൃതപദങ്ങളിൽ പലതും സംസ്കൃതത്തിലുള്ള അർഥത്തിലല്ല നാം പ്രയോഗിക്കുന്നത് എന്നത് ചിലപ്പോഴെങ്കിലും അനർഥമാകുമെന്ന് മാരാർ പറയുന്നത് ശ്രദ്ധിക്കണം.

സംസ്കൃതപദങ്ങളെ ഉപയോഗിക്കുക എന്നത് മലയാളവരമൊഴിയുടെ ഒഴിച്ചുകൂടാത്ത ഭാഗമല്ല, കഴിയുന്നിടത്തോളം ചുരുക്കേണ്ട ഒരത്യാവശ്യം മാത്രമാണ് എന്നാണ് അദ്ദേഹത്തിന്റെ പക്ഷം. പ്രയോഗിക്കുകയാണെങ്കിൽ പാകംവന്ന സംസ്കൃതംതന്നെ പ്രയോഗിക്കണം. അതാണ് മലയാളത്തിനും നല്ലത്, സംസ്കൃതത്തിനും നല്ലത് എന്നു പറഞ്ഞാണ് മലയാളശൈലി മാരാർ ഉപസംഹരിക്കുന്നത് (തുടർന്നുള്ള അധ്യായം ചിഹനനം സംബന്ധിച്ച ചർച്ചമാത്രമാണ്). പ്രൗഢിക്കും ഗൗരവത്തിനുംവേണ്ടി, രൂപനിഷ്പത്തിസൗകര്യം മുൻനിർത്തി, സാമാന്യനിർദ്ദേശത്തിനുവേണ്ടി- ഇത്തരം ചില സന്ദർഭങ്ങളിൽ സംസ്കൃതപദങ്ങൾ കടംവാങ്ങാം എന്ന് ഏ ആർ സാഹിത്യസാഹ്യത്തിൽ സൂചിപ്പിക്കുന്നുണ്ടെങ്കിലും അവപോലും മിഥ്യാഡംബരമാണെന്ന നിലപാടാണ് മാരാരുടേത്. സംസ്കൃതത്തിന്റെ ഇംഗ്ലീഷിന്റെയും ഇടപെടലിനെ 'സ്വാഭാവികമല്ലാത്ത' ഒന്നായാണ് മാരാർ കാണുന്നത്. 'സ്വഭാഷാഭിമാനം എത്രതന്നെ ഇരുന്നാലും മലയാളം ഒരു സ്വതന്ത്രഭാഷയായിത്തീർന്നിട്ടുണ്ടെന്നു സമ്മതിപ്പാൻ ഈ ഗ്രന്ഥകാരനു ധൈര്യംവരുന്നില്ല' എന്ന് സാഹിത്യസാഹ്യത്തിൽ ഏ ആർ എഴുതിയിരുന്നല്ലോ. മുപ്പതാണ്ടിനുശേഷം 'അത് സമ്മതിപ്പാനുള്ള' ചങ്കൂറ്റം മാരാർ പ്രകടിപ്പിക്കുന്നു, *മലയാളശൈലി*യിൽ.

തനിമലയാളത്തെ പുരഃക്ഷേപിക്കുന്ന മാരാർശൈലിക്ക് ചിലയിടത്തെങ്കിലും *കിങ്സ് ഇംഗ്ലീഷി*ന്റെ ശുദ്ധപദനിഷ്ഠയോട് ചാർച്ചകാണാം. കഴിവതും ലളിതമായ, മൂർത്തമായ പദങ്ങൾ ഉപയോഗിക്കുക, ഒറ്റവാക്കിൽ കാര്യം സാധിക്കുമെങ്കിൽ പദധാരാളിത്തം വിടുക, ചെറുപദങ്ങൾ കിട്ടുമോ എന്നു നോക്കുക, റോമൻസിനു പകരം സാക്സൺ ഉപയോഗിക്കുക[2] എന്നിവയാണല്ലോ 'ഫൗളർമാരു'ടെ നിഷ്ഠ. അവസാനത്തെ നിർദ്ദേശമൊഴിച്ച് മറ്റെല്ലാം മാരാർക്കും ബോധിക്കും. പാഴക്ഷരച്ചുമട്ടുകാരെ തെല്ലൊന്നുമല്ല അദ്ദേഹം കളിയാക്കിയിട്ടുള്ളത്. വാക്യത്തിന് ശക്തികൂട്ടാൻ അക്ഷരംകൂട്ടിയിട്ടുകാര്യമില്ല. ഒരുദാഹരണം ഇങ്ങനെ: 'കുമാരനാശാന്റെ അകാലനിര്യാണം മലയാളത്തിന് തീരാനഷ്ടമാണ് വരുത്തിവച്ചത്' എന്നവാക്യംകൊണ്ട് വേണ്ടത്ര ശക്തികിട്ടിയില്ലെങ്കിലോ എന്നു ഭയന്ന്, 'എന്നു പറയാതിരിക്കാൻ നിവൃത്തിയില്ല' എന്നുചേർക്കുമ്പോൾ, 'നിവൃത്തിയുണ്ടെങ്കിൽ ഇക്കാര്യം താൻ പറയുമായിരുന്നില്ല' എന്ന അനാവശ്യധ്വനിയാണ് വന്നുകേറുന്നത്.

മലയാളത്തിൽ ഉറച്ചുപോയ 'ശരി'കളെ തിരുത്താൻ മെനക്കെടുന്നില്ല എന്നതിനാൽ 'റോമൻസിനു പകരം സാക്സൺ' എന്ന ശാഠ്യം 'സംസ്കൃതത്തിനുപകരം മലയാളം' എന്നതിൽ അത്രതന്നെ പ്രകടമല്ല. റൊമാനിക്, ലാറ്റിൻ, ഗ്രീക്ക് വേരുകളുള്ള പദങ്ങളെ നിഷ്ഠയോടെ തള്ളിക്കളയുന്ന ആംഗ്ലോ-സാക്സൺ തീവ്രശുദ്ധിവാദമാണ് *കിങ്സ് ഇംഗ്ലീഷ്* പങ്കുവെക്കുന്നത്. ശുദ്ധം ദീക്ഷിക്കാൻ Vocabulary-ക്ക് പകരം

wordstock എന്നും grammar-നു പകരം speechcraft എന്നും പുതിയപദങ്ങളുണ്ടാക്കും അവർ. Preface എന്നല്ല, foreword എന്നുപയോഗിക്കാനാണ് സാക്സൺവാദികൾ നിഷ്കർഷിക്കുക. ഈ ശുദ്ധിവാദമല്ല മാരാരുടേത് എന്ന് *മലയാളശൈലി* വായിച്ചാൽ മനസ്സിലാവും. ഭാഷാസ്നേഹത്തെപ്പറ്റിപ്പറയുമ്പോൾ പലരും മാരാരെപ്പറ്റി സംസാരിക്കാൻ കൂട്ടാക്കാത്തതും ഒരു പക്ഷേ അദ്ദേഹത്തിന്റെ ഈ 'അയിത്തമില്ലായ്മ'കൊണ്ടാവണം.

വെടിപ്പായ ഭാഷയിൽ യുക്തിയുക്തമായി സംസാരിപ്പാനും എഴുതാനും പരിശീലിപ്പിക്കുകയാണ് വ്യാകരണത്തിന്റെ ലക്ഷ്യം എന്നു കരുതുന്ന മാരാരുടെ വ്യാകരണസങ്കല്പം ഒരർഥത്തിൽ ലളിതമാണ്. എഴുതുന്നതിനുമുമ്പ് ആലോചിക്കുക എന്നതാണ് അദ്ദേഹത്തിന് പ്രധാനം. ഓരോരുത്തരുടെയും ഭാഷാശേഷിയിൽ- കോംപിറ്റൻസിൽ- വ്യാകരണം സന്നിഹിതമാണ്. അത് പ്രയോഗത്തിലേക്ക് കൊണ്ടുവരാനുള്ള പരിശീലനമാണ് വ്യാകരണപഠനം. എഴുത്തിന്റെ സൂക്ഷ്മതയും കൃത്യതയും യുക്തിഭദ്രതയുമാണ് മുഖ്യം. ആദർശഭാഷകരുടെ ആദർശരചനയ്ക്കപ്പുറം സന്ദർഭബദ്ധതയിൽ കലുഷിതമായ പ്രയോഗവൈകല്യങ്ങളെയാണ് മാരാർ അപഗ്രഥിക്കുന്നത്. ഭാഷയുടേതെന്നതിലുപരി ഭാഷണത്തിന്റെ- പെർഫോമൻസിന്റെ വ്യാകരണമായി മലയാളശൈലിയെ കണക്കാക്കാം. 'പ്രയോഗലാഘവമാണല്ലോ ഭാഷയുടെ ഒന്നാമത്തെ വ്യാകരണനിയമം 'എന്നു പറയുന്ന മാരാരുടെ അപഗ്രഥനത്തിന്- അഴിച്ചെടുക്കലിന് പ്രയോഗവിജ്ഞാനത്തിൽനിന്ന് അർഥവിജ്ഞാനത്തിലേക്കും തുടർന്ന് രൂപവാക്യാപഗ്രഥനങ്ങളിലേക്കും സഞ്ചരിക്കുന്ന വ്യവഹാരവിശകലനസ്വഭാവമുണ്ട്. മാരാരുടെ അനുമാനസിദ്ധാന്താഭിമുഖ്യം ഭാഷാവിശകലനത്തിലും പ്രകടമാണ്. ഭാഷാവ്യവഹാരത്തിന്റെ വ്യാകരണത്തിലൂന്നുന്ന അദ്ദേഹം മലയാളത്തോട് തികഞ്ഞകൂറ് നിലനിർത്തുമ്പോഴും തീവ്രശുദ്ധിവാദത്തിൽനിന്നു വിട്ടുനിൽക്കുന്നു എന്നത് കാണാതിരുന്നുകൂടാ.

കുറിപ്പുകൾ

1. It is notorious that English writers seldom look into a grammar or composition book; the reading of grammars is repellent because, being bound to be exhaustive on a greater or less scale, they must give much space to the obvious or the unnecessary; and composition books are often useless because they enforce their warnings only by fabricated blunders against which every tiro feels himself quite safe. ...since the positive literary virtues are not to be taught by brief quotation, nor otherwise attained than by improving the gifts of nature with wide or careful reading, whereas something may really be done for the negative virtues by mere exhibition of what should be avoided, the examples collected have had to be examples of the bad and not of the good. (Henry Watson Fowler and Francis George Fowler in Preface, 1906)
2. Prefer the familiar word to the far-fetched, prefer the concrete word to the abstract, prefer the single word to the circumlocution, prefer the short word to the long, prefer the Saxon word to the Romance.- H W Fowler in *The King's English*

പാഠം: അടഞ്ഞതും തുറന്നതും

കൃതി (work), പാഠം (text) എന്നീ പരികല്പനങ്ങളെ സംബന്ധിച്ച് റൊളാങ് ബാർത്തും പാഠാന്തരത (intertextuality) യെപ്പറ്റി ജൂലിയ ക്രിസ്തേവയും അവതരിപ്പിച്ച, സാമ്പ്രദായിക കാഴ്ചപ്പാടിനു നേർവിപരീതമായ, ആശയങ്ങളുടെ രംഗപ്രവേശത്തോടെ പാഠവിമർശം (textual criticism) അതിന്റെ സങ്കല്പനങ്ങളിൽ പലതും പുനർനിർവചിക്കാൻ നിർബന്ധിതമാകുന്നുണ്ട്. കൃതിക്ക് സ്ഥിരതയും ആവർത്തനക്ഷമതയും പാരായണക്ഷമതയും നൽകുന്ന, കാലാതിവർത്തിയായ ആധികാരികത നൽകുന്ന 'ദൃശ്യോപരിതല'മായി, ബാർത്ത്, പാഠത്തെപ്പറ്റിയുള്ള പരമ്പരാഗത സങ്കല്പം വിശദീകരിച്ചു. ഇതിനെ തിരിച്ചിടുകയും, പണിതീർത്ത ഭൗതികവസ്തുവായി കൃതിയെ കാണുകയും, കൃതിക്കകത്തെ സൂചകമായും വായനയെന്ന ഇടപെടലിലൂടെ മാത്രം മോചിതമാകുന്ന ഭാഷാവിശേഷമായും പാഠത്തെ അവതരിപ്പിക്കുകയും ചെയ്തു[1]. സൂചകങ്ങളാൽ നെയ്തെടുക്കപ്പെട്ട, അർത്ഥത്തിന്റെ ബഹുത്വമായി പാഠം വിശേഷിപ്പിക്കപ്പെട്ടു. ഒരു പാഠവും ഒറ്റതിരിഞ്ഞു നിൽക്കുന്നില്ലെന്നും പല പാഠങ്ങളുമായി കൊരുക്കപ്പെട്ടിരിക്കുകയാണെന്നുമുള്ള സങ്കല്പമാണ് പാഠാന്തരത മുന്നോട്ടുവെച്ചത്. ഓരോ വായനക്കാരനും/രിയും പാഠം എഴുതുകയാണെന്നും ഇനി വിമർശികരില്ല എഴുത്തുകാരേ (വായനക്കാരേ)യുള്ളൂവെന്നുമൊക്കെ ബാർത്ത് പറഞ്ഞുവച്ചു. മിഖായേൽ ബാക്തിന്നും ക്രിസ്തേവയ്ക്കുമൊപ്പം മോണോലോഗിസത്തെ ആക്രമിക്കുകയായിരുന്നു ബാർത്തും. പാറപോലുറച്ച അർഥമോ നിഷ്കളങ്കമായൊരു പാഠമോ ഇല്ലെന്ന ഘടനാവാദാനന്തരചിന്ത പ്രബലമാകുമ്പൊഴും ശരിയായ/ശുദ്ധമായ പാഠത്തെ (true text) ഹസ്തലിഖിതങ്ങളിൽ അന്വേഷിച്ചലയുന്നയാളെയാണ് ഇന്നും ടെക്സ്ചൽ സ്കോളർ എന്നുവിളിക്കുന്നതെന്നും കർത്താവിന്റെ വിവക്ഷിതമെന്തെന്നും അദ്ദേഹം സ്വയം എഴുതിയ വരികളേതെന്നും അന്വേഷിക്കുകയും കഴിയാവുന്നത്ര 'ശുദ്ധമായ' പാഠത്തെ പുനഃസൃഷ്ടിക്കാൻ ശ്രമിക്കുകയും ചെയ്യുകയാണ് ടെക്സ്ചൽ സ്കോളർ എന്നും ഗ്രഹാം അലൻ നിരീക്ഷിക്കുന്നുണ്ട്[2].

ടെക്സ്റ്റ് എന്ന ഇംഗ്ലീഷ് പദത്തിന് പകരാൻകഴിയുന്നതും അതിന്റെ മലയാള പരിഭാഷയായി ഉപയോഗിച്ചുപോരുന്ന 'പാഠ'ത്തിന് കഴിയാതെപോകുന്നതുമായ ഒരു അധികാർത്ഥം ടെക്സ്റ്റിന്റെ നിരുക്തിയോടുബന്ധപ്പെട്ടിരിക്കുന്നു. നെയ്യുക, നെയ്ത (to weave, woven) എന്നൊക്കെ അർത്ഥം വരുന്ന texere, textum തുടങ്ങിയ ലാറ്റിൻ പദങ്ങളാണ് text

ന്റെ മൂലം. അസംഖ്യം നൂലിഴകളാൽ പരസ്പരം കൊരുക്കപ്പെട്ട, ഏതു വഴിയിലൂടെയും അകത്തേക്കുകയറാനും തിരിച്ചിറങ്ങാനും പറ്റുന്ന വിശാലമായൊരു കമ്പള (textile)മാണത്. ഇഴയടുപ്പത്താൽ സൃഷ്ടിക്കപ്പെടുന്ന ഉപരിതല വൈചിത്ര്യമാണ് ടെക്സ്ചർ (texture). ഇന്റർടെക്സ്ചാലിറ്റി, ട്രാൻസ് ടെക്സ്ചാലിറ്റി, പാരാടെക്സ്ചാലിറ്റി, എപ്പിടെക്സ്റ്റ്, പെരിടെക്സ്റ്റ്, ഫീനോടെക്സ്റ്റ്, ജീനോടെക്സ്റ്റ്, ഹൈപ്പോടെക്സ്റ്റ്, ഹൈപ്പർടെക്സ്റ്റ്, ആർക്കിടെക്സ്ചാലിറ്റി തുടങ്ങിയ പരികല്പനകളിലേക്ക് 1960-കൾക്കു ശേഷമുള്ള പാശ്ചാത്യചിന്താപദ്ധതികൾ നടന്നുകയറിയതിൽ നെയ്യുകയെന്ന ക്രിയാപദത്തിന് വലിയ പങ്കുണ്ട്. പാഠം എന്ന പദമാകട്ടെ പഠിക്കുക, വായിക്കുക തുടങ്ങിയ അർത്ഥപരിസരങ്ങളിലാണ് നിലകൊള്ളുന്നത് പഠിക്കാൻ തക്ക ആധികാരികത (authenticity) പാഠത്തിനുണ്ട്. ശുദ്ധപാഠം, അപപാഠം, പാഠഭേദം തുടങ്ങിയ പദങ്ങൾ പ്രാമാണ്യത്തോട് ബന്ധപ്പെട്ടിരിക്കുന്നു. കർത്താവിന്റെ വിവക്ഷിതമാണ് ആധികാരികം; ഈ വാക്കിനാവട്ടെ, അധികാരത്തോടാണ് ചാർച്ച കൂടുതൽ.

ആധികാരികമായ ഒറ്റപ്പാഠമോ നിഷ്‌ളങ്കമായ മൗലികപാഠമോ ഇല്ലെന്നും ഓരോ വായനക്കാരനും(കാരിയും) പുതുപുതുപാഠങ്ങളെഴുതുകയാണെന്നും സങ്കല്പിച്ചാൽ പാഠത്തിനുപിറകിലെ കർതൃദൈവ (author God)ത്തെ തേടുക പ്രയാസമാവും. പരസ്പരം കൊരുക്കപ്പെട്ട പാഠാന്തരങ്ങളുടെ ബഹുത്വം ഒരൊറ്റ കർത്താവിൽ അന്വേഷണമവസാനിപ്പിക്കാനുള്ള തൃഷ്ണയെ കെടുത്തിക്കളയും. വാമൊഴിയായോ വരമൊഴിയായോ നിലനിൽക്കുന്ന അനുസ്യൂതമായൊരു ഭാഷാഖണ്ഡം എന്ന പാഠനിർവചനം ഭാഷാശാസ്ത്രവും കൈയൊഴിഞ്ഞു. 1960-കൾക്കു ശേഷം. പാഠവിശകലനം (textual analysis) ഭാഷാശാസ്ത്രത്തിലെ മുഖ്യാന്വേഷണങ്ങളിലൊന്നായി. അപ്പോഴും ചിലർക്ക് പാഠം വ്യവഹാരം (discourse) തന്നെയാണ്. ചിലർക്ക് വ്യവഹാരത്തിന്റെ ഫല(result)മാണ്; ഒപ്പം മറ്റൊരു പാഠത്തിലേക്കുനയിക്കുന്ന വ്യവഹാരവും. വ്യവഹാരത്തെ വാമൊഴിയോടും പാഠത്തെ വരമൊഴിയോടും ബന്ധിപ്പിക്കുന്നു ചിലർ[3]. ചിഹ്നവിജ്ഞാനീയ (semiotics)ത്തിന്റെ പരിഗണനയിൽ പാഠം ഏതിനം ചിഹ്നവ്യവസ്ഥയുമാവാം - വാക്കോ ദൃശ്യമോ ശബ്ദമോ ആംഗ്യമോ ഇതെല്ലാം ചേർന്നോ എന്തും; അർത്ഥമുൽപാദിപ്പിക്കുന്ന-വായന സാധ്യമാക്കുന്ന-എന്തും പാഠമാണ്. അതിന്റെ വിശകലനമാവട്ടെ, ആ സവിശേഷപാഠത്തിന്റെ ഗണ(genre)പരമായ പശ്ചാത്തലത്തിലാവും നിർവഹിക്കുക. നിശ്ചിതപാഠത്തിന്റെ നിർമാതാവും വായനക്കാരനും/രിയും കൈക്കൊള്ളുന്ന നില(position)യും അതിന്റെ പ്രതിനിധാനവും (representation) ചേർന്നുൽപാദിപ്പിക്കുന്ന ഒന്നാണ് ആ പാഠമെന്ന് ചിഹ്നവിജ്ഞാനീയം കരുതുന്നു. പലപ്പോഴും പ്രതിനിധാനമെന്ന ക്രിയയല്ല അതിന്റെ ഫലമാണ് വായിക്കപ്പെടുക[4].

പാഠവിശകലനത്തെ വരമൊഴിയോടും ഘടനാത്മകവിശകലനത്തെ (structural analysis) വാമൊഴിയോടും ചേർത്തുനിർത്താം. ലേഖനവിദ്യയോടുമാത്രമേ പാഠസിദ്ധാന്തങ്ങൾ നിരന്നുപോകുകയുള്ളൂ[5]. പാഠത്തെ സംബന്ധിച്ച കാഴ്ചപ്പാടുകൾ വരമൊഴിവഴക്കം പ്രബലമാ

കുന്ന ഘട്ടം മുതൽക്കേ സംഗതമാവുന്നുള്ളൂവെന്നു ചുരുക്കം. എഴുത്തുവിദ്യയുടെ സംഭാവനയാണ് പാഠം. സാഹിത്യമാവട്ടെ, എഴുതപ്പെടുന്നതിനേറെ മുമ്പേ - സംസ്കാരത്തിന്റെ പിറവിക്കൊപ്പം തന്നെ പിറന്നിട്ടുമുണ്ട്. പാഠവിചാരത്തിനാമുഖമായി വാമൊഴി സാഹിത്യത്തെപ്പറ്റിയും പറയേണ്ടിവരും.

കാവ്യം സുഗേയം

കവൃ-വർണേ, കൈ-ശബ്ദേ, കു-ശബ്ദേ എന്നീ ധാതുക്കളിൽ നിന്നെല്ലാം 'കവി'ശബ്ദം വ്യുൽപാദിപ്പിക്കാമെന്ന് പാണിനീയധാതുപാഠം. വർണിക്കുന്നവനോ ശബ്ദമുണ്ടാക്കുന്നവനോ പാടുന്നവനോ ആണ് കവി. കവി കാവ്യംചമയ്ക്കുകയാണ്. ആദ്യം മനസ്സിലും പിന്നെ മൊഴിയിലും. വാമൊഴിക്ക് മനുഷ്യകുലത്തിന്റെ പരിഷ്കൃതത്വത്തോളം പഴക്കം കല്പിക്കാമെങ്കിൽ ഏറ്റവും പഴയ ആലേഖനവിദ്യയ്ക്കു പോലും 5000-6000 വർഷത്തിനപ്പുറം പാരമ്പര്യമില്ല. ചരിത്രാതീത കാലത്ത് തൊണ്ടയിൽനിന്ന് തൊണ്ടയിലേക്കാണ് ഗാനങ്ങൾ പകർന്നുപോന്നിട്ടുണ്ടാവുക. അവതരണ (performance)ങ്ങളോടു ബന്ധപ്പെട്ടാവാം വാമൊഴി സാഹിത്യംതന്നെ ഉൽഭവിച്ചിട്ടുണ്ടാവുക. നമ്മുടെ ഏറ്റവും പഴയ കാവ്യശാസ്ത്രഗ്രന്ഥം നാട്യശാസ്ത്രമാണെന്നുമോർക്കുക. അതിലും പഴക്കമുള്ള വേദപാരമ്പര്യമാവട്ടെ, ഉച്ചരിത ശബ്ദങ്ങളുടെ കൃത്യതയ്ക്കാണ് പ്രാമുഖ്യം നൽകിയിരുന്നത്.

ആദികാവ്യമെന്നു വിശ്വസിക്കുന്ന രാമായണം വാല്മീകി ലവകുശന്മാരെ ചൊല്ലിപ്പഠിപ്പിക്കുകയായിരുന്നു. അവരത് രാമസന്നിധിയിൽ അതീവഹൃദ്യമായി പാടി, അനുവാചകരെ ഹർഷപുളകിതരാക്കിയതായി വാല്മീകി രാമായണത്തിൽ (ഉത്തരകാണ്ഡം 93, 94) കാണാം. ശോകത്തിൽ നിന്നുതിർന്ന ആദ്യശ്ലോകവും എഴുതപ്പെടുകയുണ്ടായില്ല. ഇതര രാമായണങ്ങളെ മാറ്റിനിർത്തിയാൽത്തന്നെ, പ്രഖ്യാതരാമായണത്തിന്റെ പ്രബലമായ മൂന്നുഭേദങ്ങൾ (ബോംബെ, ബംഗാൾ, കാശ്മീർ പാഠങ്ങൾ) സൂചിപ്പിക്കുന്നത് പഴയൊരു പ്രാകൃതഭാഷയിൽ നിർമിക്കപ്പെടുകയും പിൽക്കാലത്ത് വെവ്വേറെ മൂന്നിടത്തായി അവ സംസ്കൃതത്തിലേക്ക് വിവർത്തനം ചെയ്യപ്പെടുകയും ചെയ്തുവെന്നാകാമെന്ന് വിശ്വസിക്കപ്പെടുന്നു. ഏതായാലും ഒരുപാടുതലമുറകൾ വാമൊഴിയായി പകർന്നുപോന്നശേഷമാവണം വാല്മീകിരാമായണത്തിന് ഒരു ലിഖിത പാഠമുണ്ടാവുന്നത്. പലേടത്തായി കാണുന്ന 'പൊരുത്തക്കേടു'കൾ ആശയവൈരുധ്യങ്ങൾ, പാഠങ്ങൾ തമ്മിൽ ശ്ലോകസംഖ്യയിൽ കാണുന്ന കാര്യമായ അന്തരങ്ങൾ - ഇവയെല്ലാം പകർപ്പെഴുത്തുകാരുടെമാത്രം പിഴവാകാനിടയില്ലതന്നെ.

'മുനിചെയ്തമനോജ്ഞകാവ്യം' 'മനുവംശാധിപനെ' പുത്രന്മാർ പാടിക്കേൾപ്പിക്കുന്ന രംഗം അതേ കാവ്യത്തിൽ ഒരിക്കലുമുണ്ടാവാനിടയില്ലെന്ന പ്രാഥമികയുക്തിയല്ല, മറിച്ച് രചനാശൈലിയിലും കഥനരീതിയിലും കണ്ടെത്തിയ പൊരുത്തക്കേടുകളാണ് ഉത്തരകാണ്ഡമപ്പാടെ പ്രക്ഷിപ്തമെന്നു വാദിക്കാൻ വിമർശകർ അവലംബിക്കുന്നത് എന്നത് വിചിത്രമായിത്തോന്നാം

ചതുർവ്വിംശസഹസ്രാണി ശ്ലോകാനാമുക്തവാനൃഷി
തഥാ സർഗശതാൻ പഞ്ച ഷട്കാണ്ഡാനി തഥോത്തരം
(വാല്മീകിരാമായണം 1.4.2)

എന്ന് ബാലകാണ്ഡത്തിൽത്തന്നെ ശ്ലോകസംഖ്യ, ഉത്തരകാണ്ഡ മുൾപ്പെടെ പറഞ്ഞുവെക്കുന്നു. തങ്ങളുടെ പാഠത്തിനു സാധൂകരണ മായി 'ശ്ലോകസംഖ്യാശ്ലോക'ങ്ങൾ മാറ്റിയെഴുതുന്ന പതിവ് തുടങ്ങിവ ച്ചത് ഒരുപക്ഷേ പ്രസാധകർതന്നെയാവണം.

കർത്താവിന്റെ പേര് നിരവധിയിടങ്ങളിൽ പറഞ്ഞുറപ്പിക്കുന്ന ശൈലി മഹാഭാരതത്തിലും കാണാം. സകലവേദങ്ങളെക്കാളും തൂക്കം ഭാരത ത്തിനുണ്ടെന്ന മഹത്വഘോഷണം ആദിപർവം ഒന്നാമധ്യായ ത്തിൽത്തന്നെ വരുന്നതെങ്ങനെ? ഭാരതരചനാ പശ്ചാത്തലവും മറ്റും നമ്മളറിയുന്നത് ഇതേകൃതിയിൽ നിന്നുതന്നെ. ഉഗ്രശ്രവസ്സിന്റെ മതമ നുസരിച്ച് 8800 പദ്യങ്ങൾ. വ്യാസൻ പറയുന്നത് 24000 എന്ന്. മറ്റൊരി ടത്ത് ഒരു ലക്ഷമെന്ന്. എണ്ണിനോക്കിയാൽ ഒന്നേകാൽ ലക്ഷവും. വ്യാസൻ രചിച്ച 'ജയ' മഹാഭാരതമായത് ശതാബ്ദങ്ങൾ കൊണ്ടാ വണം. ശതാബ്ദങ്ങൾകൊണ്ട് ഭാരതത്തിൽ വന്നുചേർന്ന ആരാധനാ പരിവർത്തനങ്ങളും പുതുമതാഗമനങ്ങളുമെല്ലാം മഹാഭാരതത്തിൽ ദൃശ്യമാണുതാനും.

വ്യാസനും ഈ ബൃഹത്കാവ്യം മനസ്സിലിട്ടുനടക്കുകയായിരുന്നു. ബ്രഹ്മാവാണ് പകർപ്പെഴുത്തുകാരനായി ഗണപതിയുടെ പേരുനിശ്ച യിച്ചത്. വെറുതെയിരിക്കാനനുവദിക്കാതെ പറഞ്ഞു (പാടി)ക്കൊള്ള ണമെന്ന ഗണപതിയുടെ വ്യവസ്ഥയ്ക്കു മറുപടിയായി അർഥമറിയാതെ എഴുതരുതെന്ന നിർദ്ദേശം വ്യാസൻ വച്ചതായും ഗണപതിയെ കുഴ യ്ക്കാനും സ്വയം വിശ്രമിക്കാനുമായി ഇടയ്ക്കിടെ 'ഗ്രന്ഥി'കൾ വിത റിയതായും മഹാഭാരതത്തിലുണ്ട്. ഈ ഭാഗം ഏതായാലും ഗണപതി പകർത്തിയെഴുതുമ്പോൾ ഉണ്ടാവാനിടയില്ല. അറിയപ്പെടുന്നതിൽ ആദ്യത്തെ പകർപ്പാൾ (scribe) ഗണപതിയാണ്.

പാഠഭേദത്തിന്റെ രാഷ്ട്രീയം

പകർപ്പുകാരുടെ അനവധാനതകൊണ്ടോ അതിസാമർത്ഥ്യംകൊണ്ടോ മാത്രമല്ല 'പ്രക്ഷിപ്ത'ങ്ങളും 'അപപാഠ'ങ്ങളും കടന്നുകൂടുന്നത്. കാല ഘട്ടമാവശ്യപ്പെടുന്ന പാഠഭേദം കൂടിയാവാമത്. പാഠഭേദത്തിൽ ഉൾച്ചേർന്ന രാഷ്ട്രീയത്തിന് നല്ലൊരുദാഹരണം വ്യാസഭാരതത്തിലു ണ്ട്. വനപർവം രണ്ടാമധ്യായത്തിൽ പാണ്ഡവരെ അനുഗമിച്ച് കാട്ടിൽപ്പോവാനൊരുങ്ങിയ ബ്രാഹ്മണരെ യുധിഷ്ഠിരൻ തടയുമ്പോൾ പറയുന്ന വാക്യങ്ങളിൽ, തങ്ങൾ കയ്യിൽ കിട്ടിയ കായ്കനികളും മാംസവുമൊക്കെ തിന്നാണ് ജീവിക്കുന്നതെന്ന പരാമർശമുണ്ട്.

'വയം തു ഹൃത സർവസ്വാ ഹൃതരാജ്യാ ഹൃതശ്രിയ:
ഫലമൂലാ മിഷാഹാരാ വനം യാസ്യാമ ദുഃഖിതാ:'

'അഹരേയുർഹിമേ യേപി ഫലമൂലമൃഗാംസ്തഥാ' എന്നിങ്ങനെ. ഗോരഖ് പൂരിൽ നിന്നിറങ്ങിയ ഒരു പതിപ്പിൽ (അച്ചടി) ഇത് ഇവ്വിധമാണെന്ന് എ.ഡി.ഹരിശർമ്മ സാക്ഷ്യപ്പെടുത്തുന്നു:[6]

'വയം ഹി ഹൃത സർവസ്വാ ഹൃതരാജ്യാഹൃതശ്രിയ:
ഫലമൂലാശനാഹാരാ വനം ഗച്ഛാമ ദുഃഖിതാഃ'
'ആഹരേയുരിമേ യേപി ഫലമൂലമധൂനിച'

ഭണ്ഡാർക്കർ ഇൻസ്റ്റിറ്റ്യൂട്ടിന്റെ പുസ്തകത്തിൽ രണ്ടാം പാഠത്തെ പാഠാന്തരമായി കാണിച്ചിട്ടുണ്ടത്രേ. 'തന്നിഷ്ടം പോലെ പാഠം മാറ്റുന്ന സമ്പ്രദായം ഓരോരുത്തരു സ്വീകരിച്ചിട്ടുണ്ടെ'ന്ന് ഹരിശർമ. മാംസ ഭക്ഷണം അതും ഗോമാംസം, സാധാരണമായൊരു കാലത്തെ പരാമർശങ്ങളെ, ബ്രാഹ്മണമതം സസ്യാഹാരപ്രചാരകരായി മാറിയ മറ്റൊരു കാലത്ത് സൗകര്യപൂർവം മാറ്റിയെഴുതുന്നതിന് ഉദാഹരണമാണിത്. മാംസം തിന്നുന്ന പാണ്ഡവരെ പിൽക്കാലത്ത് സങ്കൽപിക്കാൻ പറ്റാതായി, ആക്കി എന്നു ചുരുക്കം.

രാമായണ പാരായണംകൊണ്ട് ശൂദ്രന് മഹത്ത്വമുണ്ടാവുന്നു എന്നർത്ഥം വരുന്ന വാല്മീകിരാമായണപാഠ-ജനശ്ച ശൂദ്രോപി മഹത്ത്വമിയാത് (1.1.100)-ത്തിലെ 'ജനശ്ച ശൂദ്ര:' എന്ന ഭാഗം ഒരു ഹ്രസ്വ സമൂഹം 'ശ്രുണ്വൻ ഹി ശൂദ്രഃ' എന്നു ഭേദപ്പെടുത്തിയത് സമാനമായ മറ്റൊരുദാഹണം[7]. ശൂദ്രന് രാമായണ പാരായണം വേണ്ട, രാമായണശ്രവണം മതിയെന്ന പിൽക്കാല സവർണ താല്പര്യമാണ് ഇതിൽ പ്രതിഫലിക്കുന്നത്. സമൂഹത്തിലെ ശ്രേണീവ്യവസ്ഥയുടെ വീണ്ടുവിചാരമാണിത്. പ്രാചീനപാഠങ്ങളെ ഇവ്വിധം 'ആധുനിക'മാക്കാനുള്ള ശ്രമങ്ങളേറെ നടന്നിട്ടുണ്ടെന്ന് ഈ മേഖലയിൽ നടന്ന ഗവേഷണങ്ങൾ സാക്ഷ്യപ്പെടുത്തുന്നു[8].

അച്ചടിവിദ്യയുടെ രംഗപ്രവേശത്തോടെയല്ല, പകർപ്പെഴുത്തുവിദ്യയുടെ ആവിർഭാവത്തോടെയാണ് ഇത്തരം 'വൈരുധ്യ'ങ്ങൾ രേഖയായിത്തുടങ്ങിയത്. പ്രസാധനത്തിനായി, അസംഖ്യം താളിയോലപ്പകർപ്പുകളിൽനിന്ന് ശുദ്ധപാഠം സംസ്കരിച്ചെടുക്കാൻ നടത്തിയ ശ്രമങ്ങളിൽ ഈ 'വൈരുധ്യ'ങ്ങൾ മറനീക്കിപ്പുറത്തുവന്നുവെന്നുമാത്രം. അച്ചടിവിദ്യ, ഇത്തരം പാഠഭേദസാധ്യതകളെ ശരിക്കും തകർത്തുകളഞ്ഞു. 'ഞാൻ ചിലതൊക്കെ പറഞ്ഞുവെന്നു മാത്രം. ഇവിടെ വിവക്ഷിതമായ അർഥം എന്താണെന്നു വ്യാസനുമാത്രമേ അറിഞ്ഞുകൂടൂ' എന്ന് മഹാപണ്ഡിതനായ നീലകണ്ഠാചാര്യർ ടിപ്പണിയിൽ പറഞ്ഞൊഴിഞ്ഞകാര്യം, കുഞ്ഞിക്കുട്ടൻ തമ്പുരാന്റെ വിവർത്തനത്തിന്റെ (എൻ.ബി.എസ്. പതിപ്പ്) ആമുഖത്തിൽ പരിശോധകൻ ഹരിശർമ അനുസ്മരിക്കുന്നുണ്ട്. തനിക്കുബോധിച്ച വിധത്തിൽ തിരുത്തലുകൾ വരുത്താൻ അച്ചടിവിദ്യാനന്തരകാലത്ത് എളുപ്പമല്ലതന്നെ. കഴിയാവുന്നിടത്തോളം പാഠഭേദങ്ങൾ ഉൾക്കൊള്ളിക്കുകയും വൈരുധ്യങ്ങൾ ചൂണ്ടിക്കാണിക്കുകയും ചെയ്തുള്ള പ്രതിപ്പിലൂടെ മാത്രമേ മഹാഭാരതത്തിന്റെ പ്രസാധനം ശരിയാവൂ എന്ന് ഹരിശർമ പറഞ്ഞുവെക്കുന്നു[9]. എഴുത്തച്ഛന്റെ മഹാഭാരതം കിളിപ്പാട്ടിന് ആധികാരികപാഠം നിർദ്ദേശിക്കവേതന്നെ ലഭ്യമായ പാഠന്തരങ്ങളെല്ലാം ചൂണ്ടിക്കാട്ടാൻ പി.എം.വിജയപ്പൻ ശ്രമിച്ചിട്ടുണ്ട്. ഓരോ പകർപ്പും അച്ചടിരൂപം നേടുന്നതിനു തുല്യമാണിത്. കർത്താവിന്റെ വിവക്ഷയെന്തെന്ന് ഊഹിച്ചെടുക്കുകയല്ല, ആകാവുന്നത്ര ജനാധിപത്യപരമാവുകയാണു വേണ്ടത്.

പാഠഭേദങ്ങൾ കൊണ്ട് 'കലുഷി'തമാണ് രാമായണ മഹാഭാരതാദികാവ്യങ്ങൾ. ഒരു പതിപ്പുപോലും (പകർപ്പ്) മറ്റൊന്നുപോലെയില്ല. വാല്മീകിരാമായണങ്ങൾ, വ്യാസഭാരതങ്ങൾ എന്നിങ്ങനെതന്നെ ഇവയെ പരാമർശിക്കേണ്ടിവരും. എന്നാൽ ആദികാവ്യത്തെക്കാൾ പഴക്കം കല്പിച്ചുപോരുന്ന വേദങ്ങൾക്ക് പാഠഭേദങ്ങൾ കുറവാണ്. 'വേദം പോലെ ഇത്ര പഴക്കമുള്ളതോ, അനന്തം പുനരാവൃത്തി കഴിഞ്ഞതോ ആയ ഒരു ഗ്രന്ഥം നമ്മുടെ ഇടയിൽ ഇല്ലെന്നുതന്നെ പറയാം. പക്ഷേ, ഇത്ര പാഠഭേദമില്ലാതെ നിലനിന്നുവരുന്ന വേറെ ഒരു ഗ്രന്ഥമില്ലതാനും. ഇപ്രകാരം പാഠഭേദമില്ലാതെ വരുവാനുള്ള കാരണം, അർഥമില്ലാത്ത വേദോച്ചാരണത്തിനും ഏറ്റവും പ്രാധാന്യം കൊടുത്തതുകൊണ്ടാണ്' എന്ന് വി.കെ. നാരായണഭട്ടതിരി[10]. ഉച്ചാരണത്തിന്/വാമൊഴിക്ക് ലേഖനവിദ്യയുടെ രംഗപ്രവേശത്തിനുശേഷവും പ്രാമുഖ്യം കൊടുത്തതാണ് ഭട്ടതിരി കണ്ടെത്തുന്ന യുക്തി. വേദം ഈശ്വരകൃതമാണെന്ന ബോധ്യമാവാം ഒരുപക്ഷേ കൂടുതൽ യുക്തിസഹമായ കാരണം. ഈശ്വരനിശ്ചയമെന്നോണം ഋഷികളെഴുതിയവയത്രേ വേദങ്ങൾ. അവ ഈശ്വരന്റെ നിശ്വാസമത്രേ (യസ്യ നിശ്വസിതം വേദഃ) 'ഈശ്വരനെഴുതിയതെങ്കിൽ തിരുത്തേണ്ട, ഈ ആനുകൂല്യം മറ്റുള്ളവർ പ്രതീക്ഷിക്കേണ്ട' എന്ന് വായനക്കാർ തീരുമാനിച്ചുവെന്നു കരുതുക രസാവഹമാണ്. ഓതർഗോഡ് എന്ന പ്രയോഗം അക്ഷരാർത്ഥത്തിൽ യോജിക്കുന്നു, വേദപാഠങ്ങൾക്ക്.

ഇതിഹാസപുരാണാഭ്യാം വേദം സമുപബൃംഹയേൽ
ബിഭേത്യല്പശ്രുതാദ്വേദോമാമയം പ്രഹരേദിതി
(ധർമശാസ്ത്രം)

അല്പജ്ഞർ തന്നെ ഹിംസിക്കുമെന്നു കരുതി വേദം വായനക്കാരെ ഭയപ്പെടുന്നുണ്ടത്രേ! വേദശ്രവണംപോലും സവർണസർവജ്ഞർക്കായി സംവരണംചെയ്തതിനു പിന്നിൽ ഈ ധർമ്മശാസ്ത്രയുക്തിതന്നെ. പാഠഭേദങ്ങൾ 'കൈക്കുറ്റപ്പാടാ'വുന്നതിങ്ങനെയാണ്.

വേദങ്ങൾക്ക് കർതൃദൈവത്തെ അനുവദിച്ച നാം പക്ഷേ വ്യാസനുൾപ്പെടെയുള്ള ഋഷിമാർക്ക് ഈ 'ആദരം' (പാഠഭേദമില്ലെന്ന ആനുകൂല്യം) നൽകിയില്ല. 'കർതൃവിവക്ഷിത'മെന്ന പരിഗണന മാറിയും മറിഞ്ഞുമിരിക്കുന്നു, കാലഘട്ടങ്ങളിൽ .

കർതൃവിവക്ഷിതം

പാഠത്തെ അപരപാഠങ്ങളുടെ തുടർച്ചയായും പ്രഭവമന്വേഷിച്ചാൽ നിരാശപ്പെടേണ്ടിവരുന്നതരം സ്വാധീനതകളുടെ സഞ്ചയമായും ഉദ്ധരണി ചിഹ്നങ്ങളില്ലാത്ത ഉദ്ധരണങ്ങളുടെ പ്രവാഹമായും (quotations without inverted commas) കണ്ട ഘടനാവാദാനന്തരചിന്തകൾക്കു മുമ്പുതന്നെ കർതൃനിരപേക്ഷമായ പാഠമെന്ന സങ്കല്പമുണ്ടായിരുന്നു. കർതൃനാമവുമായി ബന്ധിപ്പിച്ചാലേ കൃതിക്ക് വിശ്വാസ്യതയുണ്ടാവൂവെന്ന ശാഠ്യമില്ലാതിരുന്ന പഴയകാലം എഴുത്തുകാരെയറിയാതെ കഥകളും നാടൻശീലുകളും ഇതിഹാസകഥകളും പരിചയിച്ചുപോന്നു. കർതൃത്വം സംബന്ധിച്ചധാരണകൾ മാറിവരുന്നത് മിഷേൽ ഫൂക്കോ 'ഓത

ർഫങ്ഷനിൽ'(1977) നിരീക്ഷിച്ചിട്ടുണ്ട്. കർതൃവിവക്ഷിതം (authorial intention) അന്വേഷിക്കുന്ന പാഠവിമർശകൻ, പാഠത്തിന്റെ അർത്ഥത്തിനുമേൽ കർത്താവിന് നിയന്ത്രണമേതുമില്ലെന്നുകണ്ട് കുഴങ്ങിപ്പോകുമെന്ന് പാഠവിമർശത്തിന്റെ സൗന്ദര്യശാസ്ത്രത്തെക്കുറിച്ചെഴുതവേ ജെയിംസ് തോർപ്പ് ചൂണ്ടിക്കാട്ടുന്നു[11]. പോൾ വാലറി 1933-ൽത്തന്നെ ഇക്കാര്യം പറഞ്ഞുവച്ചിരുന്നു. ആധികാരികതയെന്നൊന്നില്ല. ശരിയായൊരർത്ഥവും. കർത്താവ് പറയാനുള്ള കാര്യം എഴുതിവച്ചു. എഴുതി പബ്ലിഷ് ചെയ്യുന്നതോടെ കൃതി പൊതുസ്വത്തായി. കർത്താവിനു മാത്രമേ അതിനെ നന്നായി ഉപയോഗിക്കാനാവൂ എന്നൊന്നുമില്ല -വാലറി എഴുതി[12]. കർത്താവ് എന്താണ് ഉദ്ദേശിക്കുന്നത് എന്നന്വേഷിക്കുന്നതിൽ കാര്യമില്ല. എഴുതിയ വാക്കുകളുടെ അർത്ഥത്തെ കർത്താവിന് നിയന്ത്രിക്കാനാവില്ലെന്നതുകൊണ്ടുതന്നെ, താനെഴുതിയ വാക്കുകൾ അതേപടി നിലനിർത്താനുള്ള ബാധ്യത -എഴുതിയതിനുമേലുള്ള അവകാശം - കർത്താവിനുണ്ടെന്ന് പാഠവിമർശകർ കരുതുന്നു[13].

എന്നാൽ എഴുതിയ വാക്കുകൾ അന്തിമമെന്നു ധരിക്കാത്ത എഴുത്തുകാരുമേറെയുണ്ട്. നിരൂപകരെയും വായനക്കാരെയും മാനിച്ച് ഗ്രേറ്റ് എക്സപെക്ടേഷൻസിന്റെ അന്ത്യം ചാൾസ് ഡിക്കൻസ് മാറ്റിയെഴുതിയിട്ടുണ്ട്; ദുരന്തം ശുഭാന്തമാക്കി. ഡബ്ല്യു. എച്ച്. ഓഡൻ, തന്റെ വിഖ്യാതമായ *ഇൻ ടൈം ഓഫ് വാർ* (1939) രണ്ടാം ലോകയുദ്ധാനന്തരം(1945) തന്റെ മാറിയ നിലപാടുകൾക്കൊത്ത് മാറ്റിയെഴുതി. തോമസ് ഹാർഡി *ദ റിട്ടേൺ ഓഫ് ദ നേച്ചർ* 1878-1912 കാലത്ത് നാലുതവണ മാറ്റിയെഴുതി, നാല് വ്യത്യസ്ത പതിപ്പുകൾ പുറത്തിറക്കിയിട്ടുണ്ട്. 40 പ്രധാന മാറ്റങ്ങളുൾപ്പെടെ 700 മാറ്റങ്ങളാണത്രെ രണ്ടാം പതിപ്പിൽ. മൂന്നാം പതിപ്പിൽ, രണ്ടിലെ 350-ഇടത്ത് മാറ്റങ്ങൾ. അടുത്തതിൽ 115 മാറ്റങ്ങൾ.[14] ഏതാണ് കർതൃപാഠം?

ഏതുകാലത്തും കർതൃപരിഷ്കരണങ്ങൾ (authorial revisions) ഉണ്ടായിരുന്നു. ചോസർ, ഗോവർ, സിഡ്നി, ബെൻജോൺസൺ, ബ്രൗൺ, പോപ്പ്, കീറ്റ്സ്, ഫിറ്റ്സ് ജെറാൾഡ്, വിറ്റ്മാൻ, മാത്യു അർനോൾഡ്, ഹോ, എമേഴ്സൺ, യേറ്റ്സ് അങ്ങനെ നിരവധി ഓതർമാർ ഓതന്റിസിറ്റിയെക്കുറിച്ചുള്ള ധാരണകൾ തിരുത്തിയവരായുണ്ട്. വേഡ്സ്വർത്ത് *ദ പ്രെല്യൂഡിൽ* (1805) കാര്യമായ പരിഷ്കാരം വരുത്തിയാണ് 1850-ൽ (ഏതാണ്ട് അരനൂറ്റാണ്ടിനു ശേഷം) പുതിയ പതിപ്പിറക്കിയത്. ടെന്നിസൺ ചില കവിതകൾക്ക് ഇങ്ങനെ പതിനഞ്ചു പാഠങ്ങളിറക്കിയിരുന്നു. 1839-നും 1903-നുമിടെ ഏഴ് പരിഷ്കരണങ്ങളിലൂടെ 8103 വരിയുള്ള *ഫെസ്ററസ്* (Festus) എന്ന കാവ്യം ഫിലിപ് ജേയിംസ് ബെയ്ലി 39,159 വരിയാക്കി വികസിപ്പിച്ചത്രെ[15]. 1895-ൽ, തന്റെ യുവത്വത്തിലെഴുതിയ കവിതകൾ, 13 തവണ പരിഷ്കരിച്ച ഡബ്ല്യൂ.ബി. യേറ്റ്സ് 1927-ൽ ആമുഖത്തിലെഴുതി: 'ഒരു പക്ഷേ എന്റെ യൗവനകവിതകളുടെ അവസാനത്തെ പാഠമാകുമിത്'.[16] ഓരോ പുനർവായനയും പുനരാലേഖനമാക്കിയവരാണിവർ. മലയാളത്തിൽ എം.ടി. വാസുദേവൻ നായരും ഒ.വി. വിജയനും എൻ.എൻ. കക്കാടുമൊക്കെ

ഇത്തരത്തിൽ ഒരിക്കലെങ്കിലും പരിഷ്കരിച്ച പതിപ്പുപുറത്തിറക്കിയവരാണ്. കർതൃപാഠത്തിന്റെ പരിശുദ്ധിയന്വേഷിക്കുന്നതിനെക്കാൾ, ഓരോ വാക്കിന്റെയും തിരഞ്ഞെടുപ്പിലും മാറ്റിവെപ്പിലുമുൾച്ചേർന്ന നിലപാടുകൾ തേടുകയാവുമുചിതം. 'ഒരു വായനയ്ക്കുമേൽ മറ്റൊരു വായനയെ പ്രതിഷ്ഠിക്കലാണ്' (the Preference for one reading over another) പാഠവിമർശനത്തിന്റെ അടിസ്ഥാനമെങ്കിൽ[17] വിവിധ കർതൃപാഠങ്ങളിലൊന്നിനെ കൂടുതൽ ആധികാരികം (more authentic) എന്നു വിശേഷിപ്പിക്കേണ്ടിവരും. അത് അസംഗതമാവുകയും ചെയ്യും.

പാഠത്തിൽ നിന്ന് 'പ്രക്ഷിപ്ത'ങ്ങൾ തിരഞ്ഞുപിടിച്ച് ഒഴിവാക്കുന്ന 'പണ്ഡിതോചിത പ്രസാധന' (scholarly editing)ത്തിലും preferred reading തന്നെയാണ് സംഭവിക്കുന്നതെന്നു കാണാം. *കുമാരസംഭവ*ത്തിന് ഗദ്യപരിഭാഷ നിർവഹിക്കവേ പ്രക്ഷിപ്തമെന്നു സ്ഥാപിച്ച് കുട്ടികൃഷ്ണമാരാർ പതിനേഴ് ശ്ലോകങ്ങൾ മാറ്റി നിർത്തുന്നത് ഒരുദാഹരണം. അതിനുനിരത്തുന്ന കാരണങ്ങൾ രസാവഹമാണ്: ഇത് ബാലിശം, ഇത് സന്ദർഭത്തിനു നിരക്കുന്നില്ല, ഇത് വ്യാഖ്യാതാക്കളായ അരുണഗിരിനാഥനും മല്ലീനാഥനും വരെ ഒഴിവാക്കിയതാണ്. ഇത് ആവർത്തനമാണ് എന്നൊക്കെയാണ് മാരാർ ന്യായമായി നിരത്തുന്നത്. കർത്താവിന്റെ 'പിഴവുകൾ' തീർക്കുന്ന പ്രസാധനം തന്നെയിത്. എഡിറ്റർ മറ്റൊരു ഓതർ ആയിമാറുന്നു. പഴയ കൃതിക്ക് പുതിയപാഠം നൽകുന്നു; വിമർശക(വായനക്കാ)രായ വിവർത്തകർ.

അടയുന്ന പാഠം

നമുക്കും നമ്മുടെ പിതാമഹർക്കുമിടയിലെ ഏറ്റവും വലിയ പ്രതിബന്ധം 'റിട്ടറിക്' ആണെന്ന് സി.എസ്. ലെവിസ് ചൂണ്ടിക്കാട്ടിയിട്ടുണ്ട്.[18] പ്രഭാഷണകലയല്ല, ഗാനപാരമ്പര്യം തന്നെ. വാമൊഴിയുടെ അതിസമ്പന്നമായ പാരമ്പര്യത്തെ, ഗാനത്തിന് അവതരണവുമായുണ്ടായിരുന്ന ചാർച്ചയെ, ഗായകരുടെ ആത്മപങ്കാളിത്തത്തെ, സജീവതയെ എഴുത്തുവിദ്യ നശിപ്പിച്ചുകളഞ്ഞു. ശബ്ദം, പുസ്തകങ്ങളിലെ മരിച്ച അക്ഷരചിത്രങ്ങൾക്കു വഴിമാറി. 'മരണവാഹകരായ, മരിച്ച അക്ഷരങ്ങൾ.[19] പഴയ റിട്ടറിക്കൽ സംസാരമാണ് വാമൊഴിപാരമ്പര്യത്തെ ഹസ്തലിഖിത കാലഘട്ടത്തിലും അച്ചടി വന്നതിൽപ്പിന്നെ കുറേനാളുകൾ വരെയും സജീവമാക്കി നിർത്തിയത്.[20] ആലാപനമുൾപ്പെടെയുള്ള അവതരണ (performance)ങ്ങൾക്ക് 'റീഡർ റസ്പോൺസ്' നേരിട്ടനുഭവിക്കാമായിരുന്നു. പാഠം സംവാദരൂപത്തിൽ വികസിക്കുന്നതങ്ങനെയാണ്. മഹാഭാരതം സംവാദരൂപത്തിലാണ് വികസിക്കുന്നത്. വൈശമ്പായനാദികളുടെ ആഖ്യാനങ്ങളിലൂടെ, സഞ്ജയന്റെ കമന്ററിയിലൂടെ. ഗീതയും ഈ പൊതുസ്വഭാവത്തിൽ നിന്നുമുക്തമല്ല. ഏകപക്ഷീയമായ ഉപദേശമായല്ല സംവാദമായാണ് ഗീതോപദേശവും ഇതൾവിരിയുന്നത്. പാഠത്തിന്റെ (കൃതിയുടെ) അനന്തരവികാസം അടച്ചുകളയുന്നു അച്ചടിവിദ്യ. എഴുതിത്തുടങ്ങിയത് പെർഫോർമർമാരായിരുന്നു. ഓർത്തു പാടാനുള്ള ആയാസം ലഘൂകരിക്കാൻ അവതാരകർ കാവ്യങ്ങൾ

പകർത്തിവച്ചിരിക്കാം. ഇതിൽ ആത്മാംശം കലരുക സ്വാഭാവികം. വരമൊഴിയിൽ പകർത്താനാവാത്ത ആംഗ്യവിക്ഷേപങ്ങളും സന്ദർഭ(context)ങ്ങളും ഈണ(intonations)ങ്ങളും ആവാഹിക്കാൻ അവർ വഴികളന്വേഷിച്ചിരിക്കാം. ലഘുകളെ പാടി നീട്ടിയിട്ടുണ്ടാവാം. 'മുഖ്യം ഗാനരീതിതാൻ' എന്നവർ കരുതിയിരിക്കാം. ഏത് ഗ്രന്ഥിയും 'സ്വരം ചേർന്നാൽ തെളിഞ്ഞിടു'മെന്ന് ആ മധുരസ്വരക്കാർ വിശ്വസിച്ചിരിക്കാം. 'പാഠഭേദ'ങ്ങളെ പെർഫോർമൻസുമായി ബന്ധിപ്പിച്ചു പഠിക്കാൻ ശ്രമിക്കാവുന്നതാണ്; ചുരുങ്ങിയപക്ഷം 'പാട്ടു'കൃതികളെയെങ്കിലും.

താളിയോല/ഹസ്തലിഖിതപ്പകർപ്പുകളുടെ ജൈവാവസ്ഥ അച്ചടിപ്പകർപ്പിനില്ല. അണുകിട വ്യത്യാസമില്ലാത്ത യന്ത്രപ്പകർപ്പുകൾ ആധുനികതയുടെ നിറംപേറുന്നു. മാർജിനിൽ എഴുതാൻ പഴുതില്ലതിൽ. തിരുത്തലിനോ വ്യാഖ്യാനത്തിനോ പഴുതിടാത്ത അടഞ്ഞ വ്യവസ്ഥയാണത്. കർത്താവിന്റെ വാക്കുകൾ ഇവിടെ വേദവാക്യമാകുന്നു. (ഈ വ്യവസ്ഥ തുറക്കാൻ, വായനക്കാർക്ക് കമന്റുകളെഴുതേണ്ടിവരുന്നു!) ഹസ്തലിഖിതപ്പകർപ്പുകളിൽ കാണുന്ന, പകർപ്പുകാരുടെ വ്യഥകളെയും ആകുലതകളെയും വാമൊഴിക്കാലം തിരിച്ചുപിടിക്കാനും കൃതിയെ തുറന്നുവെക്കാനുമുള്ള വാഞ്ഛയായി കാണണം. എഴുത്തുവിദ്യയുടെ വ്യാപനത്തോടെ ഭാഷയിൽ രൂപപ്പെട്ട ലേഖനഭാഷാഭേദം[21] (grapholect) വാമൊഴിയുടെ വികാരശതകങ്ങളെ നിഷേധിച്ചു.

ഹൈപ്പർടെക്സ്റ്റ്

സാഹിത്യകൃതികളുമായി ചേർത്ത് ജെറാൾഡ് ജെനറ്റ് വിശദീകരിക്കുന്ന ഹൈപ്പർ ടെക്സ്ചാലിറ്റി എന്ന പരികല്പന, വേൾഡ് വൈഡ് വെബ്ബി (www)ന്റെ വ്യാപനത്തോടെ കൂടുതൽ സംഗതമായിരിക്കുകയാണ്. പാഠാന്തരത അതിന്റെ പാരമ്യത്തിൽ വിശദീകരിക്കാൻ വെബ് ലോകത്തിനുകഴിയുന്നു. വായനക്കാർക്ക് വിവരങ്ങൾ കൂട്ടിച്ചേർക്കാനും എഡിറ്റുചെയ്യാനും സാധിക്കുന്ന അസാമാന്യ വലിപ്പമുള്ള പാഠമായി ഇന്റർനെറ്റിലെ വിവരസഞ്ചയത്തെ കാണാം. വിവരങ്ങൾ ഹൈപ്പർലിങ്കുകളാൽ ബന്ധിതമാണ്. അപരിമേയമായത്ര നൂലുകൾ കൊണ്ടു തീർത്ത വലപോലെ. തന്റെ വഴി ഓരോ വായനക്കാരും നിശ്ചയിക്കുന്നു. ശാഖാചംക്രമണം അതിന്റെ ഉച്ചതയിലാണിവിടെ. പാഠങ്ങൾ പരസ്പരം കൊരുക്കപ്പെട്ടിരിക്കുന്നു. പരശ്ശതം പാഠഭേദങ്ങൾ. (ബാർത്തിന്റെ) 'ലെഫ്സിയ' (lexias or blocks of text)കളാലും ഇലക്ട്രോണിക് ലിങ്കുകളാലും നിർമിക്കപ്പെട്ട ഘടനയാണ് ഹൈപ്പർടെക്സ്റ്റിന്റേത്. ഓരോ പാഠവും പൂർണമോ സംവൃത(closed)മോ അല്ല. മറ്റു പാഠങ്ങളിലേക്കുള്ള വാതായന (windows)ങ്ങളാണവ. അന്വേഷണം ഒരിടത്തും അവസാനിക്കുന്നുമില്ല. (മഹാഭാരതത്തിന്റെ ഘടനയ്ക്ക് ഹൈപ്പർ ടെക്സ്റ്റിന്റെ സ്വഭാവമുണ്ട്.) വായനക്കാർക്ക് എഡിറ്റു ചെയ്യാവുന്ന 'വിക്കിപീഡിയ'പോലുള്ള വിജ്ഞാനകോശങ്ങൾ 'ഗ്രന്ഥകാര'ന്റെ പേര് വെളിപ്പെടുത്തുന്നില്ല; എഴുത്തുകാരനായ വായനക്കാരന്റെയും. പാഠത്തിന്റെ 'വസ്തുനിഷ്ഠത'യാണു മുഖ്യം. വെബ് പേജുകൾ പരതിച്ചെല്ലുന്നവരെ

ഓതർ-ഗോഡ് അലട്ടാറില്ല. കർത്താവിൽനിന്നു വിടുതി നേടിയ പാഠങ്ങളാണ് ഹൈപ്പർടെക്സ്റ്റിൽ.

കുറിപ്പുകൾ

1. Roland Barthes (1981) Theory of the text. As quoted in Graham Allen (2003). *Intertextuality*. London & New York: Routledge p.61-2
2. Graham Allen (2003), p.61 "A textual scholar is still considered to be some one concerned with manuscript studies, with assertaining a true text. The textual scholar searches for as complete a version as possible to the authers intended structure, individual sentences, paragraphing and soforth".
3. RL. Trask (2004) *Key Concepts in Language and Linguistics*. London and New York: Routledge. p.312.
4. Danial Chandler (2003). *Semiotics: The basics*. London and New York: Routledge, pp.244.5.
5. The theory of the text can coincide only with a practice of writing' Roland Barthes (1977). From work to text Image Music Text. Stphen Heath. London: Fontana p.164
6. എ.ഡി. ഹരിശർമ (1965) കുഞ്ഞിക്കുട്ടൻ തമ്പുരാന്റെ മഹാഭാരത പരിഭാഷയ്ക്കെഴുതിയ ആമുഖം. വാല്യം 1. കോട്ടയം: സാഹിത്യപ്രവർത്തക സഹകരണസംഘം. പു.48-51.
7. പി.എം.വിജയപ്പൻ (2007). 'പാഠഭേദവിചാരം'. *പാഠവും പഠനവും* (എഡി. പി.എം.വിജയപ്പൻ) കാലിക്കറ്റ് സർവകലാശാല, പു.129-30.
8. ടി.പു.131.
9. എ.ഡി. ഹരിശർമ (1985).
10. വി.കെ. നാരായണ ഭട്ടതിരി (1993). *വേദസന്ദേശം*. തൃശൂർ: കേരളസാഹിത്യ അക്കാദമി. പു.82. (1096 കന്നി, ഉണ്ണിനമ്പൂതിരിയിൽ പ്രസിദ്ധീകരിച്ച അർഥവിചാരത്തോടുകൂടാത്ത വേദാഭ്യാസം എന്ന ലേഖനം).
11. James Thorpe (1969) The Aesthetics of Textual Criticism. O.M Brack Warner Barnes (Eds.). *Bibliography and Textual Criticism.* Chicago and London: The University of Chicago Press. pp.102-138.
12. As quoted in James Thorpe (1969) p. 106.
13. Ibid p.107.
14. Ibid pp.124-5
15. Ibid p.127.
16. Ibid p.133.
17. Ibid p.102.
18. rhetoric is the greatest barrier between us and our ancestors' - C.S.Lewis in Oxford History of English Literature as quoted in Walter J Ong (2002) *Orality and Literary.* London and New York Routledge p.107.
19. Writing in Commonsense is the dead letter, it is the carrier of death (Derrida in *Of Grammatology*)
20. Walter J. Ong (1998). Before Textuality: Orality and Interpretation. Oral Tradition: online Journal.
21. 'Linguistics and Language Planning' (1966) എന്ന ലേഖനത്തിൽ Einar Hangen അവതരിപ്പിച്ച വാക്ക്.

(2007)

എസ്. കെ. കേട്ട ഭാഷകൾ

മറുനാട്ടിലായിരിക്കുമ്പോൾ സ്വഗൃഹാന്തരീക്ഷത്തിലെ സ്വസ്ഥത കിട്ടണമെന്നു വിചാരിക്കുന്നതിൽ കാര്യമില്ലെന്ന് ബർണാഡ്ഷാ ഒരിക്കൽ പറഞ്ഞിട്ടുണ്ട് (I dislike feeling at home when I am abroad). ചേരയെത്തിന്നുന്ന നാട്ടിൽ പോയാൽ നടുത്തുണ്ടം തിന്നണമെന്ന പഴയചൊല്ലിന്റെ പൊരുളും ഇതുതന്നെ. അന്യനാട്ടിന്റെ വിചിത്രരസങ്ങളിൽ അഭിരമിക്കാൻ പറ്റിയാലേ യാത്ര സഫലമാകൂ എന്നു ചുരുക്കം. മറുനാടിന്റെ വിദേശതയാണ് സ്വദേശതയല്ല, ആസ്വദിക്കേണ്ടത്. എസ് കെ പൊറ്റെക്കാടെന്ന മഹായാത്രികന്റെ യാത്രകളെല്ലാം ഇത്തരത്തിലായിരുന്നു. ലോകത്ത് ഇത്രയും വിദൂരസ്ഥങ്ങളായ നാടുകളുണ്ടോ എന്നു തോന്നുന്നതരം ഇടങ്ങളിലേക്കുള്ള യാത്രകൾ. 'എത്രയോ നല്ല നല്ല രാജ്യങ്ങൾ കാണാനുള്ളപ്പോൾ നിങ്ങളല്ലാതെ ഇരുണ്ട ആഫ്രിക്ക കാണാൻ പോകുമോ' എന്ന് കുട്ടികൃഷ്ണമാരാരെപ്പോലൊരു സഹൃദയനെക്കൊണ്ടുപോലും ചോദിപ്പിക്കുന്നതരം യാത്രകൾ. 'പച്ചമനുഷ്യനെ കാണാൻ' എന്ന മറുപടി ചിലപ്പോൾ മാരാരെപ്പോലെ നമുക്കും ദഹിക്കണമെന്നില്ല. കാപ്പിരികളുടെ നാട്ടിലെ അപരിചിതമായ ഇടങ്ങളിൽ അവിടത്തുകാരനായി കഷ്ടപ്പെട്ടുകഴിഞ്ഞ് ഒടുവിൽ ഏതെങ്കിലുമൊരു പെരുവഴിയിൽവച്ച് യാദൃച്ഛികമായി ഒരു നാട്ടുകാരനെയോ നാട്ടുകാരിയെയോ കണ്ട്, മലയാളം കേട്ട്, അവരുടെ വീട്ടിൽപ്പോയി ചോറുണ്ണുന്നതാണ് സുഖം. തുടർയാത്ര വീണ്ടും അപരിചിതങ്ങളിലേക്ക്.

1947-തൊട്ട് 1977-വരെനീളുന്ന മുപ്പതാണ്ടുകളിലായി പുറത്തുവന്ന പതിനേഴ് യാത്രാവിവരണകൃതികളാണ് എസ് കെയുടേതായുള്ളത്. (ഹ്രസ്വയാത്രാധ്യയറിക്കുറിപ്പുകൾ ഇതിനുപുറമേയുണ്ട്.) അമ്പതുകളിലാണ് ഇതിൽ പതിനൊന്നും പുറത്തുവന്നത് എന്നോർക്കുക. യാത്രകളിൽ നല്ലൊരുപങ്കും അരനൂറ്റാണ്ടിലേറെക്കാലം മുമ്പായിരുന്നുവെന്നു ചുരുക്കം. പുറംനാടുകളെപ്പറ്റി കാര്യമായൊന്നുമറിയാൻ ജനസാമാന്യത്തിന് വഴികളൊന്നുമില്ലാതിരുന്ന കാലമായിരുന്നു അത്. മലയാളത്തിൽ അത്തരം റഫറൻസ് പുസ്തകങ്ങളില്ല; സഞ്ചാരം പോലുള്ള പരിപാടികളുമായി ടെലിവിഷൻ വരാനിരിക്കുന്നതേയുള്ളൂ; സിഡിറോമുകളോ വിക്കിപ്പീഡിയയോ സ്വപ്നത്തിൽപോലുമില്ല. ഇന്നത്തെ ദൃഷ്ടിയിൽ അത്ര അപരിഷ്കതമായ കാലത്താണ് കപ്പൽ കയറി എസ് കെ നാടുചുറ്റുകയും കണ്ടനാടുകളിലെ വിചിത്രമായ കാഴ്ചകളെപ്പറ്റി അതിരസകരമായി എഴുതുകയും ചെയ്തത്. നാടുകളുടെ അടിസ്ഥാന സ്ഥിതിവിവരക്കണക്കുകളും നാട്ടുകാരുടെ വേഷം, ഭാഷ, ഭക്ഷണം,

ആചാരാനുഷ്ഠാനങ്ങൾ, സാഹിത്യം തുടങ്ങിയ സംസ്കാരവിശേഷ ങ്ങളുമൊക്കെ വിശദമായി വരച്ചിട്ടതിനുപിന്നിൽ മലയാളത്തിന്റെ വൈജ്ഞാനികദാരിദ്ര്യം തീർക്കുകയെന്ന അബോധപൂർവമായ ഉപല ക്ഷ്യംകൂടിയുണ്ടായിരുന്നു. വൈയക്തികാനുഭവങ്ങൾക്ക് അമിതമായ ഊന്നൽ നൽകാൻ പലപ്പൊഴും അദ്ദേഹം ശ്രദ്ധിച്ചിരുന്നില്ല. ഇന്ന് ഒരു പക്ഷേ ഇമ്മട്ടിലായിരിക്കില്ല എസ് കെ എഴുതുക. ലോകകാര്യമറിയു ന്ന- ഇൻഫോമ്ഡ് ആയ- അനുവാചകരോട് സംസാരിക്കുക മറ്റൊരു വിധമാകാതെ തരമില്ലല്ലോ.

അന്യനാടുകളെക്കുറിച്ചു പറയുമ്പോൾ അതിൽ വിദേശത- ഫോ റിൻനെസ്- വളരെ പ്രധാനമാണെന്ന് എസ് കെ വിചാരിക്കുന്നു. വിവർത്തനവിചാരങ്ങളിൽ പിൽക്കാലത്ത് ഇത് കാര്യമായി ചർച്ച ചെയ്യപ്പെട്ടിട്ടുണ്ട്. അന്യനാടുകൾക്ക് നമ്മുടേതുമായുള്ള സമാനതകൾ വിവരിക്കുന്നതുപോലെ, ഒരുപക്ഷേ അതിലധികം, പ്രധാനമാണ് വ്യത്യ സ്തതകൾ വിവരിക്കൽ. ഒരുതരം അപരിചിതവൽക്കരണം തന്നെയിത്. അതിനായി എസ്കെ ഉപയോഗിക്കുന്ന രചനാതന്ത്രങ്ങൾ പലതാണ്. അവിടത്തെ പദങ്ങൾ ആദ്യം വിവർത്തനസഹിതവും പിന്നീട് സ്വത ന്ത്രമായും ധാരാളമായി ഉപയോഗിക്കുക, നമുക്കുകൂടി അറിയാവുന്ന വസ്തുവാണെങ്കിലും അതിനെ അന്നാട്ടിലെ പേർചൊല്ലി വിളിക്കു ക തുടങ്ങിയ എഴുത്തുശൈലികളാണ് ഇതിൽ പ്രധാനം. ഇവിടെ മു ഖ്യമായും ഭാഷയാണ് വിദേശത ഉണ്ടാക്കുന്നത്. നമ്മുടെ ഭാഷയുമാ യുള്ള സാജാത്യവൈജാത്യങ്ങൾ വിവരിക്കാനും എസ്കെ അവസരം തേടുന്നതുകാണാം. വിദേശനാടുകളുടെ സംസ്കാരവിശേഷങ്ങൾ പങ്കുവെക്കുന്നകൂട്ടത്തിൽ ചിലപ്പോഴെങ്കിലും എസ് കെ അവിടത്തെ ഭാഷയെപ്പറ്റി വിസ്തരിച്ചെഴുതിയിട്ടുണ്ട്. തികച്ചും അപരിചിതമായ ഭാഷകളെ മാത്രമേ ഇങ്ങനെ വിശദീകരിക്കേണ്ടതുള്ളൂ എന്നതിനാ ലാവാം ഇംഗ്ലീഷോ റഷ്യനോ ഒന്നും ഇങ്ങനെ വിവരിക്കപ്പെട്ടിട്ടില്ല. അതിന്റെ ആവശ്യവുമില്ലല്ലോ.

കഷ്മീരിയും ഇൻഡോനേഷ്യനും

1947-ൽ പുറത്തുവന്ന *കാഷ്മീർ* എന്ന ആദ്യയാത്രാവിവരണ ത്തിൽത്തന്നെ ഭാഷയെപ്പറ്റി എസ് കെ ചിലതുപറയുന്നുണ്ട്. 'കൈത്ത്യൂ പേട്ട് ച്ഛൂഊക്ക് ഇവാൻ' എന്നുവച്ചാൽ കാഷ്മീരിയിൽ 'നിങ്ങൾ എവി ടെനിന്നു വരുന്നു' എന്നാണർഥം എന്നുപറഞ്ഞ് അദ്ദേഹം കാഷ്മീ രിയെപ്പറ്റി ചില നിരീക്ഷണങ്ങൾ നടത്തുന്നത് നോക്കുക: റഷ്യൻ ഭാഷ യോട് ഉച്ചാരണസാമ്യമുള്ളതാണ് കാഷ്മീരി. മറ്റിന്ത്യൻ ഭാഷകളെ അപേക്ഷിച്ച് ക്ലിഷ്ടമാണ് ഇത്. വായിൽ ഐസുകഷ്ണങ്ങളിട്ട് സംസാ രിക്കുന്നതുപോലെ തോന്നും കാഷ്മീരി കേട്ടാൽ. സംസ്കൃത പദങ്ങൾ ഉടച്ചുചേർത്ത ഒരു ഭാഷയാണിത്.

ഈ ചെറുവാക്യങ്ങളിൽ കാഷ്മീരിയുടെ മിക്ക സവിശേഷതക ളെയും അദ്ദേഹം വിവരിക്കുന്നുണ്ട് എന്നത് അത്ഭുതകരമാണ്. മറ്റി ന്ത്യൻഭാഷകളിൽ നിന്ന് കാര്യമായി വ്യത്യാസമുള്ള ഭാഷയാണ് ഇത്. ഇൻഡോ-ആര്യൻ കുടുംബത്തിലാണെങ്കിലും അതിലെ ദാർദിക് വിഭാ

ഗത്തിലാണ് കാഷ്മീരി പെടുക. പാകിസ്ഥാനിലും അഫ്ഗാനിസ്ഥാനിലും മറ്റുമാണ് ഈ വിഭാഗത്തിലെ മറ്റു ഭാഷകൾ സംസാരിക്കുന്നത്. ധാരാളം അറബിക്, പേർഷ്യൻ വാക്കുകൾ കടംകൊണ്ടിട്ടുള്ള കാഷ്മീരിയിൽ സംസ്കൃതപദങ്ങളും ഏറെയുണ്ട്. എന്നാൽ ഹിന്ദിയിലോ മലയാളത്തിലോ ഉള്ളതുപോലെയല്ല ഈ കടമെടുപ്പ്. കാഷ്മീരിലെ മുസ്ലീംകളും ഹിന്ദുക്കളും വ്യത്യസ്തമായാണ് പലപ്പോഴും കടംകൊണ്ട വാക്കുകൾ ഉപയോഗിക്കുക. ഹിന്ദുക്കൾ സംസ്കൃത തത്ഭവം ഉപയോഗിക്കുമ്പോൾ മുസ്ലീംകൾ അറബി-പേർഷ്യൻ വാക്കുകൾ പ്രയോഗിക്കും. വിഭക്തി നാലെണ്ണമേ ഉള്ളൂ. വാക്യഘടനക്കാര്യത്തിലാണ് വലിയ സവിശേഷത. ജർമാനിക് ഭാഷകളുടെ വി-ടു (V-2, Verb-second) പദക്രമമാണ് കാഷ്മീരിക്ക്. ക്രിയ രണ്ടാമതെന്നർഥം. ഇംഗ്ലീഷിലെ എസ് വി ഒ (നാമം-ക്രിയ-കർമം) പാറ്റേണിനോട് സാമ്യമുണ്ടതിന്. ക്രിയയെ രണ്ടാമതുനിർത്തി ആദ്യം ഏതു വ്യാകരണവർഗവും വരാമെന്ന അയഞ്ഞരീതിയാണ് വി-ടു പദക്രമത്തിൽ. ഇത് മറ്റ് ഇന്ത്യൻഭാഷകൾക്ക് സ്വീകാര്യമല്ല. ഒരു ലളിതവാക്യം നൽകി എസ് കെ ഭാഷയെപ്പറ്റി പറഞ്ഞുതുടങ്ങിയത് അതിന്റെ മർമത്തിൽത്തന്നെ തൊട്ടുകൊണ്ടായിരുന്നുവെന്നർഥം.

ഇൻഡോനേഷ്യൻ ഡയറിയിൽ(1955) അവിടേക്കുള്ള യാത്രാമധ്യേ കപ്പലിൽവച്ച് തുഖീമാൻ എന്ന പോലീസുകാരൻ അങ്ങോട്ടാവശ്യപ്പെടാതെതന്നെ, ഒരു സാമൂഹികസേവനം എന്ന നിലയിൽ എസ്കെയെ ഇൻഡോനേഷ്യൻ 'ഭാസ' പഠിപ്പിക്കാൻ ശ്രമിക്കുന്നകാര്യം വിവരിച്ചിട്ടുണ്ട്. കപ്പലിനെ ചൂണ്ടി ലാഊത്ത് എന്ന് പറയും. അത് ഉറക്കെ ഏറ്റുപറഞ്ഞാൽ അങ്ങേർക്ക് സന്തോഷമായി. 'തനി മോണ്ടിസോറിമട്ടിൽ' എന്നാണ് എസ് കെ ഈ പഠനത്തെപ്പറ്റി എഴുതുന്നത്. ആകാശത്തേക്കു നോക്കി ബിന്ദാംഗ് എന്നു പറഞ്ഞാൽ നക്ഷത്രത്തെയാണ് ഉദ്ദേശിക്കുന്നത്. പലതും മലയൻ വാക്കുകളാണെന്ന് എസ് കെ എളുപ്പം തിരിച്ചറിയുന്നുണ്ട്. അവരുടെ മൊത്തം പദസമ്പത്തിൽ പകുതിയും മലയൻ വാക്കുകളാണ്. പലതും ചെറിയ ഉച്ചാരണഭേദമുണ്ടെങ്കിൽപ്പോലും നമുക്കുകൂടി കേട്ടാൽ മനസ്സിലാവും. കപ്പൽ(കപ്പൽ), പിഞ്ഞാൺ(പിഞ്ഞാണം), ബസി(വസി), ജന്നേല(ജനൽ), കൊളം(കുളം), ഗുന്നു(കുന്ന്), പേട്ടി(പെട്ടി), ലെമാരി(അലമാര) തുടങ്ങിയവ ഉദാഹരണം. പലതും നമ്മളിരുവരും ഒരേ സ്ഥലത്തുനിന്ന് കടംമേടിച്ചതാവാം. നമ്മുടെ ചിലവാക്കുകൾ അവർക്കും, ചിലത് തിരിച്ചും, കിട്ടിക്കാണാം.

ഭാഷയും അധികാരവും

1958-ൽ പുറത്തുവന്ന *ബാലിദ്വീപ്* എന്ന പ്രശസ്ത സഞ്ചാരകൃതിയിൽ അവിടത്തെ ഭാഷകളെപ്പറ്റി തികച്ചും ശാസ്ത്രീയമായി എസ് കെ വിവരിച്ചിട്ടുണ്ട്. 'ബാലിയിൽ ബാലിഭാഷകളായിത്തന്നെ കണക്കാക്കപ്പെടുന്ന മൂന്നു ഭാഷകളുണ്ട്' എന്നു തുടങ്ങുന്ന, 'മൂന്നുഭാഷകളും നാലു വർണങ്ങളും' എന്ന അധ്യായം ഭാഷയും അധികാരവും സംബന്ധിച്ച സാമൂഹികഭാഷാശാസ്ത്രകാഴ്ചപ്പാടാണ് അവതരിപ്പിക്കുന്നത്. അധികാരത്തെ ഭാഷയുമായി ബന്ധിപ്പിച്ചുള്ള ചർച്ചകൾ മലയാളത്തിൽ

അതുവരെ കാര്യമായൊന്നും ഉണ്ടായിരുന്നില്ലെന്നുമാത്രമല്ല 1990-കളോടെ മാത്രമാണ് അത്തരം പഠനങ്ങൾ വരുന്നത് എന്നും ഓർക്കണം.

ഉച്ചഭാഷ, നീചഭാഷ, ശുദ്ധഭാഷ അഥവാ മിതഭാഷ എന്നിങ്ങനെയാണ് അവിടത്തെ തരംതിരിവ്. ഈ മൂന്നിലും നല്ല ഗ്രാഹ്യമില്ലാതെ ഒരാൾക്ക് സാമൂഹിക ജീവിതം അസാധ്യമാണ് എന്നും എസ് കെ പറയുന്നു. ഇവ മൂന്നും ബാലിഭാഷയുടെ ഭാഷാഭേദങ്ങളല്ല, തികച്ചും വ്യത്യസ്തമായതും പരസ്പരം പൊരുത്തമില്ലാത്തതുമായ ഭാഷകൾ തന്നെയാണ് എന്നദ്ദേഹം നിരീക്ഷിക്കുന്നു. 'ഇവ മൂന്നിലെയും ധാതുക്കളും വാക്കുകളും വാക്യഘടനയും വ്യാകരണവും ഉച്ചാരണസമ്പ്രദായവും എല്ലാം വ്യത്യസ്തമാണ്'-അദ്ദേഹം എഴുതുന്നു. ഭാഷയെപ്പറ്റി പറയുമ്പോൾ സാധാരണയായി പദങ്ങളെപ്പറ്റിമാത്രം പറഞ്ഞാൽ മതിയാവും എന്നു വിചാരിച്ചുപോന്ന കാലത്താണ് ധാതു, വാക്യഘടന, വ്യാകരണം, ഉച്ചാരണം തുടങ്ങിയവയെ എസ്കെയെപ്പോലൊരു സാധാരണക്കാരൻ- വൈയാകരണനല്ലെന്ന് വിവക്ഷിതം- ചർച്ചക്കെടുക്കുന്നത്.

ബാലിയിലെ പണ്ഡിതന്മാർക്കും പുരോഹിതർക്കും 'കാവി' എന്ന പഴയ സാഹിത്യഭാഷകൂടി അറിഞ്ഞിരിക്കണമത്രേ. കാവിയിലെ പദങ്ങളിൽ എൺപതു ശതമാനവും സംസ്കൃതമാണ് എന്നും അദ്ദേഹം സൂചിപ്പിക്കുന്നു. രാഷ്ട്രഭാഷയായ ഇൻഡോനേഷ്യൻ മലായിയും അറിഞ്ഞേപറ്റൂ. അക്കാലത്ത് ലന്തക്കാരുടെ ഭരണത്തിന്റെ ആലസ്യം മാറിക്കഴിഞ്ഞിട്ടില്ലാത്തതിനാൽ ഡച്ചും വേണ്ടിവരും. ഇംഗ്ലീഷുകൂടിയറിയാമെങ്കിൽ നന്ന്. അങ്ങനെ ഏഴുഭാഷകൾ അറിഞ്ഞിരുന്നാലേ അവിടെ വിദ്വജ്ജനങ്ങളെപ്പോലെ നന്നായി ജീവിക്കാൻ പറ്റൂ എന്നുമദ്ദേഹം സൂചിപ്പിക്കുന്നുണ്ട്.

നമ്പൂതിരിഭാഷ ഉച്ചം, കീഴാളഭാഷ നീചം എന്ന സാമാന്യശ്രേണീനിയമത്തിൽനിന്ന് വ്യത്യസ്തമാണ് ഇവിടത്തെ ഉച്ചനീചത്വങ്ങൾ. 'ഉച്ചഭാഷ എന്നു കേൾക്കുമ്പോൾ പണ്ഡിതരോ അഭിജാതരോ സംസാരിക്കുന്ന ഭാഷ എന്നല്ലേ നാം ധരിക്കുക. എന്നാൽ ഇവിടെ കഥ മറിച്ചാണ്. താഴ്ന്നജാതിക്കാർ ഉയർന്നജാതിക്കാരോട് സംസാരിക്കുമ്പോൾ ഉപയോഗിക്കുന്ന പ്രത്യേക ഭാഷയാണ് ഉച്ചഭാഷ. ഉയർന്ന ജാതിക്കാർ കീഴ്ജാതിക്കാരോട് സംസാരിക്കുന്നത് നീചഭാഷയിലാണ്. വീട്ടിലും ചന്തയിലും സമന്മാർതമ്മിലും സംസാരിക്കുമ്പോൾ ശുദ്ധഭാഷ അഥവാ മിതഭാഷ ഉപയോഗപ്പെടുത്തുന്നു. പറയുന്ന ആളുടെയും ഉദ്ദിഷ്ടവ്യക്തിയുടെയും ജാതിക്രമമനുസരിച്ചായിരിക്കും ഓരോ സന്ദർഭത്തിലും സ്വീകരിക്കപ്പെടുന്ന ഭാഷകളുടെ ഉച്ചനീചത്വങ്ങൾ.' ഉച്ചനീചത്വങ്ങളെപ്പറ്റി കൃത്യമായ വിവരം നൽകിയിരിക്കുന്നു അദ്ദേഹം.

കൂടുതൽ വ്യക്തതയ്ക്കായി എസ്കെ നൽകുന്ന സാങ്കല്പിക ഉദാഹരണം നോക്കുക:

'ഒരു ബ്രാഹ്മണനോ ഒരു തമ്പുരാനോ ഒരു ശൂദ്രനെ വഴിക്കു കണ്ടുമുട്ടുമ്പോൾ അവർ തമ്മിൽ നടക്കുന്ന സംഭാഷണം ഏതാണ്ട് ഇങ്ങനെയായിരിക്കും:

ബ്രാഹ്മണപുരോഹിതൻ ഇഡാബാഗുസും കൃഷിക്കാരൻ റപ്പൂങ്ങും.

ഇഡാബാഗൂസ്: റപ്പൂങ്, നിന്റെ കെട്ട്യോള് പെറ്റോ?
റപ്പൂങ്: സഹധർമിണി സൂതിഗൃഹവിമുക്തയായി, ദ്വാദശി നാളിൽ
ഇഡാബാഗൂസ്: ക്ടാങ്ങക്ക് ദെണ്ണോം വേദനേം ന്നൂല്യല്ലോ?
റപ്പൂങ്: സന്താനങ്ങൾ സുഖേന വർത്തിക്കുന്നു.
ഇഡാബാഗൂസ്: മഴയങ്ങനെ കൊണ്ടുപിടിക്കുന്ന മട്ടാണല്ലോ കാണുന്നത്, റപ്പൂങ്?
റപ്പൂങ്: ഹാ, ഘോരമാരിപ്രവാഹം തന്നെ.

മനയ്ക്കലെ നാരായണൻ നമ്പൂതിരി, പുലയൻ ചാത്തനോട്, 'എടോ നെന്റെ ചെറുമി പെറ്റോ' എന്നു ചോദിക്കുമ്പോൾ, ചാത്തൻ, 'എന്റെ സഹധർമിണി സുഖപ്രസവത്താൽ അനുഗൃഹീതയായി' എന്നോ, 'വൈഫിന്റെ ഡെലിവറി കഴിഞ്ഞു' എന്നോ ഉത്തരം പറയുന്നതിനു തുല്യമാണിത്.'

ബാലി കീഴ്പ്പെടുത്തിയ ഹൈന്ദവ ജാവാപ്രഭുക്കളാണ് ഈ ഉച്ചഭാഷാ നിയമം നടപ്പാക്കിയതത്രേ. തങ്ങളുടെ ഉയർന്നഭാഷ നാട്ടുകാരെ പഠിപ്പിക്കാനുള്ള ഉപായമായിരുന്നത്രേ അത്. അവർ നാട്ടുകാരോട് നാട്ടുഭാഷ പഠിച്ച് ആ ഭാഷയിൽ സംസാരിക്കും. ഉയർന്നഭാഷ അടിച്ചേൽപ്പിക്കുന്ന അധികാരതന്ത്രമാണിത്. കോളനിനാടുകളിൽ ഇംഗ്ലീഷ് സാർവത്രികമായതും ഇത്തരം പ്രയോഗങ്ങളിലൂടെത്തന്നെ. നമ്മുടെ വള്ളുവനാടൻ വരേണ്യമലയാളം ഇന്ന് സിനിമാസീരിയലാദി മാധ്യമ പ്രയോഗത്തിലൂടെ നടപ്പാക്കപ്പെടുന്നതുമായി ഇതിനെ താരതമ്യം ചെയ്യാമെന്നു തോന്നുന്നു.

രണ്ട് അപരിചിതർ കണ്ടുമുട്ടിയാൽ സംഭാഷണം തുടങ്ങുന്നത് ശുദ്ധഭാഷയിലാവും. പതുക്കെ ജാതി ചോദിച്ചറിഞ്ഞ് നാടകീയമായി സംഭാഷണഭാഷ അതിനനുസരിച്ച് മാറും. ഓരോജാതിക്കാരും മറ്റുജാതിക്കാരോട് പറയുന്ന, പറയേണ്ട വാക്കുകൾ- പര്യായങ്ങൾ- എസ്കെ ഉദാഹരിക്കുന്നുണ്ട്. ഉച്ചഭാഷ അലങ്കാരമയവും നീചഭാഷ പുലയരുടേതുപോലെ കുറുകിയതുമാണെന്ന് അദ്ദേഹം നിരീക്ഷിക്കുന്നു. ജാതിശ്രേണിക്കനുസരിച്ചുള്ള ഭാഷാവ്യവസ്ഥ 'പാണ്ടേ' എന്ന പെരുങ്കൊല്ലന്മാർക്കുമാത്രം ബാധകമല്ല! ഇരുമ്പും തീയും ആയുധങ്ങളും അഭിചാരമന്ത്രവാദങ്ങളും കൈകാര്യം ചെയ്യുന്ന പാണ്ടേകളെ ബ്രാഹ്മണർക്കുപോലും പേടിയാണത്രേ. ആയുധം കയ്യിലുള്ള പാണ്ടേക്ക് ബ്രാഹ്മണനോട് നീചഭാഷയിൽ സംസാരിക്കാം. മറുപടി ഉച്ചഭാഷയിൽ വേണം. അധികാരത്തിന്റെ പ്രത്യക്ഷരൂപമായ ആയുധവും കയ്യൂക്കും ജാതിയെപ്പോലും വരുതിയിൽനിറുത്തുന്നുവെന്നത് ശ്രദ്ധേയമാണ്. അധികാരത്തിൽ പങ്കുപറ്റലാണ് ജാതീയമായ ഉച്ചനീചത്വങ്ങളെ മറികടക്കാൻ ഏറ്റവുമാവശ്യം എന്ന രാഷ്ട്രീയപാഠം ബാലിയിലെ പാണ്ടേക്കാർ പണ്ടേ നമ്മെ പഠിപ്പിച്ചിട്ടുണ്ട്.

അതിഥികൾ വീട്ടിൽ വരുമ്പോൾ അവരെ സ്വാഗതംചെയ്യാനും അവരോടുയാത്രപറയാനും ബാലിഭാഷയിൽ പ്രത്യേകം വാക്കുകളില്ല എന്നു നിരീക്ഷിക്കുന്ന എസ്കെ 'നമ്മുടെ മലയാളഭാഷയിലും ഇല്ലല്ലോ അങ്ങനത്തെ ഒറ്റവാക്കുകൾ' എന്ന വളരെ കൗതുകകരമായ ആശയം മുന്നോ

ട്ടുവെക്കുന്നുണ്ട്. ഉപചാരപദങ്ങളോട് വെറുപ്പാണ് നമുക്ക്. നമസ്കാരം, നമസ്തേ പോലുള്ള സംസ്കൃതമോ ഹലോ, ബൈ, ഗുഡ്മോണിങ് പോലുള്ള ഇംഗ്ലീഷോ വച്ചാണ് നാം ഔപചാരികത കാട്ടുക. നമ്മുടെ തനത് രീതികൾ ചിരിയോ പലതരം ആംഗ്യങ്ങളോ തലേക്കെട്ടഴിക്കലോ മുണ്ടിന്റെ മടക്കിക്കുത്തഴിക്കലോ കുനിയലോ എഴുന്നേൽക്കലോ ഒക്കെയാണ്. ഉപചാരവാക്കുകൾ നമുക്കില്ലതന്നെ. തൊട്ടുകൂടാത്തവരും തീണ്ടിക്കൂടാത്തവരും ദൃഷ്ടിയിൽപ്പെട്ടാലും ദോഷമുള്ളോരും അവരുടെ നിൽപിന്റെ വിധംകൊണ്ടുതന്നെ ഉപചാരം കാട്ടുകയെന്നതായിരുന്നല്ലോ നമ്മുടെ രീതി. അതും ഈ അഭാവത്തിന് കാരണമാണെന്നുവരാം. ഈ സാമൂഹിക സവിശേഷത ഒരുപക്ഷേ ആദ്യമായി വിവരിക്കുന്നത് എസ് കെ യാണ്. ബാലിയിൽ അതിഥി വീട്ടിൽവരുമ്പോഴും പോകുമ്പോഴുമൊക്കെ നടക്കുന്ന അനൗപചാരിക വാക്യങ്ങൾ തർജമയോടെ എസ് കെ വിവരിക്കുന്നുണ്ട്. പോകാൻനേരം രാത്രിയിൽ യാത്രയില്ല, അപ്പോ ശരി, നാളെക്കാണാം എന്നൊക്കെ പറഞ്ഞൊപ്പിക്കുന്ന നമ്മുടെ സമകാലരീതിയോട് പൊരുത്തമുണ്ടിതിന്. യാത്രയാവുമ്പോൾ ഇതിനെക്കാളൊക്കെ നമുക്ക് പഥ്യം എങ്ങുംതൊടാത്തൊരു ചിരിയാണ്. മറ്റതെല്ലാം ഔപചാരികമായി നമ്മൾ കാണുന്നു. ബാലിയിൽ അതിഥി പോകാൻ നേരം വീട്ടുകാരൻ ഗുഡ്ബൈ പറയുകയല്ല, വന്നയാൾ 'ക്ഷമിക്കണം' എന്നുപറഞ്ഞ് എഴുന്നേൽക്കുകയാണത്രേ ചെയ്യുക.

മറ്റെയാൾ പറയുന്നത് നാം ശ്രദ്ധാപൂർവം കേൾക്കുന്നുണ്ടെന്നു കൂടെക്കൂടെ വക്താവിനെ അറിയിക്കുന്ന മര്യാദവാക്കാണത്രേ 'ഇംഗേ'. നമ്മുടെ 'അതേ' എന്നതിന് തുല്യമാണിത്. മലയാളത്തിൽ ഈയാവശ്യത്തിന് ഉപയോഗിക്കുന്ന വാക്കുകൾ പലതാണ്. വ്യക്തിഭാഷയുടെ തനിമ കൂടിയാണത്. അതെയതെ, ശരി, ആണോ, ഉവ്വ് തുടങ്ങിയ വാക്കുകളും ചില മൂളലും മുറുക്കലും തലയാട്ടലും നിരർഥകശബ്ദങ്ങളുമൊക്കെയാണ് നാം ഉപയോഗിക്കുക. വാക്കിനെക്കാൾ മറ്റുരീതികളാവും നമുക്കിഷ്ടം. ഈ മര്യാദപ്രകടനത്തിലും ഒരു ഔപചാരികതയുണ്ടെന്നതുതന്നെ കാരണം.

ബാലിയിൽ നീണ്ട ഭാഷണങ്ങളോടാണ് എല്ലാവർക്കും താല്പര്യം. ചോദ്യത്തിന് 'ഉവ്വ്' എന്നമട്ടിൽ ഒറ്റവാക്കിലുള്ള മറുപടി മര്യാദകേടാണ്. 'ഉവ്വ്, ഞാനവിടെ പോയിരുന്നു' എന്ന് പരീക്ഷയ്ക്കെഴുതും പോലെ ഉത്തരം പറയണം. ഒറ്റ വാക്കുകൾ സത്യത്തിൽ വാക്യങ്ങളുടെ ഫലം ചെയ്യുന്നുണ്ടെങ്കിലും അവർക്കത് വാക്യമായി വിസ്തരിച്ചാലേ തൃപ്തിയാവൂ എന്നർഥം. 'എന്താണവിടെ ഒരു ശബ്ദം കേൾക്കുന്നത്' എന്ന ചോദ്യത്തിന് 'പൂച്ച' എന്ന മറുപടികൊണ്ട്, ലുപ്തവാക്യംകൊണ്ട്, നമ്മൾ തൃപ്തരാകുമെങ്കിലും അവർക്ക് 'ഒരു പൂച്ചയാണ് അവിടെ ശബ്ദമുണ്ടാക്കുന്നത്' എന്ന വിസ്താരം തന്നെ വേണം.

ഭാഷകളുടെ താരതമ്യത്തിൽ സൂക്ഷ്മമായ പലകാര്യങ്ങളും എസ് കെ കണക്കിലെടുക്കുന്നു എന്നതിന് തെളിവാണ് ബാലിഭാഷയെപ്പറ്റിയുള്ള അദ്ദേഹത്തിന്റെ നിരീക്ഷണങ്ങൾ. ഭാഷാശാസ്ത്രമെന്ന പഠനമേഖല നമ്മുടെ നാട്ടിൽ വികസിച്ചിട്ടില്ലാതിരുന്ന കാലത്താണ് ഈ

നിരീക്ഷണങ്ങൾ വരുന്നത് എന്നത് ശ്രദ്ധേയമാണ്. എസ്കെ ഇതെഴുതിയകാലത്തുള്ള ഭാഷാപഠനം പൊതുവിൽ വ്യാകരണപരമായ ശരിതെറ്റുകളിലും പ്രയോഗശുദ്ധിയിലും മറ്റും മാത്രമേ വ്യാപരിച്ചിരുന്നുള്ളൂ. എൽ വി രാമസ്വാമി അയ്യരെപ്പോലുള്ളവരും സാമൂഹികഭാഷാപഠന മേഖലയിൽ കാര്യമായി എഴുതിയിരുന്നുമില്ല. പലനാടുകളിലും ചെന്ന് നേരിട്ട് ഭാഷകൾ കേൾക്കുകയും പ്രയോഗിക്കാൻ ശ്രമിക്കുകയും ചെയ്ത ഒരാളുടെ സ്വാഭാവികമായ തുറവിയായി എസ് കെയുടെ നിരീക്ഷണങ്ങളെ കാണാം. ഭാഷാപണ്ഡിതനായിരുന്നില്ലല്ലോ എസ് കെ. മലയാളത്തിന്റെയും സംസ്കൃതത്തിന്റെയും ഇംഗ്ലീഷിന്റെയും മാത്രം ഔപചാരിക പഠനം സിദ്ധിച്ച വൈയാകരണന്മാർക്ക് കാണാനാവാതിരുന്ന സവിശേഷതകൾ എസ്കെയ്ക്ക് കാണാൻ സാധിച്ചുവെന്നത് അന്യഭാഷാ സമ്പർക്കങ്ങളുടെ ഗുണഫലമായി കാണാം.

സ്വഹിലി

'കെനിയ, ടാങ്കനിക്ക, ഉഗന്ത, സാൻസിബാർ, ബൽജിയൻ കോംഗോവിന്റെ കിഴക്കേ അതിർത്തി എന്നിങ്ങനെ ആഫ്രിക്കയിൽ വലിയൊരു വിഭാഗത്തിലടങ്ങിയ നാടുകളിലെ പൊതുഭാഷയാണ് സ്വഹിലി. ഗവൺമെന്റ് ആംഗീകരിച്ച നാട്ടുഭാഷയും അതുതന്നെയാണ്' എന്ന ആമുഖത്തോടെ സ്വഹിലി ഭാഷയെപ്പറ്റി എസ് കെ ഒരധ്യായംതന്നെ എഴുതിയിട്ടുണ്ട്, 1951 ൽ പുറത്തുവന്ന *കാപ്പിരികളുടെ നാട്ടിൽ* എന്ന കൃതിയിൽ. സ്വഹിലി എന്നാൽ കടലോരത്തെ ഭാഷ എന്നർഥം. ഭാഷ ഉത്ഭവിച്ചത് സാൻസിബാറിലായിരിക്കണം. ക്രമേണ തീരത്തുനിന്ന് ഉൾനാടുകളിലേക്കും വ്യാപിച്ചതാവാം. നൂറ്റാണ്ടുകളുടെ വ്യാപാരബന്ധത്തിന്റെ ഫലമായി അറബിയിൽനിന്നുള്ള ഒരുപാടുപദങ്ങൾ സ്വഹിലിയിലെത്തിയിട്ടുണ്ട്.

പഴയ അറബിയിൽനിന്നുള്ള വാക്കുകളെ സ്വഹിലി കോലംകെടുത്തിയെടുത്തിരിക്കുകയാണെന്നാണ് എസ്കെയുടെ കമന്റ്. മിക്ക വിദേശവാക്കുകളെയും അവർ തത്ഭവമാക്കിയെടുക്കുന്നതിന്റെ തത്വവും അദ്ദേഹം എഴുതുന്നു. വാക്കിനവസാനം ഒരു ഇകാരം ചേർക്കുക. മീനിനു പറയുന്ന സമാക്ക് സ്വഹിലിയിൽ സമാക്കി ആവും. പദാരംഭത്തിൽ ഒരു മുറുക്കം പതിവാണ്. മ്ക്കൂബ, മ്ടോണി എന്നിങ്ങനെ. വിദേശികൾ ഇത് മക്കൂബ, മട്ടോണി എന്നൊക്കയാവും ഉച്ചരിക്കുക. ഹിന്ദിയും സ്വഹിലിയെ സ്വാധീനിച്ചിട്ടുണ്ട്. ബനിയ വിഭാഗക്കാരായ കച്ചവടക്കാരാണ് ഇതിനുത്തരവാദി. 'ചാ തയ്യാറീ' എന്നാൽ 'ചായ റഡി' എന്നുതന്നെ അർഥം. ഒരുപാട് സ്വഹിലി വാക്കുകൾ ഹിന്ദിയിലുമെത്തിയിട്ടുണ്ട്. ഇംഗ്ലീഷും സ്വഹിലിയുടെ പദസമ്പത്ത് കൂട്ടിയിട്ടുണ്ട്. ആഫീസ്സി, ജയിലി, പോസ്റ്റാ എന്നൊക്കെ സ്വഹിലിയിലും കേൾക്കാം.

പറയാനും പഠിക്കാനും സുഖമുള്ള ഭാഷയാണ് സ്വഹിലി എന്നതിനാൽ എസ് കെ ഇതിൽ ഒരു കൈ നോക്കിയിട്ടുണ്ട്. പദങ്ങൾ കുറവാണ്. ലിപിയില്ല. ഇംഗ്ലീഷിലാണ് എഴുതാറ്. പലവാക്കിനും സന്ദർഭം കൊണ്ടാണ് അർഥം മാറുന്നത്. 'മോട്ടോ' എന്നാൽ വെയിൽ, തീ, ചൂട്,

പൊള്ളുന്നത് എന്നൊക്കെ അർഥമുണ്ട് സ്വഹിലിയിൽ. ഒരു സർദാർജി തന്റെ കാപ്പിരി വേലക്കാരനോട് മൂട്ട നിറഞ്ഞ കിടക്ക വെയിലത്തിട്ടുണക്കാൻ പറഞ്ഞതായും അവനത്, മുതലാളി ആപ്പീസിൽനിന്ന് തിരിച്ചു വരുമ്പോഴേക്കും കത്തിച്ചുകളഞ്ഞതായും ഒരു കഥ എസ്കെ രസകരമായി വിവരിക്കുന്നുണ്ട്. ഭാഷ പഠിച്ചെടുത്തവരും തദ്ദേശീയരും തമ്മിലുള്ള ആശയവിനിമയം ഇത്തരം ഭാഷകളിൽ പ്രശ്നഭരിതമാവാതെ തരമില്ല.

ഉപചാരശൈലി തികച്ചും വ്യത്യസ്തമാണ് സ്വഹിലിയിൽ. ഒരു വീട്ടിൽചെന്നാൽ വന്നകാര്യം അറിയിക്കാൻ നമ്മൾ ചവിട്ടി കാലനക്കം കേൾപ്പിക്കുകയോ കൃത്രിമച്ചുമ ചുമയ്ക്കുകയോ അതും ഫലിച്ചില്ലെങ്കിൽ ഇവിടാരുമില്ലേ എന്ന് വിളിച്ചുചോദിക്കുകയുമാണല്ലോ പതിവ് എന്നുപറഞ്ഞാണ് അവിടത്തെ ഉപചാരക്കാര്യം എസ് കെ എടുത്തിടുന്നത്. വന്നയുടൻ അവർ 'ഹോഡി' എന്നു പറയും. 'ഞാൻ അകത്തേക്കു വരട്ടെയോ' എന്നാണർഥം. അകത്തുനിന്ന് 'കരീബു' എന്നു മറുപടി കേൾക്കാം. 'അകത്തേക്ക്/അടുത്തേക്ക് വരൂ' എന്നാണർഥം. അവരുടെ ആതിഥേയത്വത്തിന്റെ മാധുര്യവും ജീവിതസമീപനവും ഈ വാക്കുകളിലുള്ളതായി എസ് കെ നിരീക്ഷിക്കുന്നു. വരുന്നയാളിന്റെ മതവും ജാതിയും ഉപജാതിയും സാമ്പത്തിക-സാമൂഹികസ്ഥിതിയുമൊക്കെ നോക്കിയേ അകത്തേക്ക് കയറ്റാവൂ എന്ന് വിചാരിക്കുന്ന ജനതയ്ക്ക് ഇത്തരം പദങ്ങളുമുണ്ടാവില്ല. അകത്തുകയറ്റിയാൽത്തന്നെ ഏതുവരെ കയറ്റാമെന്നതിലും നമുക്ക് ചില മാനദണ്ഡങ്ങളുണ്ടല്ലോ.

അവരുടെ പൊട്ടിച്ചിരിയും വ്യത്യസ്തമാണത്രേ. നമ്മെപ്പോലെ 'ഹഹഹ' എന്നല്ല, 'ഹെയ് ഹെയ് ഹെയ്' എന്നാണത്രേ അവർ ചിരിക്കുക. അവസാനം 'ഫേഹേയ്' എന്നൊരും നീട്ടലും കേൾക്കാം. (ഇതൊക്കെ ചിരിയുടെ മലയാളമെഴുത്തുമാത്രമാണെന്നത് മറ്റൊരു തമാശ). പൊതുവേ നർമരസികരായ കാപ്പിരികൾ വിദേശികൾക്ക് അവരുടെ രൂപസവിശേഷത വച്ച് ഇരട്ടപ്പേരിടാറുണ്ട്. കണ്ണടക്കാരന് 'നാലുകണ്ണുള്ള മനുഷ്യൻ', വാക്കിങ് സ്റ്റിക്കുള്ളയാൾക്ക് 'മൂന്നു കാലുള്ളയാൾ' എന്നിങ്ങനെ. 'കണ്ടോഡോ' എന്നാൽ 'വടിപിടിച്ചു നടക്കുന്ന മനുഷ്യൻ' എന്നാണത്രേ അർഥം. 'എനിക്കറിഞ്ഞുകൂടാ' എന്നതിന് 'സിജൂയി', 'എനിക്ക് ആവശ്യമില്ല' എന്നതിന് 'സിറ്റാക്കി', 'എനിക്ക് ചെയ്യാൻ സാധിക്കുകയില്ല' എന്നതിന് 'സിവേസി' എന്നിങ്ങനെയും അവർക്ക് ഒറ്റപ്പദങ്ങളുണ്ട്. വിപുലമായ ആശയപ്രകാശനത്തിനുള്ള ഒറ്റവാക്കുകൾ സ്വഹിലിയിൽ ധാരാളമുണ്ടെന്ന് എസ്കെ നിരീക്ഷിക്കുന്നു. ഭാഷയുടെ കക്ഷ്യാപരമായ-ടൈപ്പോളജിക്കൽ- സവിശേഷതയിലേക്കാണ് ഇത് വിരൽ ചൂണ്ടുന്നത്. പ്രകൃതിപ്രത്യയങ്ങളും രൂപിമങ്ങൾതന്നെയും അരഞ്ഞൊന്നാവുന്ന അവസ്ഥ.

സ്വഹിലിയിലെ സമയഗണനാരീതിക്ക് നമ്മുടെ പഴയ ഏർപ്പാടുമായുള്ള സാമ്യം എസ്കെ എടുത്തുപറയുന്നുണ്ട്. രാവിലെ ആറിന് സൂര്യനുദിക്കുമ്പോഴാണ് അവർക്ക് മണി തുടങ്ങുക. രാവിലെ എട്ടുമണിക്ക് അവർ രണ്ടുമണിയെന്ന് പറയും. നമ്മുടെ 'ഉദയാൽപ്പരം നാലുനാഴിക ചെന്ന്' എന്ന പ്രയോഗവുമായി ഇതിന് സാദൃശ്യമുണ്ടല്ലോ. രാത്രി

യിൽത്തന്നെ എന്നർഥമുള്ള രാവിലേ എന്ന വാക്ക് നമ്മൾ പ്രഭാതത്തിൽ എന്നയർഥത്തിലാണല്ലോ ഉപയോഗിക്കുന്നത്. നമ്മുടെ പഴയ കണക്കനുസരിച്ച് ദിവസം തുടങ്ങുന്നത് സൂര്യോദയത്തിലാണ്. അതുകൊണ്ടാണ് ഇന്നലെ രാത്രി ഞാനൊരു സ്വപ്നം കണ്ടു എന്നു നാം ഇപ്പോഴും പറയുന്നത്. മൊബൈലിലും മറ്റും മാത്രമാണ് രാത്രി 12ന് തിയ്യതി മാറുന്നത്.

നമ്മുടെ കളക്ടർമാരും മറ്റും നാട്ടുഭാഷ പഠിച്ചിരിക്കണമെന്നതുപോലെ ഭരണക്കാരായ വെള്ളക്കാർ സ്വഹിലി പഠിച്ച് സർട്ടിഫിക്കറ്റു നേടണം എന്ന നിയമം അവിടെയുണ്ടായിരുന്നതായി എസ് കെ എഴുതുന്നു. പലരും അത് ഒപ്പിച്ചെടുക്കുകയാണ് പതിവ്. സ്വഹിലിയിൽ ഒന്നോ രണ്ടോ വാക്കുമാത്രം പഠിച്ച തോംസൺ എന്നൊരു സായിപ്പ് പ്രായോഗിക പരീക്ഷയ്ക്കെത്തി. പരീക്ഷകനും വെള്ളക്കാരനായതിനാൽ പേടിക്കേണ്ട കാര്യമൊന്നുമില്ല. ഒരു കാപ്പിരിക്കുട്ടിയെ വിളിച്ച് മുറിയിൽ ഇരുത്താൻ പരീക്ഷകൻ ആവശ്യപ്പെട്ടു. തോംസൺ വിളിച്ചു, 'കൂജാ ഹാപ്പാ'. കുട്ടി മുറിയിലേക്കുവന്നു. അടുത്തചോദ്യമിതാണ്, കുട്ടിയോട് പോകാൻ പറയൂ. തോംസണിന് ഈ രണ്ടുവാക്കേ അറിയുമായിരുന്നുള്ളൂ. അയാളുടൻ മുറിക്ക് വെളിയിൽച്ചെന്ന് 'കൂജാ ഹാപ്പാ' എന്നു പറഞ്ഞ് കുട്ടിയെ പുറത്തെത്തിച്ച് പരീക്ഷയിൽ ജയിച്ചു എന്നതാണ് കഥ. ഗെറ്റ് ഇൻ എന്ന പ്രയോഗം മറന്ന അധ്യാപകൻ ക്ലാസിനു പുറത്തു ചെന്ന് കുട്ടിയെ അകത്തേക്ക് ഗെറ്റൗട്ടടിച്ച തമാശ 1951-ൽ എഴുതപ്പെട്ട ഈ കഥയ്ക്കു ശേഷം വന്നതാവണം.

കയ്യിൽ കാശില്ലാത്ത ഒരു സായിപ്പിന് ലോറിയിൽ തന്നോടൊപ്പം ലിഫ്റ്റ് വാങ്ങിച്ചുകൊടുക്കുകയും ഇംഗ്ലീഷുകാരനും കാപ്പിരി ഡ്രൈവർക്കുമിടയിൽ സ്വഹിലിയിൽ ദ്വിഭാഷിയായി പ്രവർത്തിക്കുകയും ചെയ്തകാര്യം എസ് കെ വിവരിക്കുന്നുണ്ട്. അല്പനാളത്തെ യാത്രയ്ക്കിടയിൽ കാപ്പിരിയോട് കഷ്ടിച്ചാണെങ്കിലും അവന്റെ ഭാഷയിൽ സംസാരിക്കാൻ മാത്രം ഉപസ്ഥിതി നേടി എന്നത് ഇന്ന് നമുക്ക് സങ്കല്പിക്കാനാവില്ല. നമ്മുടെ സമകാലയാത്രകളിൽ പലപ്പോഴും ഇംഗ്ലീഷുമാത്രം മതിയാവും എന്ന സ്ഥിതിയുണ്ടല്ലോ. അന്ന് അതായിരുന്നില്ല സ്ഥിതി. സായിപ്പുമൊത്തുള്ള ലോറിയാത്രയിൽ സായിപ്പിനറിയാത്ത അവന്റെ അധികാരബലം മുതലാക്കിയാണ് എസ് കെ പണം നൽകാതെ അവനെ പോകാനനുവദിച്ചത്. കാശുകൊടുത്തില്ലെങ്കിലും കാപ്പിരി ഡ്രൈവർക്ക് തന്നെ ഒരു ചുക്കും ചെയ്യാനാവില്ല എന്നകാര്യം ആ പാവം സായിപ്പിന് ഓർമയില്ലെങ്കിലും എസ്കെയ്ക്ക് അത് നന്നായറിയാമായിരുന്നു. നമുക്ക് സ്വാതന്ത്ര്യം കിട്ടി ഒന്നുരണ്ടു കൊല്ലത്തിനുള്ളിലായിരുന്നല്ലോ എസ്കെ യുടെ ആഫ്രിക്കൻ യാത്ര. സാർവലൗകികമായ പുകഴ്ത്തൽ എന്ന ഭാഷയിലാണ് അന്ന് എസ്കെ ആ ഡ്രൈവറെ അനുനയിപ്പിച്ചത്. തന്റെ ഷെവർലേ കിടിലൻ വണ്ടിയാണെന്നും ഡ്രൈവിങ് വൈദഗ്ധ്യം അനിതരസാധാരണമാണെന്നുമൊക്കെ മുറി സ്വഹിലിയിലും ഇംഗ്ലീഷിലും ആംഗ്യത്തിലുമൊക്കെയായിപറഞ്ഞൊപ്പിച്ചകാര്യം അദ്ദേഹം നർമമധുരമായി വിവരിച്ചിട്ടുണ്ട്.

'മലയൻ മലയാളികളുടെ മാതൃഭാഷാപ്രതിപത്തി'

വിദേശത്തു സ്ഥിരതാമസമാക്കിയ മലയാളികളുടെ ഭാഷാസമീപനത്തെപ്പറ്റി പലപ്പോഴും എസ്കെ സൂചിപ്പിച്ചിട്ടുണ്ട്. മലയാനാടുകളിൽ(1954) ചുറ്റിക്കറങ്ങിയ കാലത്ത് അവിടത്തെ മലയാളികളുമായി അടുത്തിടപഴകിയ കാര്യം അദ്ദേഹം വിവരിക്കുന്നു. (ഔപചാരിക) വിദ്യാഭ്യാസമില്ലാത്തവരാണ് മലയാളത്തെ കൂടുതൽ സ്നേഹിക്കുന്നത് എന്നാണ് അദ്ദേഹത്തിന്റെ കണ്ടെത്തൽ. 'ഉപജീവനാർഥം നാടുവിട്ടുപോയ കേരളീയരിൽ ഭാഷയോടുള്ള മമതയും ആത്മാർഥമായ കൂറും പുലർത്തിപ്പോരുന്നതും പ്രായേണ എഴുത്തും വായനയും നിശ്ചയമില്ലാത്ത മലയാളി മുസ്ലീങ്ങളാണ്. അവരിലധികംപേരും തെരുവുകളെ ആശ്രയിച്ചു കഴിയുന്ന ഉന്തുവണ്ടിക്കാരായ ഐസ് വില്പനക്കാരും ഹോട്ടൽക്കാരുമാണ്. മലയായുടെ ഉൾനാടുകളിൽ സഞ്ചരിക്കുമ്പോൾ തീരെ പ്രതീക്ഷിക്കാത്ത കോണുകളിൽ മലബാർ ഹോട്ടൽ ബോർഡുകൾകാണാം. അവ മലയാളി മുസ്ലീങ്ങളുടെതാണ്.'ദേശ്യഭാഷാസംരക്ഷണം സംബന്ധിച്ച താരതമ്യേന നൂതനമായ കാഴ്ചപ്പാടാണ് എസ്കെ അവതരിപ്പിച്ചിരിക്കുന്നത്. ഔപചാരികപഠനം ഭാഷാമാനകീകരണം സാധിച്ചെടുക്കാൻ പര്യാപ്തമാവുമ്പോൾത്തന്നെ അത് മാതൃഭാഷയോടുള്ള അവജ്ഞയായും ഇംഗ്ലീഷുപോലുള്ള അധികാരഭാഷയോടുള്ള വിധേയത്വമായും പരിണമിക്കുന്നതായി നമുക്കിന്നറിയാം.

'മലയൻ മലയാളികളുടെ മാതൃഭാഷാപ്രതിപത്തി' എന്ന ഉപശീർഷകത്തിൽ എസ് കെ സങ്കടത്തോടെ ഒരു കാര്യം പറയുന്നുണ്ട്. അവിടത്തെ റബ്ബർ എസ്റ്റേറ്റുകളിൽ ജോലിചെയ്യുന്ന അസംഖ്യം മലയാളികൾക്ക് അവരുടെ മക്കളെ മലയാളം പഠിപ്പിക്കാൻ പറ്റിയ സാഹചര്യമില്ല; ഉള്ള സൗകര്യം അവർ പ്രയോജനപ്പെടുത്തുന്നുമില്ല എന്നിങ്ങനെ.

'എസ്റ്റേറ്റിൽ കഴിഞ്ഞുകൂടേണ്ടിവരുന്ന മലയാളികുടുംബങ്ങൾക്ക് തങ്ങളുടെ കുട്ടികൾക്കു മലയാള വിദ്യാഭ്യാസം നൽകാൻ സൗകര്യം കിട്ടുന്നില്ല. എസ്റ്റേറ്റുകളുടെ വകയായി സ്കൂളുകൾ നടത്തിവരുന്നുണ്ടെങ്കിലും അവിടെ തമിഴും ഇംഗ്ലീഷും മാത്രമേ പഠിപ്പിച്ചിരുന്നുള്ളൂ. ക്വോലാലമ്പൂർ, സിംഗപ്പൂർ മുതലായ നഗരങ്ങളിൽ ആയിരക്കണക്കിന് മലയാളിക്കുട്ടികളുണ്ടെങ്കിലും അവിടെങ്ങും മലയാളം പഠിപ്പിക്കുന്നില്ല. മലയാളിസമാജങ്ങൾ അങ്ങനെയുള്ള സൗകര്യങ്ങൾ ഉണ്ടാക്കിക്കൊടുക്കാനും മുതിർന്നുകാണുന്നില്ല. മലയായിലെ മലയാളിക്കുട്ടികൾ മാതൃഭാഷ നല്ലപോലെ സംസാരിക്കാൻപോലും കഴിയാതെ വളർന്നുവരുന്നതായാണ് കാണുന്നത്. സിംഗപ്പൂരിൽ ഞാൻ താമസിച്ചിരുന്ന മലയാളിക്കുടുംബത്തിലെ- അവർ എന്റെ ബന്ധുക്കൾ കൂടിയാണ്- കുട്ടികളുമായി സംഭാഷണം ചെയ്യാൻ എനിക്ക് ഇംഗ്ലീഷുഭാഷ ഉപയോഗിക്കേണ്ടിവന്നുവെന്നു പറഞ്ഞാൽ മലയായിലുള്ള മലയാളിക്കുടുംബങ്ങൾ മാതൃഭാഷയോടുകാണിക്കുന്ന അവജ്ഞയല്ലെങ്കിൽ അനാസ്ഥ എത്രത്തോളമെത്തിയിട്ടുണ്ടെന്ന് മനസ്സിലാക്കാമല്ലോ. മലയായിലെ മലയാളിക്കുഞ്ഞുങ്ങൾ അച്ഛനെ ഡാഡിയെന്നും അമ്മയെ മമ്മിയെന്നും വിളിച്ചുകേൾക്കുമ്പോൾ വാസ്തവത്തിൽ നമുക്ക് ഒരു മനംപുരട്ടലു

ണ്ടാകും. അവർ മലയൻ ആചാരങ്ങളെയും ഭാഷയെയും അംഗികരിച്ചിരുന്നുവെങ്കിൽ ഇത്ര ആക്ഷേപാർഹമായിരുന്നില്ല.'

ആറു പതിറ്റാണ്ടിനിപ്പുറത്തെ മലയാളസംരക്ഷണയത്നങ്ങളുമായി ഇപ്പറഞ്ഞതിനെ കാരതമ്യപ്പെടുത്തുന്നത് കൗതുകകരമായിരിക്കും. 'ഡാഡിമമ്മി' ചർച്ചകൾ നമ്മുടെ നാട്ടിൽ നടന്നത് എസ്കെ എഴുതിയതിനും എത്രയോ ശേഷം ഇംഗ്ലീഷ് മീഡിയം അധ്യയനവുമായി ബന്ധപ്പെട്ടായിരുന്നു. ഭരണഭാഷ മലയാളമാക്കാനുള്ള ശ്രമങ്ങൾ നാം ഇന്നും അഭംഗുരം തുടരുകയാണ്. അന്യനാട്ടിലല്ല, കേരളത്തിൽ താമസിക്കുന്ന കുട്ടികൾ ഒരു പേപ്പറെങ്കിലും മലയാളം പഠിക്കണമെന്ന ഉത്തരവുകൾ വരുന്നു. മലയാളമറിയാത്തവർക്ക് സർക്കാർ ജോലി നൽകില്ലെന്ന് മറ്റൊരുത്തരവ്. പതുക്കെയാണെങ്കിലും 'നമ്മുടെനാടും പുരോഗമിക്കുകയാണ്' എന്ന് ആശ്വസിക്കാം എന്നുതോന്നുന്നു.

യാത്രാസൗകര്യങ്ങൾ കഷ്ടിയായിരുന്നകാലത്ത് ഇത്രയധികം യാത്രകൾ നടത്തുകയും അതിമധുരങ്ങളായ യാത്രാവിവരണങ്ങളെഴുതുകയും ആ സാഹിത്യശാഖയുടെ പര്യായം തന്നെയായി മാറുകയും ചെയ്ത എസ്കെ നാടുകൾ കാണുകമാത്രമായിരുന്നില്ല, ശ്രദ്ധിച്ച് കേൾക്കുന്നുകൂടിയുണ്ടായിരുന്നുവെന്നാണ് ഈ വിവരണങ്ങളിൽ നിന്ന് ബോധ്യപ്പെടുന്നത്. ഇത്രയധികം ഭാഷ കേട്ട മലയാളികൾ കുറയും. ഭാഷ റിക്കാർഡുചെയ്യാനുള്ള ചെറു സ്വനഗ്രാഹിയന്ത്രങ്ങൾ അദ്ദേഹത്തിന് അക്കാലത്ത് ലഭ്യമായിരുന്നില്ല. മലയാളത്തിലോ ഇംഗ്ലീഷിലോ അല്ലാതെ അന്താരാഷ്ട്ര സ്വനലിപിയിൽ (ഐ പി എ) അതൊന്നും അദ്ദേഹം കുറിച്ചുവെച്ചിരിക്കാനുമിടയില്ല. അന്യനാടുകളുടെ സാംസ്കാരികവിശേഷങ്ങളിലൊന്ന് എന്ന നിലയിൽ മാത്രമാണ് എസ്കെ ഭാഷകളെപ്പറ്റി എഴുതിയിരുന്നത്. നമ്മുടെ ഭാഷാശാസ്ത്രപഠനശാഖ വികസിക്കുന്നതിനുമുമ്പുതന്നെ തന്റെ യുക്തിമാത്രം അടിസ്ഥാനമാക്കി അന്യഭാഷകളുടെ വാക്യഘടനയെപ്പറ്റിയും ഉച്ചാരണ സവിശേഷതകളെപ്പറ്റിയും വ്യാകരണത്തെപ്പറ്റിയും ഉച്ചനീചത്വങ്ങളെപ്പറ്റിയുമൊക്കെ അദ്ദേഹം നിരീക്ഷണങ്ങൾ നടത്തിയിരുന്നുവെന്നത് ചെറിയ കാര്യമല്ല. വൈയാകരണന്മാരായി പേരെടുത്തവർ എഴുതിയ ഭാഷാകാര്യങ്ങൾ മാത്രമേ നാം ശ്രദ്ധിക്കാറുള്ളൂ എന്നതിനാലാവാം എസ് കെ യുടെ നിരീക്ഷണങ്ങൾ ഇതുവരെ കണക്കിലെടുക്കാതെ പോയത്.

(മലയാളസർവകലാശാലയുടെ 'എസ് കെ പൊറ്റെക്കാട് ജന്മശതാബ്ദി സെമിനാറി'ൽ അവതരിപ്പിച്ച പ്രബന്ധം)

■

ഭാഷ, സാഹിത്യം, ചരിത്രം: ഇളംകുളംവഴി

മലയാളഭാഷയെയും സാഹിത്യത്തെയും നവീനചരിത്രയുക്തികളുപയോഗിച്ച് പുനഃപരിശോധിച്ച പണ്ഡിതനാണ് ഇളംകുളം പി എൻ കുഞ്ഞൻപിള്ള (1904–1973). പ്രാചീനകേരളചരിത്രപഠനത്തിലും മലയാളഭാഷാചരിത്രപഠനത്തിലും അതുല്യമായ സംഭാവനകൾ നല്കിയ അദ്ദേഹം സാഹിത്യപഠനത്തിനും ഭാഷാഗവേഷണത്തിനും 'ഒരു ഹിസ്റ്റോറിക്കൽ ടേൺ' സംഭാവനചെയ്തു. ഊഹാപോഹങ്ങൾക്കപ്പുറം വസ്തുതകളുടെ ശാസ്ത്രീയതയായിരുന്നു അദ്ദേഹത്തിന് പ്രമാണം. ചരിത്രം ഭാഷയെയും, ഭാഷ ചരിത്രത്തെയും നിർണയിക്കുന്ന ഗവേഷണയുക്തി നമ്മൾ ആദ്യംകാണുന്നത് ഇളംകുളത്തിലാണ്.

മലയാളം, ഹിന്ദി, സംസ്കൃതം എന്നിവയിൽ ഉന്നതബിരുദംനേടി തിരുവനന്തപുരം യൂണിവേഴ്സിറ്റി കോളജിൽ മലയാളവിഭാഗം അധ്യാപകനായിച്ചേർന്ന അദ്ദേഹത്തിന് ചരിത്രപഠനം ഐച്ഛികമേഖലയായിരുന്നു. അക്കാലത്ത് മലയാളപഠനത്തിന്റെ ഭാഗമായി കേരളചരിത്രവും സംസ്കാരവും പഠിക്കാൻ കാര്യമായ പുസ്തകങ്ങളില്ലാതിരുന്ന കുറവ് നികത്താൻ സ്വയം തിരഞ്ഞെടുത്തവഴിയായിരുന്നു അത്- മുൻപ് ഏ ആർ രാജരാജവർമ വ്യാകരണത്തിലും അലങ്കാരശാസ്ത്രത്തിലുമൊക്കെ ചെയ്തതുപോലെ. പഴയതമിഴ് സാഹിത്യവും പ്രാചീനമലയാളസാഹിത്യവും കമ്പോടുകമ്പ് പഠിക്കുകയും കിട്ടാവുന്ന താമ്ര, ശിലാശാസനങ്ങളും പുരാരേഖകളും ഇഴകീറിപ്പരിശോധിക്കുകയും രാമചരിതവും ലീലാതിലകവും പോലുള്ള ഗ്രന്ഥങ്ങൾ വ്യാഖ്യാനിക്കുകയുംചെയ്ത് പഴയ കേരളത്തെയും കേരളഭാഷയെയും പറ്റിയുള്ള വിശദമായ ചിത്രം തയ്യാറാക്കി ഇളംകുളം. നമ്മുടെ ചരിത്രപഠനത്തിന് വലിയ ദിശാബോധംനൽകാനും തുടർപഠനങ്ങൾക്ക് ഉറച്ചൊരു അടിത്തറനൽകാനും ഈ ഗവേഷണങ്ങൾക്ക് കഴിഞ്ഞു.

ലീലാതിലകം (1955), *രാമചരിതം* (145 വരെ പടലങ്ങൾ, 1973), *ഉണ്ണുനീലിസന്ദേശം* (1953), *കോകസന്ദേശം*, *ചന്ദ്രോത്സവം*, *നളചരിതം* എന്നിവയാണ് ഇളംകുളം വ്യാഖ്യാനിച്ച പ്രധാനകൃതികൾ. *ഉണ്ണുനീലിസന്ദേശം ചരിത്രദൃഷ്ടിയിൽക്കൂടി* (1953), *കേരളഭാഷയുടെ വികാസപരിണാമങ്ങൾ* (1953), *കേരളചരിത്രത്തിലെ ഇരുളടഞ്ഞ ഏടുകൾ*, *ചില കേരളചരിത്ര പ്രശ്നങ്ങൾ*, *ഭാഷയും സാഹിത്യവും നൂറ്റാണ്ടുകളിൽ*, *സാഹിത്യചരിത്രസംഗ്രഹം*, *ചേരസാമ്രാജ്യം ഒമ്പതും പത്തും നൂറ്റാണ്ടുകളിൽ*, *കേരളം അഞ്ചും ആറും നൂറ്റാണ്ടുകളിൽ*, *ജന്മിസമ്പ്രദായം*

കേരളത്തിൽ, അന്നത്തെ കേരളം, സംസ്കാരത്തിന്റെ നാഴികക്കല്ലുകൾ, ചരിത്രത്തിന്റെ പശ്ചാത്തലത്തിൽ, സാഹിത്യമാലിക (1929), *Studies in Kerala History* എന്നിവയാണ് ഇളംകുളത്തിന്റെ പ്രധാനകൃതികൾ. *തിരഞ്ഞെടുത്ത പ്രബന്ധങ്ങൾ Some Problems in Kerala History* എന്ന പേരിൽ വിവർത്തനം ചെയ്യപ്പെട്ടിട്ടുണ്ട്. '*പണ്ടൈയ കേരളം*' എന്ന തമിഴ്കൃതിയും പരാമർശിക്കേണ്ടതുണ്ട്.

മലയാളഭാഷയുടെ ചരിത്രമെന്ന, അതുവരെ ചരിത്രപണ്ഡിതന്മാരാരും വേണ്ടത്ര പരിഗണന നൽകിയിട്ടില്ലാത്ത മേഖലയിലാണ് ഇളംകുളം വ്യാപരിച്ചത്. ഗുണ്ടർട്ടിനെയും എല്ലിസിനെയും കാൾഡ്വലിനെയും ജോർജ് മാത്തനെയും ഏ ആറിനെയും എൽ വി ആറിനെയും പോലുള്ള സ്വദേശികളും വിദേശികളുമായ ഭാഷാവിദഗ്ധരും ഉള്ളൂർ, പി ഗോവിന്ദപ്പിള്ള, എ ഗോവിന്ദപ്പിള്ള, ആറ്റൂർ കൃഷ്ണപ്പിഷാരടി, ആർ നാരായണപ്പണിക്കർ, കെ ഗോദവർമ, എൽ എ രവിവർമ, എം ആർ ബാലകൃഷ്ണവാര്യർ തുടങ്ങിയ ഭാഷാസാഹിത്യപ്രണയിനികളും ഇളംകുളത്തിന് മുമ്പുതന്നെ പലവഴികളിലൂടെ മലയാളപ്പഴമയിലേക്ക് സഞ്ചരിച്ചിരുന്നവരാണ്. അതുവരെയുണ്ടായ ഭാഷോൽപ്പത്തിപരമായ സിദ്ധാന്തങ്ങളെ ചരിത്രപഠനത്തിന്റെ രീതിശാസ്ത്രമുപയോഗിച്ച് പുനഃപരിശോധിക്കുകയായിരുന്നു ഇളംകുളം. തമിഴ്, മലയാളം വ്യാകരണങ്ങളും ശാസനങ്ങളും ചെപ്പേടുകളും പ്രാചീനകൃതികളും സൂക്ഷ്മമായി പരിശോധിച്ച് സ്വന്തം നിഗമനങ്ങളിലെത്തുകയായിരുന്നു അദ്ദേഹത്തിന്റെ വഴി. ലീലാതിലകം, ഉണ്ണുനീലിസന്ദേശം, ഉണ്ണിയച്ചീചരിതം, കോകസന്ദേശം, ചന്ദ്രോത്സവം തുടങ്ങിയ കൃതികളുടെ വ്യാഖ്യാനം അങ്ങനെ ഭാഷാചരിത്രത്തിലേക്കും സമൂഹചരിത്രത്തിലേക്കുമുള്ള നടപ്പാതയായി മാറുന്നു.

ഭാഷാസാഹിത്യങ്ങളുടെ ചരിത്രപരത

പ്രാചീനകൃതികളുടെ ഭാഷാസവിശേഷതകളെയും സാഹിത്യമൂല്യത്തെയും ചരിത്രവുമായി ബന്ധിപ്പിച്ച് പഠിക്കുകയെന്ന ശൈലിയാണ് ഇളംകുളത്തിന്റേത്. വാക്കും അർഥവും ചരിത്രപരമാണ്. ചരിത്രബോധമെന്നത്, സാഹിത്യപഠനത്തിന്റെയും ഭാഷാപഠനത്തിന്റെയും മുന്നുപാധിയാണെന്ന് അദ്ദേഹം വിശ്വസിക്കുന്നു. ഒരുദാഹരണം നോക്കാം:

'പ്രാചീനപദങ്ങളുടെ അർഥഗ്രഹണത്തിനുപോലും പലപ്പോഴും സാമൂഹ്യജീവിതത്തിന്റെ ശരിയായ ജ്ഞാനം അപരിത്യാജ്യമാണ്. ഉദാഹരണമായി പുലയൻ എന്ന പദം എടുക്കുക. പുലമെന്നാൽ വയലോ കരപ്പുരയിടമോ ആകാം. പുലത്തിന്റെ സൂക്ഷിപ്പുകാരൻ എന്നോ ആദികാലത്തെ ഉടമസ്ഥൻ എന്നോ ഉള്ള അർഥത്തിലാണ് ആ പദത്തിന്റെ ഉത്ഭവം. ഹുലം, ഹുലൻ എന്നീ തുളുപദങ്ങൾക്കും ഇതുതന്നെയാണ് അർഥം. തീണ്ടുക എന്ന പദത്തിന് തൊടുക എന്നേ പഴയകാലത്ത് അർഥമുള്ളൂ. ഇപ്പോഴത്തെ അർഥം പിന്നെങ്ങനെയുണ്ടായി? 'തീണ്ടൽ' ആരംഭിച്ചകാലത്ത് പുലയർ, പറയർ തുടങ്ങിയവർ ബ്രാഹ്മണരെ തീണ്ടാൻ, അതായത് തൊടാൻ പാടില്ലെന്നേ ആ ആര്യന്മാർക്ക് നിർബന്ധമുണ്ടായിരുന്നുള്ളൂ എന്നുവേണം കരുതാൻ. നമ്പൂതിരിമാരുടെ

പ്രാബല്യം വർധിച്ചതോടുകൂടി താണജാതിക്കാരെന്നു കരുതപ്പെട്ടിരുന്നവർ ബ്രാഹ്മണരുടെയുംമറ്റും അടുത്തുകൂടി കടന്നുപോകുന്നതുപോലും അപരാധമായി കരുതുകയും അങ്ങനെ ആ പദത്തിന്റെ അർഥത്തിൽ മാറ്റംവന്നുചേരുകയും ചെയ്തിരിക്കാം. എങ്കിലും പഴയ അർഥത്തിലും വളരെക്കാലത്തേക്ക് ആ പദം ഉപയോഗിച്ചിരുന്നു എന്ന് 'കണ്ടോരെത്തീണ്ടിവന്നാൽ' (തൊട്ടിട്ടുവന്നാൽ) എന്നിങ്ങനെയുള്ള പ്രയോഗം വ്യക്തമാക്കുന്നുണ്ട്. തൊടൽ മാത്രം ആയിട്ടായിരുന്നു തീണ്ടൽ ആരംഭിച്ചതെന്ന് ഊഹിക്കാൻ പുലയർക്കും മറ്റും ഒരു കാലത്ത് ക്ഷേത്രപ്രവേശനം ഉണ്ടായിരുന്നു എന്ന വസ്തുതയും സഹായകമാണ്. 'വനവാസി' തലസ്ഥാനമാക്കി കടമ്പരാജ്യം വാണിരുന്ന മയൂരവർമ്മന്റെയും പുത്രൻ ലോകാദിത്യന്റെയും നേതൃത്വത്തിൽ തുളുനാട്ടിലും വടക്കൻ കേരളത്തിലും (നിലമ്പൂർവരെ കടമ്പരുടെ ശിലാരേഖയുണ്ട്.) വ്യാപിച്ച ബ്രാഹ്മണരെ ഹുലയരാജാവായ നന്തൻ ഓടിച്ചതായും ക്ഷേത്രത്തിലെ ഒരു നർത്തകിയായിരുന്ന നന്തന്റെ ഭാര്യയുടെ പ്രേരണയാൽ അടുത്ത ഹുലയരാജാവായ ചന്ദ്രശയനൻ അവരെ തിരിയെ വിളിച്ചുവരുത്തിയതായും ഉള്ള കഥയിൽ എന്തെങ്കിലും വാസ്തവം ഉണ്ടെങ്കിൽ പുലയർക്കും ആ കാലംവരെ ക്ഷേത്രത്തിൽ പ്രവേശിക്കാമായിരുന്നു എന്നല്ലേ മനസ്സിലാക്കേണ്ടത്?' (ഭാഷയും സാഹിത്യവും നൂറ്റാണ്ടുകളിൽ പു. 150–1)

ഈ നീണ്ട ഉദ്ധരണി ഇളംകുളം ഭാഷയെ ചരിത്രവൽക്കരിക്കുന്നതിന് ഉദാഹരണമായെടുക്കാം. ഭാഷാപരിണാമം ചരിത്രപരമാണെന്ന് അദ്ദേഹം സ്ഥാപിക്കുന്നു.

ഭാഷാഗവേഷണത്തിന്റെ ഉപാദാനസാമഗ്രികൾ

'ഭാഷാഗവേഷണത്തെപ്പറ്റി ചിന്തിക്കുമ്പോൾ സാഹിത്യഭാഷയെക്കാൾ സംഭാഷണഭാഷയ്ക്കു പ്രാമാണ്യംനൽകണമെന്ന തത്വം എല്ലാ ശബ്ദശാസ്ത്രജ്ഞന്മാരും സമ്മതിച്ചിട്ടുള്ളതാണ്. ശിലാരേഖകൾ, ഗ്രന്ഥവരികൾ, പഴഞ്ചൊല്ലുകൾ, നാടോടിപ്പാട്ടുകൾ മുതലായവ സംഭാഷണഭാഷയുടെ തനിനിറം പ്രദർശിപ്പിക്കുന്നു' (1967:59) എന്ന നിലപാടിലൂന്നിയാണ് ഇളംകുളം ചരിത്രഗവേഷണത്തിലേക്കു കടക്കുന്നത്. ശിലാരേഖകൾ, ശാസനങ്ങൾ, ഗ്രന്ഥവരികൾ എന്നിവയുടെ ഭാഷ, അവ പൊതുജനങ്ങളെ ഉദ്ദേശിച്ചാണ് എഴുതപ്പെട്ടിരിക്കുന്നത് എന്നതിനാൽ നിത്യനിദാനഭാഷയോട് അടുത്തിരിക്കാം എന്നതാണ് ഒരു നിലപാട്. എഴുത്തുഭാഷതന്നെ ഒരിനം വളച്ചുകെട്ടാണെന്നും ഇന്നത്തെ ഔദ്യോഗികഭാഷ സംഭാഷണഭാഷയോട് എത്രമാത്രം അകന്നിരിക്കുന്നുവോ ആ അകൽച്ച അന്നുംകാണുമല്ലോ എന്നും കണക്കാക്കിയാൽ കാര്യം കുഴയും. 'ചെറിയചെറിയ വാക്യങ്ങളിൽ അതാത് സ്ഥലത്തെ ഭാഷയിൽ എഴുതിയവയാകും ശാസനങ്ങൾ' എന്നതാണ് അദ്ദേഹം ശാസനങ്ങളിൽ കാണുന്ന വിശ്വാസ്യത. ഒരുതരം ആധാരമെഴുത്തുരീതി അവയ്ക്കുണ്ടാകുമെന്നത് മറക്കരുതെന്നും അദ്ദേഹം പറയുന്നുണ്ട്. പ്രാഗ്ഭാഷയ്ക്ക് മറ്റ് മാതൃകകൾ ലഭ്യമല്ലതന്നെ. സാഹിത്യഭാഷയെ അപേക്ഷിച്ച് ഇവയ്ക്ക് സംഭാഷണഭാഷയോട് അടുപ്പംകൂടും എന്ന

വസ്തുതയാണ് ഈ വഴിയിലുള്ള ഗവേഷണങ്ങളെ സാധുവാക്കുന്നത്. പഴഞ്ചൊല്ലുകളും നാടോടിപ്പാട്ടുകളും വാമൊഴിയിലൂടെ പകർന്നുപോരുന്നതാകയാൽ അവ ഭാഷയോടൊപ്പം പരിണമിക്കുമല്ലോ. അതുകൊണ്ടുതന്നെ, നാലഞ്ചുശതകത്തിൽക്കൂടുതൽ ചരിത്രമുള്ള ഭാഷകളെ സംബന്ധിച്ചിടത്തോളം എഴുതിയിട്ടുള്ള പഴഞ്ചൊല്ലുകളും പാട്ടുകളും മാത്രമേ ഭാഷാഗവേഷണത്തിന് ഉപയോഗിക്കാവൂ എന്ന് ഇളംകുളം സൂചിപ്പിക്കുന്നുണ്ട് (1967:59).

ഓലയിലോ ചെമ്പുതകിടിലോ കല്ലിലോ എഴുതപ്പെട്ടു എന്നതുകൊണ്ടായില്ല; ശാസനങ്ങൾ തിരഞ്ഞെടുക്കുന്നതിൽ ശ്രദ്ധവേണമെന്ന് ഇളംകുളം പറയുന്നു. തിരുവനന്തപുരത്തിനു വടക്കുള്ള ശാസനങ്ങൾമാത്രമേ ഭാഷാപഠനത്തിനുപയോഗിക്കാവൂ. അവയിൽത്തന്നെ അസ്സൽ പാണ്ടിത്തമിഴിലും തെലുങ്കിലുമൊക്കെ എഴുതപ്പെട്ടവ കാണും. അവ സൂക്ഷ്മതയോടെ ഒഴിവാക്കണം. അപ്പോൾ ശാസനങ്ങളുടെ തിരഞ്ഞെടുപ്പുതന്നെ വലിയൊരു ചരിത്രപ്രശ്നമാകുന്നു. ഒരേ പേരിൽ പല രാജാക്കന്മാർ കാണും. പേരെന്നു കരുതുന്നതുതന്നെ ബിരുദപ്പേരോ മറ്റെന്തെങ്കിലും സൂചനയോ ആവാം. വർഷസൂചനകൾ വ്യക്തമാവണമെന്നില്ല. ഉണ്ടെങ്കിൽത്തന്നെ അവ രേഖ ഉത്ഭവിച്ച വർഷമോ പകർത്തിയ വർഷമോ പകർപ്പെഴുത്തുകാരന്റെ ഭാവനയോ ആവാം. കാണപ്പെട്ട വർഷം മുഖവിലക്കെടുക്കാതെ മറ്റു ചരിത്രസൂചനകൾകൂടി കണക്കിലെടുത്ത് കാലനിർണയംചെയ്യുകയെന്ന വലിയ ദൗത്യമാണ് ചരിത്രഗവേഷകരുടേതെന്ന് ഇളംകുളം വിശദമാക്കുന്നു. വർഷം കണ്ടയുടൻ നിഗമനത്തിലെത്താതെ, അക്കാലത്തെ ഭാഷാരീതിയായി കല്പിക്കപ്പെടുന്ന വസ്തുതകളോട് വലിയ അളവിൽ വിയോജിക്കുന്നുണ്ടോ, പൊരുത്തപ്പെടാത്തമട്ടിൽ പ്രാചീനത്വമോ അർവാചീനത്വമോ പ്രദർശിപ്പിക്കുന്നുണ്ടോ തുടങ്ങിയകാര്യങ്ങളും പരിഗണിക്കേണ്ടതുണ്ട്. പല ഗവേഷകർക്കും ഇങ്ങനെ കാലഗണനയിൽ തെറ്റുവന്നകാര്യം അദ്ദേഹം സൂചിപ്പിക്കുന്നുണ്ട്.

കൊല്ലവർഷം 25-ലേതെന്നുകരുതി ഉള്ളൂർ അവതരിപ്പിച്ച കോഴിക്കോടൻ രേഖയുടെ കാലനിർണയം തെറ്റായിരുന്നുവെന്ന് ഇളംകുളം സ്ഥാപിക്കുന്നതിന്റെ യുക്തികൾ നോക്കുക: കൊല്ലവർഷാരംഭത്തിലേതായി ലഭിച്ച നിരവധിരേഖകൾ ഭാഷയുടെ പരിവർത്തനദശയെ സൂചിപ്പിക്കുമ്പോൾ ഇതുമാത്രം നല്ല മലയാളത്തിലായതെങ്ങനെ. കൊല്ലം അഞ്ചാംശതകത്തിനുമുമ്പത്തേതായി, ഇതിനോടുസമാനമായ ഭാഷയിലെഴുതപ്പെട്ട ഒരു രേഖയും ലഭിച്ചിട്ടില്ല. രണ്ട്, നിലവും ഉഭയവും, കൂറുവാഴ്ച, തുടങ്ങിയ പദപ്രയോഗങ്ങൾ അർവാചീനങ്ങളാണ്. കുംഭവ്യാഴം എന്ന വാക്കിന്റെ ജ്യോതിഷസൂചന കൊല്ലവർഷം 25-നു പാകമല്ല. ആ വർഷം കുംഭത്തിലല്ല, ഇടവത്തിലാണ് വ്യാഴം. കൊല്ലം 25, 125, 225, 325, 425, 525, 625 ആണ്ടുകളിൽ 425 ൽ മാത്രമാണ് വ്യാഴം കുംഭത്തിൽ വരുന്നത്. ഏതൊക്കെ പരിഗണനകൾവച്ചാണ് കാലനിർണയം നടത്തുന്നത് എന്നുനോക്കുക:

'കൊല്ലം ആദിശതകങ്ങളിൽ ഉണ്ടായിട്ടുള്ള സകലരേഖകളിൽ നിന്നും ഭിന്നമായിക്കണ്ട ഈ രേഖ നിസ്സംശയം സ്വീകരിക്കുവാനും

മറ്റുള്ളതിലെ ഭാഷാരീതി അവിശ്വസിക്കുവാനും നമ്മെ പ്രേരിപ്പിച്ചത് ഭാഷാഭിമാനമല്ലാതെ മറ്റൊന്നുമല്ല. നമ്മുടെ ഭാഷയുടെ ഉദ്ഭവം എത്രത്തോളം പ്രാചീനമെന്നു കല്പിക്കുന്നുവോ അത്രത്തോളം ആ അഭിപ്രായത്തിനു വിലകൂടും എന്ന തോന്നൽ ചിലർക്ക് ഉള്ളതു പോലെ തോന്നുന്നു' (1967:65) എന്ന പരാമർശത്തിന് പിൽക്കാലത്ത് പ്രസക്തികൂടിയത് നാം കണ്ടു; ശ്രേഷ്ഠഭാഷാചർച്ചയിൽ. ഭാഷാഭിമാനവും ഭാഷാചരിത്രഗവേഷണവും ഒരുമിച്ചുപോകില്ലെന്ന നിലപാട് ശ്രദ്ധിക്കണം. വിമർശനത്തിനുണ്ടായിരിക്കേണ്ട 'സംരംഭത്യാഗം' എന്ന ഗുണം, ഗവേഷണത്തിനും സംഗതമാണ്. 'കിട്ടിയ വസ്തുതകളെ അവിശ്വസിച്ചുകൊണ്ടേയിരിക്കണം' എന്ന ഗവേഷണതത്വത്തിന്റെ പൊരുളിതാണ്. നമുക്ക് സ്വീകാര്യമായ തെളിവുകൾമാത്രം കാണുകയും മറിച്ചുള്ളവ അവഗണിക്കുകയുംചെയ്യുക ശരിയല്ലല്ലോ. ഭാഷയുടെ പഴക്കം കൂടിയാലും കുറഞ്ഞാലും നമുക്ക് പ്രശ്നമല്ല എന്ന നിർമമത പ്രധാനമാണ്. പിൽകാലത്തെ നമ്മുടെ ശ്രേഷ്ഠഭാഷാന്വേഷണത്തിൽ പക്ഷേ ഈ നിർമമതയുണ്ടായിരുന്നില്ല.

മിശ്രഭാഷാവാദം

ഇളംകുളത്തിന്റെ ഭാഷാചരിത്രസംബന്ധിയായ ഏറ്റവും പ്രധാനപ്പെട്ട സംഭാവന മിശ്രഭാഷാവാദമാണ് എന്ന് കരുതുന്നതിൽ തെറ്റില്ല. കൊടുന്തമിഴിനെപ്പോലെ മലയാളവും ചെന്തമിഴിന്റെ ഉപശാഖയാണ് എന്ന് ഒഴുക്കൻമട്ടിൽ എഫ് ഡബ്ല്യു എല്ലിസ് (1878) നടത്തിയ പ്രസ്താവനയാണ് (Malayalma is like Kodum-tamil, an immediate dialect of Chen-tamil -രഘുനാഥൻ 1989: 49 ഉദ്ധരിച്ചത്) ഭാഷോൽപ്പത്തി സംബന്ധിച്ച ആദ്യനിരീക്ഷണം. തുടർന്ന് റോബർട്ട് കാൾഡ്വൽ, ഏ ആർ രാജരാജവർമ, ആറ്റൂർ കൃഷ്ണപ്പിഷാരടി, എൽ വി ആർ, ഗോദവർമ, ഉള്ളൂർ, കെ എം ജോർജ് എന്നിവർ നടത്തിയ അന്വേഷണങ്ങൾ പുതിയ പല സിദ്ധാന്തങ്ങൾക്കും കാരണമായി. ആ ചർച്ചയിൽ വ്യത്യസ്തമായൊരു ശബ്ദം, പിന്നീട് കേൾപ്പിച്ചത് ഇളംകുളമാണ്. മലയാളം സംസ്കൃതത്തിൽനിന്നുണ്ടായതാണെന്ന സംസ്കൃതജന്യവാദം, പൂർവദ്രാവിഡത്തിൽനിന്ന് നേരിട്ടു പിരിഞ്ഞുവന്ന ഭാഷയാണ് മലയാളമെന്ന സ്വതന്ത്രവാദം, തമിഴിന്റെ ഉപശാഖയായി മലയാളത്തെ കാണുന്ന ഉപശാഖാവാദം എന്നിവയ്ക്കുശേഷം ഇളംകുളം അവതരിപ്പിച്ച മിശ്രഭാഷാവാദം, ചെന്തമിഴിന്റെ ഭാഷാഭേദങ്ങളിൽ ഒന്നായ മലനാട്ടുതമിഴും സംസ്കൃതവുംചേർന്ന മിശ്രഭാഷയിൽനിന്നാണ് മലയാളമുണ്ടായത് എന്ന് സ്ഥാപിക്കുന്നു. പിൽക്കാലത്ത് ദ്രാവിഡഭാഷാതാരതമ്യപഠനങ്ങളിലും ഭാഷാശാസ്ത്രത്തിലുമുണ്ടായ നവീനചിന്തകളുടെ വെളിച്ചത്തിൽ പൂർവ-തമിഴ് മലയാളവാദം അവതരിപ്പിക്കപ്പെട്ടു. കർണാടകം, കൊഗു, തുളു തുടങ്ങിയവ വിട്ടുപോയശേഷം ദക്ഷിണദ്രാവിഡത്തിൽ കേരളമുൾപ്പെട്ട തമിഴകത്ത് 'പൂർവ തമിഴ് മലയാള'മെന്നൊരു ഭാഷാനിലനിന്നിരുന്നുവെന്നും അതിൽനിന്നാണ് ആധുനിക തമിഴും ആധുനിക മലയാളവും സ്വതന്ത്രഭാഷകളായി വിക

സിച്ചത് എന്നുമാണ് ആ സിദ്ധാന്തം. കൊടുന്തമിഴാണ് മലയാളമായി പ്പരിണമിച്ചതെന്ന ഏ ആറിന്റെ വാദം ഇളംകുളത്തിന് സ്വീകാര്യമല്ല. ചെന്തമിഴിനാണ് അദ്ദേഹം ആ സ്ഥാനം നൽകുന്നത്. അതുതെളിയി ക്കാൻ തൊൽകാപിയത്തിലെയുംമറ്റും പ്രസ്താവങ്ങളാണ് അദ്ദേഹം ആശ്രയിക്കുന്നത്. തമിഴ് വ്യാഖ്യാതാക്കൾക്കുവന്ന ഒരു സൂക്ഷ്മതക്കു റവാണ് കേരളപാണിനിയെയും വഴിതെറ്റിച്ചതെന്ന് 'ചെന്തമിഴോ കൊ ടുന്തമിഴോ' എന്ന ലേഖനത്തിൽ അദ്ദേഹം നിരീക്ഷിച്ചിട്ടുണ്ട്. (ഭാ സാ നൂ പു.29) കൊടുന്തമിഴ് പ്രശ്നത്തിലൊഴികെ കേരളപാണിനിയുടെ ഭാഷോത്ഭവസിദ്ധാന്തങ്ങളെല്ലാം അദ്ദേഹം അംഗീകരിക്കുന്നു.

ഭാഷാപരമായ തെളിവുകളെക്കാൾ ചരിത്രപരമായ വസ്തുതകളി ലൂന്നിയാണ് ഇളംകുളം മിശ്രഭാഷാവാദം അവതരിപ്പിച്ചതെന്ന് പ്രഭാക രവാരിയർ സൂചിപ്പിക്കുന്നുണ്ട്. (1982:185) നമ്പൂതിരിമാരുടെ വരവും അവരുടെ ആധിപത്യവുമാണ് മലയാളഭാഷോൽപ്പത്തിക്ക് കളമൊര ക്കിയതെന്ന് ഇളംകുളം വിശദീകരിക്കുന്നു. നമ്പൂതിരിമാർ സം സ്കൃതമോ പ്രാകൃതമോ ആവും സംസാരിച്ചിരുന്നിരിക്കുക. നാട്ടുകാ രുമായി സംസാരിക്കാൻവേണ്ടി അവർ തമിഴ് പഠിക്കുകയല്ല, മാതൃഭാ ഷയായ സംസ്കൃതവും നാട്ടുതമിഴും കലർത്തി സങ്കരഭാഷ ഉണ്ടാക്കു കയാവും ചെയ്തിരിക്കുക. 'ആ പുസ്തകം ഇവിടെ കൊണ്ടുവരൂ' എന്നതിന് 'തത് പുസ്തകം ഇങ്കെ ആനയ' എന്നും 'എനിക്ക് പുലിയെ പേടിയാണ്' എന്നതിന് 'അഹം വ്യാഘ്രാത് പേടിക്കിൻറേൻ (പേടി ക്കിൻറാൻ/പേടിക്കിൻറു)'എന്നുമാവാം അവർ പറഞ്ഞിരിക്കുക. പിന്നീ ടത് (കൊല്ലം മൂന്നാംശതകത്തിൽ) 'അതു പുസ്തകം ഇങ്കെ കൊണ്ടു വരവേണ്ടും' എന്നും 'നാൻ പുലിയിങ്കൽ നിൻറു പേടിക്കിൻറേൻ' എന്നും പിന്നീട് ഇന്നത്തെമട്ടിലും ആയി. ഒരു നിയമവുമില്ലാതെ സംസ്കൃത വും ഭാഷയും കലർത്തുന്ന ഈ ഏർപ്പാടിനെയാണ് ഭാഷാമിശ്രമെന്ന് വിളിക്കുക. അതിന്റെ മനോഹരമായ സാഹിത്യരൂപമാണ് മണിപ്രവാളം- ഇളംകുളം കരുതുന്നു. അന്നത്തെ നാട്ടുഭാഷയെ തമിഴെന്നോ ഭാഷ യെന്നോ വിളിക്കാം. തമിഴകത്തെ തമിഴുമായി അതിന് ദേശ്യവ്യത്യാസം മാത്രമേ ഉണ്ടായിരുന്നിരിക്കൂ. ഇപ്പോൾ മലബാർ -തിരുവിതാംകൂർ ഭാഷകൾക്കുള്ള വ്യത്യാസത്തിൽ അധികം വ്യത്യാസമൊന്നും അന്നത്തെ 'തമിഴക'ത്തെയും 'കേരള'ത്തിലെയും ഭാഷകൾതമ്മിൽ ഉണ്ടായിരുന്നി രിക്കില്ല എന്നതാണ് ഇളംകുളത്തിന്റെ നിലപാട്. അക്കാലത്ത് കേരള ത്തിലുണ്ടായിരുന്ന തമിഴ് ഇന്നത്തെ പാണ്ടിത്തമിഴല്ലെന്നും രണ്ടിന്റെ യും പൂർവരൂപമായ പഴയതമിഴായിരുന്നുവെന്നും അദ്ദേഹം എടുത്തു പറയുന്നുണ്ട്. കേരളത്തിലെ സാമാന്യവ്യവഹാരഭാഷ ദ്രാവിഡമായി രുന്നുവെന്നത് നിസ്തർക്കമാണ്. നമ്പൂതിരിമാരുടെ മിശ്രഭാഷ അതിനെ സ്വാധീനിക്കുകയായിരുന്നു. ആദ്യമൊക്കെ മിശ്രഭാഷയിൽ സംസ്കൃത പ്രഭാവം കൂടുതലായിരുന്നുവെങ്കിൽ പിന്നീടത് തമിഴിന്റെ വഴിക്കായി. അന്നത്തെ വാമൊഴിയുടെ മിശ്രഭാഷാസ്വഭാവം മനസ്സിലാക്കാൻ വഴി യില്ല. വരമൊഴിയിൽ ആദ്യമൊന്നും മിശ്രഭാഷയ്ക്ക് ഇടംകിട്ടിയതുമില്ല. പഴയ ശാസനങ്ങളിൽനിന്ന് അതിന്റെ ഏകദേശസ്വഭാവം മനസ്സിലാ ക്കാനാവും. കൊല്ലം ഒന്നാം ശതകത്തിൽത്തന്നെ മലനാട്ടുതമിഴ്

പ്രത്യേകഭാഷയാവാനുള്ള ലക്ഷണങ്ങൾ കാട്ടിത്തുടങ്ങി. എ ഡി പതിനൊന്നാം നൂറ്റാണ്ടായപ്പോഴേക്കും മിശ്രഭാഷയിൽ തമിഴ് പദങ്ങൾക്കും വ്യാകരണത്തിനും പ്രാമുഖ്യംകിട്ടി. കൂടിയാട്ടത്തിൽ തോലൻ വരുത്തിയ പരിഷ്കാരങ്ങളെക്കുറിച്ചുള്ള ചരിത്രസൂചനകളിൽനിന്ന്, അന്നത്തെ ത്രൈവർണികർ മിശ്രഭാഷസംസാരിച്ചിരുന്നതായും മിശ്രഭാഷയ്ക്ക് സാഹിത്യപ്രവേശം കിട്ടിത്തുടങ്ങിയതായും നമ്പൂതിരിമാരുടെ പ്രാകൃതം സാമാന്യജനങ്ങൾക്ക് മനസ്സിലാക്കാൻ സാധിക്കുമായിരുന്നതായും ഇളംകുളം നിരീക്ഷിക്കുന്നു. കൊല്ലവർഷാരംഭത്തോടടുപ്പിച്ച് നമ്പൂതിരിമാർക്ക് ലഭിച്ച രാഷ്ട്രീയവും സാമൂഹികവുമായ മേൽക്കൈയാണ് മലയാളഭാഷോൽപ്പത്തിക്ക് കാരണമായത്. മൂലദ്രാവിഡഭാഷയിൽനിന്ന് തെലുങ്കും കന്നടവും മറ്റും വേർപെട്ടശേഷം തമിഴ് മലയാളങ്ങളുടെ ഒരു സമാനപൂർവദശയുണ്ടായിരുന്നു. ആ പൂർവഭാഷയാണ് പിന്നീട് തമിഴായും മലയാളമായും വികസിച്ചുവന്നത്. പാണ്ടിനാട്ടിലെ തമിഴല്ല, മലനാട്ടിലെ തമിഴാണ് മലയാളമായി പരിണമിച്ചത്. അതുപോലെ പാണ്ഡ്യചോളദേശങ്ങളിലെ വ്യവഹാരഭാഷയാണ് ഇന്നത്തെ തമിഴായത്. മലയാളം തമിഴിലുംമുമ്പ് സ്വതന്ത്രമായെന്ന വാദം ശരിയല്ല. മലയാളം ഉല്ഭവിക്കുന്നതിനുമുമ്പുതന്നെ അതിനുഹേതുവായ നമ്പൂതിരിഭാഷ ഉണ്ടായിരുന്നു. ആധുനികമലയാളം മലനാട്ടുഭാഷയോടെന്നപോലെ മിശ്രഭാഷയോടും കടപ്പെട്ടിരിക്കുന്നുവെന്ന് ഇളംകുളം വിശദീകരിക്കുന്നു.

മോരും മുതിരയുംപോലെ സംസ്കൃതഭാഷാപ്രത്യയങ്ങളും തമിഴ് പദങ്ങളും ചേർത്ത് ജനങ്ങൾ വ്യവഹരിച്ചുവെന്നത് അവിശ്വസനീയമാണെന്ന് കുഞ്ചുണ്ണിരാജയും (*ഭാഷാഗവേഷണം*), രണ്ടു പരിനിഷ്ഠഭാഷകളുടെ സംഗമം മൂന്നാമതൊന്നിന്റെ പിറവിക്കുഹേതുവായെന്ന വാദം ഭാഷാശാസ്ത്രസമ്മതമല്ലെന്ന് എൻ ആർ ഗോപിനാഥപിള്ളയും (*അന്വേഷണം*) നിരീക്ഷിച്ചിട്ടുണ്ട്. (പ്രഭാകരവാര്യർ 1982: 187-188 ഉദ്ധരിച്ചത്) 'മിശ്രഭാഷ'യെന്ന ദീർഘപ്രബന്ധത്തിൽ (*വളരുന്നകൈരളി*) ഇളംകുളത്തിന്റെ വാദങ്ങളെ നിശിതമായി വിമർശിക്കുന്നു കെ എം ജോർജ്. ഒരുഭാഷയിൽ മറ്റൊരുഭാഷയിലെ വാചകപദങ്ങളല്ലാതെ ദ്യോതകപദങ്ങൾ കലർത്തുക സ്വാഭാവികമല്ലെന്നും നാമപദങ്ങൾ കടമെടുക്കുകവഴി ഭാഷ മാറില്ലെന്നും വ്യാകരണത്തിൽ അവ്യവസ്ഥിതിയോടെ ഒരു ഭാഷയും നിലനിൽക്കില്ലെന്നും 'താൾപൂട്ടയന്തിതകരാഃ കറി കൊയ്തശേഷാഃ' എന്നമട്ടിൽ സാഹിത്യത്തിൽ കലർപ്പുണ്ടായാലും വ്യവഹാരഭാഷയിൽ അത് സംഭാവ്യമല്ലെന്നുമാണ് ജോർജിന്റെ വാദം. അത്തരം മിശ്രഭാഷകളെ തമിഴ് മലയാളമായി പരിവർത്തനം ചെയ്തുവന്നഘട്ടത്തിലെ സാമാന്യവ്യവഹാരഭാഷയുടെ മാതൃകകളായി ഗണിക്കുന്നത് ഭാഷാശാസ്ത്രതത്വങ്ങൾക്ക് വിരുദ്ധമാണെന്ന് അദ്ദേഹം സ്ഥാപിക്കുന്നു. (1954: 146-70)

തമിഴ്-മലയാളങ്ങൾക്കുള്ള സമാനപൂർവദശയെപ്പറ്റി തർക്കമില്ലാതിരുന്ന ഇളംകുളത്തിന്റെ ഭാഷോൽപ്പത്തിവാദത്തിന് ബലംപോരെന്ന് കെ എം പ്രഭാകരവാരിയരും അഭിപ്രായപ്പെട്ടിട്ടുണ്ട് (*പൂർവകേരളഭാഷ*). രണ്ടുഭാഷകൾചേർന്ന് വെങ്കലഭാഷയുണ്ടാവുന്നത് സവിശേഷവും പ

രിമിതവുമായ സാഹചര്യങ്ങളിലാണ്. ഒരു നാട്ടിലെ മൊത്തം സംസാരഭാഷ അങ്ങനെ രൂപപ്പെട്ടതായി ചരിത്രത്തിൽ വേറെ തെളിവുകളില്ല. കേരളത്തിൽ അങ്ങനെ സംഭവിച്ചിരുന്നുവെന്ന് സ്ഥാപിക്കാൻ ഈ തെളിവുകൾ പോരാ. ഒരു ദൃശ്യകലാരൂപം ഭാഷോൽപ്പത്തിയിൽ ഇടപെട്ടുവെന്നു വിശ്വസിക്കാനും പ്രയാസമുണ്ടെന്ന് പ്രഭാകരവാരിയർ നിരീക്ഷിക്കുന്നു. അതേസമയം ഭാഷോൽപ്പത്തിവാദങ്ങളിൽ ഇളംകുളത്തിന്റെ മിശ്രഭാഷാവാദം സാഹിത്യഭാഷയെ സംബന്ധിച്ച് ഒരു പരിധിവരെ യാഥാർത്ഥ്യം വിശദീകരിക്കുന്നുണ്ടെന്ന് അദ്ദേഹം സമ്മതിക്കുന്നു. (1982: 189, 205)

ഒരു നാട്ടിലെ ഭാഷയെ മറ്റൊരു നാട്ടിലെ ഭാഷയുടെ പുത്രിയായും ജ്യേഷ്ടത്തിയായും മറ്റും കാണുന്ന രൂപകയുക്തിയെ ഇളംകുളം ശങ്കയോടെയാണ് സമീപിക്കുന്നത്. മലനാട്ടിലെ തമിഴുതന്നെയാണ് പരിണമിച്ച് മലയാളമാവുന്നതെന്ന് അദ്ദേഹം ചൂണ്ടിക്കാട്ടുന്നു, പാണ്ടിനാട്ടിലെ തമിഴല്ല മാറുന്നത്. അത് മാറി അവിടത്തെ ആധുനിക തമിഴാവുകയാണ്. പൂർവഭാഷ മാറിവരുന്നതിൽ ബന്ധുത്വസൂചന ആരോപിക്കുന്നത് അബദ്ധമാവുമെന്ന് അദ്ദേഹം കരുതുന്നു.

ലീലാതിലകസംവാദങ്ങൾ

ആറ്റൂർ കൃഷ്ണപ്പിഷാരടി (1917), കെ വാസുദേവൻ മൂസ്സത് (1940), ശൂരനാട്ട് കുഞ്ഞൻപിള്ള (1946) എന്നിവരുടെ പരിഭാഷകൾക്കുശേഷമാണ് ഇളംകുളത്തിന്റെ ലീലാതിലകവിവർത്തനം (1955) പുറത്തുവരുന്നത്. വിവിധ താളിയോലപ്പകർപ്പുകളും കുറിപ്പുകളും മറ്റും പരിശോധിച്ച് അദ്ദേഹം തയ്യാറാക്കിയ വിവർത്തനത്തിൽ എഴുത്തുകാരനെപ്പറ്റിയും അദ്ദേഹത്തിന്റെ കാലത്തെപ്പറ്റിയുമെല്ലാം നിഗമനങ്ങളിലെത്തുന്നുണ്ട്. മണിപ്രവാളലക്ഷണം, ഭാഷാനിരൂപണം, സന്ധിപ്രകരണം എന്നിങ്ങനെ ശില്പങ്ങൾക്ക് പേരുനൽകിയത് ഇളംകുളമാണ്. വിവർത്തനത്തിൽ ഇളംകുളം കൈക്കൊണ്ട സ്വാതന്ത്ര്യംമുൻനിർത്തി- വാക്കുകൾ കൂട്ടിച്ചേർക്കൽ, വിശദീകരണം നൽകൽ, ചില പദങ്ങൾ വിവർത്തനംചെയ്യാതെ വിടൽ- തന്റെ ഭാഷാനിലപാടുകൾക്കനുസരിച്ച് ഇളംകുളം ലീലാതിലകം വ്യാഖ്യാനിക്കുകയും വളച്ചൊടിക്കുകയുമായിരുന്നു എന്ന് ആരോപണമുണ്ടായിട്ടുണ്ട്. (കാർത്തികേയൻ 1988:151)

ലീലാതിലകത്തെപ്പറ്റി അതിന്റെ വിവർത്തന/വ്യാഖ്യാനത്തിനെഴുതിയ ആമുഖത്തിനുപുറമേ *കേരളഭാഷയുടെ വികാസപരിണാമങ്ങൾ* എന്ന ഗ്രന്ഥത്തിലെ 'ഭാഷാമിശ്രവും തമിഴും', *സാഹിത്യചരിത്രസംഗ്രഹ*ത്തിലെ പ്രാചീനമണിപ്രവാളം, *ഭാഷയും സാഹിത്യവും നൂറ്റാണ്ടുകളിൽ* എന്ന പുസ്തകത്തിലെ 'ലീലാതിലകം', *ചില കേരളചരിത്രപ്രശ്നങ്ങ*ളിലെ 'ലീലാതിലകം', കെ എം ജോർജ് എഡിറ്റുചെയ്ത *സാഹിത്യചരിത്രംപ്രസ്ഥാനങ്ങളിലൂടെ* എന്ന പുസ്തകത്തിലെ 'സംസ്കൃതമിശ്രശാഖ'യെന്ന പ്രബന്ധത്തിലെ 'ലീലാതിലകം-മണിപ്രവാളലക്ഷണം' എന്നിങ്ങനെ പല ലേഖനങ്ങളിലും ഇളംകുളം തന്റെ നിലപാടുകൾ ആവർത്തിച്ചുറപ്പിക്കുന്നുണ്ട്. ശൂരനാട്ടുകുഞ്ഞൻപിള്ളയുടെ ലീലാതിലകപരിഭാഷയുടെ രണ്ടാംപതിപ്പിൽ ഇളംകുളത്തിന്റെ

നിലപാടുകൾ ഇഴകീറി വിമർശിക്കപ്പെടുന്നുമുണ്ട്.

ലീലാതിലകരചനയ്ക്ക് സംസ്കൃതകാവ്യമീമാംസാഗ്രന്ഥങ്ങൾ, തൊൽകാപിയം, നന്നൂൽ, തൊൽകാപിയവ്യാഖ്യാനങ്ങൾ, തമിഴ് നിഘണ്ടുക്കൾ, തമിഴ് വൃത്തശാസ്ത്രഗ്രന്ഥങ്ങൾ തുടങ്ങി വിപുലമായ ഉപാദാനസാമഗ്രികൾ പ്രയോജനപ്പെടുത്തിയതായി ഇളംകുളം കണ്ടെത്തുന്നുണ്ട്. *ധ്വന്യാലോക*ത്തോടാണ് ലീലാതിലകത്തെ അദ്ദേഹം അക്കാര്യത്തിൽ താരതമ്യംചെയ്യുന്നതെന്നോർക്കണം. പതിനാലാം നൂറ്റാണ്ടിന്റെ തുടക്കംവരെ ലഭ്യമായ ഒട്ടുമിക്ക സംസ്കൃതാലങ്കാരശാസ്ത്രപുസ്തകങ്ങളും ലീലാതിലകകാരൻ കണ്ടിരുന്നുവെന്നതിന് തെളിവുനിരത്തുന്ന ഇളംകുളം, അലങ്കാരസംഖ്യയുൾപ്പെടെയുള്ള തെളിവുകൾ മുൻനിർത്തി ലീലാതിലകത്തിന്റെ അനന്യതയും ചൂണ്ടിക്കാട്ടുന്നു. ചില അഭാവങ്ങൾ മുൻനിർത്തിയും നിഗമനങ്ങളിലെത്തുന്നുണ്ട് അദ്ദേഹം. സർവാംഗനാഥ ആദിത്യവർമയുടെ കാലത്തുണ്ടായ തുലുക്കൻപടയുടെ ആക്രമണം പരാമർശിക്കുന്ന ഉണ്ണുനീലീപദ്യം ഉദ്ധരിച്ചതുകൊണ്ട് 1380 നുശേഷവും 1398ൽ പുറത്തുവന്ന 'മംഗലരാജനിഘണ്ടു' പരാമർശിക്കപ്പെടാത്തതിനാൽ അതിനുമുമ്പുമാണ് ലീലാതിലകരചനയെന്ന് രണ്ടുപതിറ്റാണ്ടിന്റെ കൃത്യതയിൽ ഇളംകുളം നിഗമനത്തിലെത്തുന്നു. ഇതിലേക്കു നയിച്ച തെളിവുകൾ കണ്ടെടുക്കുന്നതിലാണ് അദ്ദേഹത്തിന്റെ ചരിത്രപരവും സാഹിതീയവുമായ നൈപുണി.

മണിപ്രവാളത്തിലെ ഭാഷ ഏതെന്നതിന് ഇളംകുളം സ്വീകരിച്ച നിലപാടിന് സാർവത്രികാംഗീകാരം കിട്ടിയിട്ടില്ല. 'ഭാഷാ ച പ്രായശോƒ പാമരജനപ്രസിദ്ധാ' എന്ന പാഠമാണ് അദ്ദേഹം സ്വീകരിക്കുന്നത് (ഭാഷാ ച പ്രായശഃ പാമരജനപ്രസിദ്ധാ എന്നതാണ് മറ്റൊരു പാഠം) എന്നതിനാൽ അപാമരന്മാർക്കറിയാവുന്ന ഭാഷയാണ് മണിപ്രവാളത്തിലെ നാട്ടുഭാഷ എന്നുവരുന്നു. നമ്പൂതിരി, ക്ഷത്രിയർ, അമ്പലവാസികൾ എന്നിവർ- ത്രൈവർണികർ- സംസാരിക്കുന്ന ഉൽകൃഷ്ടഭാഷയെക്കുറിച്ചും ശൂദ്രാദി സാമാന്യജനങ്ങൾ സംസാരിക്കുന്ന അപകൃഷ്ടഭാഷയെക്കുറിച്ചും വിവരിക്കുന്ന ഇളംകുളം, മണിപ്രവാളത്തിലെ ഭാഷ ത്രൈവർണികർക്കറിയാവുന്നതാണെന്ന വാദക്കാരനാണ്. ഉൽകൃഷ്ടാപകൃഷ്ടവിഭജനം സംസാരഭാഷയ്ക്കായിരുന്നു, സാഹിത്യഭാഷയ്ക്കായിരുന്നില്ല എന്നകാര്യവും ഇളംകുളം ഓർമിപ്പിക്കുന്നുണ്ട്. രണ്ടാം പാഠം മുഖവിലക്കെടുക്കുന്ന ശൂരനാട്ടുകുഞ്ഞൻപിള്ള ത്രൈവർണികർക്കും സാമാന്യജനങ്ങൾക്കും അറിയാവുന്ന ഭാഷ എന്ന നിലപാടാണ് സ്വീകരിക്കുന്നത്.

തൊൽകാപിയത്തിൽനിന്നാണ് ലീലാതിലകം ത്രൈവർണികരെക്കുറിച്ചുള്ള നിരീക്ഷണം സ്വീകരിച്ചതെന്ന് ടി ബി വേണുഗോപാലപ്പണിക്കർ നിരീക്ഷിക്കുന്നു. തൊൽകാപിയത്തിൽ ഉയർന്തോർ എന്നു വിവരിക്കുന്ന ത്രൈവർണികരാണ് ഈ അപാമരർ. ഇഴിന്തോരുടെ ഭാഷയാണ് പാമരപ്രസിദ്ധമായ അപകൃഷ്ടഭാഷ. വ്യാകരണത്തിൽ പരിഗണിക്കേണ്ടത് കാവ്യഭാഷയായ ചെയ്യുളും പ്രയോഗഭാഷയായ വഴക്കുമാണെന്ന് തൊൽകാപ്പിയം പറയുന്നുണ്ടല്ലോ. ഈ 'വഴക്ക്' ഉയർന്തോരെന്ന ത്രൈവർണികരുടെ പ്രയോഗഭാഷയാണ്. അതായത്

ഏതുനാട്ടിലും ഭാഷയുടെ നിലവാരപ്പെട്ടരൂപം അതതുദേശത്തെ സാമൂഹ്യരാഷ്ട്രീയ സമ്മർദ്ദങ്ങൾ ചെലുത്തുന്ന വർഗക്കാരുടെ വാമൊഴിയോടാണ് ബന്ധപ്പെടുന്നത്. ഈ പൊതുതത്വംവച്ചുവേണം ലീലാതിലകപ്രയോഗത്തെ കാണാനെന്ന് വേണുഗോപാലപ്പണിക്കർ ചൂണ്ടിക്കാട്ടുന്നു. കേരളത്തിലെ ത്രൈവർണികർ ഇന്ന ജാതിക്കാരാണെന്ന് പറയുക എളുപ്പമല്ല. ചാതുർവർണ്യംതന്നെ ഉള്ള ജാതിക്രമത്തിന്റെ ചിത്രമല്ല, ജാതിക്രമത്തിന് താത്വികാധിഷ്ഠാനം ഉണ്ടാക്കാൻ കല്പിക്കപ്പെട്ട യുക്ത്യധിഷ്ഠാനം മാത്രമാണ്. ത്രൈവർണികരെ ഉയർന്ന ജാതിക്കാർ എന്നുമാത്രം എടുക്കുകയാണ് ഉചിതം. ആ ഉയർന്നോരുടെ പ്രയോഗഭാഷയാണ് മണിപ്രവാളത്തിലെ കേരളഭാഷ. 'ഭാഷയിൽ ഉൽകൃഷ്ടാപകൃഷ്ടഭേദമെന്ന സങ്കല്പം കേരളത്തിൽ കുടിയേറിപ്പാർത്തു പിന്നീട് നമ്പൂതിരിമാരായിത്തീർന്ന ബ്രാഹ്മണർ അവരുടെ 'താന്തോന്നിത്തം'നിറഞ്ഞ മിശ്രഭാഷവഴി ഉണ്ടാക്കിത്തീർത്തതാണെന്നും മണിപ്രവാളം ആ മിശ്രഭാഷയുടെ കുസുമിതരൂപമാണെന്നും മറ്റുമുള്ള ഭാവനകൾ ഉപേക്ഷിക്കയേ നല്ലൂ' എന്നും വേണുഗോപാലപ്പണിക്കർ എഴുതുന്നു. (1999:50–53)

ലീലാതിലകത്തിൽനിന്ന് ഒരു നൂറ്റാണ്ടിന്റെ അകലമുള്ള ചെറുശ്ശേരിയുടെ ഭാഷയെ മുൻനിർത്തി, മിശ്രഭാഷാകോമാളിത്തങ്ങളെല്ലാം കുഴിച്ചുമൂടി ത്രൈവർണികഭാഷയെ ശുദ്ധീകരിച്ച് മലനാട്ടുതമിഴുമായി യോജിപ്പിച്ചത് ആ നമ്പൂതിരിയാണെന്നു സിദ്ധിക്കുമെന്നും അതുകൊണ്ടുതന്നെ നമ്പൂതിരിമാരെപ്പറ്റിയും ത്രൈവർണികഭാഷയെപ്പറ്റിയും ഇളംകുളം പറഞ്ഞ പല അഭിപ്രായങ്ങളും ചരിത്രവിരുദ്ധമാണെന്നുവരുന്നതായി ശൂരനാട്ടു കുഞ്ഞൻപിള്ള ലീലാതിലകവ്യാഖ്യാനത്തിന്റെ പുതുക്കിയ പതിപ്പിൽ സമർഥിക്കുന്നുണ്ട്.

ലീലാതിലകത്തിൽ ഉപയോഗിച്ച പദങ്ങൾ, സന്ധിചെയ്തരൂപങ്ങൾ, വിഭക്തിപ്രത്യയങ്ങൾ തുടങ്ങി ഭാഷാപരമായ സൂചനകളെല്ലാം ഇളംകുളം നിഷ്കൃഷ്ടമായി പരിശോധിക്കുന്നുണ്ട്. മുൻ വ്യാഖ്യാതക്കളോട് പലപ്പോഴും വിയോജിക്കുകയും സ്വന്തം നിലപാട് സ്ഥാപിക്കുകയും ചെയ്യുകയാണ് അദ്ദേഹത്തിന്റെ ശൈലി. ആറാംവിഭക്തിയുടെ പ്രത്യയം 'ന്നു' എന്നാണെന്ന് ഇളംകുളം സ്ഥാപിക്കുന്നത് ഒരുദാഹരണം. മറ്റെല്ലാ വ്യാഖ്യാതാക്കളും 'ഉടെ'യിൽ നിൽക്കുമ്പോഴാണിത്. 'കാലന്നു തോതരൻ' എന്നിങ്ങനെ 'ന്നു' രാമചരിതത്തിലുംമറ്റും കാണുന്നുവെന്നതാണ് ഇളംകുളത്തിന്റെ യുക്തി. 'പുലികൊന്റു'വെന്നത് 'പുലിയെ കൊന്റു'വെന്ന അർഥത്തിൽ പ്രയോഗിക്കാമെന്ന ലീലാതിലക നിരീക്ഷണത്തെ, പന്ത്രണ്ടാംനൂറ്റാണ്ടിലെ അത്തരം പ്രയോഗങ്ങൾ പതിനാലാം നൂറ്റാണ്ടുവരെ നിലനിന്നുവെന്നതിന്റെ സൂചനയായാണ് ഇളംകുളം മനസ്സിലാക്കുന്നത്.

ഭാഷയും സമൂഹവും

ഉണ്ണുനീലിസന്ദേശവും വൈശികതന്ത്രവും ചെറിയച്ചീചരിതവും കോകസന്ദേശവും ചന്ദ്രോത്സവവും ഭാഷാകൗടലീയവുംപോലുള്ള കൃതികളെ ചരിത്രപഠനത്തിനായാണ് അദ്ദേഹം ഉപയോഗപ്പെടുത്തിയത്. ഭാഷാ

ചരിത്രപരംകൂടിയാവുന്നു അതിന്റെ ഉപലബ്ധികൾ. കൃതികളിലെ ചരിത്രസൂചനകളുപയോഗിച്ച് കാലഗണനയുംമറ്റും നടത്തുകയും അതേ കാലഗണനയെ ഭാഷാചരിത്രപരിണാമസംഗതികൾ വിവരിക്കാനായി ഉപയോഗിക്കുകയുംചെയ്യുക ഇളംകുളത്തിന്റെ ശൈലിയാണ്. സംസ്കൃതമിശ്രശാഖയിൽപ്പെട്ട ഈ കൃതികളെയെല്ലാം ലീലാതിലകലക്ഷണപ്രകാരം പരിശോധിക്കുന്നുമുണ്ട് അദ്ദേഹം.

എട്ടാം നൂറ്റാണ്ടിൽ വൈദികധർമപ്രചാരണത്തിനായി വാളും പരിചയുമേന്തിവന്ന വിജ്ഞാനമൂർത്തികളായ ഭട്ടന്മാർ, പതിമൂന്നാം നൂറ്റാണ്ടാവുമ്പോഴേക്കും ശിഷ്ടാചാരപ്രിയരായ വെറും നമ്പൂതിരിമാരായ ചരിത്രമാണ് *വൈശികതന്ത്ര*പഠനത്തിലൂടെ ഇളംകുളം അനാവരണംചെയ്യുന്നത്. *ഉണ്ണിയച്ചീചരിത*മെന്ന ആദ്യമലയാളചമ്പുവിനെ 1275 നോടടുപ്പിച്ച് സ്ഥാപിക്കുന്നു അദ്ദേഹം. ആനയച്ച് എന്ന നാണയത്തെപ്പറ്റി പരാമർശമുള്ളതും കോഴിക്കോടിനെപ്പറ്റി പരാമർശമില്ലാത്തതും ഇതിലേക്ക് തെളിവാകുന്നു. *മല്ലീനിലാവും ചെറിയച്ചീചരിത*വും ലീലാതിലകകാരന്റേതാണെന്ന ഒരൂഹവും ഭാഷാപരമായ തെളിവുകൾ മുൻനിർത്തി അദ്ദേഹം അവതരിപ്പിച്ചിട്ടുണ്ട്. കൊച്ചിരാജവംശം അവരുടെ താമസം തിരുവഞ്ചിക്കുളത്തുനിന്ന് കൊച്ചിയിലേക്കുമാറ്റിയ 1405-നടുപ്പിച്ചായിരിക്കണം കോകസന്ദേശം എഴുതപ്പെട്ടത് എന്ന അനുമാനത്തിൽ ഇളംകുളം എത്തുന്നത് ചില വർണനകളുടെ മേന്മയും ചിലതിന്റെ മേന്മക്കുറവും ചിലതിന്റെ അഭാവവും വച്ചുകൊണ്ടാണ്. *ചന്ദ്രോത്സവ* പഠനത്തിൽ ദേവദാസിസമ്പ്രദായത്തിന്റെ ചരിത്രവും പഴമയും ഭാഷ 'പെൺമലയാള'മെന്ന് (?) വിളിക്കപ്പെടാനുണ്ടായ സാഹചര്യവും വിശദമാക്കാനും ആ ആക്ഷേപഹാസ്യകൃതിയുടെ ഭാഷാസവിശേഷതകൾ വിവരിക്കാനും അദ്ദേഹം ശ്രമിക്കുന്നു. ഏതുകൃതിയുടെ പാരായണത്തിലും അതുൾക്കൊള്ളുന്ന ഭാഷയിൽനിന്ന് ചരിത്രത്തിലേക്കും ചരിത്രത്തിൽനിന്ന് ഭാഷയിലേക്കും സഞ്ചരിക്കാനുള്ള വഴികൾ അദ്ദേഹം കണ്ടെത്തുന്നു.

*ഭാഷാകൗടലീയ*ത്തിന്റെ കാലനിർണയനത്തിന് (കേരളഭാഷയുടെ വികാസപരിണാമങ്ങൾ) ഇളംകുളം വ്യാകരണപരമായ തെളിവുകളെയാണ് ആശ്രയിക്കുന്നത്. പിൻവിനയെച്ച പ്രത്യയങ്ങളുടെ ആധിക്യം പ്രകടമാണ്, സമുച്ചയത്തിനായി ഉപയോഗിച്ചിരുന്ന മും മാറി പലേടത്തും വും പ്രത്യക്ഷപ്പെട്ടു, അവകൾ, അവർകൾ പോലുള്ള ബഹുവചനരൂപത്തെക്കാൾ അവരൾ എന്നതിന് പ്രചാരമേറി, സംഖ്യാവാചിയായ 'രണ്ടു' രൂപം പ്രചരിച്ചുതുടങ്ങിയതേയുള്ളൂ, വിഭക്തിപ്രത്യയങ്ങളുടെ കാര്യത്തിൽ അവ്യവസ്ഥിതികാണുന്നു, രണ്ടാംവിഭക്തിക്ക് ഐയും എയും കാണുന്നു, അനുനാസികാതിപ്രസരം, താലവ്യാദേശം, ഖിലോപസംഗ്രഹം തുടങ്ങിയ നയങ്ങളുടെ പ്രവർത്തനം കാണാം തുടങ്ങിയ നിരീക്ഷണങ്ങൾ ഉദാഹരണം. കഷ്ടിരണ്ടുനൂറ്റാണ്ടിനുശേഷമുള്ള ആട്ടപ്രകാരം ക്രമദീപികകളിലെ ഗദ്യത്തിലെത്തുമ്പോൾ വരുന്ന മാറ്റം ഇങ്ങനെ: പുരുഷപ്രത്യയംചേരാത്ത ക്രിയാരൂപങ്ങൾ കുറവ്, സ്വരസംവരണം വരാത്തവയുണ്ട്, പദാന്ത്യത്തിലെ ചില്ലും മറ്റും ലോപിക്കുന്നു, ഴ-ട വിപര്യയം, സമുച്ചയം ചേർന്നും ചേരാതുമുള്ള രൂപങ്ങൾ, വിഭ

ക്തിപ്രത്യയക്കാര്യത്തിലെ അവ്യവസ്ഥിതി, ഇരട്ടിപ്പിന്റെ കാര്യത്തിലെ അവ്യവസ്ഥിതി, ദീർഘ-ഹ്രസ്വങ്ങളിലെ മാറ്റം, ഉച്ചാരണത്തിനൊപ്പിച്ച് എഴുതുക, പദാദിസ്വരങ്ങൾക്കുമുമ്പ് യ, വ വരികസംസ്കൃതരീതിയിൽ വിശേഷണങ്ങൾക്കും പ്രത്യയംചേർക്കൽ, മും ചേർന്ന സമുച്ചയം നിലനിൽക്കുന്നു, അവരൾ രൂപം കൂടി, ഗുണനാമത്തിൽ പുരുഷപ്രത്യയംചേർക്കൽ, ര-ല വിപര്യയം, ക-വ-യ വിപര്യയം ഇത്യാദി. വ്യാകരണസവിശേഷതകളിൽനിന്ന് കാലത്തിലേക്കും, തിരിച്ചും സഞ്ചരിക്കുകയെന്ന ചരിത്രവഴിക്ക് ഇളംകുളത്തിന്റെ ഗദ്യപഠനങ്ങൾ ഉദാഹരണങ്ങളാണ്.

പഴയകൃതികളെ അന്നത്തെ സാമൂഹികസാഹചര്യങ്ങളോട് ചേർത്തുനിറുത്തി വായിക്കുന്നതിന് ഒരുദാഹരണംകാണുക: 'വൈശികതന്ത്രം മുതൽ ചന്ദ്രോത്സവംവരെയുള്ള മണിപ്രവാളങ്ങളെല്ലാംതന്നെ മേൽപറഞ്ഞ ന്യൂനപക്ഷം (പതിനഞ്ചുശതമാനത്തോളംവരുന്ന നമ്പൂതിരിമാരുൾപ്പെട്ട ത്രൈവർണികർ, വിദ്യാസമ്പന്നർ) ജനങ്ങളുടെ സാഹിത്യമാണ്. വിദ്യാഭ്യാസം സിദ്ധിച്ച ജനങ്ങളിൽ ഭൂരിപക്ഷത്തിന്റെ അഭിരുചിയെ മാനിക്കാതിരിക്കാൻ പ്രായേണ കവികളും സാഹിത്യകാരന്മാരും ഒരുമ്പെടുകയില്ല. വശ്യവചസ്സുകളായ അപൂർവം ചില മഹാകവികൾമാത്രമേ ഒന്നോ രണ്ടോ തലമുറ മുമ്പിൽ പോയിനിന്നുകൊണ്ട് സമുദായത്തെ തന്റെ പുറകേ ആനയിക്കുവാൻ ധൈര്യംകാണിക്കുകയുള്ളൂ. അവരാണ് യഥാർഥത്തിൽ ദൈവദൂതന്മാർ. ഈ മണിപ്രവാളകവികളൊന്നും ആ നിലയിലേക്കുയരുന്നില്ല. എന്നാൽ മുമ്പു പറഞ്ഞ പത്തു ശതമാനത്തോളം വരുന്ന ജനങ്ങളുടെ ജീവിതത്തെ ഭംഗിയായി ചിത്രീകരിക്കുവാൻ അവർക്കു കഴിഞ്ഞിട്ടുണ്ട്. കേരളത്തിലെ സന്മാർഗികമായ അധഃപതനം അഭ്യസ്ഥവിദ്യരായ ഈ വിഭാഗത്തിലുള്ളവരെമാത്രമേ പൂർണമായും ബാധിച്ചുള്ളൂവെന്നും ഗ്രഹിക്കണം.' (1989: 243)

വിമർശകൻ

വരണ്ട കൊല്ലക്കണക്കുകളും, ഏതൊക്കെയോ രാജാക്കന്മാരുടെ ഭരണക്കണക്കുകളും തിരിയാത്ത വാക്കുകളുടെ നിരുക്തക്കണക്കുകളും വിവരിക്കുന്ന അരസികനാണ് സാഹിത്യവിദ്യാർഥികൾക്ക് പലപ്പോഴും ഇളംകുളം കുഞ്ഞൻപിള്ള. അദ്ദേഹത്തിന്റെ സമകാലസാഹിത്യപഠനങ്ങളൊന്നും അത്ര പ്രശസ്തമല്ലതാനും. ചരിത്രമന്വേഷിച്ചുപോകുന്ന ആ ഭാഷാപണ്ഡിതന്റെ നിരൂപണശൈലി പലപ്പോഴും അതീവ ഹൃദ്യമാണെന്നു പറയാതെവയ്യ. ചില ഉദാഹരണങ്ങൾ നോക്കാം.

വിമർശനങ്ങളോട് മിക്കപ്പോഴും പോസിറ്റീവായ സമീപനമാണ് ഇളംകുളം പുലർത്താറുള്ളത്. *ഉണ്ണുനീലിസന്ദേശ*ത്തെ മുഴുത്തചിരിയായിക്കണ്ട കുട്ടികൃഷ്ണമാരാരുടെ ലേഖനം ഇളംകുളത്തിന്റെ കണ്ടെത്തലുകളെയും വെറുതെ വിടുന്നില്ല. എന്നാൽ അതിനെപ്പറ്റി ഇളംകുളം 'കോകസന്ദേശ'മെന്ന ലേഖനത്തിന്റെ ടിപ്പണിയിൽ പരാമർശിക്കുന്നതു നോക്കുക: 'ഉണ്ണുനീലിസന്ദേശ(രണ്ടാംപതിപ്പ്)ത്തിന്റെ അവതാരികയിലും മറ്റും ഞാൻ പറഞ്ഞിട്ടുള്ള ചില അഭിപ്രായങ്ങളെ എതി

ർത്തുകൊണ്ട് 1956 ഫെബ്രുവരി ലക്കം പരിഷത് മാസികയിൽ ശ്രീ മാരാർ എഴുതിയിട്ടുള്ള പ്രൗഢവും രസകരവുമായ ലേഖനം വായിക്കുന്നത് പ്രയോജനകരമായിരിക്കും. എന്നാൽ ഉണ്ണുനീലിസന്ദേശം ഹാസ്യാനുകരണമാണെന്ന നിഗമനത്തോട് യോജിക്കാൻ വിഷമമുണ്ട്. വിപ്രലംഭശൃംഗാരത്തിന്റെ അംഗമായി ഹാസ്യത്തിനു ധാരാളം സ്ഥാനം നൽകിയിട്ടുണ്ടെന്നതിൽ പക്ഷാന്തരമില്ല. (മാരാരുടെ ലേഖനം ഹാസ്യസാഹിത്യം എന്ന പുസ്തകത്തിൽ പ്രസിദ്ധംചെയ്തിട്ടുണ്ട്- രണ്ടാംപതിപ്പ്)' (ഭാ സാ നൂ പു. 64) തന്നെ നിശിതമായി വിമർശിക്കുന്ന ലേഖനം വായിക്കാത്തവരെക്കൂടി വിളിച്ച് കേൾപ്പിക്കുകയാണ് ഇളംകുളം.

ഉള്ളൂരിന്റെ സാഹിത്യചരിത്രത്തിലെ ചരിത്രത്തെറ്റുകൾ വിശദമായി വിവരിച്ചശേഷം ഇളംകുളം ഉപസംഹരിക്കുന്നതിങ്ങനെ: 'മഹാകവി ജീവിച്ചിരുന്നെങ്കിൽ ഒരു ശുദ്ധിപത്രംകൊണ്ടു സ്വയംതിരുത്തുമെന്ന് വിശ്വാസമുള്ള ചില തെറ്റുകളാണ് ഇവിടെ ചൂണ്ടിക്കാണിച്ചിട്ടുള്ളത്. അങ്ങനെയുള്ള തെറ്റുകൾ നൂറ്റുകണക്കിന് കാണാൻ കഴിയും. വായനക്കാർക്ക് ഈ വിശിഷ്ടഗ്രന്ഥത്തിന്റെ ഗുണം പൂർണമായി അനുഭവിക്കുന്നതിന് അവയെല്ലാം തിരുത്തേണ്ടത് ആവശ്യമാണ്. എന്തെല്ലാം തെറ്റുകൾ ഉണ്ടായിരുന്നാലും അവയെല്ലാം ഗ്രന്ഥത്തിന്റെ ഗുണസമുച്ചയത്തിൽ മുങ്ങിപ്പോകുന്നുവെന്ന സംഗതി വിസ്മരിക്കാൻ പാടില്ല.' എത്ര സൗമ്യമായാണ് വിമർശനം അവതരിപ്പിക്കുന്നതെന്നു നോക്കുക.

മലയാളസാഹിത്യത്തെ ചരിത്രദൃഷ്ടിയിലൂടെയാണ് ഇളംകുളം കണ്ടത്. അദ്ദേഹത്തിന്റെ ആസ്വാദനപദ്ധതിപോലും ചരിത്രനിഷ്ഠമായിരുന്നു. മലയാളസാഹിത്യം സംബന്ധിച്ച ചില കൗതുകകരമായ നിലപാടുകൾ ഇളംകുളത്തിന്റെ ഭാഷയിൽ അവതരിപ്പിക്കപ്പെട്ടതുകാണുക: 'സാഹിത്യം ജനസമുദായത്തിന്റെ ആത്മകഥയാണ്' ('മലയാളകവിത നൂറ്റാണ്ടുകളിലൂടെ' എന്ന പ്രബന്ധം); 'വൈശികതന്ത്ര'ത്തിൽ ത്തുടങ്ങി 'അധ്യാത്മരാമായണ'ത്തിലൂടെ 'ദുരവസ്ഥ'യിലേക്കുള്ള പുരോഗതിയാണ് ഭാഷാസാഹിത്യചരിത്രത്തിൽ നാം ദർശിക്കുന്നത് (കോകസന്ദേശം); 'വാസ്തവത്തിൽ യുക്തിബോധത്തിനു പ്രാധാന്യമുള്ളൊരു സാഹിത്യശാഖ ആശാന്റെ കാലംമുതലേ മലയാളത്തിൽ ആരംഭിക്കുന്നുള്ളൂ'. (മലയാളകവിത നൂറ്റാണ്ടുകളിലൂടെ)

ചുരുക്കത്തിൽ, ഭാഷയെയും സാഹിത്യത്തെയും ചരിത്രവൽക്കരിച്ചു പഠിക്കുകയെന്ന സമ്പ്രദായത്തെ മലയാളത്തിൽ ഉറപ്പിച്ചത് പ്രൊഫ. ഇളംകുളം പി എൻ കുഞ്ഞൻപിള്ളയാണ്. സാഹിത്യപഠനത്തിനുവേണ്ട ഉപാദാനസാമഗ്രികളായി അദ്ദേഹം ചരിത്രരേഖകളെ കണ്ടു. വസ്തുനിഷ്ഠവും ശാസ്ത്രീയവുമായ തെളിവുകളുടെ വെളിച്ചത്തിലേ അദ്ദേഹം നിഗമനത്തിലെത്തുന്നുള്ളൂ. ചരിത്രപരമാണെന്ന് സ്വയം ബോധ്യപ്പെടുന്നിടത്തോളം സ്വന്തം വാദങ്ങളിൽ ഉറച്ചുനിൽക്കാനും കൂടുതൽ യുക്തിസഹമായ തെളിവുകൾവരുമ്പോൾ നിലപാടുകൾ പരിഷ്കരിക്കാനും സന്നദ്ധനാണ് ആ ചരിത്രഗവേഷകൻ. അതുകൊണ്ടുതന്നെ മലയാളഭാഷോൽപ്പത്തി, പഴയകൃതികളുടെ കാലഗണന തുടങ്ങിയ കാര്യങ്ങളിൽ താരതമ്യേന യുക്തിസഹമായ നിലപാടുകളിലെത്താൻ അദ്ദേഹത്തിന് സാധിച്ചു. 'ഓലയിൽക്കാണുന്നതെല്ലാം പരമാർഥം,

സംസ്കൃതത്തിൽ പറയുന്നതെന്തും പ്രമാണം' എന്ന ആന്ധ്യം ബാധിക്കാത്ത ഗവേഷകനാണ് ഇളംകുളം. ചരിത്രബോധമില്ലാതെ താളിയോലകൾ കൈകാര്യംചെയ്തുവെന്നതിൽ ഇളംകുളം ഉള്ളൂരിനോടു പോലും വിയോജിക്കുന്നുണ്ട്. വട്ടെഴുത്തും കോലെഴുത്തും കൂട്ടിവായിക്കാനുള്ള ഉപസ്ഥിതിമാത്രമാണ് ചരിത്രഗവേഷണത്തിനുവേണ്ട യോഗ്യതയെന്ന് ആളുകൾ ഇന്നും ധരിക്കുന്നിടത്താണ് കഴിഞ്ഞനൂറ്റാണ്ടിന്റെ മധ്യത്തിൽ ഇളംകുളം നടത്തിയ ഗവേഷണങ്ങളുടെയും നിഗമനങ്ങളുടെയും വലിപ്പം ബോധ്യപ്പെടുക.

റഫറൻസ്:

കരുണാകരൻ, തിരുനെല്ലൂർ 1965. *മലയാളഭാഷാപരിണാമം സിദ്ധാന്തങ്ങളും വസ്തുതകളും*, തിരുവനന്തപുരം: പ്രഭാത് ബുക്ക് ഹൗസ്

കാർത്തികേയൻ, ഷൊർണൂർ. 1988. *ലീലാതിലകം പരിഭാഷകളും പഠനങ്ങളും*, കോട്ടയം: കറന്റ് ബുക്സ്

കുഞ്ഞൻപിള്ള, ഇളംകുളം. 1967. *കേരളഭാഷയുടെ വികാസപരിണാമങ്ങൾ,* കോട്ടയം: നാഷണൽ ബുക്ക് സ്റ്റാൾ

-----(?) *ഭാഷയും സാഹിത്യവും നൂറ്റാണ്ടുകളിലൂടെ*, കോട്ടയം: നാഷണൽ ബുക്ക് സ്റ്റാൾ

-----1989. 'സംസ്കൃതമിശ്രശാഖ' *സാഹിത്യചരിത്രം പ്രസ്ഥാനങ്ങളിലൂടെ* എഡി. കെ എം ജോർജ്, കോട്ടയം: നാഷണൽ ബുക്ക് സ്റ്റാൾ പു. 189-297

-----1990. *ലീലാതിലകം* (മണിപ്രവാളലക്ഷണം) (വ്യാഖ്യാ), കോട്ടയം: നാഷണൽ ബുക്ക് സ്റ്റാൾ

ചന്ദ്രശേഖരൻനായർ സി കെ, 1973. *പഠനങ്ങൾ*, കോട്ടയം: നാഷണൽ ബുക്ക് സ്റ്റാൾ

ജോർജ്, കെ എം. 1954 *വളരുന്നകൈരളി* കോട്ടയം: നാഷണൽ ബുക്ക് സ്റ്റാൾ

പ്രഭാകരവാരിയർ, കെ എം. 1982. *പൂർവകേരളഭാഷ* മദ്രാസ്: യൂണിവേഴ്സിറ്റി ഓഫ് മദ്രാസ്

------2004 *മലയാളം മാറ്റവും വളർച്ചയും*, ശുകപുരം: വള്ളത്തോൾ വിദ്യാപീഠം

രഘുനാഥൻ, ആർ 1989. *മലയാള ഭാഷോൽപ്പത്തി- വിവരണാത്മകസൂചിക.* തിരുവനന്തപുരം: കേരള ഭാഷാ ഇൻസ്റ്റിറ്റ്യൂട്ട്

വേണുഗോപാലപ്പണിക്കർ, 1999. *വാക്കിന്റെ വഴികൾ*, ശുകപുരം: വള്ളത്തോൾ വിദ്യാപീഠം

(2016)

2015

■

വിവർത്തകർ
നിഘണ്ടുനോക്കുമ്പോൾ

നിഘണ്ടുവിജ്ഞാനവും വിവർത്തനപഠനങ്ങളും തമ്മിൽ വളരെയടുത്തബന്ധമുണ്ടെന്ന് തോന്നാമെങ്കിലും മലയാളത്തിലെ പല വിവർത്തനവിചാരഗ്രന്ഥങ്ങളിലും നിഘണ്ടുസംബന്ധിച്ച ലേഖനം കണ്ടിട്ടില്ല: നിഘണ്ടുപഠനങ്ങളിൽ വിവർത്തനവുമില്ല. നമ്മുടെമാത്രം കാര്യമല്ലിത്; മിക്കനാടുകളിലും ഇതാണ് സ്ഥിതിയെന്ന് ജർമൻകാരനായ ഒരു നിഘണ്ടുവിദഗ്ധൻ എഴുതിയിട്ടുണ്ട്[1]. ഈ രണ്ടുമേഖലകളെത്തമ്മിൽ ബന്ധിപ്പിക്കുന്ന ആലോചനകൾ ഒട്ടും അപ്രസക്തമല്ലതാനും. മലയാളം മൂലഭാഷയായുള്ള ദ്വിഭാഷാനിഘണ്ടുക്കളെ വിവർത്തനോപകരണമെന്നന്ന നിലയിൽ നോക്കിക്കാണാനുള്ള ശ്രമമാണ് ഈ പ്രബന്ധം. ഇന്ന് പ്രചാരത്തിലുള്ള ദ്വിഭാഷാനിഘണ്ടുക്കളെക്കൊണ്ട് വിവർത്തനനിഘണ്ടുക്കളുടെ പ്രയോജനം ലഭിക്കുമോ, അവ വിവർത്തനപ്രക്രിയയെ സഹായിക്കുകയെന്ന ലക്ഷ്യം മുന്നിൽക്കാണുന്നുണ്ടോ തുടങ്ങിയ അന്വേഷണങ്ങളാണ് ഇവിടെ നടത്തുന്നത്. നല്ല കാര്യവിവരമുള്ള, ഇംഗ്ലീഷിലും മലയാളത്തിലും ധാരാളമെഴുതാറുള്ള ഒരു സുഹൃത്തിന്റെ ലേഖനത്തിൽ മിതവ്യയമെന്ന വാക്ക് അസ്ഥാനത്ത്, അർഥമില്ലാതെ കിടക്കുന്നതുകണ്ട് കാര്യംതിരക്കിയപ്പോഴാണ് ഇക്കോണമി എന്ന വാക്കിന്റെ തർജമയാണത് എന്നു മനസ്സിലായത്. നിഘണ്ടുവിൽനിന്ന് കിട്ടിയ, നല്ല മലയാളപദം എന്ന നിലയിലാണ്, അദ്ദേഹം അതെടുത്തുപയോഗിച്ചത്. സമ്പദ്വ്യവസ്ഥയെന്ന പദമായിരുന്നില്ല, മിതവ്യയമായിരുന്നു നിഘണ്ടുവിൽ ആദ്യാർഥം എന്നതാണ് അദ്ദേഹത്തിന് വിനയായത്. വിവർത്തനത്തിന് നിഘണ്ടുക്കളെ ആശ്രയിക്കുന്നതിനെപ്പറ്റി ആലോചിക്കാനിടയായത് അങ്ങനെയാണ്.

ചില ഉദാഹരണങ്ങൾ നോക്കാം. നമ്മുടെ ഏറ്റവും പുതിയ മലയാളം-ഇംഗ്ലീഷ് നിഘണ്ടുവിൽ സംവരണം എന്നവാക്കിന് അർഥങ്ങൾ നൽകിയിരിക്കുന്നത് lid, concealment, secret, reservation എന്നക്രമത്തിലാണ്. പത്രമെന്ന വാക്കിന്റെ ആദ്യർഥങ്ങൾ ഇപ്പോഴും leaf, wing, feather എന്നൊക്കെയാണ്. എങ്ങനെ ന്യായീകരിച്ചാലും ഈ രീതി 'വിവർത്തനോചിത'മല്ലതന്നെ. വിവർത്തകർ മിക്കപ്പോഴും ഭാഷാജ്ഞാനത്തെ (competance)യാണ് ആശ്രയിക്കുന്നത് എന്നതിനാൽ കുഴപ്പമുണ്ടാകാറില്ല എന്നുമാത്രം. പലപല വിവർത്തനോപകരണങ്ങളിൽ ഒന്നുമാത്രമാണ് ദ്വിഭാഷാനിഘണ്ടു. ഒപ്പം തെസോറസും ഇരുഭാഷയിലുമുള്ള ഏകഭാഷാനിഘണ്ടുക്കളും പ്രയോഗനിഘണ്ടുക്കളെയും

ശൈലീനിഘണ്ടുക്കളെയും പോലുള്ള സവിശേഷപദകോശങ്ങളും വിജ്ഞാനകോശങ്ങളും പ്രായോഗികബുദ്ധിയും 'കരവിരുതു'മൊക്കെ യുണ്ടാവണമെന്നകാര്യം പറയേണ്ടതില്ലല്ലോ.

ദ്വിഭാഷാനിഘണ്ടുക്കൾ രണ്ടുതരത്തിലാണ് അർഥസമമൂല്യത കൈവ രിക്കാൻ ശ്രമിക്കാറ്. ഇരുഭാഷയിലെയും പദങ്ങൾ (lexical units) തമ്മി ലുള്ള വിവർത്തനസമമൂല്യത (translational equivalance), വിശദീകരണ സമമൂല്യത (explanatory equivalance) എന്നിങ്ങനെ. യൂജിൻ എ. നൈ ഡയും മറ്റും പറയുന്നതുപോലെ രണ്ടുഭാഷകൾതമ്മിൽ കൃത്യമായ അർഥസമമൂല്യത അസാധ്യമാണെങ്കിലും[2] അതുകൈവന്നുവെന്ന് മേനിനടിക്കുകയാണല്ലോ എല്ലാ ദ്വി/ബഹുഭാഷാനിഘണ്ടുക്കളും. ലക്ഷ്യ ഭാഷാപാഠനിർമിതിയെ സഹായിക്കുകയാവണം വിവർത്തനസമമൂ ല്യതയുടെ ലക്ഷ്യം. വിവർത്തനപ്രക്രിയയെ സഹായിക്കേണ്ട നിഘ ണ്ടുക്കൾ അതിനാൽത്തന്നെ വിശദീകരണ സമമൂല്യതകൂടി കൈവ രിക്കേണ്ടതുണ്ട്. കാരണം ഭാഷാവ്യവഹാരങ്ങളിൽ നിഹിതമായ സംസ്കാരസൂചനകൾ വിവർത്തകന് ഒഴിച്ചുകൂടാനാവില്ലതന്നെ. തുള സിയെന്നതിന് Ocimum Sanctum എന്നോ a medicinal plant എന്നോ പോരല്ലോ. നമുക്ക് തുമ്പപ്പൂ small white flowers of the tropical plant Leucas Indica അല്ലല്ലോ. ഇവയെ വിശദീകരിക്കുമ്പോഴേ വിശദീകരണസ മമൂല്യത കൈവരുന്നുള്ളൂ.

നിഘണ്ടു ആർക്കുവേണ്ടി

ദ്വിഭാഷാനിഘണ്ടു മൂല-ലക്ഷ്യഭാഷകരിൽ ആരെയാണ് ലക്ഷ്യമിടുന്ന തെന്ന കാര്യം ആദ്യമേ നിശ്ചയിക്കണം. രണ്ടുഭാഷക്കാർക്കും ഒരു പോലെ പ്രയോജനപ്പെടുകയെന്ന ഉദ്ദേശ്യം ഫലത്തിൽ രണ്ടുപേർക്കും പറ്റാത്ത ഒന്നിന്റെ പിറവിയിലാണു കലാശിക്കുകയെന്ന് പറയാറുണ്ട്. ദ്വിഭാഷാനിഘണ്ടുക്കളെ ഈ യുക്തിവച്ച് രണ്ടായിത്തിരിക്കാം; മൂലഭാഷ കർക്കുവേണ്ടിയുള്ളതും ലക്ഷ്യഭാഷകർക്കുവേണ്ടിയുള്ളതും. മലയാ ളം-ഇംഗ്ലീഷ് വിവർത്തനനിഘണ്ടുവും ഇങ്ങനെ രണ്ടുതരത്തിലാവാം; അന്യഭാഷയായ മലയാളത്തിൽനിന്ന് സ്വന്തം ഭാഷയായ ഇംഗ്ലീഷിലേക്കു വിവർത്തനം ചെയ്യാൻ പുറപ്പെടുന്ന ഇംഗ്ലീഷുകാർക്കുവേണ്ടിയുള്ള തും സ്വന്തം ഭാഷയായ മലയാളത്തിൽനിന്ന് അന്യഭാഷയായ ഇംഗ്ലീ ഷിലേക്കു വിവർത്തനം ചെയ്യാനൊരുങ്ങുന്ന മലയാളികൾക്കുവേണ്ടി യുള്ളതും. മലയാളത്തിൽ നിന്ന് ഇംഗ്ലീഷിലേക്കു വിവർത്തനം ചെയ്യാ നിറങ്ങുന്ന, ഇരുഭാഷയിലും ആർജിതജ്ഞാനമുള്ള മറ്റുഭാഷക്കാരുടെ കാര്യമോ? അവരെ തൽക്കാലം ഇംഗ്ലീഷുകാരായി കണക്കാക്കാനാകു മോ? ആലോചിക്കേണ്ട വിഷയമാണ്. പ്രയോജനത്തിന്റെ സ്വഭാവംവച്ചും തരംതിരിവ് സാധ്യമാണ്; ലക്ഷ്യഭാഷയിലെ പാഠനിർമിതിക്കായുള്ളത് (production), ലക്ഷ്യഭാഷാഗ്രഹണത്തിനുള്ളത് (comprehension) എന്നി ങ്ങനെ. തരംതിരിവ് സിദ്ധാന്തതലത്തിൽ മാത്രമായിപ്പോകാറുണ്ട് പലപ്പോഴും. കാരണം, വിൽപനലക്ഷ്യമിടുന്ന പ്രസാധകർക്ക് സൂക്ഷ്മ തലത്തിലുള്ള തരംതിരിവ് മുതലാവുകയില്ലല്ലോ.

ഉപയോക്താക്കളാരെന്ന് കൃത്യമായി നിർവചിക്കുന്നതിൽ ഇന്ത്യൻഭാഷകളിലുള്ള ദ്വിഭാഷാനിഘണ്ടുക്കൾ പൊതുവേ ഉദാസീനരാണെന്ന വിമർശനം[3] മലയാളത്തെ സംബന്ധിച്ച് എത്രത്തോളം പ്രസക്തമാണെന്ന് അന്വേഷിക്കേണ്ടതുണ്ട്. മൂല-ലക്ഷ്യഭാഷകരിൽ ആരെയാണ് നിഘണ്ടു ലക്ഷ്യമിടുന്നതെന്ന് ആദ്യമേ നിശ്ചയിക്കണം. വിവർത്തനത്തെ സഹായിക്കുകയാണ് ഉദ്ദേശ്യമെങ്കിൽ ലക്ഷ്യഭാഷകരെയാവണം പ്രയോജകരായി കാണേണ്ടത്. മിഷണറിമാർക്കുശേഷം ഇങ്ങനെയൊരുദ്ദേശം നിഘണ്ടുകർത്താക്കൾക്കുണ്ടായിരുന്നതായി കരുതാനാവില്ല. പാതിരിമാർക്കുതന്നെ വിവർത്തനത്തിലല്ല, വിദേശീയരുടെ ഭാഷാപഠനത്തിലായിരുന്നു ശ്രദ്ധ. അർണോസ് പാതിരി (1830-കൾ), ബെയ്‌ലി (1846), തോബിയാസ് സക്കറിയാസ് (1870), മുള്ളർ (1870), ഗുണ്ടർട്ട് (1872) എന്നീ ആദ്യപഥികർക്കുശേഷം ഒരുനൂറ്റാണ്ടുകഴിഞ്ഞ് 1976-ലാണ് മലയാളം മൂലഭാഷയായ മറ്റൊരു ദ്വിഭാഷാനിഘണ്ടു പുറത്തിറങ്ങുന്നത്; സി. മാധവൻ പിള്ളയുടെ മലയാളം-ഇംഗ്ലീഷ് നിഘണ്ടു. ‘മലയാളവും ഇംഗ്ലീഷും കൈകാര്യം ചെയ്യുന്ന സാഹിത്യകാരന്മാർക്കും പത്രപ്രവർത്തകർക്കും ജിജ്ഞാസുക്കളായ വായനക്കാർക്കും ഒരുപോലെ പ്രയോജനപ്പെടണമെ’ന്നാണ് നിഘണ്ടുകാരൻ ആഗ്രഹിക്കുന്നത്. ഈ മഹാമനസ്കത ശാസ്ത്രീയമല്ലെങ്കിലും പത്രപ്രവർത്തകരെ പേരെടുത്ത് സംബോധനചെയ്യുന്നുവെന്നതിനാൽ വിവർത്തനത്തെ സഹായിക്കാനുദ്ദേശിച്ചിട്ടുള്ള ഒരുപക്ഷേ ഏക മലയാളം-ഇംഗ്ലീഷ് നിഘണ്ടു ഇതാണ്. ഈ നിഘണ്ടുവിന്റെ ഒരുതരം സംഗൃഹീതപ്പതിപ്പാണ് ഡി സി ബുക്സിന്റെ മലയാളം-ഇംഗ്ലീഷ് നിഘണ്ടു(1999)വെന്ന് ചിലലേഖകങ്ങൾ(entry)നോക്കിയാൽതോന്നും. എന്നാൽ ഉപയോക്താക്കളാരെന്നകാര്യത്തിൽ ഈ നിഘണ്ടു മൗനംപാലിക്കുന്നു. ‘മലയാളികൾക്കെന്നപോലെ വിദേശികളായ പണ്ഡിതന്മാർക്കും വിദ്യാർഥികൾക്കും പ്രയോജനപ്പെടുമാറ്’ തയ്യാറാക്കിയെന്ന് അവകാശപ്പെടുന്ന മലയാളമഹാനിഘണ്ടുവും ഉപയോക്താക്കളുടെ കാര്യത്തിൽ സൂക്ഷ്മത പുലർത്തുന്നില്ലെന്ന് വിവർത്തനോപകരണദൃഷ്ട്യാ തോന്നും. വിവർത്തനമല്ല, മലയാളത്തെ സമഗ്രമായി രേഖപ്പെടുത്തുകയെന്ന ബൃഹദ്‌ലക്ഷ്യമാണ് ഈ നിഘണ്ടു മുന്നിൽ കാണുന്നത്. മലയാളപദങ്ങളുടെ മലയാളവിശദീകരണം ചുരുക്കി ഇംഗ്ലീഷിലും നൽകുന്നുവെന്നതിനാൽ സാങ്കേതികമായി മലയാളമഹാനിഘണ്ടു ദ്വിഭാഷാനിഘണ്ടുവിന്റെ ജോലികൂടി ചെയ്യുന്നുവെന്നുമാത്രം. ഒരാൾ ചെയ്യുന്ന അധികജോലി വിമർശിക്കപ്പെടുന്നത് കഷ്ടമാണല്ലോ. സി. മാധവൻ പിള്ളയുടെ നിഘണ്ടു, ഡി സി ബുക്സിന്റെ മലയാളം-ഇംഗ്ലീഷ് നിഘണ്ടു എന്നിവ മലയാളികൾക്കുവേണ്ടിയുള്ളതാണ്. ഇവയുടെ ആമുഖമുൾപ്പെടെയുള്ള കാര്യങ്ങൾ മലയാളത്തിലാണല്ലോ നൽകിയിരിക്കുന്നത്. മലയാളമഹാനിഘണ്ടു തന്റെ ദീർഘമായ ആമുഖം രണ്ടുഭാഷയിലും നൽകിയിട്ടുണ്ട്.

ഇതരഭാഷകളിൽനിന്ന് മലയാളത്തിലേക്കു തർജമ ചെയ്യപ്പെട്ട കൃതികളുമായി തട്ടിച്ചുനോക്കിയാൽ ഇവിടെനിന്നു പുറത്തേക്കുപോയ കൃതികളുടെ എണ്ണം തുച്ഛമാണ് എന്നുകാണാം. നമ്മുടെ രചനകളെ അന്യ

ഭാഷകളിലെത്തിച്ചവർ മുഖ്യമായും മലയാളികൾ തന്നെയാണ്. ആഷറുടെയും മറ്റും വിവർത്തനങ്ങൾ മാത്രമാണ് അപവാദം. അദ്ദേഹത്തിനാവട്ടെ, നിഘണ്ടുക്കളെക്കാൾ പ്രയോജനംചെയ്യുന്ന സഹായിയുണ്ടായിരുന്നു. ഇത് എല്ലാവർക്കും ലഭ്യമാവില്ലല്ലോ. വിവർത്തന നിഘണ്ടുക്കളെപ്പറ്റിയുള്ള വിചാരങ്ങളിൽ ഈ വസ്തുത പ്രധാനമാണ്. മലയാളിവിവർത്തകർക്കു പറ്റിയ നിഘണ്ടുവായിരിക്കില്ല ഇംഗ്ലീഷ് ഭാഷകർക്കുവേണ്ടത്. മലയാളിവിവർത്തകർക്കുവേണ്ടത് താൻ കണ്ടെത്തിയ ഇംഗ്ലീഷ് പദത്തിന്റെ ഉപയോഗഭേദങ്ങളും പ്രയോഗസാധ്യതകളുമാണ്. മലയാളപദത്തിനോട് നിരന്നുപോകുന്ന ഇംഗ്ലീഷ്പദങ്ങളും അവയുടെ നാനാർഥസാധ്യതകളും നൽകേണ്ടതുണ്ട്; ഓരോ ലേഖകത്തിന്റെയും വിശദീകരണഭാഗം ഇംഗ്ലീഷ് ലേണേഴ്സ് നിഘണ്ടുവിന്റെമട്ടിൽ. എന്നാൽ ഇത്തരം വിശദീകരണം അത്രതന്നെ ഇംഗ്ലീഷ് ഭാഷകർക്കുവേണ്ടിവരില്ല. മലയാളപദത്തിന് മലയാളത്തിൽത്തന്നെയുള്ള അർഥവൈവിധ്യങ്ങൾ ഇംഗ്ലീഷിൽ ലഭിക്കുന്നതാവും അവർക്കിഷ്ടം. മലയാളത്തിൽനിന്ന് ഇംഗ്ലീഷിലേക്കു വിവർത്തനം ചെയ്യാനിറങ്ങുന്ന, ഇരുഭാഷയിലും ആർജിതജ്ഞാനമുള്ള ഹിന്ദിഭാഷകരെയോ തമിഴ്ഭാഷകരെയോ സങ്കൽപ്പിച്ചാൽ ഫോറിൻ/നേറ്റീവ് ദ്വന്ദ്വം പ്രശ്നത്തിലാകും. ഇവർക്ക് ഇത്തരം രണ്ടുനിഘണ്ടുവും വേണ്ടിവരും.

അർഥപരിണാമം രേഖപ്പെടുത്തൽ

അർഥപരിണാമങ്ങളെ നിഘണ്ടുക്കൾ എങ്ങനെ കൈകാര്യം ചെയ്യുന്നുവെന്നത് വിവർത്തനവിചാരത്തിൽ വളരെപ്രധാനമാണ്. കാലക്രമത്തിൽ പദങ്ങളുടെ അർഥവും ഉപയോഗരീതികളുമൊക്കെ മാറാമെങ്കിലും നമ്മുടെ നിഘണ്ടുക്കൾ അത്രപെട്ടെന്ന് അവ ഉൾക്കൊള്ളാറില്ല. കൂടെക്കൂടെ പരിഷ്കരിച്ച പതിപ്പിറക്കാനുള്ള ബുദ്ധിമുട്ട്, മാറ്റത്തോടുള്ള ഉദാസീനസമീപനം, അർഥമെന്നത് നിരുക്തത്തോടും ധാതുപ്രകൃതികളോടും ബന്ധപ്പെട്ടതാണ് എന്ന കാഴ്ചപ്പാട്, കാലികമായ പ്രയോഗവൈചിത്ര്യങ്ങളെ നിഘണ്ടുക്കളിലുൾപ്പെടുത്തേണ്ടതില്ലെന്ന നിലപാട് ഇങ്ങനെ പലകാരണങ്ങൾ കാണാമിതിന്.

നമ്മുടെ പത്രമാസികകൾ നിത്യവുംആവർത്തിച്ചുപയോഗിക്കുന്ന വാക്കുകളുടെ അർഥം ശബ്ദതാരാവലിയിൽ നോക്കിയാൽ ഞെട്ടിപ്പോകും. പലതിനും നമ്മളുദ്ദേശിക്കുന്ന അർഥമേകാണില്ല. ഉണ്ടെങ്കിൽത്തന്നെ പലപല അർഥങ്ങളിൽ അവസാനത്തേതായിരിക്കുമത്. നിരുക്ത്യർഥവും മറ്റുമാണ് നിഘണ്ടുക്കൾ ആദ്യം നൽകുന്നത്. പ്രയോഗത്തിന്റെ ആവൃത്തി (frequency) യാണ് അർഥങ്ങളുടെ ക്രമം നിശ്ചയിക്കുന്നത് എന്ന് നിഘണ്ടുവിജ്ഞാനം പറയുന്നു. സാഹിത്യസഞ്ചയം പരിശോധിച്ചതിൽ, കരി എന്നതിന് ആന എന്ന് പതിനായിരം ഇടത്തും കരിക്കട്ടയെന്ന് പതിനയ്യായിരം ഇടത്തും അർഥം വരുന്നുണ്ടെങ്കിൽ കരിക്കട്ടയെന്ന അർഥം നിഘണ്ടുവിൽ ആദ്യം വരും എന്നതാണ് ആവൃത്തിയുടെ യുക്തി. നിഘണ്ടു തയ്യാറാക്കുന്ന കാലത്ത് ആശ്രയിക്കാനുണ്ടായിരുന്ന പഴയ സാഹിത്യസഞ്ചയത്തിലേതിന്റെ എത്രയോ മടങ്ങുവരും സമകാലിക പത്രമാസികകളിലെ ഭാഷോപയോഗ

മെന്നതിനാൽ ഈ ആവൃത്തിക്രമം മാറിമറിഞ്ഞിട്ടുണ്ടാവുമല്ലോ. പക്ഷേ നിഘണ്ടുക്കൾ ഇതുൾക്കൊള്ളാറില്ല. ഓക്സ്ഫോഡും മറ്റും ചെയ്യുന്നമട്ടിലുള്ള നിരന്തരമായ പ്രതിസംസ്കരണം -അപ്ഡേറ്റിങ്- നമുക്ക് സാധിക്കണമെന്നില്ല. മലയാള മഹാനിഘണ്ടുവിന്റെ പണി 1953-ൽ തുടങ്ങിയതാണ്. 1965-ൽ ഒന്നാം വാല്യം പ്രസിദ്ധീകരിക്കുകയും ചെയ്തു. ആ സംരംഭം ഇപ്പൊഴും പൂർത്തിയായിട്ടില്ല. അര നൂറ്റാണ്ടിനിടെ മലയാളഭാഷയിൽ സംഭവിച്ചമാറ്റങ്ങൾ എത്രവലുതായിരിക്കുമെന്നോർക്കുക. അനുക്ഷണവികസ്വരവും നവീകരണക്ഷമവുമായ ഓൺലൈൻ/ഡിജിറ്റൽ നിഘണ്ടുക്കളാണ് ഇനി നമുക്കുപറ്റിയത്.

അർഥസങ്കോചം, അർഥവികാസം, അർഥാദേശം, അർഥാരോപം, അർഥോൽക്കർഷം, അർഥാപകർഷം തുടങ്ങിയ അർഥപരിണാമങ്ങളോട് ഉദാസീനസമീപനം പ്രകടമാണ് മലയാളനിഘണ്ടുക്കളിൽ. വിവർത്തനം ലക്ഷ്യമിടുന്ന ദ്വിഭാഷാനിഘണ്ടുക്കൾ മാറ്റത്തോട് പ്രതികരിക്കാതിരുന്നുകൂടാ. 1976-ൽ ഇറങ്ങിയ മലയാളം-ഇംഗ്ലീഷ് നിഘണ്ടു (സി. മാധവൻപിള്ള) വാണ് വിവർത്തനത്തെ സഹായിക്കാനുദ്ദേശിച്ചിട്ടുള്ള ഒരുപക്ഷേ ഏകനിഘണ്ടുവെന്ന് പറഞ്ഞല്ലോ. ഈ ആരോപണത്തിൽ നിന്നു മുക്തമല്ല അതും. ഇതിനെ പരിഷ്കരിച്ചുണ്ടാക്കിയ 1999-ലെ നിഘണ്ടുവും ഈ യുക്തിവച്ച് കാലികമാണെന്ന് പറഞ്ഞുകൂടാ. നമ്മുടെ സാമ്പ്രദായിക നിഘണ്ടുരീതികൾ എത്രമാത്രം 'വിവർത്തനവിമുഖ'മാണെന്നു നോക്കുക. 'വിവർത്തനവിമുഖ'സമീപനങ്ങളെ ഇങ്ങനെ സംഗ്രഹിക്കാം.

1. സംസ്കൃതതൽസമങ്ങളിൽ സംസ്കൃതത്തിലെ അർഥമാണ് ആദ്യം നൽകുക.
2. നിരുക്തിയോടുള്ള കമ്പം പ്രകടമാണ്. നിരുക്തിഭ്രമത്താൽ രൂഢ്യർഥങ്ങളെപ്പോലും അവഗണിക്കാറുണ്ട്.
3. കാലത്തിനനുസരിച്ച് ആവൃത്തിക്രമം മാറിപ്പോയകാര്യം അംഗീകരിക്കുന്നില്ല.
4. സമകാലിക ശാസ്ത്ര, സാമൂഹിക നിലപാടുകളെക്കാൾ ഇതിഹാസകാവ്യപുരാണനാടകാദികളോടാണ് ഇപ്പൊഴും ആഭിമുഖ്യം.

ചില ഉദാഹരണങ്ങൾ നോക്കാം.

1976-ൽ ഇറങ്ങിയ മലയാളം-ഇംഗ്ലീഷ് നിഘണ്ടുവിൽ വിവർത്തനമെന്ന പദം ഇല്ല. വിവർത്തം ഉണ്ട്. അർഥം change, metamorphosis എന്നൊക്കെ നൽകിയിട്ടുണ്ട്. വിവർത്തനമെന്ന വാക്ക് ഗുണ്ടർട്ടുപോലും നൽകിയിട്ടുണ്ട്. അർഥം going round എന്നാണെങ്കിലും. ഏ. ആറും കേരളവർമ്മയും വിവർത്തശബ്ദം സംസ്കൃതത്തിൽത്തന്നെ തർജമയെന്ന അർഥത്തിലുപയോഗിച്ചത് മലയാളശാകുന്തളത്തിന്റെ ആമുഖശ്ലോകങ്ങളിൽ കാണാം. അന്നേ ആ വാക്കിന് അതാണ് പ്രഖ്യാതാർഥം. ശബ്ദതാരാവലിയിൽ വിവർത്തനമുണ്ട്. പ്രഥമാർഥം കറക്കം, പ്രദക്ഷിണം എന്നൊക്കെയാണെന്നുമാത്രം. അവസാനം തർജമയെന്നും കൊടുത്തിട്ടുണ്ട്. 1999-ലെ മലയാളം-ഇംഗ്ലീഷ് നിഘണ്ടുവിൽപ്പോലും വിവർത്തനത്തിന്റെ ആദ്യർഥങ്ങൾ കറക്കം, പ്രദക്ഷിണം revolution, going round, metamorphosis എന്നൊക്കെയാണ്. 'ശരിയായ' അർഥം അതാണെന്ന് വാദിക്കാമെങ്കിലും ഈ ക്രമം ആശാസ്യമാണോ? (വിദേശികൾ കണ്ടാൽ എന്തുവിചാരിക്കും!)

സംസ്കൃതതൽസമമായ സൂത്രം 1. cunning, trick 2. string, thread എന്നിങ്ങനെയും ആർത്തി greed, grief, pain എന്നിങ്ങനെയുമാണെങ്കിലും അതിശയം, അവധി എന്നിവയുടെ ആദ്യർഥങ്ങൾ സംസ്കൃതവഴിയിൽ യഥാക്രമം excellence--ഉം limitation-ഉമാണ്. ഭാഷ എന്ന വാക്കിന്റെ അർഥക്രമം 1999-ലും word, speech, language എന്നിങ്ങനെയാവുന്നതിൽ കുഴപ്പമുണ്ട്.

സംസ്കൃതത്തെ സ്വാംശീകരിച്ച് നൂറ്റാണ്ടുകൾക്കുശേഷവും പദാവലി സ്വന്തമാണെന്നങ്ങു ബോധ്യപ്പെട്ടിട്ടില്ല നമുക്ക്. ആവൃത്തിക്രമം മാറിയതിനോടുള്ള പുറം തിരിഞ്ഞുനിൽപ്പുകൂടിയല്ലേയിത്? വിവർത്തനനിഘണ്ടു ഇങ്ങനെയാവരുത്. പിൻവിവർത്തനത്തിനു (back translation) ശ്രമിച്ചാൽ ഇതിന്റെ കുഴപ്പം വേഗം പിടികിട്ടും. revolution, going round, metamorphosis ഇവയ്ക്കൊന്നിനും വിവർത്തനം പകരമാവില്ല. word ആണോ ഭാഷ?. excellence-ന് അതിശയമോ limitation-ന് അവധിയോ പോരാ. lid, concealment, secret ഇവയ്ക്കേതിനെങ്കിലും സംവരണം മതിയാകുമോ? ഈ മട്ടിൽ സംസ്കൃതമാക്കി മലയാളത്തിലേക്കു വിവർത്തനം ചെയ്യുന്നത് എത്രമാത്രം അപഹാസ്യമായിരിക്കും?

1976-ലെ നിഘണ്ടുവിൽ പ്രഹരത്തിന്റെ അർഥം a period of 3 hours ആണ്. യാമം എന്ന സൂചനയില്ല. പ്രഹരണം ആണ് beating. 1999 നിഘണ്ടുവിലും പ്രഹരം 1. a period of 3 hours 2. beating എന്നിങ്ങനെയാണ്. ഗുണ്ടർട്ട് പ്രഹരത്തെ 1. striking 2. a watch of three hours, യാമം എന്നിങ്ങനെ യുക്തിസഹമായി വിവരിക്കുന്നുണ്ട്. period ഉം watch ഉം തമ്മിലുള്ള വ്യത്യാസം ചെറുതല്ല. ഒന്ന് യാമത്തിന്റെ സമയദൈർഘ്യം മാത്രം നൽകുമ്പോൾ മറ്റത് യാമമൊരു സമയഗണനാപദ്ധതിയാണെന്ന സൂചനകൂടിത്തരുന്നു.

പുരാണഭ്രമം കൊണ്ടുള്ള പ്രശ്നം ചെറുതല്ല. മനുഷ്യൻ എന്ന പദത്തിന്റെ ആദ്യർഥം ശബ്ദതാരാവലിയിലും 1976 നിഘണ്ടുവിലും son or decendant of Manu ആണ്. രണ്ടിലും മനു എന്നാൽ the father of mankind ഉം. ഗുണ്ടർട്ടിന്, മനു എന്ന മുഖ്യപദത്തിനു കീഴിലാണെങ്കിലും മനുഷ്യൻ man തന്നെ. മനുവിന്റെയും ആദ്യർഥം man ആണ്. the father of men രണ്ടാമതേയുള്ളൂ. 1999-ലെ നിഘണ്ടു ഈ ക്രമം കാലാനുസൃതമായി മാറ്റിയിട്ടുണ്ട്. മനുവിനെ വിടാൻ മടിയുണ്ടിപ്പൊഴും. വാക്കിന്റെ 'നിഷ്പത്തി'യാവരുത് പ്രഥമാർഥം. പദങ്ങൾ വന്നവഴി തേടുന്നവരെ തൃപ്തിപ്പെടുത്തുകയോ പുതിയ അറിവുകൾ പകരുകയോ ആവരുത് വിവർത്തനസഹായിയുടെ മുഖ്യോദ്ദേശ്യം. മലയാളമഹാനിഘണ്ടു, ഓക്സ്ഫോഡ് നിഘണ്ടുപോലുള്ള ബൃഹദ്പദ്ധതികളിൽ ഇതാവാം; പക്ഷേ അവയിൽപ്പോലും ഇത്തരമർഥങ്ങൾ അവസാനമേ നൽകാവൂ.

ശാസ്ത്രീയമായ അറിവുകളുണ്ടെങ്കിലും അതുപ്രയോഗിക്കാൻ മടിയാണ് നിഘണ്ടുക്കൾക്ക്. 1976-ലെ നിഘണ്ടുവിൽ ചന്ദ്രൻ = moon, one of the 9 planets എന്നിങ്ങനെയാണ്. രാഹുകേതുസൂര്യചന്ദ്രന്മാർ ഉൾപ്പെടുന്ന ഈ നവഗ്രഹങ്ങൾ ജ്യോതിഷപ്രകാരമുള്ളതാണ് എന്നു പറയുന്നേയില്ല. അതേസമയം നെപ്ട്യൂണിനെ മലയാളപദമായിക്കണ്ട് വിശദീകരിച്ചിട്ടുണ്ടുതാനും. ഗുണ്ടർട്ടിന് ചന്ദ്രൻ the moon മാത്രമാണ്. 1999- ലെങ്കിലും ചന്ദ്രൻ earth's satellite ആയിട്ടുണ്ടെന്നത് ആശ്വാസകരമാണ്. 1976 നിഘണ്ടുവിൽ തീയുടെ ആദ്യർഥം one of the five elements ആണ്. പഞ്ചഭൂതങ്ങളിലൊന്ന്.

ഇന്നു പ്രചാരത്തിലിരിക്കുന്ന, വ്യവഹാരത്തിലിരിക്കുന്ന പദങ്ങളാണ് ഉൾപ്പെടുത്തിയിരിക്കുന്നതെന്നും മുഴുവനർഥങ്ങളും നൽകാതെ പ്രധാനാർഥങ്ങളാണ് നൽകിയിരിക്കുന്നതെന്നും അതിപരിചിതപദങ്ങളെ മലയാളത്തിൽ വിശദീകരിക്കാൻ ശ്രമിച്ചിട്ടില്ലെന്നും ആമുഖത്തിൽ സൂചിപ്പിക്കുന്ന 1999-ലെ നിഘണ്ടുവിൽ ശബ്ദതാരാവലിയിൽനിന്നു ഭിന്നമായി പരിഗണിക്കുക എന്നതിന് consider ആദ്യാർഥമായി നൽകിയതിനു ശേഷമേ count, measure ഒക്കെ നൽകുന്നുള്ളൂ. വ്യവഹാരത്തിന്റെ ആദ്യാർഥം discourse ആണ്. dispute ഉം litigation ഉം അവസാനമേയുള്ളൂ. എന്നാൽ വ്യവസായത്തിന്റെ ആദ്യാർഥം ഇപ്പോഴും effort ആണ്. ഒടുക്കമേ industry വരൂ. സംസ്കൃതാർഥം ആദ്യമെന്ന വാശി മുഴുവനായങ്ങ് പോയിട്ടില്ല നമുക്ക്.

രൂഢിയെ പരിഗണിക്കാതെ യൗഗികാർഥം മുന്നിൽക്കേറിവരുന്നതിന്റെ കുഴപ്പം പാണിനിയും പതഞ്ജലിയും തൊട്ടേ ചർച്ചചെയ്തിട്ടുണ്ട് (തദ്ധിത, കൃദന്തപ്രകരണങ്ങൾ). 'വീണായാം പ്രവീണഃ' (മഹാഭാഷ്യം 5.2.29) ഒരുദാഹരണം. വീണാവാദനവിദഗ്ധൻ എന്ന് പ്രവീണന് ആദ്യർഥം നൽകുന്നത് പാണിനിയുടെ കാലത്തുതന്നെ അപരിഷ്കൃതമായിത്തോന്നിയിരുന്നെന്നു ചുരുക്കം. 1999-ലെ നിഘണ്ടുവിലെ ഒരുദാഹരണം നോക്കുക. ഭാര്യ adj. (woman) who deserves to be ruled. n. wife, woman deserves to be controlled. സാംസ്കാരികവിവക്ഷകൾകൂടിയുള്ളതുകൊണ്ടാണ് ഈയുദാഹരണം തിരഞ്ഞെടുത്തത്. ഇത്തരം വിശദീകരണസമമൂല്യത ഒഴിവാക്കണം; അല്ലെങ്കിൽ ഇത് നിരുക്ത്യർഥം മാത്രമാണെന്നും വ്യവഹാരത്തിലില്ലെന്നും പറയുകയെങ്കിലും വേണം.

അർഥത്തെക്കുറിച്ചുള്ള വിവർത്തകരുടെ കാഴ്ചപ്പാടും നിഘണ്ടുവിന്റെ സമീപനവും തമ്മിലുള്ള ഈ വൈരുധ്യം പരിഹരിക്കേണ്ടതുണ്ട്. ചുരുങ്ങിയപക്ഷം വിവർത്തനനിഘണ്ടുവെന്ന ഒരിനം പുതുതായി പുറത്തിറക്കുകയെങ്കിലും വേണം.

സമകാലിക വ്യവഹാരത്തിലിരിക്കുന്ന അർഥങ്ങൾക്ക് പ്രഥമപരിഗണനനൽകുന്ന രീതിക്ക് ചരിത്രപരമായി പ്രസക്തിയുണ്ട്. ഓരോ എഡിഷനും നവീകരിക്കപ്പെടുന്നുണ്ടെങ്കിൽ ഭാഷാപരിണാമത്തിന്റെ നല്ലൊരുചിത്രം ഇതുവഴികിട്ടും. ഓരോ കാലത്തും ഫാഷനായിരുന്ന പദങ്ങൾ, അന്ന് അവയ്ക്കുണ്ടായിരുന്ന അർഥവിവക്ഷകൾ എന്നിങ്ങനെ. 1960-കളിലെ ഒരു ജനപ്രിയരചന ഇന്ന് വിവർത്തനത്തിനെടുക്കുന്നുവെന്നു കരുതുക. അന്ന് 'കറൻസി'യിലുണ്ടായിരുന്ന പദങ്ങളും

അർഥസൂചനകളും മനസ്സിലാക്കാൻ നിഘണ്ടുവിന്റെ ഒരു പഴയ എഡിഷൻ സഹായിക്കുമായിരുന്നില്ലേ? ഗുണ്ടർട്ട് നിഘണ്ടുവാണ് ഭേദമെന്ന് ഒരുസന്ദർഭത്തിലെങ്കിലും തോന്നിപ്പോയാൽത്തന്നെ അതെത്ര അപമാനകരമാണ്? അച്ചടിയുടെ ചെലവില്ലാത്ത ഓൺലൈൻ/ഡിജിറ്റൽ നിഘണ്ടുക്കളുടെ കാലത്തെങ്കിലും ഈ ശ്രമം തുടങ്ങേണ്ടതുണ്ട്.

ഡിജിറ്റൽ നിഘണ്ടുവും കമ്പ്യൂട്ടർവിവർത്തനവും

വിവർത്തനത്തിനായി കമ്പ്യൂട്ടറിനെ സജ്ജമാക്കുന്നതിനുള്ള ആദ്യപടി അതിന്റെ മെമ്മറിയിൽ പദകോശവും വ്യാകരണവും കൊണ്ടുവരികയാണല്ലോ. പ്രോഗ്രാമിങ്ങിന്റെ ഭാഗമായ ഈ ജോലിയിലേക്കു കടക്കുംമുമ്പുതന്നെ നമ്മുടെ നിഘണ്ടുക്കളെ ഡിജിറ്റൽരൂപത്തിലേക്കു മാറ്റണം. അച്ചടി നിഘണ്ടുക്കളെ അപേക്ഷിച്ച് ഡിജിറ്റൽ നിഘണ്ടുവിന്റെ മേന്മ മുഖ്യമായും മൂന്നുതരത്തിലാണ്. ഒന്ന്, ഡിജിറ്റൽ/ഓൺലൈൻ ഡാറ്റാബേസുകൾക്ക് വലിപ്പം ഒരുപ്രശ്നമല്ല. ലക്ഷക്കണക്കിനുപേജുവരുന്ന വസ്തുതകൾ, ചിത്രങ്ങൾ, ഗ്രാഫിക്കുകൾ, ഉച്ചരിതശബ്ദങ്ങൾ, വീഡിയോകൾ ഒക്കെ അതിനുൾക്കൊള്ളാനാകുമെന്നതിനാൽ ഇത്തരം ഏതുസാധ്യതയും പ്രയോജനപ്പെടുത്താം. രണ്ട്, ഹൈപ്പർലിങ്കുകളാൽ ബന്ധപ്പെട്ട ഹൈപ്പർടെക്സ്റ്റ് നെറ്റുവർക്കാണ് ഇതെന്നതിനാൽ ക്രോസ് റഫറൻസ് പോലുള്ള സാധ്യതകൾ അപാരമാണ്. അച്ചടിത്താളിന്റെ ദ്വിമാനതയ്ക്ക് അപ്രാപ്യമാണിത്. ഒരേസമയം തെസോറസിന്റെ ഗുണം കൂടി ഇതിനുണ്ടാകും. മൂന്ന്, ഉപയോക്താക്കളുടെ പലവിധം തിരച്ചിൽതന്ത്രങ്ങൾക്കനുസൃതമായി നിഘണ്ടുവിനെ ഉപയോഗിക്കാനാവും. തനിക്കാവശ്യമുള്ള എളുപ്പവഴി ഓരോരുത്തർക്കും സ്വീകരിക്കാൻപറ്റും വിധം സോഫ്റ്റ്‌വെയർ രൂപപ്പെടുത്താം.

അതിപരിചിതപദങ്ങൾക്കായി ആരെങ്കിലും നിഘണ്ടുവിനെ ആശ്രയിക്കുമോ എന്ന് നേരത്തേകണ്ട ഉദാഹരണങ്ങളെ മുൻനിർത്തി വാദിക്കാമെങ്കിലും ആ വാദത്തിന് കമ്പ്യൂട്ടർവിവർത്തനക്കാര്യത്തിൽ സാധുതയില്ല. പരിചിതപദങ്ങളുംവേണമതിൽ. കമ്പ്യൂട്ടറിന് ഭാഷാപരിചയമില്ലല്ലോ. കാലികമാംവിധം നവീകരിച്ച നിഘണ്ടുവായിരിക്കണം കമ്പ്യൂട്ടറിന്റെ മൂലധനം. പര്യായങ്ങളൊന്നും സൂക്ഷ്മാർഥത്തിൽ സമാനാർഥകങ്ങളല്ലെന്നകാര്യം നമ്മുടെ നിഘണ്ടുക്കൾ ശ്രദ്ധിച്ചുകാണുന്നില്ലെന്ന് ടി ബി വേണുഗോപാലപ്പണിക്കർ ചൂണ്ടിക്കാട്ടിയിട്ടുണ്ട്[4]. അന്തരീക്ഷത്തെപ്പറ്റിയാകുമ്പോൾ 'എന്തൊരു ചൂട്' എന്നും 'എന്തൊരുഷ്ണം' എന്നും പറയാമെങ്കിലും ചൂട് = ഉഷ്ണം എന്ന നിഘണ്ടുരീതി 'ചായയ്ക്ക് ഉഷ്ണം പോരാ' എന്നൊരു വിവർത്തനത്തിലേക്ക് നയിക്കരുതല്ലോ. ഒരു ഇംഗ്ലീഷ് ഉദാഹരണമിതാ:

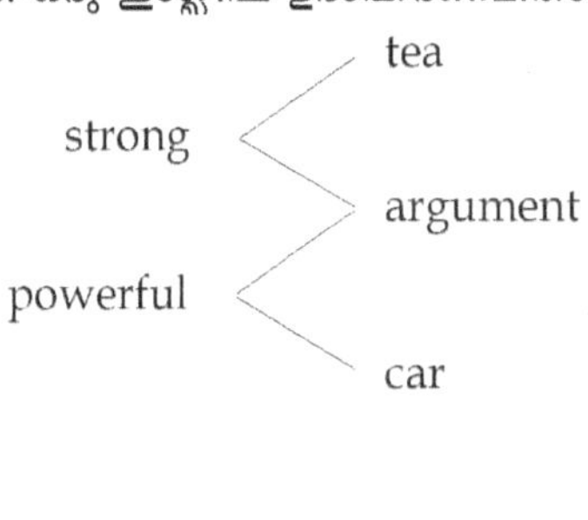

strong tea, strong argument, powerful argument, powerful car എന്നിങ്ങനെ strong, powerful എന്നിവ സമാനാർഥത്തിലുപയോഗിക്കുമെങ്കിലും powerful tea, strong car എന്നിങ്ങനെയായാൽ സഹോപസ്ഥിതി (collocation, concordance) കുഴപ്പത്തിലാവും. പ്രയോഗവിശേഷങ്ങളെ കണക്കിലെടുക്കാതെ വിവർത്തനത്തിനൊരുമ്പെടാനാവില്ല. സഹോപസ്ഥിതി, ആവൃത്തി (frequency), വാക്യത്തിനകത്തെ അവയുടെ പെരുമാറ്റം (cohesion) തുടങ്ങിയകാര്യങ്ങൾക്ക് പദാർഥങ്ങളോളം പ്രാധാന്യം ലഭിക്കേണ്ടതാണ്. വിവർത്തനത്തിന്റെ ഏകകം (unit of translation) പദത്തിൽനിന്ന് വാക്യത്തിലേക്കുമാത്രമല്ല പ്രകരണത്തിലേക്കും സംസ്കാരത്തിലേക്കപ്പാടെതന്നെയും മാറിപ്പോയതായി അനുഭവപ്പെടുമ്പോൾ വിശേഷിച്ചും. പദങ്ങളുടെ സഹോപസ്ഥിതി പോലുള്ള അധിക സൂചനകൾ നിഘണ്ടുവിന്റെ വിഷയമാണോ എന്ന സംശയം ന്യായമാണ്. എന്നാൽ വിവർത്തനചിന്തയിൽ ഇതു പ്രസക്തമാണുതാനും. യന്ത്രവിവർത്തനത്തിൽ ഈ പ്രശ്നം പരിഹരിക്കപ്പെടുന്നുണ്ട്. അവിടെ അർഥചിന്ത കൂടുതൽ സന്ദർഭനിഷ്ഠമാണ് (contextual).

കമ്പ്യൂട്ടർവിവർത്തനസങ്കേതങ്ങളെ സ്റ്റാറ്റിസ്റ്റിക്കൽ രീതികളുമായി കൂട്ടിയിണക്കാൻതുടങ്ങിയത് 1990-കളോടെയാണ്. ഇലക്ട്രോണിക് പാരലൽ കോർപ്പോറ എന്ന, പഠനത്തിനായി ബോധപൂർവം സൃഷ്ടിക്കപ്പെട്ടതല്ലാത്ത ഇരുഭാഷയിലെയും തത്തുല്യ/വിവർത്തിത രചനാസഞ്ചയങ്ങൾ കമ്പ്യൂട്ടർ വിവർത്തനപ്രോഗ്രാമുകളുടെ കാര്യക്ഷമതകൂട്ടാനായി പ്രയോജനപ്പെടുത്തിത്തുടങ്ങി. വലിയതോതിലുള്ള ദ്വിഭാഷാനിഘണ്ടുപദ്ധതികൾക്കായാണ് ആദ്യം പാരലൽ കോർപ്പോറ ഉപയോഗിച്ചുതുടങ്ങിയത്. പാർലമെന്റിലെ നടപടിക്രമങ്ങളുടെയും മറ്റും ടെക്സ്റ്റുകളാണ് ഇതിനായി ആദ്യമൊക്കെ ഉപയോഗപ്പെടുത്തിയിരുന്നത്. മൂല-ലക്ഷ്യഭാഷകളിലെ സമാന്തരപദങ്ങളും വാക്യങ്ങളും ഒറ്റയടിക്ക് ലഭ്യമാക്കാനും ഇരുഭാഷയിലെയും പദങ്ങളുടെ സഹോപസ്ഥിതി, ആവൃത്തി, വാക്യത്തിനകത്തെ അവയുടെ പെരുമാറ്റം, വാക്യഘടനാവൈചിത്ര്യങ്ങൾ തുടങ്ങിയകാര്യങ്ങൾ എളുപ്പം വിവർത്തനപഠനത്തിനുപയോഗിക്കാനും ഇലക്ട്രോണിക് പാരലൽ കോർപ്പോറ സഹായകമായി. ഈ ജോലി കാര്യക്ഷമമായി നിർവഹിച്ചിട്ടുവേണം നമുക്കും കമ്പ്യൂട്ടർവിവർത്തനത്തിലേക്കു കടക്കാൻ.

ഇരുഭാഷകളുടെയും രചനാസഞ്ചയത്തെ മുൻനിർത്തി തയ്യാറാക്കാവുന്ന സാധ്യതാ വിവർത്തനനിഘണ്ടു (Probabilistic Translation Dictionary - PTD) വിന്റെയും അതുവഴി സജ്ജമാക്കാനാകുന്ന കമ്പ്യൂട്ടർ പ്രോഗ്രാമുകളുടെയും സാധ്യതകൾകൂടി ആരായേണ്ടതുണ്ട്. ഇലക്ട്രോണിക് പാരലൽ കോർപ്പോറയുടെ വൈപുല്യവും വൈവിധ്യവുമാകും പ്രോഗ്രാമിന്റെ വിജയത്തിനു നിയാമകം. ആവൃത്തിക്രമം, സഹോപസ്ഥിതി തുടങ്ങിയ കാര്യങ്ങൾക്ക് മുന്തിയപരിഗണന ലഭിക്കും. നിലവാരമുള്ള ഡിജിറ്റൽ വിവർത്തനനിഘണ്ടുവിന്റെ നിർമിതിക്ക് കോർപ്പോറ സഹായകമാവും. ഈ ഉൽപ്പന്നം വിവർത്തനനിലവാരം കൂട്ടാൻ തുടർന്നുസഹായിക്കുകയും ചെയ്യും. വ്യാപകമായതോതിൽ ഡിജിറ്റൽ പാഠശേഖരം ഇതിനായി നാം ഒരുക്കേണ്ടതുണ്ട്.

ഏതായാലും കമ്പ്യൂട്ടർവിവർത്തനസങ്കേതങ്ങളെ പരിഗണിക്കാതെ ഇനിയങ്ങോട്ടു മുന്നേറാൻ പ്രയാസമാണ്. കമ്പ്യൂട്ടറിനുവേണ്ടി നിഘണ്ടു തയ്യാറാക്കുമ്പോൾ വിവർത്തനമാണ് ഉദ്ദേശമെന്ന കാര്യം മറക്കരുത്. നമ്മുടെ നിലവിലുള്ള നിഘണ്ടുക്കളൊന്നും അതേപടി കമ്പ്യൂട്ടറിലാക്കാൻ പറ്റുന്ന തരത്തിലുള്ളവയല്ല. യുക്തിസഹമായൊരു നിഘണ്ടുനിർമാണരീതി ഇതിനാവശ്യമുണ്ട്. മലയാളികൾക്കും ഇംഗ്ലീഷുകാർക്കും പ്രയോജനപ്പെടുന്ന രണ്ടു പതിപ്പുകൾ അധികച്ചെലവില്ലാതെ തയ്യാറാക്കാം. ഒരുപക്ഷേ വിവർത്തനപ്രോഗ്രാമുകൾ കൂടുതൽ ഉപകാരപ്പെടുക ഇംഗ്ലീഷിൽനിന്ന് ഇങ്ങോട്ടുള്ള തർജമയ്ക്കായിരിക്കും. കാരണം, നമുക്ക് അന്യനാട്ടിലേക്കയക്കാൻ, സ്വയം പ്രസിദ്ധപ്പെടുത്താൻ പ്രധാനമായുള്ളത് സാഹിത്യകൃതികളാണല്ലോ; സാഹിത്യവിവർത്തനത്തിന് കമ്പ്യൂട്ടറുകളെ അങ്ങനെയങ്ങ് ആശ്രയിക്കാനാകുകയുമില്ല. മലയാളഭാഷയ്ക്ക് ക്ലാസിക് പദവി ലഭിക്കാനുള്ള അർഹത നമ്മൾ ആവർത്തിച്ചുറപ്പിക്കുന്ന സമയമാണിത്[5]. നിലവിലുള്ള ഭാഷയെ നാം ഏതുവിധത്തിലാണ് രേഖപ്പെടുത്തുന്നത് എന്നൊരാലോചന കൂടി പ്രസക്തമാണെന്നു തോന്നുന്നു.

കുറിപ്പുകൾ

1. Hartmann, R.R.K. (2004) 'Lexicography and translation', in *Translation and Bilingual Dictionaries* ed. Chan S.W. (Lexicographica. Series Maior 119). Tübingen: M. Niemeyer, 7-21
2. "There are no exact correspondences between related words in different languages" Eugene A. Nida. 1958. As quoted in Ram Adhar Singh.1991. An *Introduction to Lexicography*. Mysore: CIIL p200
3. Ram Adhar Singh. p190
4. *വാക്കിന്റെ വഴികൾ*, ശുകപുരം: വള്ളത്തോൾ വിദ്യാപീഠം, പു. 9-13
5. ഇതെഴുന്ന സമയത്ത് മലയാളത്തിന് ക്ലാസിക്കൽ പദവി കിട്ടിയിരുന്നില്ല. കിട്ടിയതിനു ശേഷവും സ്ഥിതി ഭിന്നമല്ല എന്നതിനാൽ ഈ വരി തിരുത്തുന്നില്ല-ലേഖകൻ.

(2010)

■

കോർപ്പസ് ഭാഷാശാസ്ത്രവും ഭാഷാകമ്പ്യൂട്ടിങ്ങും: മലയാളത്തിന്റെ സാധ്യതകൾ

കോർപ്പസ് അഥവാ വിവരസഞ്ചയം (Corpus, ബഹുവചനം corpora) എന്നതിന് ഒരു ഭാഷയിലെ വിവിധ മേഖലകളിൽപ്പെട്ട എഴുത്തുകളുടെ ശേഖരമെന്നർഥം. ഇലക്ട്രോണിക് അഥവാ ഡിജിറ്റൽ രൂപത്തിൽ ലഭ്യമായ ശേഖരങ്ങളെയാണ് ഇന്ന് പ്രധാനമായും കോർപ്പസ് എന്നതുകൊണ്ട് ഉദ്ദേശിക്കുന്നത്. കമ്പ്യൂട്ടറിൽ വായിക്കാനും തിരുത്താനും സാധിക്കുന്ന, ടൈപ്പുചെയ്യപ്പെട്ട എഴുത്തുകൾ. ഭാഷണങ്ങളുടെ ശേഖരങ്ങളും കോർപ്പസിന്റെ പരിധിയിൽവരും; ഡിജിറ്റൽ രൂപത്തിലുള്ള ഓഡിയോ ഫയലുകൾ. ഭാഷാവിശകലനത്തിനും പഠനത്തിനും ഈ ദത്തങ്ങളെ ആശ്രയിക്കുന്ന ഭാഷാശാസ്ത്രസമീപനത്തെയാണ് കോർപ്പസ് ഭാഷാശാസ്ത്രം എന്നുവിളിക്കുന്നത്. സ്വാഭാവികസന്ദർഭങ്ങളിൽനിന്ന് ശേഖരിച്ച ലേഖനങ്ങളും ഭാഷണങ്ങളുമാണ് കോർപ്പസ് എന്നതിനാൽ, ബോധപൂർവം തയ്യാറാക്കുന്ന ഉദാഹരണങ്ങളെക്കാൾ ഭാഷാവിശകലനത്തിന് ഇവയാവും പ്രയോജനപ്പെടുകയെന്ന് ഇതിന്റെ വക്താക്കൾ കരുതുന്നു. കമ്പ്യൂട്ടറും ഭാഷയും തമ്മിൽ ബന്ധപ്പെടുന്ന, നാചറൽ ലാംഗ്വേജ് പ്രോസസിങ് (NLP) പോലെയുള്ള അനേകം മേഖലകളിൽ കോർപ്പസ് ഭാഷാശാസ്ത്രം ഇന്ന് ഇടപെടുന്നുണ്ട്.

കോർപ്പസ് എന്ന ആശയം ഒട്ടും പുതിയതല്ല. വരമൊഴിയെ മുഖ്യമായും ആശ്രയിക്കുന്ന പാരമ്പര്യവ്യാകരണത്തിന് ഭാഷയിലെ ലേഖനസഞ്ചയം പ്രധാനമായിരുന്നു. വേദങ്ങളുടെ ഉച്ചാരണവുമായി ബന്ധപ്പെട്ടുണ്ടായ പ്രാതിശാഖ്യങ്ങൾ വേദങ്ങളെന്ന ടെക്സ്റ്റ് കോർപ്പസിനെയാണ് ആശ്രയിക്കുന്നത്. ഖുറാൻ, ബൈബിൾ തുടങ്ങിയ മതഗ്രന്ഥങ്ങളെ സംബന്ധിച്ച വ്യാകരിപ്പുപഠനങ്ങളും അവയെ കോർപ്പസായി സ്വീകരിക്കുന്നു. ബൈബിളിലെ മുഖ്യപദങ്ങളുടെ ഇൻഡക്സും നിഘണ്ടുവും ഈ യുക്തിവച്ച് തയ്യാറാക്കപ്പെട്ടവയാണ്. എഴുതപ്പെട്ട ഭാഷാവ്യവഹാരങ്ങളാണ്, മാനകമാതൃകകളാണ്, നിഘണ്ടുനിർമാണത്തിനും മുഖ്യ ഉപാദാനം എന്നുകാണാം.

കോർപ്പസ് എന്നതിന് ഡിജിറ്റൽ കോർപ്പസ് എന്നാണ് പുതിയ കാലത്തെ അർഥം. അച്ചടിപ്പുസ്തകങ്ങളിൽ ഉറങ്ങുന്ന വാക്സഞ്ചയം കൊണ്ട് ഭാഷാകമ്പ്യൂട്ടിങ്ങിൽ ഒന്നും ചെയ്യാനില്ല. ഡിജിറ്റൽ രൂപത്തിൽ ലഭ്യമായ വിവരങ്ങളാണ് വിശകലത്തിന് പാകമാവുക. ലഭ്യമായ

വരമൊഴിസഞ്ചയം, വിശേഷിച്ച് ഗദ്യം, താരതമ്യേന കുറവായ പഴയ കാലത്ത് അവ കൈകാര്യംചെയ്യാൻ ബുദ്ധിമുട്ട് കുറവായിരുന്നെങ്കിൽ ഇന്ന് അതല്ല സ്ഥിതി. പഴയകാലത്ത് മുഖ്യ എഴുത്തുരൂപമായ പദ്യത്തെ വലിയൊരു സ്മരണസഞ്ചയമായി - മെമ്മറി കോർപ്പസ്- വിദഗ്ധർ തലയിലേറ്റി നടന്നിരുന്നുവല്ലോ. ഇന്ന് ഗദ്യമാണ് മുഖ്യ വ്യവഹാരമാധ്യമം. പത്രമാധ്യമങ്ങളിലൂടെയും പുസ്തകങ്ങളിലൂടെയും ഓരോ ദിവസവും പുറത്തുവരുന്ന വരമൊഴിമാതൃകകളും ദൃശ്യശ്രാവ്യമാധ്യമങ്ങളിലൂടെ ലഭ്യമാവുന്ന വാമൊഴിമാതൃകകളും സങ്കല്പത്തിൽപ്പോലും ഒതുങ്ങുന്നതല്ല. സമകാലഭാഷയെ വ്യാകരിക്കുന്നതിനും കമ്പ്യൂട്ടറിനുവേണ്ടി പ്രോസസ്സുചെയ്യുന്നതിനും കണക്കിലെടുക്കേണ്ട പ്രയോഗമാതൃകകൾ അതിഭീമമാണ് എന്നുവരുന്നു. കാളിദാസൻ അല്ലെങ്കിൽ എഴുത്തച്ഛൻ ഇങ്ങനെ പ്രയോഗിച്ചിട്ടുണ്ട് എന്ന മട്ടിൽ ഓർത്തെടുത്ത് പറയാവുന്ന പരപ്പല്ലല്ലോ ഇന്നത്തെ ഭാഷോപയോഗത്തിനുള്ളത്.

കോർപ്പസ് എന്ന ഡിജിറ്റൽ വിവരസഞ്ചയത്തിന്റെ പ്രാധാന്യം ഭാഷാശാസ്ത്രജ്ഞർ മനസ്സിലാക്കുന്നത് 1960-കളിലാണ്. ലിപിയില്ലാത്ത ഭാഷകളെ വ്യാകരിക്കാനും അവയ്ക്ക് ലിപിസഞ്ചയമുണ്ടാക്കാനുംവേണ്ടി സ്വനിമനിർണയം നടത്താനും ലിപിയുള്ളവയ്ക്കുതന്നെ വ്യാകരണം ചമയ്ക്കാനും നിഘണ്ടു നിർമിക്കാനും ഭാഷാസാമ്പിളുകൾ വൻതോതിൽ ശേഖരിക്കേണ്ടതുണ്ട്. മലയാളത്തിൽ ലഭ്യമായ കൃതികളെല്ലാം കണ്ടും നാട്ടുകാരുമായി നിരന്തരം സംസാരിച്ചുമായിരിക്കുമല്ലോ ഗുണ്ടർട്ടും ശ്രീകണ്ഠേശ്വരവുമൊക്കെ ഭാഷാസൂത്രണയത്നങ്ങൾ നടത്തിയിട്ടുണ്ടാവുക. അതുവരെ ആസൂത്രണംചെയ്യപ്പെട്ടിട്ടില്ലാത്ത റെഡ് ഇന്ത്യൻ പോലുള്ള ഭാഷകളെപ്പറ്റി പഠനംനടന്ന ഇരുപതാംനൂറ്റാണ്ടിന്റെ ആദ്യദശകങ്ങളിൽ ഫ്രാൻസ് ബോസിനെപ്പോലുള്ള (Franz Boas) പണ്ഡിതർക്ക് കോർപ്പസിന്റെ പ്രാധാന്യം വ്യക്തമായിരുന്നു. സ്വനഗ്രാഹിയന്ത്രങ്ങളുപയോഗിച്ച് ഭാഷണം രേഖപ്പെടുത്തുകയെന്ന സാങ്കേതിക ആനുകൂല്യം അപ്പോഴേക്കും അവർക്ക് ലഭിച്ചുകഴിഞ്ഞു.

അമേരിക്കയിലെ ഘടനാവാദഭാഷാശാസ്ത്രം കോർപ്പസിനെ ഭാഷാപഠനത്തിനുള്ള മുഖ്യ പ്രായോഗിക ഉപാധിയായല്ല, അടിസ്ഥാനമായിത്തന്നെയാണ് കണ്ടത്. ബ്ലൂംഫീൽഡും നവബ്ലൂംഫീൽഡിയന്മാർ എന്നറിയപ്പെട്ട പിന്മുറക്കാരും ഈ ചിന്താഗതിക്കാരായിരുന്നു. ദത്തങ്ങളെ പൂർണമായും വിവരിക്കലാണല്ലോ വിവരണവ്യാകരണങ്ങളുടെ ലക്ഷ്യം. മൃതഭാഷയുടെ കോർപ്പസ് പരിമിതമായ ലിഖിതവിവരങ്ങൾ മാത്രമാണ്. വാമൊഴിമാത്രമുള്ള, ആ അർഥത്തിൽ അവികസിതമായ, ജീവൽഭാഷകളിലേക്ക് ശ്രദ്ധചെല്ലുമ്പോൾ ഉച്ചരിതവിവരസഞ്ചയമാണ് ലഭ്യമാവുക. ഇതിന്റെ അളവ് തത്വത്തിലും പ്രയോഗത്തിലും അപരിമിതമാവുന്നു. വരമൊഴികൂടിയുള്ള ഭാഷകളിൽ ലഭ്യമായ ലിഖിതപാഠസഞ്ചയം തത്വത്തിലല്ലെങ്കിലും പ്രയോഗത്തിൽ അപരിമിതംതന്നെ. ടെക്സ്റ്റ്, കോർപ്പസ് എന്നീ പദങ്ങൾ പര്യായങ്ങളായുപയോഗിച്ചിരുന്ന പതിവ്, വാമൊഴിക്കും തുല്യപരിഗണനലഭിച്ച നവബ്ലൂംഫീൽഡിയൻ കാലത്ത് സംശയാസ്പദമാവുകയുംചെയ്തു.

കോർപ്പസും കോംപിറ്റൻസും

ഉച്ചരിതവും ലിഖിതവുമായ കോർപ്പസുകളെ ആശ്രയിക്കുന്ന ഭാഷാവിശകലനപദ്ധതി, വിവരണാത്മകപദ്ധതി, നോം ചോംസ്കിയുടെ പ്രജനകവ്യാകരണചിന്തകളുടെ വരവോടെ ചോദ്യംചെയ്യപ്പെട്ടു. അനന്തമായ പ്രജനനശേഷിയുള്ള ഭാഷയെ വിവരിക്കുന്നതിന് അത്യന്തപരിമിതമായ കോർപ്പസിനെ ആശ്രയിക്കുന്നതും അടിസ്ഥാനപ്രമാണമായി സ്വീകരിക്കുന്നതും താത്വികമായിത്തന്നെ വെല്ലുവിളിക്കപ്പെട്ടു. എത്ര വലിയ കോർപ്പസും യഥാർഥ എഴുത്തു/ഭാഷണസഞ്ചയത്തിനുമുമ്പിൽ നിസ്സാരമാണല്ലോ. ഭാഷാവിശകലനത്തിന് പരിമിതമായ ഉച്ചരിത, ലിഖിതവിവരസഞ്ചയമല്ല, ഭാഷകന്റെ/ഭാഷകയുടെ അന്തർജ്ഞാനമാണ് (Intution) അടിസ്ഥാനമാക്കേണ്ടതെന്ന വാദം പ്രബലമായി. ഭാഷാപ്രയോഗങ്ങളെ സാധ്യമാക്കുന്ന ആന്തരവ്യാകരണമാണ് ചോംസ്കിയൻ സങ്കല്പത്തിലുള്ള കോംപിറ്റൻസ്. ഈ വിചാരഗതി പ്രബലമായ കാലത്താണ് കമ്പ്യൂട്ടർ സാങ്കേതികവിദ്യ ശക്തമാകുന്നതും ഇംഗ്ലീഷിൽ ഡിജിറ്റൽ കോർപ്പസുകൾ വ്യാപകമായി നിർമിക്കപ്പെട്ടുതുടങ്ങിയതും. 1964-ൽ പത്തുലക്ഷം വാക്കുള്ള ബ്രൗൺകോർപ്പസ് നിലവിൽവന്നു.

കോർപ്പസ് എന്ന ഉച്ചരിത-ലിഖിതവിവരസഞ്ചയത്തെ ആശ്രയിക്കുന്ന ഭാഷാവിശകലനവാദവും ജ്ഞാനത്തെ ആശ്രയിക്കണമെന്ന വാദവും പരസ്പരവിരുദ്ധമായി വർത്തിക്കേണ്ടതില്ലെന്നും രണ്ടും പ്രധാനമാണെന്നും മധ്യമാർഗമാണ് വേണ്ടതെന്നുമുള്ള തിരിച്ചറിവ് പിന്നീടുണ്ടായി. കോർപ്പസിനെ മാത്രം ആശ്രയിച്ച് ഭാഷാവിശകലനം സാധ്യമല്ലെന്ന് പിന്നീട്, ഡിജിറ്റൽ കോർപ്പസിന്റെ വിശകലനവേളയിൽ വ്യക്തമാവുകയായിരുന്നു. മനുഷ്യന്റെ ഭാഷാജ്ഞാനം മുൻനിർത്തിയുള്ള വ്യാഖ്യാനവും ഇടപെടലും അർഥപൂർണമായ വിശകലനത്തിന് എപ്പോഴും വേണ്ടിവരുന്നു. ഒന്നാംഭാഷയായോ അല്ലാതെയോ ഭാഷ സംസാരിക്കുന്നയാൾ എന്നനിലയ്ക്കുള്ള ഭാഷയിലെ ജ്ഞാനവും (knowledge of language) ഭാഷയെപ്പറ്റിയറിയുന്നയാൾ എന്നനിലയ്ക്കുമുള്ള ഭാഷയെക്കുറിച്ചുള്ള ജ്ഞാനവും (knowledge about language) മുൻനിർത്തിയുള്ള ഇടപെടലുകൾ രണ്ടും പ്രധാനംതന്നെ. ഒന്നുകിൽ കോർപ്പസ് അല്ലെങ്കിൽ ജ്ഞാനം എന്നനിലയ്ക്കല്ല, കോർപ്പസും ജ്ഞാനവുംകൂടി എന്ന നിലയിലാവണം ഭാഷാവിശകലനം നടക്കേണ്ടത്.

ഒന്നാംഭാഷയെപ്പറ്റിയല്ലാതെ പൂർണമായ അർഥത്തിൽ ഭാഷാജ്ഞാനം എന്ന കാഴ്ചപ്പാടിന് പ്രസക്തിയുണ്ടോ എന്ന ചോദ്യം ഇംഗ്ലീഷിന്റെ ലോകവ്യാപകത്വത്തിന്റെ അന്തരീക്ഷത്തിൽ ഉയർന്നുവന്നു. ഇന്ത്യക്കാരുടെ ഇംഗ്ലീഷിനെ വിശകലനംചെയ്യാൻ കോംപിറ്റൻസിനെയല്ല, കോർപ്പസിനെയാവണം വിശകലനംചെയ്യേണ്ടത് എന്ന വാദം പരിഗണനയർഹിക്കുന്നു. കോർപ്പസ്, അഥവാ ഇംഗ്ലീഷ് പ്രയോഗങ്ങൾതന്നെയാവും ഇവിടെ ജ്ഞാനമായി വർത്തിക്കുന്നത് എന്നാലോചിക്കാവുന്നതാണ്. കേട്ടറിവിൽനിന്നു രൂപപ്പെടുത്തുന്ന സദൃശസൃഷ്ടിപരമായ ഭാഷോപയോഗമാവാം അതു പലപ്പോഴും. ഇംഗ്ലീഷ് ഒന്നാംഭാഷയായവരുടെ ജ്ഞാനത്തിൽനിന്ന് വ്യത്യസ്തമാകും ഇത്. പിജിൻ ക്രയോൾ

ആകുന്നമട്ടിൽ പ്രയോഗം ജ്ഞാനമാകുന്ന അവസ്ഥയെന്ന് താരതമ്യത്തിനുവേണ്ടി സങ്കൽപിക്കാമെന്നുതോന്നുന്നു.

1950-കൾക്കുശേഷം വളർന്നുവന്ന, സാമൂഹികഭാഷാശാസ്ത്രം, സൈക്കോലിംഗ്വിസ്റ്റിക്സ്, പ്രാഗ്മാറ്റിക്സ്, വ്യവഹാരവിശകലനം തുടങ്ങിയ പഠനമേഖലകൾ കോംപിറ്റൻസിനപ്പുറം ഭാഷാപ്രയോഗങ്ങളിലാണ്, കോർപ്പസിലാണ് ഊന്നിയത് എന്നും കാണാവുന്നതാണ്. ഭാഷണത്തെ സാധ്യമാക്കുന്ന ഭാഷാടിത്തറയിലേക്കല്ല, ഭാഷ എങ്ങനെ ഉപയോഗിക്കപ്പെടുന്നു എന്നതിനാണ് കൂടുതൽ പരിഗണന ലഭിച്ചത്. ആദർശ ഭാഷകൻ/ ശ്രോതാവ് എന്ന സങ്കൽപനവും സാമൂഹികഭാഷാപഠനത്തിൽ ചോദ്യംചെയ്യപ്പെട്ടു. വിവിധ സാമൂഹികവിഭാഗങ്ങളുടെ കോംപിറ്റൻസിൽ വലിയ അന്തരം കാണാവുന്നതാണ്. ഭാഷാപ്രയോഗങ്ങളിലുള്ള വലിയ അന്തരത്തെയും വൈവിധ്യത്തെയും ഒരു സാംസ്കാരിക പ്രതിഭാസമെന്നനിലയിൽ മുഖവിലയ്ക്കെടുത്താൽ ഓരോരുത്തരുടെയും ഭാഷാജ്ഞാനവും വൈവിധ്യപൂർണമാണ് എന്നു കാണാനാവും. അമേരിക്കൻ ഇംഗ്ലീഷ് -ബ്രിട്ടീഷ് ഇംഗ്ലീഷ് എന്നമട്ടിൽ വേർതിരിച്ചുകണ്ട് നടന്ന ഇത്തരം നിരീക്ഷണങ്ങൾ സാമൂഹികഭാഷാവൈവിധ്യം വളരെ പ്രസക്തമായ സ്ഥലങ്ങളിൽ കൂടുതൽ സംഗതമാണെന്നുകാണാം. ഭാഷണത്തെറ്റുകൾ എന്ന നിലയ്ക്കുമാത്രം കാണാനാവാത്ത അനേകം പ്രയോഗവൈവിധ്യങ്ങളാണ് കോർപ്പസ് പഠനങ്ങളിൽ തെളിഞ്ഞുകിട്ടിയതെന്ന് നിരീക്ഷിക്കപ്പെടുന്നു. അന്തർജ്ഞാനത്തെ ആസ്പദമാക്കി മാനകമെന്ന് നിർദ്ദേശിക്കപ്പെടുന്ന ഭാഷാപ്രയോഗങ്ങളുടെ സാധുതതന്നെ പ്രയോഗവൈവിധ്യങ്ങളുടെ വിശകലനത്തിൽ ചോദ്യംചെയ്യപ്പെട്ടു. ഭാഷാശാസ്ത്രജ്ഞരുടെ അന്തർജ്ഞാനം (intution) ഭാഷാജ്ഞാനത്തിന്റെ (competence) പ്രതിഫലനമാവണമെന്നില്ല പലപ്പോഴും. കോംപിറ്റൻസിന്റെ വികലമായ പ്രതിഫലനം നൽകുന്ന കണ്ണാടിയാവാം ഇന്റ്യൂഷൻ എന്ന വാദമുയർന്നു. പദങ്ങളുടെ അർഥത്തെ ആവൃത്തിയനുസരിച്ച് ക്രമപ്പെടുത്തിയാൽ പലപ്പോഴും ഈ അന്തരം ബോധ്യപ്പെടും. ഭാഷാവിശകലത്തിന് വൈയാകരണർ നൽകുന്ന നിർമിതോദാഹരണങ്ങളല്ല, സ്വാഭാവികോദാഹരണങ്ങളാണ് വേണ്ടത് എന്നത് നാച്ചറൽ ലാംഗ്വേജ് പ്രോസസിങ് എന്ന കമ്പ്യൂട്ടർ ഭാഷാശാസ്ത്രമേഖലയിൽ വളരെ പ്രസക്തമാണ്. സ്വാഭാവികാന്തരീക്ഷത്തിൽ നിന്നു ലഭിക്കുന്ന ഉദാഹരണങ്ങളാണ് കോർപ്പസിനെ ശ്രദ്ധാകേന്ദ്രമാക്കുന്നത്.

കോർപ്പസിനെ ആശ്രയിച്ച് ഭാഷാപഠനവിശകലനത്തിനിറങ്ങുമ്പോൾ നേരിടുന്ന പരിമിതി പലതാണ്. കോർപ്പസിന്റെ വലിപ്പക്കുറവുതന്നെ മുഖ്യം. ഇംഗ്ലീഷിൽപ്പോലും ലഭ്യമായ ഏറ്റവും വലിയ കോർപ്പസിൽ നൂറുകോടി വാക്കുകളേയുള്ളൂ. യാന്ത്രികമായ ഭാഷാവിശകലത്തിന് ഇത് മതിയാവുകയില്ല. എഴുതപ്പെട്ടവ മുഴുവൻ ശേഖരിച്ചാൽത്തന്നെ ഭാഷാവൈവിധ്യങ്ങളുടെ പ്രാതിനിധ്യം പോരാതെവരും. ഏതെങ്കിലുമൊരു കാലത്തെ ഭാഷാസാമ്പിളുകൾക്ക് കാലപരിമിതിയുണ്ട്. സാമാന്യമായ വ്യാകരണനിയമങ്ങൾ, ചിഹ്നനങ്ങൾ, പ്രത്യയങ്ങൾ തുടങ്ങിയവയുടെ വിശകലനത്തിന് താരതമ്യേന വലിപ്പമുള്ള കോർപ്പസ്

മതിയാവുമെങ്കിലും പദശേഖരണത്തിന്, നിഘണ്ടുനിർമാണത്തിന് അത് മതിയാവണമെന്നില്ല. ഒരുഭാഷയിലെ എല്ലാ പദങ്ങളും പ്രയോഗിച്ചുകിട്ടുന്ന കോർപ്പസ് അസാധ്യമണെന്നുതന്നെ പറയണം.

ഡിജിറ്റൽ കോർപ്പസിന് അച്ചടിയിലോ ഓഡിയോ ടേപ്പിലോ ഉള്ള കോർപ്പസിനെ അപേക്ഷിച്ച് പല മെച്ചങ്ങളുമുണ്ടെന്നത് പ്രകടമാണല്ലോ. തിരച്ചിൽ സാധ്യത, പലവിധത്തിൽ അടുക്കിവെക്കാനുള്ള സാധ്യത, പ്രോഗ്രാമുകളുപയോഗിച്ച് പാർസിങ് പോലുള്ള സങ്കീർണ വ്യാകരിപ്പുകൾവരെ നടത്താനുള്ള സാധ്യത, എന്നിവ ഇതിൽ പ്രധാനപ്പെട്ടവയാണ്.

ലോകമെങ്ങും ഉപയോഗത്തിലുള്ള ഇംഗ്ലീഷിൽത്തന്നെ കോർപ്പസിന്റെ പരിമിതി അലോസരപ്പെടുത്തുന്ന വിധത്തിലാണെങ്കിൽ മലയാളത്തിന്റെ സ്ഥിതി ഊഹിക്കാവുന്നതാണ്. ബോധപൂർവം ശേഖരിച്ച്, നിർമിച്ച കോർപ്പസുകൾ ഇനിയും വേണ്ടത്രയില്ല മലയാളത്തിൽ. ഓരോ ദിവസത്തെയും പത്രങ്ങളിൽവരുന്ന വാർത്തകളുടെ ഡിജിറ്റൽ ഫയലുകൾ വ്യവസ്ഥാപിതമായി ശേഖരിച്ചുവെച്ചാൽ നല്ലൊരു കോർപ്പസുണ്ടാക്കാം. ഡിജിറ്റൽ രൂപത്തിൽ ലഭ്യമായ പുസ്തകങ്ങൾ, അച്ചടിപ്പുസ്തകങ്ങളിൽനിന്ന് ഒപ്റ്റിക്കൽ കാരക്ടർ റക്കഗ്നൈസർ എന്ന ഓ സി ആർ ഉപയോഗിച്ച് നിർമിക്കുന്ന ഡിജിറ്റൽ വിവരങ്ങൾ തുടങ്ങിയവയും ഇന്റർനെറ്റിൽനിന്നും മറ്റും ലഭിക്കുന്ന പാഠങ്ങളും ശേഖരിക്കുന്ന ഏർപ്പാടിനെ ഓട്ടോമാറ്റിക് ഡാറ്റാ കാപ്ചർ എന്നുവിളിക്കാം. പകർപ്പവകാശം പോലുള്ള നിയമ പ്രശ്നങ്ങളുള്ളതിനാൽ ഇതത്ര എളുപ്പമല്ലതന്നെ. (ഓ സി ആർ അച്ചടിക്കും കയ്യെഴുത്തിനും വെവ്വേറെതന്നെവേണം. കയ്യെഴുത്ത് തിരിച്ചറിയുന്ന പ്രോഗ്രാം അതിസങ്കീർണമാണ്. ഭാഷാനിയമങ്ങളും അർഥനിയമങ്ങളും സന്ദർഭജ്ഞാനവുമൊക്കെ ആവശ്യമായിവരും അതിന്.) ഇംഗ്ലീഷിൽ ലഭ്യമായ കോർപ്പസുകളിൽ പത്രപ്രവർത്തനം പോലുള്ള ചില മേഖലകളിലെ ഭാഷാവൈവിധ്യം വേണ്ടത്രയുണ്ടെങ്കിലും കവിതപോലുള്ള ചില മേഖലകൾ, ചില വിശേഷവ്യവഹാരങ്ങൾ വളരെക്കുറവാണ്. പഴയ നിഘണ്ടുനിർമാതാക്കളും വ്യാകരണവിദഗ്ധരും ഈ മേഖലകൂടി പരിഗണിച്ചിരുന്നു എന്നോർക്കണം.

ഭാഷാപരമായ വിശദീകരണക്കുറിപ്പുകൾചേർത്ത -ലിംഗ്വിസ്റ്റിക്കലി അനോട്ടേറ്റഡ്- കോർപ്പസാണ് ഭാഷാകമ്പ്യൂട്ടിങ്ങിൽ ആവശ്യം. പദങ്ങളുടെ വ്യാകരണവർഗം സൂചിപ്പിക്കുന്ന പദതലത്തിലും വാക്യഘടനാപരമായ വിശകലനം നടത്തുന്ന വാക്യതലത്തിലും അർഥാശ്രിതത്വം നിർദ്ദേശിക്കുന്ന അർഥതലത്തിലും അനോട്ടേഷൻ അഥവാ ഡിജിറ്റൽ ടിപ്പണി നടത്താം. ഇത് അതിഭീമമായ ജോലിയാണ്. യന്ത്രസഹായത്തോടുകൂടി പ്രാഥമിക ജോലി തീർത്ത്, പിന്നീട് മനുഷ്യൻ ശുദ്ധിവരുത്തുന്ന ഏർപ്പാടുതന്നെ വളരെ ശ്രമകരമാണ്. ഓരോ പദത്തിന്റെയുംകൂടെ വ്യാകരണവർഗം സൂചിപ്പിക്കുന്ന പാർട്ട് ഓഫ് സ്പീച്ച് ടാഗിങ് എന്ന അനുബന്ധനം നടത്തിയ കോർപ്പസുകൾ യന്ത്രവിവർത്തനത്തിലും മറ്റും ആവശ്യമായിവരും. വാക്യങ്ങളെയെല്ലാം അപോദ്ധരിച്ച് വൃക്ഷചിത്രംനിർമിച്ച കോർപ്പസുകളും നിലവിലുണ്ട്. ട്രീബാങ്ക് എന്നാണിവയ്ക്കു പേര്. താരതമ്യേന ചെറിയ കോർപ്പസുകളിലേ ഇത്

സാധ്യമാക്കാനായിട്ടുള്ളൂ. പദവാക്യങ്ങൾക്കു നൽകുന്ന ടാഗിങ് എന്ന അനുബന്ധം കാണാവുന്ന രീതിയിലോ മറ്റൊരുപ്രതലത്തിൽ ലിങ്കായോ നൽകാറുണ്ട്. പദങ്ങളുടെ കോശിമം അഥവാ ലെമ്മ തിരിച്ചറിയുന്നവിധത്തിൽ ഓരോ വാക്കിനും ടിപ്പണിനൽകുന്നതിനെ ലെമ്മറ്റൈസേഷൻ എന്നുവിളിക്കും. കോർപ്പസിൽ കാണുന്ന, മരത്തിന്റെ എന്ന വാക്കിനൊപ്പം മരം എന്ന കോശിമം നിർദേശിക്കപ്പെട്ടിരിക്കും എന്നർഥം.

കോർപ്പസ് പ്രയോഗത്തിൽ

മനുഷ്യഭാഷകളും കമ്പ്യൂട്ടറും ഏതൊക്കെയിടങ്ങളിൽ സന്ധിക്കുന്നുണ്ടോ, അതെല്ലാം കമ്പ്യൂട്ടേഷണൽ ഭാഷാശാസ്ത്രത്തിന്റെ പരിഗണനാമേഖലയാണ്. നാചറൽ ലാംഗ്വേജ് പ്രോസസിങ് എന്ന, ഭാഷയെ കമ്പ്യൂട്ടറിന് വഴക്കിക്കൊടുക്കുന്ന വിപുലമായ കർമരംഗത്ത് ഇരുമേഖലയിലെയും വിദഗ്ധർ നിരന്തരം പ്രവർത്തിച്ചുകൊണ്ടിരിക്കുന്നു. കമ്പ്യൂട്ടർ എന്ന പദത്തിന് ഇന്ന് ടാബ്ലെറ്റെന്നും മൊബൈൽഫോൺ എന്നുമൊക്കെ വിവക്ഷയുണ്ട്. മലയാളത്തിന്റെ കാര്യമെടുത്താൽ കമ്പ്യൂട്ടറിലും മൊബൈലിലും നമ്മുടെ ഭാഷയ്ക്ക് ഇനിയുമെത്രയോ മുന്നേറാനുണ്ട്. സേവ്, കട്ട്, പേസ്റ്റ് തുടങ്ങിയ പദാവലികളുടെ സർവസ്വീകാര്യമായ വിവർത്തനംതൊട്ട് സ്പെൽചെക്കറും ഗ്രാമർചെക്കറും പാർസറും സ്പീച്ച് ടു ടെക്സ്റ്റും ടെക്സ്റ്റ് ടു സ്പീച്ചും ഓ സി ആറും വിവർത്തനപ്രോഗ്രാമുകളും നിഘണ്ടുക്കളുമൊക്കെയുൾപ്പെടുന്ന വലിയ കർമമേഖലയാണ് മുന്നിലുള്ളത്. ഹാൻഡ് റൈറ്റിങ് ഇൻപുട്ട് ടൂൾ മൊബൈൽ ആശയവിനിമയരംഗത്ത് മലയാളത്തെ ഒറ്റയടിക്ക് മുന്നോട്ടുനയിച്ചതാണ് അടുത്തിടെ (2015) ഉണ്ടായ മുഖ്യചുവടുവെപ്പ് എന്നു പറയാം. ഇനി വരാനിരിക്കുന്ന അസംഖ്യം ഭാഷാധിഷ്ഠിത മുന്നേറ്റങ്ങൾക്കൊത്ത് മലയാളത്തെ പാകപ്പെടുത്തേണ്ടതുമുണ്ട്. കോർപ്പസ് നിർമാണത്തിലൂടെമാത്രം സാധിക്കാവുന്ന ചില മേഖലകളെപ്പറ്റിയാണ് ഇനി ചർച്ചചെയ്യാനുള്ളത്.

കമ്പ്യൂട്ടർ സഹായ വിവർത്തനം

കമ്പ്യൂട്ടേഷണൽ ലിംഗ്വിസ്റ്റിക്സ് എന്ന വിപുലമായ പഠനമേഖലയിലെ പ്രധാനപ്പെട്ട ഇനങ്ങളാണ് യന്ത്രവിവർത്തനവും കമ്പ്യൂട്ടർ സഹായ വിവർത്തനവും. കമ്പ്യൂട്ടർതന്നെ ചെയ്യുന്ന വിവർത്തനമാണ് യന്ത്രവിവർത്തനമെങ്കിൽ വിവർത്തനപ്രക്രിയയിൽ മനുഷ്യൻ കമ്പ്യൂട്ടറിന്റെ സഹായംമാത്രം തേടുന്നതാണ് രണ്ടാമത്തേത്. സഹായത്തിന്റെ തോതും സ്വഭാവവുമനുസരിച്ച് ഇതിനെത്തന്നെ പലതായി തിരിക്കാറുണ്ട്. കമ്പ്യൂട്ടർ അസിസ്റ്റഡ് ട്രാൻസ്‌ലേഷൻ അല്ലെങ്കിൽ കമ്പ്യൂട്ടർ എയ്ഡഡ് ട്രാൻസ്‌ലേഷൻ- സി. എ. ടി. എന്നോ മെഷീൻ എയ്ഡഡ് ഹ്യൂമൺ ട്രാൻസ്‌ലേഷൻ- എം എ എച്ച് ടി എന്നോ അറിയപ്പെടുന്ന ഈ രീതിയിൽ മനുഷ്യനാണ്, യന്ത്രമല്ല വിവർത്തനം ചെയ്യുന്നത്. പല ഘട്ടങ്ങളിലായി കമ്പ്യൂട്ടറിന്റെ സഹായം തേടുന്നുവെന്നുമാത്രം. സി എ ടിയുടെതന്നെ കുറച്ചുകൂടി ഉയർന്നതലത്തിലുള്ളതാണ് ഇന്ററാക്ടീവ് ട്രാൻസ്‌ലേഷൻ.

കമ്പ്യൂട്ടർ അസിസ്റ്റഡ് ട്രാൻസ്‌ലേഷനിൽ വിവർത്തകർ പലതരത്തിൽ കമ്പ്യൂട്ടറിന്റെ സഹായം തേടാറുണ്ട്. വിവർത്തനോപകരണങ്ങൾ എന്ന നിലയ്ക്ക് നമ്മൾ മുൻപ് സ്വീകരിച്ചിരുന്ന പലതും ഇന്ന് കോർപ്പസ്/ കമ്പ്യൂട്ടറധിഷ്ഠിതമായി രൂപത്തിൽ ലഭ്യമാണ്. ചില ഉദാഹരണങ്ങൾ നോക്കാം.

വിവർത്തകർക്ക് ഒഴിച്ചുകൂടാനാവാത്ത ഒന്നാണല്ലോ നിഘണ്ടു. സ്രോത-ലക്ഷ്യഭാഷകളിലുള്ള ഏകഭാഷാനിഘണ്ടുക്കളും രണ്ടുഭാഷയും തമ്മിലുള്ള ദ്വിഭാഷാനിഘണ്ടുക്കളും രണ്ടുഭാഷയിലുമുള്ള തെസോറസുമെല്ലാം വിവർത്തകർക്ക് വേണ്ടിവരും. ലക്ഷ്യഭാഷയിലുള്ള തെസോറസ് മാത്രം മതിയാവില്ല പലപ്പോഴും. പ്രശ്നകാരണമായ പദത്തിന് ആ ഭാഷയിലുള്ള തെസോറസ് നോക്കി ഉചിതമായ പകരപ്പദം കണ്ടെത്തി അതിന്റെ വിവർത്തനത്തിലൂടെയോ വിവർത്തനത്തിന് ലക്ഷ്യഭാഷയിലുള്ള തെസോറസിലൂടെ കിട്ടിയ പകരപ്പദത്തിലൂടെയോ ഒക്കെയാവാം പലപ്പോഴും തൃപ്തമായ ഉത്തരത്തിലെത്തുന്നത്. ഇപ്പണി ഇന്ന് കമ്പ്യൂട്ടർനിഘണ്ടുക്കളിലൂടെ എളുപ്പത്തിൽ ചെയ്യാനാവും. സാങ്കേതികനിഘണ്ടുക്കളും വിജ്ഞാനകോശങ്ങളുമെല്ലാം ഇങ്ങനെ തിരച്ചിൽസാധ്യതയുള്ള ഡിജിറ്റൽരൂപത്തിൽ ലഭ്യമാകുന്നത് വിവർത്തകരുടെ ഭാരം ഒരുപാട് കുറച്ചിട്ടുണ്ട്.

അക്ഷരത്തെറ്റ് തിരുത്താനുള്ള സ്പെൽ ചെക്കറുകളാണ് മറ്റൊരിനം. തെറ്റായ വാക്ക് സ്വയംതിരുത്താനുള്ള ഓട്ടോകറക്ഷൻ സംവിധാനത്തോടെയും അല്ലാതെയുമൊക്കെ ഈ സംവിധാനം പലഭാഷകളിലും ലഭ്യമാണ്. വിപുലമായ കോർപ്പസുകളെ അടിസ്ഥാനമാക്കിയാണ് പദങ്ങളുടെ നിഷ്പന്ന, വ്യുൽപ്പന്നരൂപങ്ങൾകൂടി പരിചയമുള്ള ഇത്തരം പ്രോഗ്രാമുകൾ നിർമിക്കുന്നത്. ടൈപ്പുചെയ്യുന്ന സോഫ്റ്റ്‌വെയറിൽ ഉൾപ്പെട്ടരൂപത്തിലും പ്ലഗ്ഗിൻ പോലുള്ള അനുബന്ധ (ആഡ് ഓൺ) പ്രോഗ്രാമായും ഇത് ലഭിക്കും. എഴുതുന്നതിനിടെ വാക്ക് തെറ്റുമ്പോൾ ഗൂഗിളിനെപ്പോലെ ഡിഡ് യൂ മീൻ.. എന്നുചോദിക്കുന്ന എഴുത്തുതാളിനെ വിവർത്തനസഹായിയായിത്തന്നെ കാണണമല്ലോ. എഴുത്തിൽ വലിയ അവ്യവസ്ഥിതി നിലനിൽക്കുന്ന മലയാളത്തിൽ അക്ഷരത്തെറ്റ് തിരുത്തുന്ന പ്രോഗ്രാം നിർമിക്കുക ശ്രമസാധ്യമാണ്. ആ വഴിക്കു നടന്ന ശ്രമങ്ങളെല്ലാം നമ്മുടെ അവ്യവസ്ഥിതികൊണ്ടുതന്നെ ഭാഗികമായി മാത്രമേ വിജയിച്ചിട്ടുള്ളൂ. പരാധീനതകൾ പലതാണ്. വാക്കുകൾക്കിടയിൽ സ്പേസ് വിടുന്നതിൽ നമുക്ക് കൃത്യതയില്ല. സ്പേസിങ് പ്രകാരം 'നിനക്കതൊന്നുമറിഞ്ഞുകൂടായിരുന്നുവെന്നോ' എന്നത് ഒറ്റ വാക്കാണ് മലയാളത്തിൽ. ഇത് എങ്ങനെവേണമെങ്കിലും പിരിക്കാം, പത്തുതരത്തിലെങ്കിലും എഴുതുകയും ചെയ്യാം. ഉദ്ഘാടനം, ഉൽഘാടനം, ഉത്ഘാടനം, ഉല്ഘാടനം എന്നിങ്ങനെ അഞ്ചാറ് തരത്തിൽ ഓരോ വാക്കും എഴുതുന്ന പതിവുള്ളപ്പോൾ വർണവിന്യാസവ്യവസ്ഥയേർപ്പെടുത്തുന്നത് ശ്രമകരമാണല്ലോ. ഇംഗ്ലീഷിൽ സ്പെൽചെക്കറുണ്ടാക്കുന്നതും മലയാളത്തിലുണ്ടാക്കുന്നതും തമ്മിലുള്ള വ്യത്യാസമിതാണ്.

വ്യാകരണപരിശോധനാപ്രോഗ്രാമാണ് മറ്റൊരു സഹായം. ഇംഗ്ലീഷിൽത്തന്നെ വേണ്ടത്ര വിജയമല്ലാത്ത ഇത്, പക്ഷേ, പരിമിതമായ

ഇടങ്ങളിലാണെങ്കിലും വലിയ സഹായം നൽകാറുണ്ട്. കമ്പ്യൂട്ടറിനകത്തുള്ള കോർപ്പസിലും ഇന്റർനെറ്റിലും ഡാറ്റാബേസുകളിലും പലമട്ടിൽ സൂക്ഷ്മമായ തെരച്ചിൽ സാധ്യമാക്കുന്ന തിരച്ചിൽപ്രോഗ്രാമുകളാണ് വേറൊന്ന്. മനുഷ്യബുദ്ധിയോട് മത്സരിക്കുംവിധം ചോദിച്ച വിവരവും നമുക്ക് ഉപകാരപ്പെടാനിടയുള്ള മറ്റുവിവരങ്ങളും ഞൊടിയിടയിൽ ലഭ്യമാക്കുന്നതരം സെർച്ച് പ്രോഗ്രാമുകളുണ്ട്.

നേരത്തേ വിവർത്തനംചെയ്ത വാക്കുകളുടെയും വാക്യങ്ങളുടെയും ശൈലികളുടെയും ഖണ്ഡികകളുടെയും ലേഖനങ്ങളുടെയുമൊക്കെ വിപുലമായ ശേഖരം പാരലൽ കോർപ്പസായി കമ്പ്യൂട്ടറിൽ ശേഖരിച്ചുവെക്കാം. ഇതിനെ ട്രാൻസ്‌ലേഷൻ മെമ്മറി എന്നാണ് പറയുക. വിവർത്തനസമയത്ത് വരുന്ന സംശയങ്ങൾ ഇതിൽ പരതി സമാനസന്ദർഭങ്ങളുണ്ടെങ്കിൽ അന്നത് പരിഹരിച്ച വഴി മനസ്സിലാവും. നമ്മുടെ ശേഖരം എത്ര വലുതാവുന്നോ അത്രയും സഹായംകൂടും. മലയാളത്തിൽ ഇത്തരം കോർപ്പസ് ഇനിയും വേണ്ടത്ര ലഭ്യമായിട്ടില്ല.

വിവരസഞ്ചയത്തിൽനിന്നോ ട്രാൻസ്‌ലേഷൻ മെമ്മറിയിൽനിന്നോ സമാനമായ സന്ദർഭങ്ങൾ കണ്ടെത്തിത്തരുന്ന പ്രോഗ്രാമുകൾക്ക് കോൺകോഡൻസറുകൾ (Concordancers) എന്നുപറയും. കോൺകോർഡൻസ് എന്നാൽ പൊരുത്തമെന്നർഥം. വാക്കിനെ അതിന്റെ വിവിധ സന്ദർഭങ്ങളിൽ കാട്ടിത്തരികയെന്നതാണ് കോർപ്പസ് ഭാഷാശാസ്ത്രത്തിൽ ഇതിന്റെ അർഥം. KWIC (കീ വേഡ് ഇൻ കോൺടക്സ്റ്റ്) കോൺകോഡൻസർ പ്രോഗ്രാം ഒരുദാഹരണം. ഇത്തരം തിരച്ചിൽപ്രോഗ്രാമുകൾക്ക് എളുപ്പത്തിൽ പ്രവർത്തിക്കാനായി നമ്മുടെ ശേഖരത്തിലുള്ള സ്രോതപാഠങ്ങളും സമാനമായ ലക്ഷ്യപാഠങ്ങളും അടുത്തടുത്ത് വിന്യസിക്കുന്ന പാരലൽ ടെക്സ്റ്റ് അല്ലെങ്കിൽ ബൈ ടെക്സ്റ്റ് വിന്യസന പ്രോഗ്രാമുകളും ലഭ്യമാണ്. ഇടത്തുപേജിൽ കാളിദാസകൃതിയുടെ സംസ്കൃതവും വലത്ത് മലയാളപരിഭാഷയും നൽകുന്നതിന് തുല്യമായ കമ്പ്യൂട്ടർ പ്രോഗ്രാമാണിത്. ബൈബിൾ, വേദങ്ങൾ തുടങ്ങിയ വിശുദ്ധഗ്രന്ഥങ്ങളെ പാഠഭേദമുക്തമാക്കുകകൂടി ലക്ഷ്യമിട്ട് വിപുലമായ കോൺകോഡൻസുകൾ പഴയകാലത്ത് തയ്യാറാക്കപ്പെട്ടിരുന്നു. ഷേക്സ്പിയർ ഇൻഡക്സുകൾ മറ്റൊരുദാഹരണം. ഇവ വെറും പദസൂചിയല്ല. മുഖ്യപദങ്ങളെ അകാരാദിക്രമത്തിൽ, അവയുടെ സന്ദർഭമടക്കം പട്ടികപ്പെടുത്തുന്നു. വ്യാഖ്യാനവും ടിപ്പണിയും കൂടെയുണ്ടാവും. പതിമൂന്നാം നൂറ്റാണ്ടിൽ അഞ്ഞൂറു പുരോഹിതർചേർന്ന് ബൈബിൾ കോൺകോർഡൻസ് തയ്യാറാക്കിയിരുന്നു. പിന്നീടും ഇത്തരം നിരവധി ശ്രമങ്ങൾ നടന്നു. 1935-65 കാലത്തിറങ്ങിയ വൈദികപദാനുക്രമകോശം നാനൂറോളംവരുന്ന വേദവേദാന്തസംഹിതാദി കൃതികളിലെ പദങ്ങളുടെ അർഥവും നിരുക്തവും ഉച്ചാരണവും ഊന്നലും വൃത്തവും വിമർശനവുമൊക്കെയടങ്ങിയ പട്ടികയാണ്. അഞ്ചുലക്ഷത്തോളം പദങ്ങളാണ് ഇങ്ങനെ ലിസ്റ്റുചെയ്യപ്പെട്ടത്.

കമ്പ്യൂട്ടർകാലത്ത് ഇതിന്റെ രീതിമാറുന്നു. ഏകഭാഷാ കോർപ്പസിൽനിന്നോ പാരലൽ കോർപ്പസിൽനിന്നോ സന്ദർഭസഹിതം പദങ്ങൾ നിരത്തുന്ന പ്രോഗ്രാമുകൾ, വാക്കുകളുടെ വ്യത്യസ്ത പ്രയോഗരീതി

കളും വിവിധാർഥങ്ങളും ആവൃത്തിയും വ്യാകരണവിശേഷങ്ങളു മൊക്കെ തയ്യാറാക്കുന്നതിൽ വലിയ സഹായംനൽകുന്നു. വാക്കുകളെ സന്ദർഭനിഷ്ഠമായി സമീപിക്കുന്നതുകൊണ്ട് നിഘണ്ടുവെക്കാൾ ഭാഷാ പഠനത്തിനും വിവർത്തനത്തിനും ഇത് സഹായകമാവും. ഇത് വിഷയാ ധിഷ്ഠിതംകൂടിയാണെന്നോർക്കണം. ഉദാഹരണത്തിന്, Field എന്ന പ ദത്തിന് കൃഷി, ക്രിക്കറ്റ്, ഫിസിക്സ്, കല, ഭാഷാശാസ്ത്രം, ഗവേഷണം തുടങ്ങി പലമേഖലകളിലും വരുന്ന വിവക്ഷാഭേദം പ്രകടമാണല്ലോ.

വിവരസഞ്ചയത്തിൽനിന്നുള്ള വിവർത്തനങ്ങളെ ആശ്രയിച്ച് വി വർത്തകർക്ക് സാധ്യതാനിർദ്ദേശങ്ങൾ നൽകുന്ന കമ്പ്യൂട്ടർ പ്രോഗ്രാ മുകളുണ്ട്. ഇവയെ ആശ്രയിച്ച് നടത്തുന്ന ഭാഷാന്തരണത്തെ ഇന്ററാ ക്ടീവ് ട്രാൻസ്ലേഷൻ (Interactive Machine Translation) എന്നാണ് പറയുക. നിർദ്ദേശം പിഴയ്ക്കുന്ന അവസരങ്ങളിൽ വിവർത്തകർ കമ്പ്യൂ ട്ടറിനെ അത് ധരിപ്പിക്കണം. ആ തെറ്റ് പിന്നീടത് ആവർത്തിക്കില്ല.

യന്ത്രവിവർത്തനം

വിവർത്തനത്തിനാവശ്യം, ഒറ്റഭാഷയിലുള്ള കോർപ്പസല്ല, രണ്ടുഭാഷ യിലായുള്ള സമാന്തര വിവരസഞ്ചയമാണ് (Parallel Corpora). പലതരം സർക്കാർ രേഖകൾ, റിപ്പോർട്ടുകൾ, വാർത്തകൾ, ലേഖനങ്ങൾ തുടങ്ങി എന്തുവിവരവും സ്വീകാര്യംതന്നെ. ഇവയിലൊന്നിന്റെ വിവർത്തനമാ യിരിക്കണം മറ്റത്. ഒന്നിന്റെ മനുഷ്യസൃഷ്ടമായ വിവർത്തനം. ഇതു വച്ചാണ് കമ്പ്യൂട്ടർ വിവർത്തനം പഠിക്കുന്നത്. എത്ര വലുതാണോ നമ്മുടെ സമാന്തര സഞ്ചയം, അത്രയും നന്നായി കമ്പ്യൂട്ടറിനെ പഠി പ്പിക്കാമെന്നർഥം. ലക്ഷക്കണക്കിന് വാക്യങ്ങൾക്ക് മനുഷ്യർ നൽകിയ വിവർത്തനമാണല്ലോ ഈ ശേഖരം. ഇതിൽനിന്ന് കമ്പ്യൂട്ടറിനാവശ്യമായ പൂർവധാരണകൾ നിർമിച്ചെടുക്കാനാവും. ലക്ഷക്കണക്കിന് വാക്കുക ളുടെ സന്ദർഭോചിതമായ വിവർത്തനം, ഓരോ വാക്കിന്റെയും ഒപ്പം വരാവുന്ന മറ്റുവാക്കുകൾ, വാക്യഘടനയിൽ വരുന്ന വ്യത്യാസം ഇതെ ല്ലാം കമ്പ്യൂട്ടറിന് മനുഷ്യൻ ചെയ്ത ജോലി നോക്കി പഠിക്കാൻ സാധി ക്കും. വിവരശേഖരം വലുതാവുന്നതിനനുസരിച്ച് പ്രയോഗവൈചിത്ര്യ ങ്ങൾക്കും അപൂർവമായ പദച്ചേരുവകൾക്കുമൊക്കെയുള്ള ഉദാഹര ണങ്ങൾ കമ്പ്യൂട്ടറിന് ലഭിക്കും. നന്നായി വായിച്ചുപഠിച്ചയാൾക്ക് നന്നായി പരീക്ഷയെഴുതാനാവുമെന്നതുപോലെയാണ് കോർപ്പസ് അധിഷ്ഠിത വിവർത്തനത്തിന്റെ വിജയവും. ഒരു ഭാഷാജോടിയുപ യോഗിച്ചിട്ടുണ്ടാക്കുന്ന വ്യാകരണപരമായ കമ്പ്യൂട്ടർ പ്രോഗ്രാമുകൾ സമാനസ്വഭാവമുള്ള ഭാഷകൾക്കുകൂടി ചില്ലറമാറ്റങ്ങളോടെ പ്രയോജ നപ്പെടുത്താനാവുമെന്നതും പ്രധാനമാണ്. പദകോശംമാത്രം സമൂലം പരിഷ്കരിച്ചാൽ മതിയാവുമല്ലോ.

കോർപ്പസ് അധിഷ്ഠിതമായ യന്ത്രവിവർത്തനം രണ്ടുതരത്തിലുണ്ട്. ഉദാഹരണാശ്രിതവും (Example Based Machine Translation-EBMT) സ്ഥിതിവിവരാശ്രിതവും (Statistical Machine Translation SMT). പറ്റിയ തെറ്റുകളിൽനിന്ന് പാഠമുൾക്കൊണ്ടും ഇന്ന സന്ദർഭത്തിൽ ഇന്നയാൾ

ഇന്നതാണ് ചെയ്തതെന്ന ഉദാഹരണം നോക്കിയും നമ്മൾ പലപ്പോഴും പലകാര്യങ്ങളും ശരിയായി ചെയ്യാറുണ്ടല്ലോ. ഈ യുക്തിയാണ് ഉദാഹരണാശ്രിത യന്ത്രവിവർത്തനത്തിൽ ഉപയോഗപ്പെടുത്തുന്നത്.

നേരത്തേ കണ്ട പാരലൽ കോർപ്പസാണ് ഉദാഹരണാശ്രിത വിവർത്തനത്തിന്റെ മൂലധനം. നേരത്തേ ചെയ്തുവച്ച വിവർത്തനങ്ങളിൽനിന്ന് കമ്പ്യൂട്ടർ ഉദാഹരണം നോക്കി പുതിയ സന്ദർഭത്തെ നേരിടും. കേസ് ബെയ്സ്ഡ് റീസണിങ് എന്നാണ് ഈ മാർഗം അറിയപ്പെടുന്നത്. കേസ് അധിഷ്ഠിത യുക്തിയിൽ നാല് ഘട്ടമായാണ് പഠനം നടക്കുന്നത് എന്നുകാണാം. Retrive, Reuse, Revise, Retain എന്നിങ്ങനെ നാല് ഞ ആണ് അവ. റിട്രീവിൽ മുമ്പുചെയ്ത് ഫലിച്ച സന്ദർഭവും അന്നുകാണിച്ച ബുദ്ധിയും ഓർത്തെടുക്കും. വീഴ്ചയാണെങ്കിൽ അതും. വീഴ്ചയോർക്കുന്നത് അതാവർത്തിക്കാതിരിക്കാനാണെന്നുമാത്രം. റീയൂസിൽ ആ ബുദ്ധി പ്രയോഗിക്കുകയാണ് ചെയ്യുന്നത്. പുതിയ സന്ദർഭത്തിൽനിന്നുകിട്ടിയ പാഠം അടുത്ത ആവശ്യം വരുമ്പോഴത്തേക്കുവേണ്ടി മനസ്സിൽ സൂക്ഷിക്കുന്ന/രേഖപ്പെടുത്തുന്ന ഏർപ്പാടാണ് റിവൈസിങ്. റീട്ടെയ്ൻ എന്നത് ആ ബുദ്ധി, പുതിയ അനുഭവം മനസ്സിൽ നിലനിർത്തൽതന്നെ.

യന്ത്രവിവർത്തനത്തിലെ ഉദാഹരണാശ്രിതരീതിയെ സദൃശസൃഷ്ടിപരമായ വിവർത്തനം (Translation by Analogy) എന്നു വിളിക്കാം. സദൃശസൃഷ്ടിയെന്നാൽ പ്രത്യേകിച്ച് നിയമമൊന്നുമാലോചിക്കാതെ, മറ്റു പദങ്ങളുടെ രൂപം നോക്കി പുതിയ രൂപങ്ങൾ സൃഷ്ടിക്കലാണ്. ഒരു സ്ത്രീ എന്നത് ചുരുങ്ങിയാണ് ഒരുത്തിയായത് എന്നറിയാതെ, ഒരുത്തിയെപ്പോലെ ഒരുത്തൻ എന്ന വാക്കുണ്ടാക്കുന്നത് ഉദാഹരണം. ചൈൽഡിഷ് എന്നമട്ടിൽ പെണ്ണിഷ് എന്നുപയോഗിക്കുന്നത് വേറൊരിനം. ചിൽഡ്രൺ എന്നത് ബഹുവചനമാണെന്നറിയാതെ, മറ്റുസ്ഥലങ്ങളിൽ കാണുന്നതുപോലെ എസ് ചേർത്ത് ചിൽഡ്രൺസ് എന്നു പറയുന്നത് മറ്റൊരിനം. ഇവിടെ 'അബദ്ധ'ങ്ങളാണ് ഉദാഹരിച്ചത്. എന്നാൽ വിവർത്തനത്തിൽ ഇത് സർവസാധാരണമാണെന്ന് പറയാറുണ്ട്. ഓരോ വാക്യവും വ്യാകരണപരമായി വിശകലനം ചെയ്തും പിരിച്ചും പുതുതായി വിവർത്തനംചെയ്യുകയല്ല, വാക്യത്തെ ചില പദസംഹിതാഖണ്ഡങ്ങളാക്കിത്തിരിച്ച് അവയെ മുൻമാതൃകകളുടെ വെളിച്ചത്തിൽ വിവർത്തനം ചെയ്ത് പിന്നീട് ലക്ഷ്യഭാഷയുടെ ഘടനയിൽ കൂട്ടിച്ചേർക്കുകയാണ് ചെയ്യുന്നത് എന്നാണ് ആ വാദം. ഓരോതവണവും മുഴുവൻ ആലോചിച്ച് വിവർത്തനംചെയ്യുകയല്ല, എന്നു ചുരുക്കം. ഈ സൂത്രം കമ്പ്യൂട്ടറിനെ പഠിപ്പിക്കാമോ എന്നതാണ് വിദഗ്ധർ ആലോചിച്ചത്. 1984-ൽ ജാപ്പനീസ് കമ്പ്യൂട്ടർ വിദഗ്ധൻ മകാതോ നഗാവോ ആണ് ഈ ആശയം ആദ്യമായി അവതരിപ്പിച്ചത്. അദ്ദേഹമുപയോഗിച്ച യുക്തി ഇതാണ്:

രണ്ടു വാക്യങ്ങളും വിവർത്തനവും നോക്കുക.

How much is that red umbrella?

ആ ചുവന്ന കുടയ്ക്ക് എത്രയാണ് വില?

How much is that small camera?

ആ ചെറിയ ക്യാമറയ്ക്ക് എത്രയാണ് വില?

ഈ ഉദാഹരണങ്ങൾ പഠിച്ച കമ്പ്യൂട്ടറിന് മൂന്നു വാക്യഖണ്ഡങ്ങൾ ഹൃദിസ്ഥമായി.

How much is ?	= എത്രയാണ് വില?
that red umbrella	= ആ ചുവന്ന കുട
that small camera	= ആ ചെറിയ ക്യാമറ

ഇത്തരം ഉദാഹരണങ്ങൾ ആവർത്തിച്ചു കിട്ടിയാൽ കൂടുതൽ വാക്യങ്ങൾ അതിന് സ്വയം കൈകാര്യചെയ്യാനാവും. മറ്റൊരുദാഹരണം നോക്കുക:

American President Richard was shot dead during a marriage ceremony. The convict escaped in a car. ഈ വാക്യങ്ങൾ വിവർത്തനം ചെയ്ത ഉദാഹരണം നോക്കി, The convict was shot dead during a marriage ceremony എന്ന വാക്യം കമ്പ്യൂട്ടറിന് സ്വയം വിവർത്തനംചെയ്യാനാകും എന്നതാണ് ഒരു യുക്തി.

ഇംഗ്ലീഷും ജാപ്പനീസും പോലെ വാക്യഘടനാപരമായും വ്യാകരണപരമായുമൊക്കെ വലിയ വ്യത്യാസമുള്ള ഭാഷകൾക്കിടയിലാണ് ഇത്തരം വിവർത്തനം കൂടുതൽ പ്രയോജനപ്പെടുകയെന്നാണ് നഗാവോ പറയുന്നത്. കമ്പ്യൂട്ടറിനെ വ്യാകരണനിയമങ്ങൾ പഠിപ്പിച്ച് വിവർത്തനം നടത്തുകയെന്നത്, ഇത്തരം ഭാഷാജോടികളിൽ വളരെയധികം ശ്രമകരമാണല്ലോ. അതുകൊണ്ട് നമ്മളൊക്കെ ചെയ്യുന്ന, ഒരു സൂത്രപ്പണി കമ്പ്യൂട്ടറിനെ പഠിപ്പിക്കുക. ഒന്നും രണ്ടും വാക്യങ്ങളല്ല, മനുഷ്യർ വിവർത്തനംചെയ്ത ലക്ഷക്കണക്കിന് വാക്യങ്ങളാണ് കമ്പ്യൂട്ടറിന് പഠിതാനുള്ളത്. അവിടെയെവിടെയെങ്കിലുംനിന്ന് കമ്പ്യൂട്ടർ സമാന വാക്കുകളും വാക്യഖണ്ഡങ്ങളും തെരഞ്ഞുപിടിച്ചുകൊള്ളും.

വിവർത്തനത്തിനായി കമ്പ്യൂട്ടറിന് നൽകുന്ന നിഘണ്ടുവിൽ പദങ്ങളുടെ രൂപമാറ്റങ്ങളും പ്രത്യയംചേർന്ന രൂപങ്ങളും വാക്യത്തിൽ പ്രയോഗിച്ചതുമൊക്കെ ചേർക്കാമെങ്കിൽ അതുകൂടി പരതി കൃത്യമായ വിവർത്തനം കണ്ടെത്താൻ സാധിക്കും. ലേണേഴ്സ് നിഘണ്ടുക്കളിൽ വാക്യത്തിൽ പ്രയോഗിച്ചതു കാണും. മലയാളത്തിൽ ഇത്തരം നിഘണ്ടുക്കൾ, പ്രത്യേകിച്ച് ദ്വിഭാഷാനിഘണ്ടുക്കൾ ഇല്ലെന്നത് വലിയ പോരായ്മയാണ്. അച്ചടിനിഘണ്ടുക്കളിൽ പദങ്ങളുടെ രൂപമാറ്റങ്ങൾ ചേർക്കുന്നത് പ്രായോഗികമല്ല. സ്ഥലപരിമിതി വിഷയമല്ലാത്ത ഡിജിറ്റൽ സങ്കേതങ്ങളിൽ അതാവാമല്ലോ. നിഘണ്ടുവിന്റെ ധർമംകൂടി കോർപ്പസ് അനുഷ്ഠിക്കുന്ന സന്ദർഭമാണിത്.

സമാന്തരവിവരസഞ്ചയങ്ങളുടെ വിശകലനത്തിലൂടെ ഉരുത്തിരിയുന്ന പരമാത്രകളുപയോഗിച്ച് വിവർത്തനം സാധിക്കുന്ന മാർഗമാണ് സ്ഥിതിവിവരാശ്രിതമായ യന്ത്രവിവർത്തനം (Statistical Machine Translation SMT). രണ്ടു ഭാഷയിലായുള്ള സമാന്തരവിവരസഞ്ചയം വിശകലനം ചെയ്ത്, അതിന്റെ സാധ്യതാപഠനത്തിലൂടെയാണ് ഈ മാതൃക പ്ര

വർത്തിക്കുന്നത്. ഓരോ വാക്കിനും വാക്യത്തിനും സ്വീകാര്യമായ വിവർത്തനസാധ്യതകൾ കണ്ടെത്തി അതിൽ മെച്ചപ്പെട്ടത് കമ്പ്യൂട്ടർ തിരഞ്ഞെടുക്കുന്നു. മനുഷ്യർ തയ്യാറാക്കിയ വിവർത്തനങ്ങളിൽനിന്നാണ് കമ്പ്യൂട്ടർ പുതിയ വിവർത്തനം വ്യുൽപാദിപ്പിക്കുന്നത് എന്നതിനാൽ വ്യാകരണംപഠിപ്പിച്ച് കമ്പ്യൂട്ടറിനെക്കൊണ്ട് വിവർത്തനം ചെയ്യിക്കുന്നതിലും സ്വാഭാവികത കൂടും ഈ രീതിക്ക്. വളരെവലിയ പാരലൽ കോർപ്പസ് നിർമിക്കണമെന്നതാണ് ഇതിന്റെ പ്രധാന ന്യൂനത. അതും മൂല-വിവർത്തനങ്ങളടങ്ങിയ സമാന്തര ശേഖരം. നിയമാശ്രിത വിവർത്തത്തെ അപേക്ഷിച്ച് ഇതിലെ വിവർത്തനം പ്രവചനീയമല്ല എന്നതും പോരായ്മതന്നെ. വാക്യത്തിലെ പദക്രമം വലിയതോതിൽ മാറിയിരിക്കുന്ന ഭാഷാജോടികളുടെ കാര്യത്തിൽ ഈ മാർഗം വേണ്ടത്ര ഫലപ്രദമല്ല എന്നതും ന്യൂനതയാണ്. ജാപ്പനീസ്- യൂറോപ്യൻ ഭാഷകൾക്കിടയിലെ വിവർത്തനം ഉദാഹരണം. യൂറോപ്യൻ ഭാഷകളുടെ കാര്യത്തിലാണ് ഈ മാതൃകയ്ക്ക് നല്ല സ്വീകാര്യതയുള്ളത്. മലയാളത്തിലും ഇതു സംബന്ധിച്ച ഗവേഷണങ്ങൾ നടന്നുവരുന്നുണ്ട്. ജാപ്പനീസിന്റെയത്രയില്ലെങ്കിലും ഇംഗ്ലീഷുമായി വാക്യഘടനാപരമായ ഭിന്നത മലയാളത്തിനുമുണ്ടല്ലോ.

സ്ഥിതിവിവരാശ്രിത യന്ത്രവിവർത്തനം പല മട്ടിൽ നടത്താറുണ്ട്. പദതലത്തിൽ ശ്രദ്ധയൂന്നുന്ന ഒന്നാണ് പദാശ്രിതമാതൃക (word based model). പഴഞ്ചൻ രീതിയാണിത്. പദസംഹിതാശ്രിതമാണ് (phrase based) മറ്റൊന്ന്. മൂന്നാമത്തേത് വാക്യാശ്രിതം (syntax based). പദസംഹിത ശ്രേണിയെ ആസ്പദമാക്കുന്നതാണ് (heirarchial phrase based) നാലാമിനം.

ഒറ്റയൊറ്റ പദങ്ങളെ അടിസ്ഥാനമാക്കുന്നതിലെ പിഴവുകൾ കുറയ്ക്കാനാണ് പ്രാഥമിക യൂണിറ്റായി പദക്കൂട്ടത്തെയും വാക്യത്തെയും എടുക്കുന്നത്. വ്യാകരണപരമായ നാമപദസംഹിതയും ക്രിയാപദസംഹിതയും പോലുള്ള ഫ്രേസല്ല, വിവരസഞ്ചയത്തിൽനിന്ന് സ്റ്റാറ്റിസ്റ്റിക്കൽ രീതികളുപയോഗിച്ച് കണ്ടെത്തുന്ന ഫ്രേസീമുകളാണ് ഇവിടത്തെ പദസംഹിത. ഭാഷാപരമായ പദസംഹിതയെ ആശ്രയിക്കുമ്പോൾ വിവർത്തനത്തിൽ കൃത്യതകുറയുന്നുവെന്ന് മനസ്സിലാഷിയാണ് കമ്പ്യൂട്ടറിന് മനസ്സിലാക്കാൻപാകത്തിലുള്ള ഫ്രേസീമുകളെ അടിസ്ഥാനമാക്കുന്നത്.

ചില പദസംഹിതകൾ വ്യാകരണപരമായി ശൈലി എന്നു വിളിക്കാൻ പറ്റാത്തവയായിരിക്കും. പക്ഷേ വിവർത്തനത്തിൽ ഇവയെ ഒരു ഗ്രൂപ്പായി കാണേണ്ടിവരും. ഓരോ പദവും ചേർന്നുണ്ടാക്കുന്ന അർഥത്തിൽ നിന്ന് വ്യത്യസ്തമായ അർഥം ഒരുമിച്ചുനിൽക്കുമ്പോൾ തരുന്ന എന്തിനെയും ഇങ്ങനെ ഒറ്റയൂണിറ്റായി പരിഗണിക്കാം. ഫ്രേസീം എന്നതിന് അല്പം വിശാലമായ അർഥമുണ്ട്. പല വിധത്തിൽ വരാമിത്.

കഥകഴിയുക, മനപ്പാഠം, വെള്ളംകുടിപ്പിക്കുക, മുട്ടുമടക്കുക, ആനക്കാര്യം, തീക്കളി, നട്ടെല്ലില്ലാത്ത, നോക്കുകുത്തി, പേക്കൂത്ത്, മർക്കടമുഷ്ടി തുടങ്ങിയ ശൈലികൾക്കും മുറ്റത്തെ മുല്ലയ്ക്ക് മണമില്ല, അങ്ങാടിയിൽ തോറ്റാൽ അമ്മയോട്, നഞ്ഞെന്തിന് നാനാഴി തുടങ്ങിയ

പഴഞ്ചൊല്ലുകളുമൊന്നും അതിലെ പദങ്ങൾ നൽകുന്ന പ്രാഥമികാർഥത്തിലല്ല പ്രയോഗിക്കുന്നത് എന്നു വ്യക്തമാണ്. ഇവയെ വാക്കുനോക്കി പദാനുപദം വിർത്തനംചെയ്യരുതല്ലോ. ഇത്തരം പദസംഹിതകൾ ഒറ്റ യൂണിറ്റായി വിവർത്തനംചെയ്ത് നൽകേണ്ടിവരും. ഇങ്ങനെനോക്കിയാൽ ഏതാണ്ടെല്ലാ പദസംഹിതകൾക്കും ഒരുപരിധിവരെ ഇത്തരം ലാക്ഷണികാർഥം കാണുകയുംചെയ്യും. എല്ലാ ഭാഷകളിലും ഇതുതന്നെയാകും സ്ഥിതി. പദസംഹിതകളെ ആശ്രയിക്കുന്നതിന്റെ പൊരുളിതാണ്.

പൂർണമായ അർഥത്തിൽ ശൈലിയല്ലാതെയും ഫ്രേസീമുകളുണ്ടാവാം. state of the art, by heart, private eye, heavy rain, sound sleep, come to an end, make two ends meet, maximum retail price, how do yo do?, as soon as possible, right to information act തുടങ്ങിയ പ്രയോഗങ്ങൾ നോക്കുക. നേരിട്ടു വിവർത്തനം ചെയ്താൽ അഭംഗിയുള്ളവയും അഭംഗിയില്ലാത്തതും കൂട്ടത്തിലുണ്ട്. State of the art ഉം by heart ഉം ശൈലിയാണ്. അത്യാധുനികം, മനപ്പാഠം എന്നിങ്ങനെ വിവർത്തനം ചെയ്യണം. അത് അർഥമാലോചിച്ചാൽ കിട്ടുന്ന വിവർത്തനമല്ല, മനപ്പാഠമാക്കുക തന്നെ വേണം. Private eye യിൽ പകുതി അതേപടിയാവാം, സ്വകാര്യം എന്നുതന്നെ മതി. Eye കണ്ണ് എന്നുപോരാ, ഡിറ്റക്ടീവ് എന്നുമാറ്റണം. Heavy rain കനത്തമഴയാണ്, ഭാരമുള്ള മഴയല്ല. Sound sleep ഗാഢനിദ്രയാണ്. ശക്തമായ ഉറക്കം പോലുള്ള മറ്റൊരു വിവർത്തനവും ഭംഗിയാവില്ല. Come to an end അവസാനത്തിലെത്തലല്ല, അവസാനിക്കലാണ്. Maximum retail price കൂടിയചില്ലറവിലയാണ്. ഉപയോഗിച്ചുശീലമായത് അതേപടി തുടരാം. How do yo do? നീ എങ്ങനെ ചെയ്യുന്നു അല്ല, എന്തൊക്കെയുണ്ട് എന്നതരം ഉപചാരപ്രയോഗമാണ്. As soon as possible കഴിവതുംവേഗം ആണ്. സാധ്യമായത്ര നേരത്തേ അല്ല. Right to information act ന് വിവരാവകാശനിയമം എന്നൊരു വിവർത്തനം നടപ്പായിക്കഴിഞ്ഞു, ഇനിയത് പദാനുപദംമാറ്റി ബുദ്ധിമുട്ടേണ്ടതില്ല.

ഓരോ സ്ഥലത്തും ഓരോതരത്തിലാണ് പദാനുപദവിവർത്തനം അസ്വീകാര്യമാവുന്നത്. ഈ യുക്തികൾ മുഴുവൻ കമ്പ്യൂട്ടറിനെ പഠിപ്പിക്കുക ബുദ്ധിമുട്ടാണല്ലോ. ചില പദസംഹിതകൾ അതേപടി പഠിപ്പിക്കുകയെന്ന ആശയം വരുന്നതങ്ങനെയാണ്. സമാന്തരവിവരസഞ്ചയത്തിൽ ഇത്തരം പ്രസിദ്ധ പ്രയോഗങ്ങൾ വരുന്നത് പ്രത്യേകം ഗ്രൂപ്പുചെയ്ത് നൽകാൻ കഴിയും.

മഴയ്ക്ക് കനത്ത, ശക്തമായ എന്നൊക്കെ വിശേഷണമായി ചേരും. ശക്തമായ കാറ്റ് എന്നല്ലാതെ കനത്ത കാറ്റ് എന്നുപറയാറില്ല നാം. അതുപോലെ ഉഷ്ണം, ചൂട് എന്നിവ രണ്ടും കാലാവസ്ഥയെപ്പറ്റിയാകുമ്പോൾ പര്യായമായി ഉപയോഗിക്കാമെങ്കിലും, ചായയ്ക്ക് ചൂടുപോരാ എന്നല്ലാതെ ചായയ്ക്ക് ഉഷ്ണം പോരാ എന്നു പറയില്ല. അർഥമല്ല, രൂപമോ പ്രയോഗശീലമോ ഒക്കെ പരിഗണിച്ചാണ് പലപ്പോഴും വാക്കുകളെ ചേർത്തു പ്രയോഗിക്കുക. വേറെചില വാക്കുകൾ ഒരുമിച്ചുമാത്രമേ കാണാറുള്ളൂ, അതും ഇതുപോലൊരു 'സഹോപസ്ഥിതി'യാണ്. അണ്ടനും അടകോടനും, ചൂടും ചൂരും, പെട്ടിയും പ്രമാണവും, സേവനവേതനവ്യവസ്ഥ, തട്ടും തടവും, വാലും തലയും, പരാതി പരി

ഹരിക്കുക, kith and kin, tit for tat എന്നിങ്ങനെയുള്ളവയെ പിരിക്കാതിരിക്കുന്നതാണ് ഭംഗി. അത്തരം കൂടപ്പിറപ്പുകളെ സവിശേഷമായി പരിഗണിക്കണം. പദസംഹിതകളെ അടിസ്ഥാനയൂണിറ്റായി പരിഗണിക്കുന്നതിന്റ യുക്തികളിതൊക്കെയാണ്.

വിവരസഞ്ചയത്തിൽനിന്ന് വിവർത്തനമാതൃകകൾ കണ്ടെത്തി, അവയിൽനിന്ന് സാധ്യതകളുടെ (probability) അടിസ്ഥാനത്തിൽ ശരിയായ വിവർത്തനം കണ്ടെത്തുന്ന രീതിയായതിനാൽ സ്ഥിതിവിവരാശ്രിത രീതിക്ക് നിരന്തരം നവീകരിക്കപ്പെടുന്ന, അൽഗോരിതം- കമ്പ്യൂട്ടർ പ്രവർത്തന പദ്ധതി- ആവശ്യമാണ്. കോർപ്പസിൽ ഇത്രതവണ പ്രത്യക്ഷപ്പെടുന്നു എന്നു കണക്കാക്കി തീരുമാനത്തിലെത്തുന്ന രീതിയാണ് n-gram Model. n എന്നാൽ നമ്പർ, ആവൃത്തി. ബൈഗ്രാം മോഡലിൽ ഈ രണ്ടുവാക്കുകളുടെ കോംബിനേഷൻ സാധ്യതയാണ് അന്വേഷിക്കുക. ഓരോ ഗ്രൂപ്പിന്റെയും സാധ്യതകളുടെ ഗുണനഫലമായിരിക്കും മൊത്തം വാക്യത്തിന്റെ പ്രത്യക്ഷതാ സാധ്യത. ഒരു കോംബിനേഷൻ കോർപ്പസിൽ തീരേ കണ്ടില്ലെങ്കിൽ മൊത്തം സാധ്യത പൂജ്യമായിപ്പോകും. ഇതു പരിഹരിക്കാൻ പൂജ്യത്തിനു പകരം അവിടെ ഒന്ന് ചേർക്കും. ഇങ്ങനെ അൽഗോരിതം നവീകരിക്കുന്ന ഏർപ്പാടിനെ smoothening എന്നു പറയും. പ്രോഗ്രാം ചെത്തിമിനുസപ്പെടുത്തൽതന്നെ.

നിഘണ്ടുനിർമാണം

ഒരായുസ്സുമുഴുവൻ ചെലവിട്ടാണ് ശ്രീകണ്ഠേശ്വരവും മറ്റും നിഘണ്ടുനിർമിച്ചിട്ടുള്ളതെന്ന് നമുക്കറിയാം. ഇത്തരമൊരു സേവനം ഇനി പ്രതീക്ഷിക്കുന്നതിൽ അർഥമില്ലതന്നെ. നിഘണ്ടു പരിഷ്കരിക്കപ്പെടുന്നതുതന്നെ അത്യപൂർവമാണ്. കാലക്രമത്തിൽ പദങ്ങളുടെ അർഥവും ഉപയോഗരീതികളുമൊക്കെ മാറാമെങ്കിലും നമ്മുടെ നിഘണ്ടുക്കൾ അത്രപെട്ടെന്ന് അവ ഉൾക്കൊള്ളാറില്ല. കൂടെക്കൂടെ പരിഷ്കരിച്ച പതിപ്പിറക്കാനുള്ള ബുദ്ധിമുട്ട്, മാറ്റത്തോടുള്ള ഉദാസീനസമീപനം, അർഥമെന്നത് നിരുക്തത്തോടും ധാതുപ്രകൃതികളോടും ബന്ധപ്പെട്ടതാണ് എന്ന കാഴ്ചപ്പാട്, കാലികമായ പ്രയോഗവൈചിത്ര്യങ്ങളെ നിഘണ്ടുക്കളിലുൾപ്പെടുത്തേണ്ടതില്ലെന്ന നിലപാട് ഇങ്ങനെ പലകാരണങ്ങൾ കാണാമിതിന്. നമ്മുടെ പത്രമാസികകൾ നിത്യവുംആവർത്തിച്ചുപയോഗിക്കുന്ന വാക്കുകളുടെ അർഥം ശബ്ദതാരാവലിയിൽ നോക്കിയാൽ ഞെട്ടിപ്പോകും. പലതിനും നമ്മളുദ്ദേശിക്കുന്ന അർഥമേ കാണില്ല. ഉണ്ടെങ്കിൽത്തന്നെ പലപല അർഥങ്ങളിൽ അവസാനത്തേതായിരിക്കുമത്. നിരുക്ത്യർഥവും മറ്റുമാണ് നിഘണ്ടുക്കൾ ആദ്യം നൽകുന്നത്. പ്രയോഗത്തിന്റെ ആവൃത്തി (frequency) യാണ് അർഥങ്ങളുടെ ക്രമം നിശ്ചയിക്കുന്നത് എന്ന് നിഘണ്ടുവിജ്ഞാനം പറയുന്നു. പഴയ സാഹിത്യസഞ്ചയത്തിലേതിന്റെ എത്രയോമടങ്ങുവരും സമകാലിക പത്രമാസികകളിലെ ഭാഷോപയോഗമെന്നതിനാൽ ഈ ആവൃത്തിക്രമം മാറിമറിഞ്ഞിട്ടുണ്ടാവുമല്ലോ. പക്ഷേ നിഘണ്ടുക്കൾ ഇതുൾക്കൊള്ളാറില്ല. ഓക്സ്ഫോഡും മറ്റും ചെയ്യുന്നമട്ടിലുള്ള നിരന്തരമായ പ്രതി

സംസ്കരണം നമുക്ക് സാധിക്കണമെന്നില്ല. മലയാളമഹാനിഘണ്ടുവിന്റെ പണി 1953-ൽ തുടങ്ങിയതാണ്. 1965-ൽ ഒന്നാം വാല്യം പ്രസിദ്ധീകരിക്കുകയും ചെയ്തു. ആ സംരംഭം ഇപ്പൊഴും പൂർത്തിയായിട്ടില്ല. ഈ കാലത്തിനിടെ മലയാളഭാഷയിൽ സംഭവിച്ചമാറ്റങ്ങൾ എത്രവലുതായിരിക്കുമെന്നോർക്കുക. അനുക്ഷണവികസ്വരവും നവീകരണക്ഷമവുമായ ഓൺലൈൻ/ഡിജിറ്റൽ നിഘണ്ടുക്കളാണ് ഇനി വേണ്ടത്.

ഇന്ന് ലഭ്യമായ ദ്വിഭാഷാനിഘണ്ടുക്കളൊന്നും പൂർണമായ അർഥത്തിൽ വിവർത്തനസഹായികളല്ല. ലക്ഷ്യ, സ്രോതഭാഷകളിലായുള്ള പാരലൽ കോർപ്പസിനെ മുൻനിർത്തി തയ്യാറാക്കാവുന്ന സാധ്യതാവിവർത്തനനിഘണ്ടു (Probabilistic Translation Dictionary - PTD) വിന്റെയും അതുവഴി സജ്ജമാക്കാനാകുന്ന കമ്പ്യൂട്ടർ പ്രോഗ്രാമുകളുടെയും സാധ്യതകൾ മലയാളം ഇനിയും പ്രയോജനപ്പെടുത്തിയിട്ടില്ല. കോർപ്പസിന്റെ വൈപുല്യവും വൈവിധ്യവുമാകും പ്രോഗ്രാമിന്റെ വിജയത്തിനു നിയാമകം. ആവൃത്തിക്രമം, സഹോപസ്ഥിതി തുടങ്ങിയ കാര്യങ്ങൾക്ക് മുന്തിയ പരിഗണന ലഭിക്കും. നിലവാരമുള്ള ഡിജിറ്റൽ വിവർത്തനനിഘണ്ടുവിന്റെ നിർമിതിക്ക് കോർപ്പസ് സഹായകമാവും. ഈ ഉൽപ്പന്നം വിവർത്തനനിലവാരം കൂട്ടാൻ തുടർന്നുസഹായിക്കുകയും ചെയ്യും. വ്യാപകമായതോതിലുള്ള ഡിജിറ്റൽ പാഠശേഖരം ഇതിനായി നാം ഒരുക്കേണ്ടതുണ്ട്.

വിവർത്തകർ മിക്കപ്പോഴും ഭാഷാജ്ഞാനത്തെയാണ് ആശ്രയിക്കുന്നത് എന്നതിനാൽ മലയാളം ഒരുവശത്തുവരുന്ന ദ്വിഭാഷാനിഘണ്ടുക്കളിൽ സ്വീകരിച്ചിരിക്കുന്ന അർഥക്രമവും ഏകഭാഷാ നിഘണ്ടുക്കളിലെ അർഥവിശദീകരണവും വിഷയമാകാറില്ലെങ്കിലും കമ്പ്യൂട്ടറധിഷ്ഠിത വിവർത്തനയത്നങ്ങൾക്കും അനുബന്ധ പ്രോഗ്രാമുകളുടെ നിർമാണത്തിനുമായി ആവൃത്തിയെ കൃത്യമായി ആശ്രയിക്കുന്ന നിഘണ്ടുക്കൾ ആവശ്യമുണ്ട്. കോർപ്പസിനെ ആശ്രയിച്ച് തയ്യാറാക്കാവുന്ന 'ഫുൾഫോം' നിഘണ്ടുക്കൾക്കും മലയാളത്തിൽ പ്രസക്തിയുണ്ട്- വാക്കുകളുടെ നിഷ്പന്ന, വ്യുൽപ്പന്നരൂപങ്ങൾകൂടി ഉൾപ്പെട്ട നിഘണ്ടുക്കൾ. ഡിജിറ്റൽ രൂപത്തിൽമാത്രമേ ഇത് സാധ്യമാവുകയുള്ളൂ.

ഭാഷണ കോർപ്പസിന്റെ പ്രസക്തി

ഓട്ടോമാറ്റിക് സ്പീച്ച് റക്കഗ്നിഷൻ എന്ന, ഭാഷണം തിരിച്ചറിയുന്ന, കേട്ടു മനസ്സിലാക്കുന്ന യന്ത്രം (ASR), ശബ്ദോൽഗ്രഥന സംവിധാനം (voice synthesis or text-to-speech TTS) എന്നിവയും തൽസമയ ഭാഷണവിവർത്തന പ്രോഗ്രാമുകളും ഭാഷണകോർപ്പസിന്റെ സമകാല ഉപയോഗങ്ങളിൽ പ്രധാനമാണ്. സ്വനിമനിർണയംപോലുള്ള പ്രാഥമിക വ്യാകരണനിർമിതികൾക്കെല്ലാം ഉച്ചാരണം പ്രധാനമാണ്. ഭാഷണത്തെ എഴുത്താക്കിമാറ്റുന്ന പ്രോഗ്രാം അക്കാദമിക് രംഗത്തും പത്രപ്രവർത്തനത്തിലുമടക്കം പല മേഖലകളിലും പ്രസക്തമാണ്. തിരിച്ച്, എഴുത്ത് വായിച്ചുകേൾപ്പിക്കുന്ന ടെക്സ്റ്റ് ടു സ്പീച്ച് പ്രോഗ്രാം, കാഴ്ചാപരിമിതി നേരിടുന്നവർക്ക് വലിയ പ്രയോജനംചെയ്യും.

ഭാഷണവിവർത്തനത്തിൽ ഈ രണ്ട് പ്രോഗ്രാമുകളുടെയും സമന്വയമാണാവശ്യം. ഒരാളുടെ ഭാഷണം മൈക്കിലൂടെ സ്വീകരിച്ച് കമ്പ്യൂട്ടറിലെ ഭാഷണം തിരിച്ചറിയുന്ന സംവിധാനം അതിനെ മെമ്മറിയിലുള്ള അതിവിപുലമായ ഭാഷണശേഖരത്തിലെ വൈവിധ്യപൂർണമായ സംഭാഷണങ്ങളുമായി ഒത്തുനോക്കി അതിനെ വാക്യമാക്കി മാറ്റുന്നു-പദച്ചരട് (string of words) എന്നാണ് കമ്പ്യൂട്ടർ ഭാഷയിൽ ഇതിനെ പറയുക. ഈ വാക്യോദ്ഗ്രഥനത്തിന് പ്രസ്തുത ഭാഷയിലെ നിഘണ്ടുവും വ്യാകരണ നിയമങ്ങളുമൊക്കെ അറിയേണ്ടതുണ്ട്. വിപുലമായ കോർപ്പസിനെയും അതിനായി ആശ്രയിക്കും. കമ്പ്യൂട്ടറിലെ യന്ത്രവിവർത്തനസംവിധാനം ഈ വാക്യത്തെ വേണ്ട ഭാഷയിലേക്ക് മൊഴിമാറ്റും. പണ്ടൊക്കെ പദാനുപദം വിവർത്തനംചെയ്യുകയായിരുന്നു. ഇന്ന് ആശയം മനസ്സിലാക്കി പുതിയ വാക്യമുണ്ടാക്കി അവതരിപ്പിക്കുകയാണ് ചെയ്യുന്നത്. ഇങ്ങനെ ജനിപ്പിക്കപ്പെട്ട പദനിരയെ, ഭാഷണോദ്ഗ്രഥന സംവിധാനത്തിനു നൽകി, പദങ്ങൾ ഉച്ചരിച്ച് കേൾപ്പിക്കുന്നു. പദങ്ങളായല്ല, വാക്യങ്ങളായിത്തന്നെയാണ് ഉച്ചരിക്കുക. വാക്യത്തിലെ ക്രമമനുസരിച്ചായിരിക്കും പദങ്ങളുടെ ഉച്ചാരണസവിശേഷതകൾ നിർണയിക്കപ്പെടുക. ഈണം, ഉയർച്ചതാഴ്ചകൾ ഇവയൊക്കെ, ലക്ഷ്യഭാഷയുടെ സംഭാഷണശേഖരം വിശകലനംചെയ്താണ് കമ്പ്യൂട്ടർ മനസ്സിലാക്കുക.

കേൾക്കുന്നത്ര എളുപ്പമല്ല ഈ ഘട്ടങ്ങളിലൊന്നും. ഭാഷണം തിരിച്ചറിയുക എന്നത് മനശ്ശാസ്ത്രപരമായ ഒരു സിദ്ധിയാണ്. ഭാഷണത്തെ മനുഷ്യർ കേട്ടുമനസ്സിലാക്കുന്നതുപോലെ യന്ത്രം കേട്ടുമനസ്സിലാക്കണമെങ്കിൽ അഴിഞ്ഞുകിട്ടേണ്ട കുരുക്കുകൾ നിരവധിയാണ്. ഏതൊക്കെ അക്ഷരക്കൂട്ടം സാധ്യമാണ്, ഏതൊക്കെ വർണങ്ങൾ അടുത്തടുത്ത് വരും, ഏതൊക്കെ വരില്ല, ഏതൊക്കെ വർണം പദമധ്യത്തിൽ വരും, ഏതൊക്കെ ആദ്യംവരും, ഏതൊക്കെ വർണം അവസാനം വരും തുടങ്ങി അസംഖ്യം യുക്തികൾ സ്വാംശീകരിച്ചാലേ ഭാഷണം തിരിച്ചറിയുകയെന്ന യാന്ത്രികവൃത്തി ഫലപ്രദമാവൂ.

സംഭാഷണത്തിൽ വ്യാകരണനിയമങ്ങൾ കൃത്യമായി പാലിക്കാറില്ല. സന്ദർഭമനുസരിച്ച് കാര്യം മനസ്സിലാകാൻ പ്രയാസമില്ലാത്തതിനാലാണ് ഇത് അറിയാതെപോവുന്നത്. പദാതിർത്തികൾ കൃത്യമായി മനസ്സിലാക്കാനാവില്ല. ഓരോ വാക്കും കൃത്യമായി നിർത്തിനിർത്തിയല്ല ഉച്ചരിക്കുക. അപരന് മനസ്സിലാകുമെങ്കിലും യന്ത്രത്തിന് ഇത് പിടികിട്ടിക്കാൻ പ്രയാസമാവും. മാനകമെന്നു പറയാവുന്ന സംഭാഷണങ്ങളിൽപ്പോലും, എഴുതിയ വർണങ്ങളും അക്ഷരങ്ങളും ഒറ്റയ്ക്ക് ഉച്ചരിക്കുന്നതുപോലെയല്ല വാക്കുകൾക്കിടയിൽ വരുമ്പോൾ ഉച്ചരിക്കുക. പദം, പതം; മതം, മദം തുടങ്ങിയവയിലെ രണ്ടാമത്തെ അക്ഷരം ഉച്ചരിക്കുന്നത് ഏതാണ്ട് ഒരുപോലെയാണ്. വട, കാട് എന്നിവ വഡ, കാഡ് ഇങ്ങനെയും പകരം, തകര എന്നിവ പഗരം, തഗര എന്നിങ്ങനെയും മൃദുവാക്കി ഉച്ചരിക്കുന്ന പതിവ് നമുക്കുണ്ട്. എഴുതുന്നതുപോലെ ഉച്ചരിക്കുന്ന ഭാഷയാണ് മലയാളം എന്നു പറഞ്ഞാലും അതങ്ങനെയല്ലാത്ത സന്ദർഭങ്ങൾ ഏറെയാണ്. ഭംഗി എന്നെഴുതിയാലും ഭങ്ങി എന്നാണ്

പറയുക. ചിഹ്നം എന്നെഴുതിയാലും ചിന്ഹം എന്നമട്ടിൽ ന-യെ മഹാപ്രാണീകരിച്ചാണ് നമ്മുടെ ഉച്ചാരണം. ഖ/ഘ, ഛ/ഝ, ഠ/ഢ, ഥ/ധ, ഫ/ഭ എന്നീ അതിഖര-ഘോഷങ്ങൾതമ്മിലുള്ള ഉച്ചാരണ വ്യത്യാസം അതിസൂക്ഷ്മമാണ്, സാധാരണ സംഭാഷണത്തിൽ അവ പ്രകടമേയല്ല.

ഉച്ചാരണത്തിലെ അവ്യസ്ഥിതി ഏതാണ്ടെല്ലാ ഭാഷകൾക്കും ബാധകമാണ്. വ്യക്തിനിഷ്ഠമായി മാറും ഉച്ചാരണം. സ്പീച്ച് ടു ടെക്സ്റ്റ് സംവിധാനം വികസിപ്പിക്കുന്നതിൽ ഇത്തരംകാര്യങ്ങൾ പരിഗണിക്കണം. വാക്യത്തിന് ഈണം പ്രധാനമാണ്. മലയാളവും ഇംഗ്ലീഷുമെല്ലാം ഈണഭാഷകളാണല്ലോ (intonation languages). ചില ഭാഷകളിൽ പറയുന്നതിന്റെ പിച്ച് മാറിയാൽ അർഥം മാറും (tone language). നമുക്ക് ഈണംകൊണ്ടാണ് അർഥം മാറുക. പറയുന്ന ഈണംകൊണ്ടുമാത്രം വാക്യം ചോദ്യമാവുന്നതും അത്ഭുതപ്രകടനമാകുന്നതും പ്രസ്താവനയാകുന്നതും കാണാം പലപ്പോഴും. ടെക്സ്റ്റ് ടു സ്പീച്ച് പ്രോഗ്രാമുകളിൽ സ്വാഭാവികത പ്രധാനമാണ്. എഴുത്തിനതീതമായ ലീനധ്വനിക്കുള്ള ഒരു നിർവചനംതന്നെ, 'യന്ത്രഭാഷണത്തിൽ നഷ്ടപ്പെടുന്നതെന്തോ അത്' എന്നാണല്ലോ. ഭാഷണ കോർപ്പസുകളിൽ നിന്നുള്ള ഉപാദാനങ്ങളുപയോഗിച്ചാണ് ഇത്തരം പ്രോഗ്രാമുകൾ തയ്യാറാക്കുക. വാക്യോച്ചാരണത്തിൽ ദീക്ഷിക്കേണ്ട തത്വങ്ങളെപ്പറ്റി എത്ര ചിന്തിച്ച് നിയമങ്ങളുണ്ടാക്കിയാലും യഥാർഥഭാഷണസന്ദർഭങ്ങളുടെ വിശകലനത്തിൽനിന്നു ലഭിക്കുന്നത്ര പ്രായോഗിക വിവരങ്ങൾ കിട്ടണമെന്നില്ല.

ഉപസംഹാരം

ഭാഷാകമ്പ്യൂട്ടിങ് എന്ന സമകാലത്തെ പ്രസക്തമായ സാങ്കേതിക മേഖലയെ പരിഗണിക്കാതെ ഭാഷാസ്നേഹികൾക്ക് ഇനി മുന്നോട്ടുപോവാനാവില്ല. കോർപ്പസ് നിർമാണം അക്കൂട്ടത്തിൽ ഒരു ഉപാദാനസാമഗ്രി മാത്രം. ഇക്കാര്യത്തിൽ മലയാളത്തിന്റെ ഇന്നത്തെ അവസ്ഥ അത്ര ആശാവഹമല്ല. ഭാഷാകമ്പ്യൂട്ടിങ് മേഖലയിൽ പ്രവർത്തിക്കുന്നവരിൽ ബഹുഭൂരിപക്ഷവും കമ്പ്യൂട്ടർ വിദഗ്ധരും ഭാഷാസ്നേഹികളായ കമ്പ്യൂട്ടർ ഉപയോക്താക്കളുമാണ്. മലയാളം ഔദ്യോഗികമായി പഠിച്ച ഭാഷാവിദഗ്ധരെയോ സാഹിത്യതല്പരരെയോ ആ മേഖലയിൽ അപൂർവമായേ കാണൂ. മാതൃഭാഷ = അമ്മിഞ്ഞപ്പാൽ എന്നു വികാരംകൊള്ളുന്ന ഭാഷാസ്നേഹികൾ പലരും ഇക്കാര്യം ശ്രദ്ധിക്കാറില്ല. ഭാഷയെ പുതിയകാലത്തിനനുസരിച്ച്, സാങ്കേതികവിദ്യകൾക്ക് ഇണങ്ങുന്ന ഒന്നാക്കിമാറ്റാനുള്ള കർമപദ്ധതിയിൽ കമ്പ്യൂട്ടർവിദഗ്ധർക്ക് ദിശാബോധം നൽകുകയെന്ന വലിയകടമ, ഭാഷാവിദഗ്ധരെ കാത്തിരിക്കുന്നുണ്ട്. ഇക്കാലത്ത് ഭാഷാസ്നേഹം പ്രകടിപ്പിക്കേണ്ടത് ഇത്തരത്തിൽക്കൂടിയാണ്.

യന്ത്രവിവർത്തനത്തെയും ഭാഷണവിവർത്തനത്തെയും സംബന്ധിച്ച വസ്തുതകൾ ലേഖകന്റെ *യന്ത്രവിവർത്തനം* (കേരളഭാഷാ ഇൻസ്റ്റിറ്റ്യൂട്ട്, 2014) എന്ന പുസ്തകത്തിൽ വിശദീകരിച്ചിട്ടുണ്ട്.

ഭാഷയുടെ സാന്ദർഭികഭേദങ്ങൾ

കേവലം ആശയവിനിമയോപാധി മാത്രമല്ല ഭാഷ. ആശയങ്ങൾക്കപ്പുറം വികാരവിചാരങ്ങളെയും സാമൂഹിക ചുറ്റുപാടുകളെയും സാംസ്കാരിക വൈവിധ്യങ്ങളെയും വെളിപ്പെടുത്താനും ചിന്തയെത്തന്നെ രൂപപ്പെടുത്താനും ഭാഷയ്ക്കു സാധിക്കും. ജീവിച്ചിരിക്കുന്ന എല്ലാ ഭാഷയും പരിണമിച്ചുകൊണ്ടിരിക്കും. സംസാരിക്കുന്ന ജനങ്ങളിലൂടെയാണല്ലോ ഭാഷ ജീവിക്കുന്നത്. അവരുടെ ചുറ്റുപാടുകൾക്കും ആവശ്യങ്ങൾക്കുമനുസരിച്ച് സ്വയം വഴങ്ങിയാണ് ഭാഷ വൈവിധ്യപൂർണമാകുന്നത്. സംസ്കൃതം, ലാറ്റിൻ പോലുള്ള മൃതഭാഷകൾക്ക് നിരന്തരോപയോഗത്തിലൂടെ ഇനി പരിണമിക്കാൻ അത്ര എളുപ്പമല്ല. എന്നാൽ നാലുകോടിയോളം പേർ സംസാരിക്കുന്ന മലയാളത്തിന്റെയോ നൂറുകോടിയോളം പേർ സംസാരിക്കുന്ന ഇംഗ്ലീഷിന്റെയോ സ്ഥിതി അതല്ല. സംസാരിക്കുന്ന സ്ഥലത്തിനനുസരിച്ചും ആളുകളുടെ സാമൂഹികവും സാമ്പത്തികവും സാംസ്കാരികവും തൊഴിൽപരവുമൊക്കെയായ പശ്ചാത്തലത്തിനനുസരിച്ചും ഭാഷയിൽ വൈവിധ്യം കാണുന്നു. ഈ വൈവിധ്യത്തെപ്പറ്റിയാണ് ഇന്നത്തെ ആലോചന.

കേരളത്തിന്റെ ഓരോ ഭാഗത്തും പറയുന്ന മലയാളത്തെപ്പറ്റി ഓർത്താൽ ഇക്കാര്യം വേഗം പിടികിട്ടും. കാസർകോടുമുതൽ തിരുവനന്തപുരംവരെ എത്രജാതി മലയാളം! തെക്കൻ തിരുവനന്തപുരത്തും പാലക്കാട്ടും തമിഴിന്റെ കലർപ്പുകാണാം. വയനാട്ടിലും മറ്റും ആദിവാസിഭാഷകളുടെ ചുവയുണ്ട്. വടക്കൻ കാസർകോട്ടാവട്ടെ, കന്നടയുടെ സ്വാധീനമാണ്. കണ്ണൂർക്കാരുടെയും തൃശ്ശൂർക്കാരുടെയും കോട്ടയത്തുകാരുടെയും മലയാളമോ, ഒരു കലർപ്പുമില്ലെങ്കിലും എത്രവ്യത്യസ്തം. ഈണം മാത്രമല്ല വ്യത്യസ്തം. ഒരിടത്തെ പല വാക്കുകളും മറ്റൊരിടത്ത് മനസ്സിലാവണമെന്നുപോലുമില്ല. മരച്ചീനി, കപ്പ, കൊള്ളി എന്നൊക്കെ പറയുന്ന ടാപ്പിയോക്കയ്ക്ക് ഓരോ സ്ഥലത്തും പറയുന്ന പേര് നോക്കുക. മുറിയും മുറ്റവും തൂക്കുന്ന ചൂലിനോ. നിരവധി പദങ്ങൾ കാണും. ഒരുനാട്ടിൽ ഭക്ഷണസാധനത്തിനു പറയുന്ന പേര് മറ്റൊരിടത്ത് തെറിവാക്കു പോലുമാകാം. ഇത്തരം വ്യത്യാസത്തെ പ്രാദേശിക ഭാഷാഭേദം എന്നു വിളിക്കും.

അതുപോലെ ഇംഗ്ലീഷിന്റെ കാര്യമെടുക്കുക. ഇംഗ്ലീഷ് എന്നല്ല, ഇംഗ്ലീഷുകൾ എന്നുതന്നെ പറയണം. ഓരോ നാട്ടിലും ഓരോ ഇംഗ്ലീഷാണ് പറയുന്നത്. ഇന്ത്യക്കാരുടെ ഇംഗ്ലീഷും ബ്രിട്ടീഷുകാരുടെ ഇംഗ്ലീ

ഷും തമ്മിൽ 'ഭീമമായ വ്യത്യാസം' കാണുമെന്നത് നേര്. അതിനപ്പുറം മലയാളിയുടെയും തമിഴരുടെയും ബംഗാളിയുടെയും ഹിന്ദിക്കാരുടെയും ഇംഗ്ലീഷുകൾ വ്യത്യസ്തമാണ്. അമേരിക്കൻ ഇംഗ്ലീഷ്, ആസ്ത്രേലിയക്കാരുടെ ഇംഗ്ലീഷ്, ന്യൂസിലണ്ടുകാരുടെ ഇംഗ്ലീഷ്, കറുത്തവർഗക്കാരുടെ ഇംഗ്ലീഷ് ഇതെല്ലാം വ്യത്യസ്തമാണ്. ഓരോ നാട്ടിലും ഓരോ ഇംഗ്ലീഷ് എന്നുതന്നെ പറയാം. കോളനിക്കാരുടെ ഭാഷയായതുകൊണ്ടും, ലോകമെമ്പാടും ഇണക്കുഭാഷയെന്ന നിലയിൽ ഉപയോഗിക്കപ്പെടുന്നതുകൊണ്ടും ഇംഗ്ലീഷിന് പ്രാദേശികഭേദങ്ങൾ വളരെ അധികമുണ്ട്.

പദങ്ങളുടെ കാര്യത്തിൽ മാത്രമല്ല, വ്യാകരണപരമായും ഭാഷാഭേദങ്ങൾ തനിമ പുലർത്താറുണ്ട്. ഞാൻ മറന്നുപോയി, എനിക്കു മറന്നുപോയി, എന്നോടു മറന്നുപോയി എന്നിങ്ങനെ ഒരേ അർഥത്തിൽ മൂന്നു വിഭക്തിപ്രത്യയം പലനാട്ടിലായി ഉപയോഗിക്കാറുണ്ടല്ലോ. വാക്യഘടനക്കാര്യത്തിലും ദേശ്യഭേദങ്ങൾ വ്യത്യസ്തത പുലർത്തിക്കാണാറുണ്ട്.

മുമ്പ് യാത്രാസൗകര്യം കുറഞ്ഞകാലത്ത്, മാധ്യമങ്ങളിലൂടെ മറ്റുനാടുകളെപ്പറ്റി അറിയാൻ സാഹചര്യമില്ലാതിരുന്ന കാലത്ത് മലയാളം പോലുള്ള പ്രാദേശികഭാഷകളിൽ ഈ വ്യത്യാസം വളരെ പ്രകടമായിരുന്നു. എന്നാൽ ഇന്ന് സ്ഥിതി മാറി. മറുനാട്ടുകാരോടു സംസാരിക്കുമ്പോൾ അവർക്കുകൂടി മനസ്സിലാകുന്ന വാക്കുകൾ പറയാൻ ലോകപരിചയമുള്ളവർ ശ്രദ്ധിക്കും. പ്രായം കൂടിയ, വിദ്യാഭ്യാസം കുറഞ്ഞ ആളുകളാണ് ദേശ്യഭേദങ്ങൾ, വാമൊഴിത്തനിമ കൂടുതലായും സംരക്ഷിക്കുന്നത്.

ഭാഷാഭേദം അഥവാ ഡയലെക്റ്റ് എന്നത് പ്രാദേശിക വ്യത്യാസം മാത്രമല്ല. പ്രാദേശികഭേദങ്ങൾക്കു പുറമേ സാമൂഹികസാഹചര്യങ്ങൾക്കനുസരിച്ചും ഭാഷമാറാം. മുസ്ലിം ഭാഷാഭേദം ഒരുദാഹരണം. നമ്പൂതിരിമാരുടെ ഭാഷ മറ്റൊന്ന്. ജാതീയമായ വേർതിരിവുകൾ രൂക്ഷമായിരുന്ന കാലത്ത് ഈ വ്യത്യാസം വളരെ പ്രകടമായിരുന്നു. സംസാരത്തിലൂടെ മാത്രം ജാതി തിരിച്ചറിയാമായിരുന്നു മുമ്പ്. ഓരോ ജാതിക്കാരും അവരുടെ സാമൂഹിക പദവിക്കനുസരിച്ചുവേണം സംസാരിക്കാൻ എന്നതായിരുന്നു പഴയ ചട്ടം. അതാണ് ആചാരഭാഷ. മേലാളരുടേത് ആദരഭാഷയും കീഴാളരുടേത് വിനയഭാഷയുമാണ്. മേലാളരെക്കാണുമ്പോൾ വായ്ക്കയ്യുംപൊത്തി ഓച്ഛാനിച്ചു നിൽക്കുന്ന ഏർപ്പാട് നമുക്കുണ്ടായിരുന്നുവല്ലോ. തിരുമേനിമാർ പറയുന്നതല്ല അടിയാളർ പറയേണ്ടത്. ഒരാൾ അരുളിച്ചെയ്യുമ്പോൾ മറ്റയാൾ ഉണർത്തിക്കാനേ പാടൂ. എഴുന്നള്ളുകയോ കല്പിക്കുകയോ അരുത്. വേണമെങ്കിൽ വിടകൊള്ളാം. മുറുക്കുന്ന വെറ്റിലയ്ക്ക് തിരുമേനി കൊടിയിലയെന്നാണ് പറയുക. കീഴാളൻ കരിയില എന്നേ പറയാവൂ; അതെത്ര തളിരിലയായാലും. തിരുമേനി കഞ്ഞിവെള്ളം കുടിച്ചാലും പറയേണ്ടത് അമൃതേത്ത് എന്നാണ്. അടിയാളന്റെ ഭക്ഷണം കരിക്കാടിയാണ്. പല്ലുതേപ്പിന് ആദരഭാഷയിൽ തിരുമുത്തുവിളക്കുക എന്നാണ് പറഞ്ഞിരുന്നത്. മേലാളസ്ത്രീ പ്രസവിക്കുന്നതിന് തിരുവയറൊഴിയുക എന്നാണ് പറയുക. കീഴാളസ്ത്രീയോ, കുരങ്ങിടുക എന്നുവേണം പറയാൻ. പിറക്കുന്ന കുഞ്ഞ്

കുരങ്ങാണെന്നർഥം. സാമൂഹിക ഉച്ചനീചത്വങ്ങളെ ഭാഷ എത്ര ഭംഗിയായി പ്രതിഫലിപ്പിക്കുന്നു എന്നു നോക്കുക. നമ്പൂതിരിക്ക് ഭ്രാന്തുവന്നാൽ കമ്പച്ഛായ എന്നോ കൂടിപ്പോയാൽ ഉന്മാദമെന്നോ മാത്രമേ പറയാവൂ. കീഴാളന് വരുന്നതാണ് പിരാന്തും നട്ടപ്പിരാന്തും.

ഉറക്കത്തിന് പള്ളിക്കുറുപ്പ്, കല്യാണത്തിന് പള്ളിക്കെട്ട്, കിടക്കയ്ക്ക് പള്ളിമെത്ത എന്നിങ്ങനെ പള്ളിചേർത്തും, തൃക്കൺപാർക്കുക, തൃത്താലിചാർത്തുക, തൃക്കാൽ കഴുകുക എന്നിങ്ങനെ തിരു ചേർത്തുമൊക്കെയാണ് ആദരഭാഷയിലെ പല പദപ്രയോഗങ്ങളും. കീഴാളഭാഷയിൽ പഴയ എന്നുകൂട്ടണം. പഴങ്കഞ്ഞി, പഴമനസ്സ്, പഴമേനി, പഴമ്പായ, പഴന്തുണി എന്നിങ്ങനെ.

ഓരോ സമുദായത്തിനും വ്യാകരണപരമായിത്തന്നെ പ്രയോഗഭേദങ്ങളുണ്ട്. ആണിനെയും പെണ്ണിനെയും കുറിക്കുന്ന പദങ്ങളിൽ ലിംഗഭേദം കാട്ടാൻ സ്വീകരിക്കുന്ന പ്രത്യയങ്ങൾ അതിവിചിത്രമാണ്. നമ്പൂതിരിക്ക് അന്തർജനം, എളേതിന് എളോർമ, തിരുമുൽപാടിന് നമ്പിഷ്ടാതിരി, മൂത്തതിന് മനേമ, നമ്പീശന് ബ്രാഹ്മണിയമ്മ, നമ്പ്യാർക്ക് നങ്ങ്യാര്, വാരിയർക്ക് വാരസ്യാര്, കുറുപ്പിന് കുറുപ്പത്യാര്, ഏറാടിക്ക് കോവിലമ്മ, നായർക്ക് അമ്മ, ചക്കാലന് ചക്കാലത്തി, ചെറുമന് ചെറുമി, എഴുത്തച്ഛന് പട്ടത്യാര്, പാണന് പാട്ടി എന്നിങ്ങനെ. ആശാരി, മൂശാരി, ചെട്ടി തുടങ്ങി ഒരുപാടു സമുദായങ്ങൾ അച്ചി ചേർത്താണ് സ്ത്രീയെ പരാമർശിക്കുക. മലയൻ, അരയൻ, തട്ടാൻ തുടങ്ങി കുറേപ്പേർ അത്തിയാണ് ചേർക്കുക.

വീടിനെക്കുറിച്ചു പറയാനും മലയാളിക്ക് ആയിരം നാവാണ്. സാധാരണ നമ്പൂതിരിക്ക് ഇല്ലമാണെങ്കിൽ പദവിയിലുയർന്ന നമ്പൂതിരിപ്പാടിന് മനയാണ്. രാജകുടുംബം പാർക്കുന്ന വലിയ വീടാണ് കോവിലകം. അരമന, കൊട്ടാരം എന്നിങ്ങനെയും പറയും. തിരുമുൽപാടിന്റെയും പട്ടന്മാരുടെയും മറ്റും വീടാണ് മഠം. നമ്പീശന് പുഷ്പോത്ത്, വാരിയർക്ക് വാരിയം, ഷാരടിക്ക് ഷാരം എന്നിങ്ങനെയാണ് വീട്ടുപേര്. പുലയന് മാടമാണ്. കുപ്പമാടം എന്നും പറയാം. മലയന്റെ വീടിന്, അതെത്ര കേമമായാലും ചേരിയെന്നേ പറയാവൂ. പറയന്റേതാണ് ചാള. മാപ്പിളയ്ക്ക് കുടി. ശാല എന്നതിന്റെ തദ്ഭവമാണ് ചാള. സർവകലാശാലയെന്നും അഗ്രശാലയെന്നും മറ്റും പറയുന്നിടത്തെ ശാല എന്നത് ഭംഗി കുറച്ചാണ് പറയന് സമൂഹം നൽകിയിരിക്കുന്നത്. സംസ്കൃതവാക്കുകൾ എപ്പോഴൊക്കെ ഉപയോഗിക്കാം എന്നതിന് ഏ ആർ രാജരാജവർമ്മ കാണിച്ചുതരുന്ന അവസരങ്ങളിലൊന്ന് 'സാമാന്യനിർദ്ദേശം' ആണ്. മേൽപ്പറഞ്ഞ അവസരങ്ങളിൽ ഗൃഹം എന്നു സംസ്കൃതം പറഞ്ഞാൽ ഉച്ചനീചത്വം പ്രകടമാവില്ല. വരേണ്യസംസ്കൃതം മലയാളത്തെക്കാൾ ജനാധിപത്യപരമാവുന്നത് നോക്കൂ. പേറും പ്രസവവും കുരങ്ങിടലും വേണ്ടാ, ഡെലിവറി മതി എന്നു തീരുമാനിച്ചാലും ഈ ഫലംകിട്ടും. അന്യഭാഷാപദങ്ങളോട് അയിത്തത്തിന്റെ കാര്യമില്ല.

ആളുകൾക്കിടുന്ന പേരിലുമുണ്ട് ജാതിഭേദം. സംജ്ഞാനാമങ്ങൾ ഇന്നത്തേപ്പോലെ പണ്ട് ഉപയോഗിക്കാൻ പറ്റുമായിരുന്നില്ല. സീത ചീതയും ശക്തി ചക്കിയും കൃഷ്ണൻ കണ്ണനുമാകുന്നിടത്ത് ഇതുകാണാം.

നമ്പൂതിരി സമുദായത്തിനകത്തെ കീഴാളരും അടിമകളുമായിരുന്ന അന്തർജനങ്ങൾക്കും നല്ല പേര് ഉപകരിച്ചിരുന്നില്ല. വി ടി ഭട്ടതിരിപ്പാട് ഇക്കാര്യം എഴുതിയിട്ടുണ്ട്. ശ്രീദേവി എന്ന പേരിന് ഭംഗി കൂടിപ്പോയതുകൊണ്ട് ചിരുതേയി എന്നു വിളിച്ചുപോന്നു എന്ന്. മക്കാര്, അടിമ, കണ്ണ്, അന്തു, കൊച്ചപരോ തുടങ്ങിയ പേരുകൾകേട്ടു ശീലിച്ച കുഞ്ഞു പാത്തുമ്മ, നിസാർ അഹമ്മദ്, സൈനുൽ ആബിദീൻ തുടങ്ങിയ മുസ്ലീം പേരുകൾകേട്ട് അത്ഭുതംകൂറുന്നുണ്ട് ന്റുപ്പുപ്പാക്കൊരാനേണ്ടാർന്നിൽ.

ഭാഷാവൈവിധ്യം അഥവാ വെറൈറ്റി എന്നതിനെക്കാൾ ഭാഷാശാസ്ത്രത്തിൽ കൃത്യത കൂടുതലുള്ള വാക്കാണ് 'ലെക്റ്റ്' എന്നത്. വെറൈറ്റി എന്നതിൽ സ്റ്റാൻഡേർഡ് വെറൈറ്റി, നോൺ സ്റ്റാൻഡേർഡ് വെറൈറ്റി എന്നിങ്ങനെ ഭേദമുണ്ട്. ചില ഭാഷാഭേദം ഉയർന്നതും ചിലത് താണതും ആണെന്ന സൂചന ഈ വാക്കുകളിലുണ്ടല്ലോ. ലെക്റ്റിന് ആ കുഴപ്പമില്ല. എല്ലാ ഭാഷാഭേദങ്ങളെയും ഒരേ പരിഗണനയോടെ സമീപിക്കുന്നു ഭാഷാശാസ്ത്രം.

വ്യക്തിപരമായി ഭാഷ വ്യത്യാസപ്പെട്ടിരിക്കും. സി വി രാമൻപിള്ളയുടെ നോവലുകളെപ്പറ്റി പറഞ്ഞതുപോലെ പ്രതിപാത്രം ഭാഷണഭേദം. പ്രതിജനഭിന്നവിചിത്രമാർഗമായ ഇത്തരം വൈവിധ്യത്തെ വ്യക്തിഭാഷ അഥവാ ഐഡിയൊലെക്റ്റ് എന്നു വിളിക്കും. വിദ്യാഭ്യാസ നിലവാരം, പ്രായം, ആണോ പെണ്ണോ എന്നതിനൊക്കെപ്പുറമേ ഓരോരുത്തരുടെയും തനിമകൂടിയാണിത്. വ്യക്തിഭാഷകളുടെ സഞ്ചയമായി ഭാഷാഭേദത്തെയും അവയുടെ സമാഹാരമായി ഭാഷയെയും സൗകര്യത്തിനുവേണ്ടി സങ്കല്പിക്കാം.

ഔപചാരികസന്ദർഭങ്ങളിൽ നമ്മളുപയോഗിക്കുന്ന ഭാഷ ഒരല്പം കൃത്രിമമാണ്. ഈ പ്രഭാഷണത്തിന്റെ* ഭാഷതന്നെ ഉദാഹരണം. പ്രഭാഷകൻ വീട്ടിൽ സംസാരിക്കുന്ന ഭാഷയല്ലല്ലോ ഇത്. പത്രമാസികകളുടെയും പാഠപുസ്തകങ്ങളുടെയും വരവോടെ അവയ്ക്കുവേണ്ടിക്കൂടി രൂപപ്പെടുത്തിയ ഭാഷയാണിത്. മാനകഭാഷ അഥവാ സ്റ്റാൻഡേർഡ് ലാങ്ഗ്വെജ് എന്ന് ഇതിനെ വിളിക്കാം. സാഹിത്യകൃതികളിൽ കാണുന്ന ഭാഷയിൽ എഴുത്തുകാർക്ക് വലിയ സ്വാതന്ത്ര്യമുണ്ട്. എല്ലാവർക്കും മനസ്സിലാകുന്ന ഭാഷതന്നെ രചയിതാവ് ഉപയോഗിക്കണമെന്നില്ല. എന്നാൽ പത്രത്തിന്റെയും പാഠപുസ്തകത്തിന്റെയും കാര്യം അതല്ല. വടക്കുതൊട്ട് തെക്കുവരെയുള്ളവർക്ക് മനസ്സിലാകണം. സ്വാഭാവികമായും താരതമ്യേന മധ്യകേരളത്തിലുള്ള ഭാഷയോടാവും ഇത് കൂടുതലടുത്തിരിക്കുക.

ഇങ്ങനെ മാനകമലയാളം രൂപപ്പെടുത്തിയെടുക്കുന്നതിന് വലിയ അധ്വാനം വേണ്ടിവന്നിട്ടുണ്ട്. കാലം കൊണ്ട് രൂപപ്പെട്ടതാണ് ഇന്നുകാണുന്ന മാനകഭാഷ. ക്ലാസ് മുറികളിൽ സംസാരിക്കാൻ, പ്രസംഗിക്കാൻ, സെമിനാറുകളിൽ പ്രബന്ധമവതരിപ്പിക്കാൻ, മാധ്യമങ്ങളിൽ സംസാരിക്കാൻ തുടങ്ങി ഔപചാരിക സന്ദർഭങ്ങളിലാണ് മാനകഭാഷ വേണ്ടിവരിക. വീട്ടിൽ സംസാരിക്കാനും പ്രണയിക്കാനും വികാരംകൊള്ളാനും സ്വാഭാവികഭാഷ മതിയാവുമെങ്കിലും വിശേഷവ്യവഹാരത്തിന്, ചിന്തയെയും വിചാരത്തെയും ആവിഷ്കരിക്കാൻ നിലവാരപ്പെടുത്തിയ

ഭാഷതന്നെ വേണം. ഇങ്ങനെ ഭാഷയെ പരുവപ്പെടുത്തിയെടുക്കുന്നതിന് ഭാഷാസൂത്രണം എന്നു പറയും. നിഘണ്ടുക്കൾ നിർമിക്കുക, വ്യാകരണങ്ങളും രചനാപുസ്തകങ്ങളും പാഠപുസ്തകങ്ങളും നിർമിക്കുക തുടങ്ങിയ ജോലികളൊക്കെ ഇതിന്റെ ഭാഗമാണ്. ജർമൻ പാതിരിയായ ഹെർമൻ ഗുണ്ടർട്ടിനെപ്പോലുള്ള മിഷനറിമാരാണ് മലയാളത്തിന്റെ മാനകീകരണത്തിന് വലിയ സംഭാവനകൾ നൽകിയത്. മതപ്രചാരണത്തിനും പത്രങ്ങളിലെഴുതാനും വേദപുസ്തകങ്ങൾ വിവർത്തനം ചെയ്യാനും അവർക്ക് ഭാഷയെ പരുവപ്പെടുത്തി എടുക്കേണ്ടതുണ്ടായിരുന്നു. അതുവരെ മുഖ്യമായും കാവ്യങ്ങൾക്കുമാത്രം ഉപയോഗിച്ചിരുന്ന മലയാളത്തെ ഗദ്യത്തിനുവേണ്ടി പരുവപ്പെടുത്തുക. നമുക്ക് അത് വലിയ അനുഗ്രഹമാവുകയും ചെയ്തു. നമ്മുടെ ഭാഷ ആധുനികീകരിക്കപ്പെട്ടു. ഈ ഭാഷയുടെ പ്രയോഗസാധ്യതകളാണ് നാം വിദ്യാലയങ്ങളിൽനിന്ന് പഠിക്കുന്നത്. ഏതിനം വ്യവഹാരത്തിനും പറ്റിയ വൈജ്ഞാനികഭാഷയായി മലയാളം വളരണമെങ്കിൽ മാനകഭാഷ ശക്തിപ്പെടണം.

പ്രാദേശികമോ സാമൂഹികമോ ആയ ഭാഷാഭേദങ്ങൾ സാഹിത്യകൃതികളിൽ ഉപയോഗിക്കാറുണ്ട്. തകഴിയുടെ കുട്ടനാടൻ ഭാഷയും ബഷീറിന്റെ മുസ്ലീം ഭാഷയും സാറാജോസഫിന്റെ ഭാഷയും ഉദാഹരണം. നാരായനും പി എ ഉത്തമനും മറ്റും ആദിവാസിഭാഷകൾ നോവലിൽ ഉപയോഗിച്ചിട്ടുണ്ട്. എന്നാൽ മലയാളം എഴുത്തുഭാഷയിലെ ലിപിവ്യവസ്ഥ, നമ്മുടെ സ്വനിമവ്യവസ്ഥ, അനുവദിക്കുന്നത്രയേ നമുക്ക് എഴുതാൻ പറ്റൂ. നാട്ടുഭാഷയുടെ ഈണവും താളവും പല സ്വനങ്ങളും എഴുത്തിൽ നഷ്ടപ്പെട്ടുപോവും. അപ്പോഴും നോവലിലെ സംഭാഷണഭാഗങ്ങളിലേ ഇതുപയോഗിക്കാറുള്ളൂ. എഴുത്തുകാരൻ അഥവാ ആഖ്യാതാവ് പറയുന്നത് മാനകഭാഷയിലാവും ഉണ്ടാവുക.

ഭാഷ മാനകീകരിക്കപ്പെട്ടപ്പോൾ ദേശത്തനിമയും സാമൂഹികച്ചുവകളും നഷ്ടപ്പെട്ട് അത് സവർണവും ഔപചാരികവുമായി എന്ന വിമർശനങ്ങൾ ഉണ്ടായിട്ടുണ്ട്. എന്നാൽ ഒപ്പം ജാതിമതഭേദമില്ലാതെ എല്ലാവർക്കും അത് ഉപയോഗിക്കാനാകുന്നു എന്നതിലെ ജനാധിപത്യം നാം കാണാതിരുന്നുകൂടാ. *ഇന്ദുലേഖ*യെന്ന നോവലിൽ നായർസമുദായക്കാരിയായ നായിക തന്റെ മുഖത്തു നോക്കി 'ഞാൻ' എന്നു പറഞ്ഞതുകേട്ട് സൂരിനമ്പൂതിരിപ്പാട് ഞെട്ടുന്നുണ്ട്. അടിയൻ എന്നേ പറയാൻ പറ്റുമായിരുന്നുള്ളൂ അന്ന്. വിദ്യാഭ്യാസമാണ് ഇന്ദുലേഖയ്ക്ക് ചങ്കൂറ്റം നൽകിയത്. അതുപോലെ എല്ലാവർക്കും 'ഞാൻ' എന്നും 'പ്രസവിക്കുക' എന്നും 'ഉറങ്ങുക' എന്നും 'ഊണുകഴിച്ചു' എന്നും പറയാനുള്ള അവസരമാണ് മാനകഭാഷ നൽകുന്നത്. കേരളത്തെ സംബന്ധിച്ചേടത്തോളം വിപ്ലവകരമാണ് ഈ ഔപചാരികത.

എഴുപതുകളിൽ പേരിടുന്നതിൽ വലിയ വിപ്ലവം കൊണ്ടുവന്നിരുന്നു നാം. ജാതിയോ മതമോ മനസ്സിലാവാത്ത രണ്ടക്ഷരപ്പേരുകൾ അന്നു വ്യാപകമായി. അവയെ നിരർഥകമെന്നും വേണ്ടാത്ത പരിഷ്കാരമെന്നും വിളിച്ച് കളിയാക്കിയവർ നിരവധിയുണ്ട്. എന്നാൽ ആ പേരുകൾ മതേതരമായിരുന്നു.

ഇതുവരെ ചർച്ചചെയ്ത ഭാഷാഭേദങ്ങൾക്കും മാനകഭാഷയ്ക്കുമപ്പുറം നിരവധി വൈവിധ്യങ്ങൾ ഭാഷയിലുണ്ട്. സാന്ദർഭികവും തൊഴിൽപരവുമൊക്കെയായ അത്തരം വൈവിധ്യത്തെ രജിസ്റ്ററുകൾ എന്നാണ് പറയുക. അനവധി രജിസ്റ്ററുകൾ മലയാളത്തിലുണ്ട്. അവയെപ്പറ്റിയാണ് ഇനി പറയുന്നത്.

ഒരു പ്രത്യേക സന്ദർഭവുമായി ബന്ധപ്പെട്ട ഭാഷാവൈവിധ്യമാണ് രജിസ്റ്റർ അല്ലെങ്കിൽ ശൈലി. സാന്ദർഭികഭാഷാഭേദം എന്ന് പൊതുവിൽ പറയാം ഇതിനെ. ശൈലി അഥവാ സ്റ്റൈൽ എന്ന വാക്ക് സാഹിത്യത്തിൽ ഉപയോഗിക്കുന്ന മട്ടിലല്ല ഭാഷയിൽ പ്രയോഗിക്കുന്നത്. ഓരോ എഴുത്തുകാരനും എഴുത്തുകാരിക്കും സവിശേഷശൈലിയുണ്ടല്ലോ. എം ടി എഴുതുന്നതിൽനിന്ന് എത്രയോ വ്യത്യസ്തമാണ് വി കെ എൻ എഴുതുന്ന രീതി. ഇത് സാഹിത്യത്തിന്റെ കാര്യം. അവിടെ ഓരോ വ്യക്തിയുടെയും തനിമയായി ഈ ശൈലിയെ കാണാം. എം ടി തന്നെ 'രണ്ടാമൂഴ'ത്തിലുപയോഗിച്ച ശൈലിയല്ല 'മഞ്ഞി'ൽ ഉപയോഗിച്ചിരുന്നത്. ഇത്തരം ശൈലീഭേദങ്ങളെ പ്രൗഢം, സരളം എന്നൊക്കെ പൊതുവായി പറയാം. വൈദർഭി, പാഞ്ചാലി, ഗൗഡി എന്നൊക്കെയുള്ള ശൈലീഭേദങ്ങൾ മുമ്പ് കല്പിക്കപ്പെട്ടിരുന്നു. പാശ്ചാത്യരാണ് വ്യക്തിയുടെ ഭാഷാഭേദമെന്നു പറയാവുന്ന വ്യക്തിഭാഷയുമായി ശൈലിയെ താരതമ്യപ്പെടുത്തിയത്. സാഹിത്യത്തിലെ ശൈലി പോലെയല്ല സംഭാഷണത്തിൽ വ്യക്തികൾ പുലർത്തുന്ന വൈവിധ്യം.

ചില ഉദാഹരണങ്ങൾ നോക്കാം.

അമ്മ കൊച്ചുകുഞ്ഞിനോടു പറയുന്ന ശൈലി എന്തായിരിക്കും. പദങ്ങളെല്ലാം വ്യത്യസ്തം. വെള്ളത്തിന് ഉമ്പം, മീനിന് മീമി എന്നിങ്ങനെ ഓരോ നാട്ടിലുമായി, കുഞ്ഞുങ്ങളോട് പറയാനായി മാത്രം ഒരു പദസഞ്ചയംതന്നെ കാണും. വാക്കിന്റെ കാര്യത്തിൽ മാത്രമല്ല, വ്യാകരണക്കാര്യത്തിലും ഈ ഭാഷ വ്യത്യാസം പുലർത്തും. ചെറുവാക്യങ്ങൾ, മുതിർന്നവരെ സംബന്ധിച്ചേടത്തോളം നിരർഥകമായ പ്രയോഗങ്ങൾ, വ്യത്യസ്തമായ സംബോധനാ രീതികൾ എന്നിങ്ങനെ പൊതുമലയാളത്തിന്റെ ചട്ടങ്ങളൊന്നും അവിടെ ബാധകമല്ല. എന്നാൽ അത് മലയാളമാണുതാനും. കുട്ടിയെ ചിരിപ്പിക്കാനും കൊഞ്ചിക്കാനും നമ്മളുപയോഗിക്കുന്ന പ്രയോഗങ്ങൾ രേഖപ്പെടുത്തി നോക്കിയാൽ ഈ സവിശേഷത വേഗം പിടികിട്ടും. 'മദറീസ്' എന്നാണ് ഈയിനം ഭാഷാശൈലിയെ ഇംഗ്ലീഷുകാർ വിളിക്കുക. നമുക്ക് കൊഞ്ചിക്കൽ ഭാഷ എന്നു പറയാം.

ഇതേ അമ്മ അല്പം മുതിർന്ന കുട്ടിയോടു സംസാരിക്കുമ്പോഴോ. ഭാഷ മാറും. സത്യത്തിൽ ഭാഷയല്ല, രജിസ്റ്ററാണ് മാറുന്നത്. ഇതേ അമ്മ പുറത്തിറങ്ങി എന്തോ കേസിന്റെ കാര്യം വക്കീലുമായി സംസാരിച്ചാലോ. 'ലീഗലീസ്' എന്നു വിളിക്കുന്ന നിയമഭാഷാഭേദമാവും കൂടുതൽ ഉപയോഗിക്കുക. സംഭാഷണത്തിൽ ഔപചാരികത കൂടും. നിത്യോപയോഗത്തിൽ വരാത്ത പല പദങ്ങളും കടന്നുവരും. ഇനി ഒരു പഴയ കൂട്ടുകാരിയുമായി ഏറെ നാൾക്കുശേഷം കണ്ട് സംസാരിക്കുകയാണെന്നിരിക്കട്ടെ. ഭാഷ വീണ്ടും മാറും. വൈകീട്ട് ഒരു ഡോ

ക്ടറെക്കണ്ട് അസുഖക്കാര്യം ചർച്ചചെയ്യുമ്പോഴോ. തികച്ചും ഭിന്നമായ മറ്റൊരു ശൈലി കടന്നുവരും. ജോലിസ്ഥലത്ത് സഹപ്രവർത്തകരുമായി സംസാരിക്കുന്നത് മറ്റൊരു ശൈലിയിലാവും. പ്രായംചെന്ന അച്ഛനമ്മമാരോട് പറയുന്നത് മറ്റൊരു വിധത്തിൽ. രാത്രി ഭർത്താവുമൊത്തുള്ള സ്വകാര്യനിമിഷങ്ങളിൽ ഇതൊന്നുമല്ലാത്ത മറ്റൊരു ശൈലിയാവാം കടന്നുവരുന്നത്.

സവിശേഷസന്ദർഭത്തിൽ, പ്രത്യേക ആവശ്യം പ്രമാണിച്ച്, ഔപചാരികതയുടെ തോതനുസരിച്ച് ഒക്കെ മാറുന്ന ഭാഷാശൈലി എന്ന് രജിസ്റ്ററിനെ, സാന്ദർഭികഭാഷാഭേദത്തെ വിശേഷിപ്പിക്കാം. ഓരോ ഭാഷകനും ഭാഷകയും നിരവധി സാന്ദർഭികഭാഷാഭേദങ്ങൾ സ്വായത്തമാക്കിയിട്ടുണ്ടാവും. പറയുന്ന വിഷയത്തിനനുസരിച്ചും ആരോടാണോ സംസാരിക്കുന്നത് എന്നതിനനുസരിച്ചും നമ്മൾ ശൈലി മാറ്റും.

വളരെ പെട്ടെന്ന് ശൈലി മാറ്റാൻ നമുക്കാവും. കോഡ് സ്വിച്ചിങ് എന്നാണിതിനെ വിളിക്കുക. ഉദാഹരണത്തിന് ഒരാൾ ഏതെങ്കിലുമൊരു കസ്റ്റമർ കെയർ നമ്പറിലേക്ക് വിളിക്കുന്നുവെന്ന് കരുതുക.

ഹലോ, കസ്റ്റമർ കെയറല്ലേ..

യേസ് പറയൂ, അയാം രാജേഷ്, മേ ഐ ഹെൽപ് യൂ.

പാമ്പാടി രാജേഷല്ലേ, ഡാ ഞാൻ പെരിങ്ങാവിലെ സണ്ണിയാ..

ഹായ് സണ്ണീ എന്താടാ ഈ നമ്പരിൽ.. പറയെടാ എന്തൊക്കെയാ വിശേഷം..

സംസാരം എത്ര വേഗമാണ് ഔപചാരികത വിട്ട് സൗഹാർദ്ദപരമാവുന്നത് എന്നു നോക്കുക. എന്താടാ, പറയെടാ പോലുള്ള പ്രയോഗങ്ങൾ ഔപചാരിക സന്ദർഭത്തിൽ ഉപയോഗിക്കാറില്ലല്ലോ. സൗഹൃദഭാഷണത്തിൽ സ്വന്തം ഭാഷാഭേദത്തനിമകൾ പെട്ടെന്നു കടന്നുവരും. ഇതാണ് കോഡ് സ്വിച്ചിങ്. മറ്റു ഭാഷാഭേദങ്ങളിൽനിന്നു വേറിട്ടു കാണണം ഇതിനെ.

ഔപചാരികത എത്രത്തോളമുണ്ട്, സംസാരിക്കുന്നവർ തമ്മിലുള്ള ബന്ധം ഏതു തരത്തിലാണ് എന്നതൊക്കെ ആശ്രയിച്ച് ഇതിൽ മാറ്റം വരും.

ഒരു വക്കീൽ മറ്റൊരു വക്കീലുമായി നിയമകാര്യങ്ങൾ സംസാരിക്കുന്നത് സങ്കൽപിക്കുക. തന്റെ കക്ഷിയോടു സംസാരിക്കുന്ന മട്ടിലാവില്ല അത്. ധാരാളം സാങ്കേതിക പദങ്ങൾ, ചുരുക്ക രൂപങ്ങൾ എല്ലാം വക്കീലും വക്കീലുമായുള്ള സംസാരത്തിൽ ഉണ്ടാവും. ഒരു സാങ്കല്പിക ഉദാഹരണം നോക്കുക.

132 പോരാ. 156 ഉം 174 ഉം ഇട്. മറ്റേ കക്ഷി നാളെ ലീവാണെന്നു തോന്നുന്നു. ഏഴിൽ മൂവു ചെയ്യുന്നതാണ് നല്ലത്.

ഇതിൽ എത്രകാര്യം മറ്റൊരാൾക്ക് പിടികിട്ടും. 132, 156, 174 തുടങ്ങിയ നമ്പരുകൾ പീനൽ കോഡിലെ വകുപ്പുകളാവാം. കേസ് ബലപ്പെടുത്താനാവാം പുതിയ വകുപ്പുകൾ നിർദേശിക്കുന്നത്. മറ്റേ കക്ഷി ലീവാണെന്നു പേരു പറയാതെ സൂചിപ്പിച്ചത് ഏതെങ്കിലും ന്യായാ

ധിപനെപ്പറ്റിയാവാം. അദ്ദേഹം ലീവായതിനാൽ ഏഴാം നമ്പർ കോടതിയിൽ ഉടൻ പ്രശ്നമെത്തിച്ച് അനുകൂലവിധി നേടാനാവാം ഇവരുടെ പുറപ്പാട്. ഇത്തരം രജിസ്റ്ററുകൾക്കു പുറമേ ഓരോ വ്യവഹാരമേഖലയുമായി ബന്ധപ്പെട്ടും നിരവധി സാങ്കേതിക പദങ്ങളും കാണും. ജാർഗൺ എന്നാണ് ഇതിനെ വിളിക്കുക. അഫിഡവിറ്റ്, ഹേബിയസ് കോർപ്പസ്, സുവോമോട്ടോ, അമിക്കസ് ക്യൂറി തുടങ്ങിയ നിയമവുമായി ബന്ധപ്പെട്ട വാക്കുകൾ ഉദാഹരണം.

ബസ് ജീവനക്കാർ, പത്രപ്രവർത്തകർ, ഡോക്ടർമാർ, അധ്യാപകർ, ഓട്ടോ തൊഴിലാളികൾ, പ്ലംബർമാർ, ബാങ്ക് ഉദ്യോഗസ്ഥർ എന്നുവേണ്ട ഏതു തൊഴിൽ ചെയ്യുന്നവർക്കും ഇത്തരം ജാർഗണുകളും സംസാര ശൈലിയും കാണും. അധ്യാപകരെ കളിയാക്കുന്ന ഒരു തമാശ കേട്ടിട്ടുണ്ട്. ബാക്കിയെല്ലാ തൊഴിലുകാരും അവരുടെ തൊഴിലുമായി ബന്ധപ്പെട്ട പദങ്ങളുപയോഗിച്ച് സംസാരിക്കുമ്പോൾ അധ്യാപകർ മാത്രം ഡിഎ, അരിയർ, പിഎഫ്, ഗ്രാറ്റുവിറ്റി, ബോണസ്, അഡ്വാൻസ്, ഇംക്രിമെന്റ് തുടങ്ങി, കാശുമായി ബന്ധപ്പെട്ട കാര്യങ്ങൾ മാത്രമേ സംസാരിച്ചിരുന്നുള്ളൂവത്രേ. അക്കാദമിക കാര്യങ്ങളിൽ ഒരു ശ്രദ്ധയുമില്ലെന്ന് സാരം.

പത്രപ്രവർത്തകർ പത്രവുമായി ബന്ധപ്പെട്ട വാക്കുകളുപയോഗിച്ചുമാത്രമേ സംസാരിക്കാറുള്ളൂ എന്നും തമാശയായി പറയാറുണ്ട്. സാമാന്യത്തിലധികം മെലിഞ്ഞ ഒരാളെപ്പറ്റി പറയാൻ 'ആ ഒറ്റക്കോളം ചെങ്ങായി' എന്നാണത്രേ പറയുക. പത്രത്തിലെ കുത്തനെയുള്ള ഒരു കോളം വാർത്തയാണ് ഉപമാനം. തടിയനെ ബോൾഡ് എന്നാണ് വിളിക്കുക. ധൈര്യവാൻ അല്ല ഈ ബോൾഡ്. ഫോണ്ടിന്റെ വണ്ണമാണ് ഉദ്ദേശ്യം. സദ്യക്കുപോയി ധാരാളം വിഭവങ്ങൾ മുന്നിൽ നിരന്നപ്പോൾ, ഇതെല്ലാംകൂടി ഈ എഡിഷനിൽ പോകുമെന്നു തോന്നുന്നില്ല എന്നു ആത്മഗതം നടത്തിയ എഡിറ്ററെപ്പറ്റി കേട്ടിട്ടുണ്ട്. പത്രത്തിലെ സ്ഥലപരിമിതിയാണ് അദ്ദേഹത്തിന്റെ എപ്പോഴത്തെയും ആലോചനാവിഷയം.

പ്രായം, ലിംഗഭേദം എന്നിവയനുസരിച്ചും രജിസ്റ്ററുകൾ മാറിവരും. ആൺകുട്ടികൾ അവരുടെ ഗ്രൂപ്പിനകത്ത് സംസാരിക്കുന്ന മട്ടിലാകണമെന്നില്ല പെൺകുട്ടികളുടെ സംസാരം. കോളജ് കാമ്പസ്സിലെ ഭാഷാരീതിയെ പ്രത്യേക രജിസ്റ്ററായി കാണാം. കാമ്പസിലെ അന്തേവാസികൾക്കുമാത്രം മനസ്സിലാവുന്ന പദപ്രയോഗങ്ങളും വാക്യരീതികളുമൊക്കെ ഇടംപിടിക്കും ഇതിൽ. ഫാഷനെപ്പറ്റിയും രാഷ്ട്രീയത്തെപ്പറ്റിയും സിനിമയെപ്പറ്റിയുമൊക്കെ സംസാരിക്കാൻ കാമ്പസിന് പ്രത്യേക ശൈലീഭേദങ്ങളും കാണും.

1960 കളിലാണ് സാന്ദർഭികഭാഷാഭേദം എന്ന രജിസ്റ്ററിനെപ്പറ്റി കൂടുതൽ ആലോചനകൾ നടന്നുതുടങ്ങിയത്. അക്കാലത്ത് മാർട്ടിൻ ജൂസ് എന്നൊരു ഭാഷാശാസ്ത്രജ്ഞൻ അവയെ തരംതിരിച്ചത് നോക്കുക.

അഞ്ചുതരം രജിസ്റ്ററുണ്ടെന്ന് അദ്ദേഹം പറയുന്നു. ഒന്നാമത്തേത് ഉറച്ചുപോയശൈലികൾ. അഥവാ ഫ്രോസൺ. പഴയഭാഷതന്നെ ഉദാഹരണം. പഴയ ചൊല്ലുകൾ പറയുമ്പൊഴോ ബൈബിൾ വചനങ്ങൾ

ഉദ്ധരിക്കുമ്പൊഴോ നമ്മൾ ഭാഷ പുതിയമട്ടിൽ പ്രയോഗിക്കില്ലല്ലോ. ചൊട്ട, ചുടല എന്നീ വാക്കുകൾ മറ്റൊരിടത്തും പ്രയോഗിക്കാത്ത നാം ചൊട്ടയിലെ ശീലം ചുടലവരെ എന്നു പ്രയോഗിക്കും. 'ഒരുവൻ സർവരാജ്യങ്ങളും നേടിയിട്ടും അവന്റെ ആത്മാവിനെ നഷ്ടപ്പെടുത്തിയാൽ അവനെന്തു പ്രയോജനം' എന്നതു പോലുള്ള വാക്യഘടന ഇത്തരം സന്ദർഭങ്ങളിൽ പ്രയോഗിക്കാം. ഇന്നത്തെ മലയാളത്തിലേക്ക് അതിനെ മാറ്റാറില്ല നാം.

രണ്ടാമത്തെ ഇനം ഔപചാരികമാണ്. ഫോർമൽ. ഒരു വേദിയിൽ പ്രബന്ധമവതരിപ്പിക്കുന്ന ഭാഷാശൈലി ഉദാഹരണം. ഇവിടെ ഒറ്റ ദിശയിലുള്ള ആശയവിനിമയമാണ് നടക്കുന്നത്. പ്രബന്ധാവതരണത്തിനു ശേഷം നടക്കുന്ന ചർച്ചയിൽ പതുക്കെ ഈ ഔപചാരിക ശൈലി മാഞ്ഞുപോകുന്നതു കാണാം. റേഡിയോ പ്രഭാഷണം അധികപക്ഷവും ഔപചാരികമായിരിക്കും. എന്നാൽ റേഡിയോവിലെ ഫോൺ ഇൻ പ്രോഗ്രാമിന് അങ്ങനെ ഔപചാരികമാകാൻ പറ്റില്ല.

കൺസൾട്ടേറ്റീവ് അഥവാ ഇരുദിശയിലുമുള്ള സംഭാഷണമാണ് മൂന്നാമത്തെയിനം. ഡോക്ടർ-രോഗി, അധ്യാപിക-വിദ്യാർഥി, വിദഗ്ധൻ-ട്രെയിനി തുടങ്ങിയവർതമ്മിലുള്ള സംഭാഷണം ഉദാഹരണം. സുഹൃത്തുക്കൾ തമ്മിലുള്ള കാഷ്വൽ സംഭാഷണമാണ് നാലാമിനം. നാട്ടുപദങ്ങൾ, ഗ്രാമ്യപ്രയോഗങ്ങൾ ഇതെല്ലാം അനൗപചാരിക ഭാഷണത്തിൽ ധാരാളം കടന്നുവരും. സ്വകാര്യം എന്ന ഇന്റിമേറ്റ് സംസാരമാണ് മറ്റൊന്ന്. പുറമേ സംസാരിക്കുന്ന മട്ടേ ആവില്ല ഇത്. അടുത്ത സുഹൃത്തുക്കൾ തമ്മിലും ദമ്പതിമാർ തമ്മിലുമൊക്കെയുള്ള സംസാരം ഉദാഹരിക്കാം.

ഔപചാരികാവശ്യങ്ങൾക്കും വൈജ്ഞാനികവ്യവഹാരങ്ങൾക്കുമായി ശക്തവും സുസജ്ജവുമായ മാനകഭാഷ നിലനിൽക്കുമ്പോൾത്തന്നെ ഇത്തരം സാന്ദർഭികഭാഷാഭേദങ്ങൾ ഏറെയുണ്ടാവും ഭാഷയിൽ. ഇങ്ങനെ അനവധി സന്ദർഭങ്ങൾക്കു പറ്റിയ ശൈലികളുണ്ടാവുമ്പോഴാണ് ഭാഷ വളരുക. ഇവയെ ശുദ്ധികുറഞ്ഞ ഭാഷയായി പരിഗണിച്ച് അവഗണിക്കുന്നതിൽ കാര്യമില്ല.

എഴുത്തിലും ഇത്തരം രജിസ്റ്ററുകൾ കടന്നുവരുന്നതുകാണാം. പത്രങ്ങൾ അവരുടേതായ രജിസ്റ്റർ സൃഷ്ടിച്ചുകഴിഞ്ഞിട്ടുണ്ട്. പ്രസ്താവിക്കുക, ഏറ്റവും അടുത്തവൃത്തങ്ങൾ, ബന്ധപ്പെട്ട കേന്ദ്രങ്ങൾ, ദുരുപദിഷ്ടം പോലുള്ള വാക്കുകളും പലതരം വാക്യശൈലിയും ഓർക്കുക. പത്രങ്ങളിൽത്തന്നെ ഓരോന്നും ഓരോ ശൈലിയാണ് ഉപയോഗിക്കുന്നത്. ഒരു പത്രത്തിനകത്തുതന്നെ പല ശൈലികളും കാണും. സ്പോർട്സ് പേജിലെ ഭാഷാരീതിയല്ല ബിസിനസ് പേജിൽ. സ്പോർട്സെഴുത്തിൽ ഇംഗ്ലീഷ് ധാരാളമാവാം. യുദ്ധവർണനയെ ഓർമിപ്പിക്കുന്ന ചടുലത വേണം ഇവിടെ. പെട്ടെന്ന് ശ്രദ്ധകിട്ടാനുള്ള പ്രാസവും മറ്റും ഉണ്ടായാൽ വളരെ നന്ന്. 'വീരം വിരാടം' എന്ന ക്രിക്കറ്റ് പ്രയോഗം 'വീരവിരാടകുമാര'നെയല്ല, വീരേന്ദർ സെവാഗിനെയും വിരാട് കോഹ്‌ലിയെയുമാണ് ഓർമിപ്പിക്കുക.

സിനിമാക്കാര്യം പറയുന്നിടത്ത് ഭാഷമാറും. മുഖപ്രസംഗം എഴുതാൻ അല്പം പ്രൗഢമായ ശൈലിയാണ് സ്വീകരിക്കുക. പലതരത്തിലുമുള്ള ശൈലികൾ മാസികാദികളും അവതരിപ്പിക്കുന്നുണ്ട്. വാഹനങ്ങളുമായി ബന്ധപ്പെട്ട മാസികകളിൽ വരുന്ന ശൈലി നോക്കുക. ഇംഗ്ലീഷ് വാക്കുകൾ ഒരു സങ്കോചവുമില്ലാതെ മലയാളവ്യാകരണത്തിനകത്ത് നിരന്നുപോകുന്നതു കാണാം. മംഗ്ലീഷ് എന്നല്ല, വാഹനമലയാളം എന്നുതന്നെ പറയണം ഇതിനെ. മൊബൈൽഫോൺ, സോഷ്യൽ മീഡീയ തുടങ്ങിയവയെപ്പറ്റിയുള്ള പംക്തികളിലും ഇംഗ്ലീഷും സാങ്കേതികപദങ്ങളും കണ്ടമാനമുണ്ടാവും. ആരോഗ്യ പ്രസിദ്ധീകരണങ്ങളുടെ ഭാഷാശൈലിയാണ് മറ്റൊന്ന്. ഫിറ്റ്നസ്സുമായി ബന്ധപ്പെട്ട പദാവലി തന്നെ ഉരുത്തിരിഞ്ഞുവന്നിട്ടുണ്ട്. ആയുർവേദംപോലുള്ള ജ്ഞാനമേഖലയുമായി ബന്ധപ്പെട്ട എഴുത്തിൽ സംസ്കൃതപദങ്ങളാണ് കൂടുതൽ കാണുകയെന്നതും ശ്രദ്ധേയമാണ്.

ബ്ലോഗുകളിലെ എഴുത്തുരീതിയാണ് വളരെയധികം വ്യത്യസ്തത പുലർത്തുന്ന മറ്റൊന്ന്. അനൗപചാരിക സംസാരഭാഷ മനോഹരമായി എഴുത്തിൽ വരുന്നതു കാണാം. നേരത്തേ എഴുത്തിൽ പാടില്ലെന്നു കരുതിയിരുന്ന പല നാട്ടുപ്രയോഗങ്ങളും സുഖമായി ബ്ലോഗെഴുത്തിൽ നിരക്കുന്നു. കാഷ്വൽ ആവുകയാണ് പ്രധാനം. ഉടനുടൻ നടത്തുന്ന പ്രതികരണങ്ങളുടെ ചടുലത ഇങ്ങനെയാണ് ബ്ലോഗിലും സോഷ്യൽ നെറ്റ്‌വർക്കുകളിലും കൈവരുന്നത്. ഇംഗ്ലീഷ് പദങ്ങളുടെ ധാരാളിത്തം, സംഭാഷണശൈലിയിൽ എഴുതാനുള്ള താല്പര്യം, നേരിട്ടു സംസാരിക്കുമ്പോഴുള്ള അടുപ്പം കാത്തുസൂക്ഷിക്കാനുള്ള ശ്രമം, ഹാസ്യരസപ്രധാനമെന്നുതന്നെ പറയാവുന്ന പ്രസാദാത്മകത തുടങ്ങിയ സവിശേഷതകൾ ബ്ലോഗെഴുത്തിൽ കാണാം.

വ്യക്തിഭാഷയുടെ തനിമയല്ല സാന്ദർഭികഭാഷാഭേദങ്ങളിൽ കാണുക. ഇത് സാമൂഹികമാണ്. മിമിക്രിക്കാർ അനുകരിക്കുന്നത് വ്യക്തിഭാഷയുടെ സൂക്ഷ്മമായ തനിമകളെയാണെന്നു കാണാം. സംഭാഷണം കേട്ടാൽ നമുക്ക് പെട്ടെന്ന് ആളെ മനസ്സിലാകുന്നത് ശബ്ദത്തിന്റെ ഭൗതികഗുണങ്ങൾക്കപ്പുറം ഇത്തരം ചില തനിമകൾ ഉള്ളതുകൊണ്ടാണ്. ശബ്ദം കൃത്യമായി അനുകരിക്കാൻ പറ്റിയില്ലെങ്കിലും വ്യക്തിഭാഷയുടെ തനിമകൾ കൊണ്ടുവരാനായാൽ മിമിക്രി വിജയിക്കും. ഇതിൽനിന്ന് വ്യത്യസ്തമാണ് രജിസ്റ്ററും ഭാഷാഭേദങ്ങളും.

ഭാഷയുടെ വൈവിധ്യത്തെപ്പറ്റിയുള്ള ആലോചന എത്രവേണമെങ്കിലും നീട്ടാവുന്നതാണ്. കാരണം ഓരോ ഭാഷയുടെയും ശേഷി കുടികൊള്ളുന്നത് വൈവിധ്യത്തിലാണ്. മലയാളം അക്കാര്യത്തിൽ അതീവസമ്പന്നമാണ് എന്നുതന്നെ പറയണം. വൈജ്ഞാനികഭാഷയെന്ന നിലയിൽ മലയാളത്തിന് പരിമിതികളുണ്ടെന്നത് നേര്. അതിനെ മറികടക്കാൻ ബ്ലോഗെഴുത്തുകാരും മറ്റും പറയുന്ന ജനാധിപത്യപരമായ സമീപനമാണ് വേണ്ടത്. ഭാഷാശുദ്ധിയെക്കുറിച്ചുള്ള അമിതമായ ആശങ്കകൾ ഭാഷാവൈവിധ്യത്തെയും ഭാഷാവളർച്ചയെയും മുരടിപ്പിക്കുകയേയുള്ളൂ. തത്വചിന്തയും മഹായുദ്ധങ്ങളും അതിസങ്കീർണമായ മനോവിജ്ഞാനവും മഹാദുഃഖങ്ങളുമെല്ലാം അതീവ സുന്ദരമായി വിവ

രിക്കാൻമാത്രം സമ്പന്നമായിരുന്നു, നൂറ്റാണ്ടുകൾക്കു മുമ്പുതന്നെ നമ്മുടെ ഭാഷ. എഴുത്തച്ഛന്റെ മലയാളം തെളിയിക്കുന്നത് ഇക്കാര്യമാണ്. പുതിയ സാഹചര്യങ്ങൾക്കനുസരിച്ച് ഭാഷയെ പരുവപ്പെടുത്തിയെടുക്കേണ്ടത് നമ്മളാണ്. അതിന് തുറന്ന സമീപനമാണ് ആവശ്യം.

* ആകാശവാണിയിൽ നടത്തിയ ഒരു പ്രഭാഷണത്തിന്റെ സ്ക്രിപ്റ്റാണിത്. സ്വയം ഉറക്കെവായിക്കാനുള്ള എഴുത്തും മറ്റുള്ളവർക്ക് മനസ്സിൽ വായിക്കാനുള്ള എഴുത്തും രണ്ടാണല്ലോ. അങ്ങനെയൊരു 'റജിസ്റ്ററി'ന്റെ തനിമ കിടക്കട്ടെ എന്നുകരുതിയാണ് ഇത്, ഇതേപടി പ്രസിദ്ധീകരിക്കുന്നത്. (2012)

■

സാഹിത്യം, സിനിമ, ചരിത്രം: ചില ഭാഷാവിചാരങ്ങൾ

ചരിത്രം, ചരിതം, കഥ എന്നീ വാക്കുകൾ പര്യായങ്ങളായുപയോഗിക്കുന്ന പതിവിനെപ്പറ്റി ചരിത്രകാരൻ രാജൻ ഗുരുക്കൾ പലപ്പോഴായി സൂചിപ്പിച്ചിട്ടുണ്ട്. ഹിസ്റ്ററിയെന്ന പദത്തിന്റെ വരവോടെയാണ് 'കഥ' നമുക്ക് വെറും കഥയായതെന്നും അതിനു മുമ്പ് കഥയെന്നാൽ കാര്യം എന്നുതന്നെയായിരുന്നു അർഥമെന്നും അദ്ദേഹം നിരീക്ഷിക്കുന്നു. കഥകഴിയുക, എന്താ കഥ, കഥയില്ലാത്തവൻ എന്നൊക്കെയുള്ള, ഇന്നും തുടരുന്ന പ്രയോഗങ്ങളിലെ കഥ, കാര്യം തന്നെയാണല്ലോ. മാധ്യമവിചാരങ്ങളിൽ എല്ലാ വാർത്തയും സ്റ്റോറിയാണ്, ചിലത് മെയിൻ സ്റ്റോറിയും. ഹിസ്റ്ററി എന്ന വാക്കുതന്നെ 'ഹിസ് സ്റ്റോറി' എന്ന വ്യാഖ്യാനത്തിന് ഇടനൽകുന്ന ഒന്നാണ്. അതേസമയം, ചരിത്രം വെറും കഥയല്ലെന്നും അത് കാര്യമുള്ള ഒന്നാണെന്നും നമ്മൾ ധരിച്ചുപോന്നു. എന്നാൽ ഇന്ന് ചരിത്രം വീണ്ടും കഥയായി മാറുകയാണെന്ന്, ചരിത്രത്തിന്റെ പാഠപരതയെപ്പറ്റിയുള്ള കാഴ്ചപ്പാടുകൾ സജീവമായ കാലത്ത് ഗുരുക്കൾ എഴുതിയിട്ടുണ്ട്. കേവലമായ ചരിത്രം എന്നൊന്നില്ലെന്നും, കേവലചരിത്രമെഴുതാനുള്ള ശ്രമത്തിൽ പരാജയപ്പെട്ട് കഥാരൂപത്തിലുള്ള വെറും ആത്മനിഷ്ഠപാഠമെഴുതി നിരാശപൂണ്ടിരിക്കുകയാവാം ഏതു ചരിത്രരചയിതാവും എന്നൊക്കെ ഇന്നു നമുക്കറിയാം.

ചരിത്രത്തെ ഒരു ഭാഷാവസ്തുവായിക്കാണുകയാണ് ഇവിടെ. ചരിത്രമെഴുതാൻ വാചികഭാഷയെ ആശ്രയിക്കുന്ന ആർക്കും ഭാഷയുടെ ലീലകളിൽനിന്ന് ഒഴിഞ്ഞുനിൽക്കാൻ ഒക്കുകയില്ല. ഭാഷയുടെ തടവറയിലാണ് ഓരോ എഴുത്തും. ഭാഷാനിഷ്ഠമായ വിവിധ വ്യവഹാരപ്രയോഗങ്ങളിലൂടെയാണ് അർഥോൽപാദനം സാധ്യമാകുന്നത്. ചരിത്രവ്യവഹാരങ്ങൾക്കും ഇതിൽ നിന്ന് മോചനമില്ല. എഴുത്താവട്ടെ, വ്യാഖ്യാനമല്ലാതെ മറ്റൊന്നുമല്ല. 'വസ്തുതകൾ പവിത്രമാണ്, അഭിപ്രായം സ്വതന്ത്രവും' (facts are sacred, comments are free- C P Scott 1846-1932) എന്നതാണ് കാലികചരിത്രരചനയായ പത്രപ്രവർത്തനത്തിലെ ഒരു സാമ്പ്രദായികപാഠം. കേവലമായ വസ്തുത എന്നൊന്നില്ലെന്നും അതിന്റെ വ്യാഖ്യാനങ്ങൾ മാത്രമേയുള്ളൂവെന്നും ഇന്നു നമുക്കറിയാം. വസ്തുതകൾ വിവരിക്കാൻ ഭാഷയെ കൂട്ടുപിടിക്കുന്നതോടെ അത് കേവലവസ്തുതയെന്ന സാങ്കല്പികപദം വിട്ട് വ്യാഖ്യാനത്തിന്റെ ആത്മനിഷ്ഠതലത്തിലെത്തുന്നു. കേവലചരിത്രം എന്നതുപോലെ കേവലവസ്തുതയും അസന്നിഹിതഹേതുവായി ഓരോ പാഠത്തിനും പിറകിൽ മറഞ്ഞുനിൽക്കുന്നു.

ചരിത്രത്തെയും സാഹിത്യത്തെയും സിനിമയെയും ഒറ്റവരിയിൽ എഴുതാനുള്ള സ്വാതന്ത്ര്യം ലഭിക്കുന്നത് മേൽപ്പറഞ്ഞ പുതുകാഴ്ചപ്പാടുകളുടെ ഭൂമികയിലാണ്. സാഹിത്യത്തെയും സിനിമയെയുമെല്ലാം ചരിത്രകാരന്മാർ (ഭൂരിപക്ഷവും ആണുങ്ങളായതുകൊണ്ടാണ് കാരന്മാർ എന്നു പറയുന്നത്) നേരത്തേ സംശയദൃഷ്ടിയോടെയാണ് നോക്കിയിരുന്നത്. ചരിത്രത്തെ വളച്ചൊടിക്കാനല്ലാതെ സിനിമയെക്കൊണ്ട് മറ്റൊന്നും കഴിയുകയില്ലെന്ന് ചരിത്രസിനിമയെപ്പറ്റിയുള്ള വിചാരങ്ങളിൽ പലപ്പോഴും തീർപ്പുകല്പിക്കപ്പെടുന്നതു കാണാം. വാക്കാൽ വിവരിക്കപ്പെടുന്ന ചരിത്രത്തോളം വസ്തുതാബദ്ധമല്ല എത്ര നന്നായി ചിത്രീകരിക്കപ്പെട്ട സിനിമയും എന്ന് ചില ചരിത്രകാരന്മാർ വാദിക്കുന്നു. വാക്കുകളിലൂടെ ചരിത്രം നമ്മെ ഭൂതകാലവുമായി സമരാത്മകവും ഗവേഷണാത്മകവും ആന്തരികവുമായി അടുപ്പിക്കുമ്പോൾ സിനിമാദൃശ്യങ്ങൾ നിഷ്ക്രിയമായ ഭൂതകാലാഭിരതിയിലൂന്നുന്നവിധം ബാഹ്യമായി മാത്രമേ കാണിയെ ചരിത്രവുമായി ബന്ധിപ്പിക്കുന്നുള്ളൂ. ചലച്ചിത്രത്തിന്റെ ചരിത്രപ്രതിനിധാനം ചരിത്രോചിതമല്ല തന്നെ. സംസ്കാരവിമർശകൻ ഴാങ് ബോദ്രിയാറിന്റെ സമാനമായ വിമർശനം ഇങ്ങനെ: ചരിത്രവിരുദ്ധമായ സാമ്പത്തിക, രാഷ്ട്രീയ ആഗോളീകരണശക്തികൾ ഇതിനകംതന്നെ ചരിത്രത്തെ നിഷ്ക്രിയമാക്കിയിട്ടുണ്ട്. പോരാത്തതിന് അതിന്റെ സിനിമാപ്രതിനിധാനങ്ങൾ കാണികളെയും ചിന്താശൂന്യരും നിഷ്ക്രിയരുമാക്കുന്നു. ചരിത്രം ആട്ടിപ്പായിച്ച മിത്തുകൾ ഇപ്പോൾ സിനിമയിൽ അഭയംതേടിയിരിക്കയാണ്. സിനിമയിൽ പ്രസക്തിയെല്ലാം ചോർന്നുപോയ ഒന്നാണ് ചരിത്രം. പ്രതിനിധാനമെന്ന സൂത്രപ്പണിമാത്രമാണ് അതിൽ ബാക്കികാണുക. (as quoted in Guinn.2006:5-6) ചരിത്രത്തിന്റെ ചലച്ചിത്രപ്രതിനിധാനം മിക്ക സൈദ്ധാന്തികർക്കും സ്വീകാര്യമല്ലെന്ന്, ചുരുങ്ങിയപക്ഷം വികലമാണെന്ന്, ഇതു സംബന്ധിച്ച ചർച്ചകൾ തെളിയിക്കുന്നു.

സിനിമയെയും സാഹിത്യത്തെയും സംബന്ധിച്ച് ചരിത്രം പറഞ്ഞുവന്നതെല്ലാം വെറുംവാക്കുകളാണെന്നല്ല, ആ വിമർശനങ്ങളെല്ലാം ചരിത്രത്തിനു തന്നെയും ബാധകമാണ് എന്നതാണ് പിന്നീടുവന്ന തിരിച്ചറിവ്. സാഹിത്യംപോലെയും സിനിമപോലെയും മറ്റൊരു പ്രതിനിധാനമായി ചരിത്രം സ്വയം മാറുന്നു.

ഭാഷയുടെ സ്വച്ഛന്ദത

എഴുത്തിന്റെയും സിനിമയുടെയും ഭാഷകൾക്കുതമ്മിൽ കാര്യമായ അന്തരമുണ്ടെങ്കിലും സാമ്പ്രദായിക മുഖ്യധാരാസിനിമ വാചികഭാഷയുടെ വിവരണാത്മകഘടനയെയാണ് പിൻപറ്റുന്നത് എന്നു കാണാം. വാചികഭാഷയിലെപ്പോലെ സിനിമയിലെയും ചിഹ്നങ്ങൾ വെറും സൂചകങ്ങൾ മാത്രമാണെങ്കിലും സൂചിതങ്ങളുമായി അവയ്ക്കുള്ള ബന്ധം അത്ര സ്വേച്ഛാപര(arbitrary)മല്ല. സിനിമയിൽ ഓരോദൃശ്യവും സൂചിതത്തിന്റെ നേർചിഹ്നങ്ങളാണെന്നുപറയാം- ഷോർട്സർക്യൂട്ടഡ് സൈൻസ്. പൂവ് എന്ന വാക്കിലെ ശബ്ദസമുച്ചയത്തിനോ ലിപിവിന്യാസത്തിനോ ആ ആശയവുമായി ബന്ധമൊന്നുമില്ലാത്തതുപോലെ

യല്ല, പൂവിന്റെ ചിത്രത്തിന്റെയോ ഷോട്ടിന്റെയോ സ്ഥിതി. അതേസമയം പൂവ് എന്ന സാമാന്യനാമംകൊണ്ട് സൂചിപ്പിക്കാവുന്ന പുഷ്പകുലത്തെ ചിത്രത്തിന് കാട്ടിത്തരാൻ ബുദ്ധിമുട്ടാണ്. എ ഫ്ളവർ അല്ല, ദ ഫ്ളവറേയുള്ളൂ സിനിമയിൽ. ഒരു പ്രത്യേക പൂവ്. ദൃശ്യത്തിന്റെ പ്ലാസ്റ്റിസിറ്റി എന്നാണ് താർകോവ്സ്കി ഈ പരിമിതിയെ വിശേഷിപ്പിച്ചത്. വാക്കിന്റെ സ്വേച്ഛാപരത ഭാഷയുടെ അപാരമായ കരുത്തിന്റെ കൂടി നിദർശനമാണ്. വാക്കുകളിലൂടെ വിവരിക്കപ്പെടുന്ന ചരിത്രം സാഹിത്യം പോലെ മറ്റൊരു ആഖ്യാനം മാത്രമാവുന്നത് ഭാഷയുടെ സ്വേച്ഛാപരതകൊണ്ടു കൂടിയാണെന്നു ചുരുക്കം.

ഏതു ഭാഷാവ്യവഹാരത്തിലും വാക്കുകളുടെ ചരിത്രപരത വളരെ പ്രധാനമാണ്. കാലങ്ങളായി പലമട്ടിലുപയോഗിച്ച് അനേകം അർഥപരിണാമങ്ങളിലൂടെ കടന്നു വന്നതാണ് ഓരോ വാക്കും. ഓരോ വാക്കും ഭൂതകാലോപയോഗങ്ങളുടെ വലിയൊരു ഭാണ്ഡം പേറുന്നുവെന്ന് ആലങ്കാരികമായി പറയാം. വാക്കിന്റെ കോശാർഥത്തിനപ്പുറമുള്ള പ്രയോഗാർഥങ്ങളെ നിശ്ചയിക്കുന്നത് ഉപയോഗിതയാണ്. സെമാന്റിക്സിനൊപ്പം പ്രധാനമാണ് പ്രാഗ്മാറ്റിക്സ്. സാഹിത്യവും പത്രമാധ്യമങ്ങളും ജനസമൂഹമാകെയും പലപാട് പലമട്ടിലുപയോഗിച്ച് വക്കുതേഞ്ഞ ഭാഷയിലല്ലാതെ ചരിത്രമെഴുതാനാവില്ല. വാക്കിനുപിന്നിലുള്ള പ്രത്യയശാസ്ത്രബദ്ധതയെ തുറന്നു കാട്ടാനും ഈ ഭാഷതന്നെ വേണമെന്നതാണ് വലിയ പരിമിതി. ഒരു പക്ഷേ അതാണതിന്റെ സാധ്യതയും. വാക്കുകളുടെ പാഠാന്തരത (intertextuality) പോലെ സവിശേഷമാണ് ദൃശ്യത്തിന്റെ പാഠാന്തരതയും. എല്ലാത്തരം ഇന്ദ്രിയവ്യാപാരങ്ങളും കാഴ്ചയ്ക്ക് കീഴ്പ്പെടുന്ന മാധ്യമീകൃത വർത്തമാനത്തിൽ വിശേഷിച്ചും.

വാക്കുകളിലൂടെ വസ്തുതകൾ വെളിച്ചത്തുകൊണ്ടുവരാനാകും എന്ന വിശ്വാസം നഷ്ടമാകുന്നതിനുമുമ്പേ, ദൃശ്യങ്ങളിലുള്ള വിശ്വാസം പോയ്പ്പോയിരുന്നു. ഏതു ദൃശ്യവും കാട്ടുന്നത് ആ ദൃശ്യം മാത്രമാണ്. ക്യാമറ എവിടെ വെക്കണം, ഏത് ആംഗിളിൽ ചിത്രീകരിക്കണം, ഏതു ലെൻസ് ഉപയോഗിക്കണം, എങ്ങനെയൊക്കെ ക്യാമറ ചലിപ്പിക്കണം, ഏതൊക്കെ ദൃശ്യം എഡിറ്റു ചെയ്ത് നീക്കണം, ഏതൊക്കെ ദൃശ്യം എങ്ങനെയൊക്കെ വിന്യസിക്കണം, ഏതാദ്യം, ഏതു പിന്നീട്, എത്ര തവണ എന്നിങ്ങനെയുള്ള തികച്ചും ആത്മനിഷ്ഠവും പ്രത്യയശാസ്ത്ര നിർണീതവുമായ അനേകായിരം തിരഞ്ഞെടുപ്പുകളുടെ ബാക്കിയാണ് കാണുന്ന ഓരോ ദൃശ്യവും എന്ന തിരിച്ചറിവ് പ്രധാനമാണ്. ഒപ്പം വാചികഭാഷയിലുള്ള കമന്ററികൾ കൂടി വരുമ്പോൾ ചിത്രം പൂർത്തിയായി. ഭാഷയിലൂടെയുള്ള ആഖ്യാനം പോലെതന്നെ ഏതു ദൃശ്യവും വെറും വ്യാഖ്യാനം മാത്രമാണെന്നു ചുരുക്കം.

വസ്തുതകൾക്കുമേൽ വ്യാഖ്യാനത്തെ പ്രതിഷ്ഠിക്കാൻ ദൃശ്യത്തിന് എളുപ്പം കഴിയുന്നു. ആത്യന്തികസത്യമെന്നൊന്നില്ല, വ്യാഖ്യാനങ്ങളും വിവരണങ്ങളും മാത്രമേയുള്ളൂവെന്നും അകിരാ കുറോസാവയുടെ *റാഷമോണി*നു (1955) ശേഷമെങ്കിലും നമ്മൾ തിരിച്ചറിയുന്നുണ്ട്. ആഖ്യാനത്തിന്റെ രേഖീയയുക്തികളെ പുതിയസിനിമ തിരസ്കരിക്കുന്നതു

കാണാം. വസ്തുതകൾക്കുമേൽ വ്യാഖ്യാനമെന്നപോലെ, സംഭവങ്ങൾക്കുമേൽ സാധ്യതകളെ വച്ചുനീട്ടുന്നു *റൺ ലോലാ റൺ* (1997, ടോം ടിക്വർ, ജർമനി) പോലുള്ള സിനിമകൾ. ആഖ്യാനത്തിന്റെ പരമ്പരാഗതമാതൃകകൾ സിനിമയിലോളം ചിതറിത്തെറിച്ച ആഖ്യാനകലകളില്ല. വാക്കുകളുടെ തിരഞ്ഞെടുപ്പിന്റെയും ചേർത്തുവെപ്പിന്റെയും കലയാണ് സാഹിത്യം എന്നതുപോലെ, ദൃശ്യസാധ്യതകളിൽനിന്നുള്ള തിരഞ്ഞെടുപ്പും വിന്യസനവുമാണ് സിനിമ. ഭാഷാവാക്യങ്ങളിലെന്നപോലെ ലംബ, തിരശ്ചീന തലങ്ങളിൽ അവിടെ അർഥോൽപാദനം തുടരുന്നു. ചരിത്രരചനയിൽ തേടാനുള്ളത് ഇത്തരം വഴികളാണ്.

എഴുത്തിന്റെ ചരിത്രപരത

ഭാഷയിൽ പ്രസക്തമായ അലങ്കാരങ്ങളെല്ലാം സിനിമയിലും ചരിത്രരചനയിലുമെല്ലാം പ്രസക്തം തന്നെ. അതിശയോക്തിയും ന്യൂനോക്തിയും ഉപമാദികളുമൊന്നും നിഷ്കളങ്കമാവാൻ തരമില്ല. ഓരോ പ്രയോഗവും പല രാഷ്ട്രീയധർമങ്ങളനുഷ്ഠിക്കുന്നുണ്ട് എന്നതിന്റെ തെളിവാണ് ഓരോ ഭാഷാവ്യവഹാരവും. മൃദൂക്തിയെന്ന (euphemism-less offensive synonym: a word or phrase used in place of a term that might be considered too direct, harsh, unpleasant, or offensive) സമകാലിക പ്രസക്തമായ അലങ്കാരംതന്നെയെടുക്കാം. മയപ്പെടുത്തിപ്പറയലാണത്. ആരെയും അലോസരപ്പെടുത്താതെ പ്രശ്നങ്ങളെ സാധൂകരിക്കാൻ, നീതിമത്കരിക്കാൻ (legitimise) മൃദൂക്തികൾക്ക് കഴിയും. അതിശയോക്തിയും ന്യൂനോക്തിയുമൊക്കെ പോയറ്റിക് ആണെങ്കിൽ മൃദൂക്തി പൊളിറ്റിക്കൽ ആണെന്നു കാണാം. ഭാഷയിൽ പ്രചാരത്തിലുള്ള മൃദൂക്തികളുടെ സവിശേഷപഠനം വളരെ പ്രസക്തമാണ്.

യുദ്ധം എന്ന വാക്കു നോക്കുക. തുല്യശക്തികളുടെ ഏറ്റുമുട്ടലേ യുദ്ധമാവൂ, ആകാവൂ. വിയറ്റ്നാംയുദ്ധമെന്ന വിഖ്യാത പ്രയോഗം നോക്കൂ. നമ്മുടെ ഇടുക്കിയോളംപോലും ശേഷിയില്ലാത്ത ആ രാജ്യത്തെ വർഷങ്ങളോളം അമേരിക്ക വേട്ടയാടിയതിനെയും തലമുറകളെത്തന്നെ നശിപ്പിക്കാൻപോന്ന രാസായുധങ്ങൾ വർഷിച്ചതിനെയും യുദ്ധമെന്ന മൃദൂക്തി എത്രനന്നായി ലെജിറ്റിമൈസ് ചെയ്യുന്നു! ചരിത്രത്തിലെ യുദ്ധങ്ങളിൽ ബഹുഭൂരിപക്ഷവും ആക്രമണങ്ങളത്രേ. ആക്രമണം എന്ന പദത്തെത്തന്നെ ഭംഗിയാക്കിയതാണ് അധിനിവേശം. യുദ്ധക്കൊതിയെന്ന വാക്കും മൃദൂക്തിതന്നെ. കുട്ടികൾക്ക് മിഠായിയോട് തോന്നുന്ന മട്ടിലുള്ള കൊതിയായി അതും ലെജിറ്റിമൈസ് ചെയ്യപ്പെടുന്നു. 'യുദ്ധബ്ഭ്രാന്ത്' എന്ന് ഭകാരം ഇരട്ടിച്ചുപറയേണ്ട സന്ദർഭമാണത്. ആക്രമണത്തിൽ സ്കൂളും നഴ്സറിയും ആസ്പത്രിയുമൊക്കെ ബോംബിട്ട് ചുടുന്നതിനെ ഇംഗ്ലീഷിൽ collateral damage എന്നാണ് പറയുക. വെറും അവിചാരിതമായ പാർശ്വഫലം! നാട്ടുകാരുടെ പണം കട്ടുതിന്നുന്നതിനെ സാധൂകരിക്കാനുണ്ടാക്കിയ മൃദൂക്തിയാണ് 'അഴിമതി'യെന്ന പദം. അത് പിന്നെ 'ക്രമക്കേടു'മാത്രമായി. അതും പോരാതെവന്ന് ഇപ്പോൾ 'പൊതുഖജനാവിന് നഷ്ടം വരുത്തുക' എന്നാണ് പറയുക. സംഗതി മോഷണമാണ്. 'വികസന'മെന്ന അതിസുന്ദരമായ പദം എത്ര

മാത്രം ജനവിരുദ്ധവും പ്രകൃതിവിരുദ്ധവുമാണെന്ന് നമ്മളോർക്കാറില്ല. ജാതിമതഭ്രാന്തുകൾ, വംശാഹന്ത എന്നൊക്കെത്തന്നെ പറയേണ്ടിട ത്തുപോലും 'സ്വത്വരാഷ്ട്രീയം' എന്ന സുന്ദരപദം അറിയാതെ ഉപ യോഗിക്കാറുണ്ട് നാം.

ചരിത്രപാഠപുസ്തകങ്ങളിൽ ഉൾപ്പുളകത്തോടെ വായിച്ചുപോന്ന 'അദ്ദേഹം തന്റെ സാമ്രാജ്യം വിസ്തൃതമാക്കി' എന്ന മൃദൂക്തിയിൽ എത്രയായിരം പാവങ്ങളുടെ ചോരയും നഷ്ടസ്വപ്നങ്ങളുമാണ് സാധൂ കരിക്കപ്പെട്ടത് എന്നോർക്കുക. രാജാവ്, പാണ്ഡിത്യം, പടനയിക്കുക, ഭരണകൂടം, ഭരണപരിഷ്കാരം, ഭരണനേട്ടം, ജയം, വിജയം, സാമ്രാ ജ്യം, പൂന്തോട്ടം വച്ചുപിടിപ്പിക്കുക, വിശാലമായ റോഡുകൾ തുടങ്ങി ഏതു വാക്കും ചരിത്രപുസ്തകങ്ങൾ എത്ര നിരുപദ്രവമായാണ് പ്ര യോഗിക്കാറുള്ളത്!

ബാബറി മസ്ജിദ്, രാമക്ഷേത്രം, തർക്കമന്ദിരം തുടങ്ങിയ പ്രയോ ഗങ്ങളുടെ രാഷ്ട്രീയം ഏറെ ചർച്ചചെയ്യപ്പെട്ടിട്ടുള്ളത് ഓർക്കാം. ശി പായിലഹള, മലബാർകലാപം, മാപ്പിളലഹള തുടങ്ങിയ വാക്കുകളുടെ രാഷ്ട്രീയവും ചർച്ചചെയ്യപ്പെട്ടിട്ടുണ്ടല്ലോ. ഭീകരത, ഭീകരവാദം, മാവോ യിസ്റ്റ്, വിമോചനപ്പോരാട്ടം, സമരം തുടങ്ങി സമകാലത്ത് ഏറെയു പയോഗിക്കപ്പെടുന്ന വാക്കുകൾക്കെല്ലാം ഭാഷാപരമായിക്കൂടി ചിലതു പറയാനുണ്ട്. ഭീകരൻ വിമോചനപ്പോരാളിയും തിരിച്ചും ആവുന്നത് നോക്കുന്ന കോണിന്റെ പ്രത്യേകതകൊണ്ടാണല്ലോ. വാക്കുകൾ നിശ്ച യിക്കുന്നത് ഭരണകൂടമാണെന്നർഥം. സമരം, പണിമുടക്ക്, കൊടി പിടിക്കൽ, കുത്തിയിരിപ്പ്, ധർണ, ബന്ദ്, ഹർത്താൽ, വഴിതടയൽ തുട ങ്ങിയ വാക്കുകൾക്കെല്ലാം സമാധാനകുതുകികളായ മാധ്യമങ്ങളുടെ നിരന്തരമായ ഇടപെടലുകൾമൂലം വിധ്വംസക പ്രവൃത്തികളെന്ന അധി കാർഥം കൈവന്നിട്ടുണ്ട്. 'സമാധാനപരമായ സമരം' എന്ന് പ്രത്യേകം പറയേണ്ടിവരുന്നത്, സമരമെന്നാൽ അക്രമമാണെന്ന ധാരണ രൂപപ്പെ ട്ടതുകൊണ്ടാണ്.

നമ്പൂതിരിക്കോ തമ്പ്രാനോ ഭ്രാന്തുവന്നാൽ കമ്പച്ഛായയെന്നും ഉന്മാ ദമെന്നുമൊക്കെയാണ് പണ്ട് ആചാരഭാഷയിൽ പറയുക. ഇവർ കഞ്ഞി കുടിച്ചാൻ അമൃതേത്തും. കീഴാളൻ ബിരിയാണി തിന്നാലും കരിക്കാ ടിയെന്നേ പറയാവൂ. ഇത്തരത്തിൽ ആചാരം പ്രകടമല്ലാത്ത പദങ്ങളിലെ പ്പോലും ജനവിരുദ്ധത തിരിച്ചറിഞ്ഞ് പരിഷ്കരിക്കുന്നുണ്ട് ഇന്ന് നാം. 'വികലാംഗ'നെന്ന വാക്കിന് വൈകല്യമുണ്ടെന്ന തിരിച്ചറിവാണ് 'ഡിഫ റന്റ്ലി ഏബിൾഡ്' എന്ന തരത്തിൽ ഭിന്നശേഷിക്കാർ എന്നു പ്രയോ ഗിക്കാൻ നമ്മെ പ്രേരിപ്പിക്കുന്നത്. മുന്തൻന്യായം, ഏത് കണ്ണുപൊട്ട നും, തെണ്ടിത്തിരിയുക, ആണുംപെണ്ണും കെട്ടവൻ തുടങ്ങി പല പ്രയോഗങ്ങളും തിരുത്തപ്പെടേണ്ടതുണ്ടെന്ന രാഷ്ട്രീയബോധ്യം ഇന്നു നമുക്കുണ്ട്. സാമൂഹികമാറ്റങ്ങൾക്കും ആശയങ്ങൾക്കുമനുസരിച്ച് ഭാഷ ചിലപ്പോൾ ബോധപൂർവം മാറ്റേണ്ടി വന്നേക്കാം. ഇത്തരം മൃദൂക്തികൾ ജനപക്ഷത്താണെന്നു മാത്രം.

ചരിത്രനായകത്വം

കെട്ടുകഥയെന്ന വാക്കിന് നുണയെന്നല്ല, കെട്ടിയുണ്ടാക്കിയ കഥ എന്നേ അർഥമുള്ളൂ. ജയപരാജയങ്ങളുടെ നിരർഥകതയും സാമ്രാജ്യത്വവിപുലനങ്ങളുടെ മനുഷ്യവിരുദ്ധതയും പ്രകൃതിവിരുദ്ധതയും ധർമചിന്തകളുടെ ആപേക്ഷികതയുമെല്ലാം കെട്ടുകഥകളായ ഭാരതാതി ഇതിഹാസങ്ങൾ എത്ര ഭംഗിയായി പറഞ്ഞുവെച്ചു എന്നാലോചിക്കാവുന്നതാണ്. ചരിത്രരചനയിൽ ദീക്ഷിക്കേണ്ട ബഹുസ്വരതയും ജനാധിപത്യവുമെല്ലാം ഇതിഹാസകഥകളുടെ 'ഹൈപ്പർടെക്സ്റ്റ്' ഘടനയിൽ കാണാം. വൻവിജയങ്ങളെ പ്രശ്നവൽക്കരിച്ച് മന്ദഹസിക്കുന്ന മഹാഭാരതത്തിന്റെ നവീനതയെപ്പറ്റി കുട്ടികൃഷ്ണമാരാർ *ഭാരതപര്യടന*ത്തിൽ എഴുതിയിട്ടുണ്ടല്ലോ. ഇതിഹാസങ്ങളല്ല, പിൽക്കാല സാഹിത്യങ്ങളും ഐതിഹ്യങ്ങളുമാണ് പക്ഷേ സാമ്പ്രദായികചരിത്രരചനകൾക്ക് മാതൃകയായതെന്ന് തോന്നുന്നു. വിജയിച്ച പുരുഷന്റെ കഥയായി ചരിത്രം മാറിയത് അങ്ങനെയാവാം. സാഹിത്യത്തിനും ചരിത്രത്തിനും യുക്തി ഒന്നായിരുന്നതിന്റെ ഫലമാവാമത്. കാവ്യനാടകാദികളിലെ നായകസങ്കല്പം തന്നെയാണ് ചരിത്രനായകന്റെയും പുനസ്സൃഷ്ടിക്കു പിന്നിൽ. ചരിത്രപുരുഷനെന്ന പ്രയോഗം ശ്രദ്ധിക്കുക. ചരിത്രത്തിൽ പെണ്ണിന് പങ്കേയില്ല. 'ധീരോദാത്തനതിപ്രതാപഗുണവാൻ വിഖ്യാതവംശജൻ ധരാപാലൻ..' എന്നിങ്ങനെയാണ് നായകന്റെ പശ്ചാത്തലം. ചരിത്രം രേഖപ്പെടുത്തിപ്പോന്നതും അവന്റെ കഥകൾ മാത്രമാണ്.

ലോകമെമ്പാടുമുള്ള ജനപ്രിയസിനിമയും ഇതേ നായകസങ്കല്പം തന്നെയാണ് പിന്തുടരുന്നത്. നായകന്റെ വീരഗാഥകളാണ് സിനിമ. വിജയിയായ പുരുഷന്റെ കഥ. ജനപ്രിയസിനിമാക്കഥകളിലെ ചില വാർപ്പുമാതൃകകൾ നോക്കുക. സിനിമാന്ത്യത്തിലെ സംഘർഷഭരിതമായ ഒരു സന്ദർഭത്തിൽ വലിയൊരപകടത്തെ മുന്നിൽക്കാണുന്ന നായകൻ ഒരു ബോംബ് നിർവീര്യമാക്കാൻ ശ്രമിക്കുന്നു. പച്ച, ചുവപ്പ്, കറുപ്പ് നിറങ്ങളിലുള്ള വയറുകളിൽ ശരിയായ ഒന്ന് മുറിച്ചാൽ ബോംബ് നിർവീര്യമാകും. മറിച്ചായാൽ തീർന്നു. നമ്മുടെയെല്ലാം പ്രാർഥനാബലംകൊണ്ടുകൂടിയാവാം നായകൻമാർ കാലാകാലങ്ങളായി കൃത്യമായ വയർ തന്നെയാണ് മുറിച്ചുപോരുന്നത്. അല്ലെങ്കിൽ അങ്ങനെ കൃത്യമായി മുറിച്ച് രക്ഷപ്പെട്ടവരുടെ കഥകളേ സിനിമ പറയുന്നുള്ളൂ. ചരിത്രത്തിന്റെ യുക്തിയും ഇതു തന്നെ. തെറ്റായ വയർ മുറിച്ച് കഥ തീർന്നുപോയ പാവങ്ങളുടെ കഥ ആരു പറയും? മറ്റൊന്നുകൂടി. കഥാന്ത്യത്തിൽ നായകനെ എളുപ്പം കൊന്നുകളയാൻ പറ്റുന്ന എത്രയെത്ര സന്ദർഭങ്ങളാണ് വില്ലൻ വെറുതെ കളയുന്നത്. അവസാനം മല്ലയുദ്ധത്തിനുള്ള നായകന്റെ വെല്ലുവിളി സ്വീകരിച്ച് തോക്ക് വലിച്ചെറിഞ്ഞ്, പരാജിതരാകുന്നു അവർ. ധർമയുദ്ധകുതുകരായ അവരല്ലേ ശരിക്കും 'നല്ല'വർ. ആയുധബലമുണ്ടായിട്ടും ഉപയോഗപ്പെടാതെ മരിക്കേണ്ടി വരുന്ന വില്ലന്മാരുടെ ആദിരൂപം നമ്മുടെ കർണനായിരിക്കും.

ചരിത്രവും അധികാരവും

ചരിത്രത്തെ കൂട്ടുപിടിക്കാതെ അധികാരത്തിന് നിലനിൽപ്പില്ല. പ്രമാണം ഉദ്ധരിക്കുന്നതു പോലെയാണത്. ചരിത്രത്തിന്റെ പിന്തുണ തേടിയാണ് എപ്പോഴും കാര്യങ്ങൾ സാധൂകരിക്കപ്പെടുക. പ്രിസിഡൻസ് അഥവാ കീഴ്വഴക്കം തന്നെ ഒരുതരത്തിൽ ചരിത്രത്തിന്റെ പിന്തുണതേടലാണ്. ഭരണാധികാരികൾ സ്വന്തം താല്പര്യങ്ങൾക്കനുസരിച്ച് ചരിത്രമെഴുതുകയും എഴുതിക്കുകയും ചെയ്യുന്നത് ഇതുകൊണ്ടാണ്. സാഹിത്യവും സിനിമയും ഈയർഥത്തിൽ ചരിത്രത്തിന്റെ വഴിക്കാണ്. രാജാവിനെപ്പറ്റി നല്ല നാലു വാക്കുപറഞ്ഞ് പട്ടും വളയും മേടിക്കുന്നതും ഭരണാധികാരികളുടെ താല്പര്യത്തിനൊത്ത് ചരിത്രമെഴുതുന്നതും തമ്മിൽ വ്യത്യാസമില്ലതന്നെ. ദീപസ്തംഭം മഹാശ്ചര്യം എന്ന മട്ടിൽ ആരെങ്കിലും ഭിന്നസ്വരം കേൾപിച്ചാലായി. വംശശുദ്ധി, ജാതിക്കോയ്മ തുടങ്ങി നിരവധി സംവർഗങ്ങൾ ചരിത്രബലത്തിൽ സാധൂകരിക്കപ്പെട്ടിട്ടുണ്ട്. വീരഗാഥകളെല്ലാം ഇങ്ങനെ ചരിത്രരചയിതാക്കളായ പാണന്മാർ പാടിനടന്നതാണ്. രാമചരിതം, ഹർഷചരിതം, യേശുവിജയം എന്നൊക്കെയുള്ള തലക്കെട്ടുകളുടെ ഘടനയിൽത്തന്നെ ചരിത്രമെഴുത്തിന്റെ അധികാരബാന്ധവം മുഴച്ചുനിൽക്കുന്നുണ്ട്.

സിനിമ എന്ന ദൃശ്യമാധ്യമം ഇത്തരത്തിൽ വ്യാപകമായി ഉപയോഗപ്പെടുത്തിയിട്ടുണ്ട്, പലകാലങ്ങളിൽ. ഹിറ്റ്ലറുടെ വീരകഥകൾ പറയുന്ന ലെനി റീഫൻസ്റ്റാളിന്റെ *ട്രയംഫ് ഓഫ് ദ വിൽ* (1935) നേരിട്ടുള്ള ഒരുദാഹരണം. ഹിറ്റ്ലർ കൂടിയാണ് ഇതിന്റെ നിർമാതാവ്. ചിത്രത്തിൽ അദ്ദേഹത്തിന്റേതുൾപ്പെടെ നിരവധി യഥാർഥ ഫൂട്ടേജുകളുപയോഗിച്ച് കഥയ്ക്ക് വിശ്വാസ്യത നൽകുന്നുണ്ട്. ഇത്തരം ഡോക്യുഫിക്ഷനുകളും ഡോക്യുമെന്ററികളും മാത്രമല്ല, കഥാസിനിമകളും വിശാലമായ അർഥത്തിൽ സമകാലിക അധീശതാല്പര്യങ്ങളെ സാധൂകരിക്കുന്നവതന്നെയെന്നു കാണാം. ഹിറ്റ്ലർ കേമനാണ് എന്ന് അതീവ കലാസുഭഗതയോടെ പറഞ്ഞുവെക്കുന്ന സിനിമയും പെണ്ണുങ്ങൾ ആണിന്റെ വരുതിയിൽ നിന്നോളണം എന്നനുശാസിക്കുന്ന 'നിരുപദ്രവ' കുടുംബസിനിമയും ഒരുകണക്കിന് ഒരേ കാര്യം തന്നെയാണ് ചെയ്യുന്നത്.

നിലനിൽക്കുന്ന സാമൂഹികബന്ധങ്ങളെ താങ്ങിനിർത്തുന്നു എന്നതിനാൽ സാഹിത്യവും സിനിമയും ചരിത്രത്തിന്റെ ഉപാദാനസാമഗ്രികളെന്നനിലയിൽ പ്രസക്തങ്ങളാണ്. ഇത്തരം വ്യവഹാരങ്ങളെ പടിക്കുപുറത്തു നിർത്തുന്ന സമീപനം പുതിയ ചരിത്രസമീപനങ്ങളിലില്ല. ചരിത്രസിനിമകളോട് മുമ്പ് കാണിച്ചിരുന്ന അവിശ്വാസം ഇന്നില്ല. ഏതു സിനിമയെയും അതതു കാലഘട്ടത്തിലെ പ്രതിനിധിയായി, ചരിത്രസാമഗ്രിയായി കാണാൻ ഇന്നു കഴിയുന്നുണ്ട്.

ചരിത്രത്തെക്കുറിച്ചുള്ള സമൂഹസ്മൃതി രൂപപ്പെടുത്തുന്നതിൽ ചരിത്രപുസ്തകങ്ങളെക്കാൾ സാഹിത്യവും സിനിമയുമൊക്കെയാണ് പ്രധാന പങ്കുവഹിക്കുന്നത്. കലയുടെ കരുത്താണത്. റഷ്യയിൽ 1905-ൽനടന്ന ഒരു സാർ വിരുദ്ധകലാപത്തെ ദൃശ്യവൽക്കരിക്കുന്ന,

ബാറ്റിൽഷിപ് പൊടെംകിൻ (1925) എന്ന ഐസൻസ്റ്റീൻചിത്രത്തിൽ കാണിച്ച മട്ടിലല്ലാതെ ആ കലാപത്തെ പിന്നീട് ലോകം കണ്ടിട്ടേയില്ല എന്നുനിരീക്ഷിക്കുന്ന ചില പഠനങ്ങളുണ്ടായിട്ടുണ്ട്. നമുക്കും ബാധകമാണത്. അറ്റൻബറോവിന്റെ *ഗാന്ധി*(1982)യിൽ കണ്ടത്ര വിശദമായല്ലാതെ ജാലിയൻവാലാബാഗ് കൂട്ടക്കുരുതി പിന്നീട് നമ്മുടെ സ്മൃതിയിലുണ്ടാവുമോ. നൂറ്റാണ്ടുകൾ പഴക്കമുള്ള വിശ്വാസപ്രമാണങ്ങളെപ്പോലും ഒറ്റ സിനിമ അട്ടിമറിക്കുന്നതു കാണാം. വടക്കൻപാട്ടിലെ ചന്തു ചതിയനാണെന്ന് *വടക്കൻ വീരഗാഥ* (1989)യ്ക്കു ശേഷം നമ്മളാരെങ്കിലും വിശ്വസിക്കുമോ. ചന്തുവായി മമ്മൂട്ടിയെന്ന വൻതാരത്തെ നിശ്ചയിച്ചതിലുമുണ്ട് സമാനയുക്തി. ചരിത്രത്തെ നേരിട്ട് ചിത്രീകരിക്കുന്നതിലെടുക്കുന്ന നിലപാടുകളും പ്രധാനമാണ്. നായകനെക്കുറിച്ചുള്ള സാമ്പ്രദായിക നിലപാടുകൾ തന്നെയാണ് കഥ പഴശ്ശിരാജാവിനെക്കുറിച്ചായാലും സിനിമ കൈക്കൊള്ളുന്നത്. നിലനിൽക്കുന്ന പൊതു സൗന്ദര്യബോധമാണ്, ചരിത്രബോധമല്ല, നടീനടന്മാരുടെ തിരഞ്ഞെടുപ്പിനു പിന്നിൽ. ചരിത്രസ്മൃതി അൽപം വർണാഭമാവുന്നതിൽ തെറ്റില്ലല്ലോ!

സാമ്പ്രദായികചരിത്രം പോലെ, ഏതു സിനിമയും നായകന്റെയും സിൽബന്തികളുടെയും വീരകഥയാവുന്നു. ചരിത്രത്തിൽ ഇടംനേടാതെ പോയവർക്കു സമാന്തരമായി സിനിമയിൽ എക്സ്ട്രാ നടീനടന്മാരുണ്ട്; ദിവസക്കൂലിക്കാർ. നായികാനായകന്മാരുടെ പ്രണയത്തിന് പരഭാഗശോഭപകരാൻ കുന്നിൽ ചെരുവിൽ സംഘനൃത്തം നടത്തുന്നവർ. നായകന്റെ ഗൗരവത്തിലുള്ള തല്ലുകൊള്ളാൻ അന്യഭാഷക്കാരായ വില്ലന്മാരും തമാശയ്ക്കുള്ള തല്ലേൽക്കാൻ ഹാസ്യനടന്മാരുമുണ്ട്. പ്രണയിക്കാൻ സന്നദ്ധരായി പലപ്പോഴും ഒന്നിലധികം നായികമാരും. ജനപ്രിയസിനിമയിലെ കഥാപാത്രബന്ധങ്ങൾ വിശകലനം ചെയ്ത് നമ്മുടെ പൊതുസാമൂഹിക നിലപാടുകളെക്കുറിച്ചുള്ള നിഗമനങ്ങളിലെത്താനാവും. അതിസുന്ദരമായ ദൃശ്യങ്ങളോടാണ് സിനിമയ്ക്ക് താല്പര്യം. ചരിത്രത്തിലെന്നപോലെ സിനിമയിലും അസുന്ദരമായ യാഥാർഥ്യങ്ങൾ മറച്ചുവെക്കപ്പെടുന്നു. വിരുന്നുകാർ വരുമ്പോൾ വീട് ധൃതിയിൽ വൃത്തിയാക്കാനായി ഭംഗിയില്ലാത്ത വസ്തുക്കൾ കട്ടിലിനടിയിലേക്ക് തള്ളുംപോലെ. വിദേശരാഷ്ട്രത്തലവൻ വരുമ്പോൾ ചേരി പൊളിച്ചുനീക്കുംപോലെ. എല്ലാ യാഥാർഥ്യങ്ങളെയും അല്പം രൂക്ഷതയോടെത്തന്നെ കാട്ടണമെന്ന് വാശിപിടിക്കുന്ന നിയോറിയലിസ്റ്റ് ചിത്രങ്ങളെ അന്നും ഇന്നും സമൂഹത്തിന് പേടിയാണ്.

ഒറ്റയൊറ്റ സിനിമകളല്ല, സിനിമകൾ പൊതുവിലാണ് ചരിത്രത്തിന് ഉപാദാനമാവുന്നത്. കേരളത്തിൽ പലകാലത്തായി നിലനിന്ന ഭൗതികവും ആന്തരികവുമായ സമ്പ്രദായങ്ങൾ അതതുകാലത്തെ സിനിമകളെപ്പോലെ കാട്ടിത്തരുന്നതായി മറ്റെന്തുണ്ട്. പലതരം വീടുകളും വീട്ടുപകരണങ്ങളും വസ്ത്രധാരണരീതിയും ഫാഷനും നാട്ടുവഴികളും പാടവും ബസ്സും ബസ്റ്റാന്റും ടാക്സിയും തിരക്കില്ലാത്ത നഗരവും കൈറിക്ഷയും സൈക്കിൾറിക്ഷയും തീവണ്ടിയും തീവണ്ടിസ്റ്റേഷനും പോലീസ്സ്റ്റേഷനും കോളജും ചായക്കടയും പഴയമനുഷ്യരാകെയും

സിനിമയിലേതു പോലെ ആരാണ് ഡോക്യുമെന്റ് ചെയ്തിട്ടുള്ളത്. സിനിമ ചരിത്രവർത്തമാനത്തിന്റെ കഥയാവുന്നത് അതുകൊണ്ടാണ്. അതു പറയുന്നത് വർത്തമാനത്തിന്റെ ചരിത്രമാണുതാനും.

കടപ്പാട്

രാജൻ ഗുരുക്കൾ. 2009. *മിത്ത് ചരിത്രം സമൂഹം*. പത്തനംതിട്ട: പ്രസക്തി ബുക്ക് ഹൗസ്

Guinn, William. 2006. *Writing History in Film*. London and New York: Routledge

(2013)

■

സിനിമയുടെ കാവ്യഭാഷ

വിശ്രുത ഇറ്റാലിയൻ സംവിധായകൻ ഫെഡറികോ ഫെല്ലിനി (1920-1993) ഒരിക്കലെഴുതി: 'സിനിമ ഇന്ന് (1965), ഗദ്യാഖ്യാനത്തിന്റെ ഘട്ടം പിന്നിട്ടുകഴിഞ്ഞു. അതിപ്പോൾ കവിതയുമായി കൂടുതൽ കൂടുതൽ അടുത്തുകൊണ്ടിരിക്കുകയാണ്. ചില പരിമിതികളിൽ നിന്ന് എന്റെ സിനിമകളെ മോചിപ്പിച്ചെടുക്കാനുള്ള പരിശ്രമത്തിലാണ് ഞാൻ. ഒരു തുടക്കവും വികാസവും അന്തവുമൊക്കെ ആവശ്യമുള്ള കഥവേണ്ടിവരുന്നു എന്നതാണ് ആ പരാധീനത. വൃത്തതാളങ്ങളും ശാബ്ദികമായ ഉയർച്ചതാഴ്ചകളുമുള്ള കവിതയോടാവണം അതിന് അധികം സാമ്യം"[1]. ടി. എസ്. എലിയറ്റിന്റെ *ദ വേസ്റ്റ് ലാൻഡ്* (തരിശുഭൂമി)(1922) എന്ന കവിതയും ഫെല്ലിനിയുടെ *ലാ ഡോൾസെ വിറ്റ* (മധുരജീവിതം) (1960) എന്ന സിനിമയും തമ്മിൽ പരിചരണത്തിൽ അസാമാന്യമായ സാദൃശ്യമുണ്ടെന്ന് താരതമ്യപഠനത്തിലൂടെ സമർഥിക്കുന്നു റോബർട്ട് റിച്ചാഡ്സൺ[2]. രണ്ടിന്റെയും ആഖ്യാനം എപ്പിസോഡിക് രീതിയിലാണ്. ചിതറിയ ചിത്രങ്ങളിലൂടെ, ചിന്തകളിലൂടെ ആണ് രണ്ടും സ്വയം വെളിപ്പെടുത്തുന്നത്. സ്ഥലകാലങ്ങളെയും വക്താക്കളെയുമൊക്കെ കുഴച്ചുമറിച്ചിടുന്നുണ്ട് രണ്ടും. തന്റെ പ്രസിദ്ധമായ നിയോ-റിയലിസ്റ്റിക് സങ്കേതത്തിൽനിന്ന് കുതറിമാറിപ്പോവുന്ന ഫെല്ലിനിയെയാണ് *ലാ ഡോൾസെ വിറ്റ*യിൽ കാണുക. അതിലുപരി ഫെല്ലിനി കവിതയോടും എലിയറ്റ് സിനിമയോടും അടുക്കുന്ന രചനകളായാണ് ഇവ താരതമ്യം ചെയ്യപ്പെട്ടത്.

സിനിമയെയും കവിതയെയും താരതമ്യംചെയ്യുന്നത് അതാദ്യമല്ലായിരുന്നു. ചലച്ചിത്രം വളർന്നത് സാഹിത്യവുമായുള്ള ബന്ധത്തിലൂടെയാണ് എന്നതുപോലെ ചലച്ചിത്രം തിരിച്ച് സാഹിത്യത്തെയും സ്വാധീനിച്ചിട്ടുണ്ട്. പ്രമേയേതിവൃത്തങ്ങൾക്കായി സാഹിത്യലോകത്തെ ആശ്രയിച്ചു എന്നനിലയ്ക്കുമാത്രമല്ല, കഥാസിനിമയെന്ന നിലയിൽ ആഖ്യാനശൈലി രൂപപ്പെടുത്തിയതുതന്നെ നോവലിനെയുംമറ്റും ആശ്രയിച്ചാണ്. നേരെ തിരിച്ച്, സിനിമാറ്റിക്കായി എഴുതുന്ന പതിവ് നോവലിസ്റ്റുകളിലും കാണാമെന്ന് സോവിയറ്റ് സിനിമാസൈദ്ധാന്തികൻ സെർഗി ഐസൻസ്റ്റീൻ 1933 ൽ തന്നെ ചൂണ്ടിക്കാട്ടിയിരുന്നു. എമിലി സോള ചലച്ചിത്രഭാഷയിലാണ് നോവലെഴുതുന്നതെന്നും അദ്ദേഹത്തിന്റെ ഒരു പേജ് എളുപ്പം മൊണ്ടാഷ് രീതിയിലേക്ക് മാറ്റിയെടുക്കാമെന്നും (he sees concretely. He writes in terms of people, windows, shadows, temperature...)[3] ഐസൻസ്റ്റീൻ എഴുതി.

റഷ്യൻ ഫോർമലിസ്റ്റുകൾ സിനിമയെ പഠിച്ചപ്പോഴും ഇത്തരം രൂപ പരമായ താരതമ്യങ്ങൾ കടന്നുവന്നിരുന്നു. ഉദാഹരണത്തിന്, വിക്ടോർ സ്ക്ളോവ്സ്കി (Victor Shklovski-1893-1984) സിനിമയിലെ ഗദ്യത്തെ യും പദ്യത്തെയും വേർതിരിക്കാൻ ശ്രമിക്കുന്നുണ്ട്. 1927 ലെഴുതിയ Poetry and prose in cinema എന്ന ലേഖനം[4], കഥപറച്ചിൽ മതിയാക്കി സ്വന്തം രൂപവൈചിത്രങ്ങളിൽ അഭിരമിക്കുന്ന ഒരു സിനിമയെ സ്വ പ്നം കാണുന്നുണ്ട്. അന്നദ്ദേഹത്തിന് അധികം നിദർശനങ്ങൾ ചൂണ്ടി ക്കാട്ടാനില്ലായിരുന്നു; വെർത്തോവിന്റെ *എ സിക്സ്ത് പാർട്ട് ഓഫ് ദ വേൾഡ്* (റഷ്യ 1926), പുഡോവ്കിനിന്റെ *ദ മദർ* (റഷ്യ 1926) എന്നി ങ്ങനെ ചിലതൊഴികെ (പുഡോവ്കിൻ ലിറിക്കൽ മൊണ്ടാഷ് എന്നു വിളിച്ച ചലച്ചിത്ര സങ്കേതം കാവ്യസിനിമ എന്ന ആശയത്തോടൊപ്പം പരിഗണിക്കാവുന്നതാണ്). ചാപ്ലിന്റെ *എ വുമൺ ഓഫ് പാരിസ്* (1923) ഗദ്യസിനിമയായാണ് സ്ക്ളോവ്സ്കി പരിഗണിച്ചത്. ആർഥികപ്പൊ രുത്തത്തിലൂന്നിയ നിർവഹണമെന്ന പിടിവാശി വിട്ട് രൂപസൗകുമാര്യ ത്തിന് പ്രാധാന്യം കിട്ടുന്ന മേഖലയായി അദ്ദേഹം കവിതയെ വേർ തിരിച്ചു. രചനാസങ്കേതങ്ങളുടെ ജ്യാമിതീയവൽക്കരണം (geometrization of devices)എന്നാണ് ഈ മിനുക്കിയെടുക്കലിനെ അദ്ദേഹം വിളിക്കുന്നത്[5]. സിനിമയിലും, കവിതയിലെന്നപോലെ കാവ്യാത്മക വും രൂപപരവുമായ നിർവഹണം ആവശ്യമാണെന്നദ്ദേഹം വിശ്വസിച്ചു. താളാത്മകത മാത്രമല്ല ഏതെങ്കിലും ഒരു രചനയെ കവിതയാക്കുന്നത്. സാങ്കേതികവും രൂപപരവുമായ അംശങ്ങൾക്ക് അർഥചിന്തയെക്കാൾ പ്രാമുഖ്യം കിട്ടണം. പദ്യസിനിമ ഇതിവൃത്തമുക്തമായിരിക്കുമെന്നും അദ്ദേഹം വിശ്വസിച്ചു (plotless cinema is 'verse' cinema). പദ്യസിനിമ എന്ന പ്രയോഗം കാവ്യസിനിമ എന്നതിനോളം കാവ്യാത്മകമല്ലല്ലോ. പ്ലോട്ടിനെ നിരാകരിച്ചാൽ 'പദ്യം' ആകും; കവിതയാവാൻ കുറച്ചുകൂടി മെനക്കെടണം എന്നാവാം വിവക്ഷിച്ചത്. എന്തായാലും, കവിതയെന്ന തിനെക്കാൾ സംഗീതം എന്നായിരുന്നു ഇവിടെ കൂടുതൽ പാകമാവുക. അർഥത്തിനപ്പുറം സ്വയം സമ്പൂർണമായ രൂപം എന്നൊക്കെയുള്ള വിശേഷണങ്ങൾ കവിതയ്ക്കല്ല, സംഗീതത്തിനാണു ചേരുക. സ്വന്തം മാധ്യമത്തനിമയിൽ ആണ്ടുമുങ്ങാൻ സംഗീതത്തിനോളം ശേഷി ആഖ്യാ നകതകൾക്കുണ്ടാവാൻ വയ്യതന്നെ.

ശബ്ദസിനിമയ്ക്കു മുമ്പായിരുന്നു സ്ക്ളോവ്സ്കി ഈ ആലോചന കളെല്ലാം മുന്നോട്ടുവച്ചത്. അല്ലെങ്കിൽ സിനിമ ശബ്ദിച്ചുതുടങ്ങുന്നു വെന്നറിഞ്ഞ് (ശബ്ദസിനിമ വരുന്നതും 1927 ലാണ്). സിനിമയിൽ ശബ്ദത്തിന്റെ വരവിനോടനുബന്ധിച്ച് അനവധി സംവാദങ്ങൾ ഉയർന്നു വന്നിരുന്നു. അതുമായി നേരിട്ടു ബന്ധമില്ല സ്ക്ളോവ്സ്കിക്ക്. ശ ബ്ദം, സിനിമയെ വെറും യാഥാർഥ്യത്തിന്റെ പകർപ്പാക്കിമാറ്റാൻ സാധ്യ തയുണ്ടെന്നും സിനിമയുടെ ദൃശ്യഭാഷയിലൂന്നിയ വളർച്ചയ്ക്ക് ഇത് വിഘാതമാകാനിടയുണ്ടെന്നും ചാർളി ചാപ്ലിനും ഐസൻസ്റ്റീനുമൊക്കെ ആശങ്കപ്പെട്ടിരുന്നു. ഒരു ദശാബ്ദക്കാലം ചാപ്ലിൻ തന്റെ മൗനവ്രതം (സംഭാഷണക്കാര്യത്തിൽ മാത്രം) തുടർന്നുവെന്നതു ചരിത്രം. ഓസ് കാർ നേടിയ ചിത്രം *ദ ആർട്ടിസ്റ്റിൽ* (2011) അവതരിപ്പിക്കപ്പെട്ടതു

പോലെ കാലത്തിനൊപ്പം, ടെക്നോളജിക്കൊപ്പം മാറാൻ മടിക്കുന്ന സാമ്പ്രദായികതാഭിരുചി (orthodoxy) യുടെ മാത്രം കാര്യമല്ലായിരുന്നു അത്. സിനിമയുടെ ഭാഷ, ജീവിതത്തിന്റെ പകർപ്പെന്ന നിലയിലല്ലാതെ, കലാപരമായ അകൽച്ചയോടെ തുടരണമെന്ന ആഗ്രഹമായിരുന്നു ചാപ്ലിനും മറ്റും.

വ്യത്യസ്ത ചിഹ്നവ്യവസ്ഥകൾ തമ്മിൽ, ഉദാഹരണത്തിന് സിനിമയും കവിതയും തമ്മിൽ താരതമ്യം സാധ്യമാണോ എന്നൊരു തർക്കം റോമൻ യാക്കോബ്സൺ തന്റെ, ഭാഷാശാസ്ത്രവും കാവ്യശാസ്ത്രവും എന്ന ലേഖനത്തിൽ ഉന്നയിക്കുന്നുണ്ട്[6]. കവിതയിലെ സർറീയലിസ്റ്റിക് രൂപകങ്ങളെപ്പറ്റിപ്പറയുമ്പോൾ മാക്സ് ഏണസ്റ്റിന്റെ ചിത്രങ്ങളോ ലൂയി ബുനുവലിന്റെ *അൻഡാലൂസിയൻ ഡോഗ്* (അൺ ഷീൻ അൻഡാലു 1929) പോലുള്ള സിനിമകളോ കാണാതെപോകാനാവില്ല. *അൻഡാലൂസിയൻ ഡോഗി*ന്റെ സർറീയലിസ്റ്റിക് ഘടന ഒരുതരത്തിൽ സോവ്യറ്റ് മൊണ്ടാഷിനെ ഓർമിപ്പിപ്പിക്കുന്നുണ്ട്. ഐസൻസ്റ്റീനിന്റെ മൊണ്ടാഷ് വെറുമൊരു എഡിറ്റിങ് തന്ത്രമല്ല. പരസ്പരവിരുദ്ധമോ പരസ്പരം ബന്ധമില്ലാത്തതോ പൊരുത്തമില്ലാത്തതോ ഒക്കെയായ രണ്ടുദൃശ്യങ്ങൾ എഡിറ്റിങ്ങിലൂടെ ചേർത്തുവെക്കുമ്പോൾ ഈ രണ്ടു ഷോട്ടിലുമില്ലാത്ത പുതിയൊരർഥം പിറവിയെടുക്കുന്നുവെന്നതാണ് ഡയലിറ്റിക്കൽ അഥവാ ഇന്റലക്ച്വൽ മൊണ്ടാഷിന്റെ പൊരുൾ. ഇവിടെ ഒരുപടികൂടി കടക്കുന്നു. ചലച്ചിത്രം നിറയെ ഇത്തരം ഷോട്ടുകളാണ്. ഒരോ ഇമേജും നൽകുന്ന അനുഭൂതികളുടെ ആകെത്തുകയായി പ്രമേയമപ്പാടെ രൂപപ്പെടുന്നു. പ്രമേയം കൺസീവുചെയ്യപ്പെട്ടിരിക്കുന്നതുതന്നെ അങ്ങനെയാണ്. ചിതറിയചിത്ര/ബിംബങ്ങളുടെ സമാഹാരമാവുന്നു ചലച്ചിത്രം. ഐസൻസ്റ്റീനിന്റെ ഈ ശൈലിയോട് വിയോജിപ്പുണ്ടായിരുന്ന സൈദ്ധാന്തികനായിരുന്നു ആന്ദ്രേ ബാസിൻ. ദൈർഘ്യമേറിയ ടേക്കുകളിലൂടെ, അവയിൽനിന്ന് ഇമേജറികൾ സ്വയം ജനിക്കാനനുവദിക്കുന്ന മൈസ് എൻ സീനിന് വേണ്ടിവാദിച്ചിരുന്ന ബാസിന് ദ്രുതഗതിയിൽ കട്ടുചെയ്യപ്പെടുന്ന മൊണ്ടാഷ് സങ്കേതം ഇഷ്ടമായിരുന്നില്ല. രണ്ടും രണ്ടുവഴിയാണ്.

മൊണ്ടാഷിൽ നിന്നുള്ള ഊർജസ്വീകരണവും വികസനവും നിരാകരണവുമൊക്കെ ബുനുവലിലും മറ്റും കാണുകയും ചെയ്യാം. അലോസരപ്പെടുത്തുന്ന ദൃശ്യങ്ങളുടെ പെരുമഴ *ഡോഗിൽ* കാണാം. ചിത്രം കണ്ടിറങ്ങുമ്പോൾ ബാക്കിയാവുന്ന തലപെരുപ്പുതന്നെയാവണം അതിന്റെ പ്രമേയം. ഈയൊരു പെരുപ്പിനുവേണ്ടി ബോധപൂർവം സൃഷ്ടിച്ച രൂപകങ്ങളാണ് പരസ്പരബന്ധമില്ലാതെ ചിത്രത്തിൽ ചിതറിക്കിടക്കുന്നത്. ഷേവിങ് ബ്ലേഡുകൊണ്ട് കണ്ണ് നെടുകെ ഛേദിക്കുന്ന തുൾപ്പെടെയുള്ള ഷോട്ടുകളോർക്കുക. രൂപവിധാനം തന്നെയാണ് ഇതിൽ അർഥവും. ടി. എസ്. എലിയറ്റിന്റെ *ദ വേസ്റ്റ് ലാൻഡി*നോട് രൂപപരമായി അടുത്തുനിൽക്കുന്ന കവിതയാണ് അക്കിത്തത്തിന്റെ *ഇരുപതാം നൂറ്റാണ്ടിന്റെ ഇതിഹാസം* (1952). ഇതിലെ ചലച്ചിത്രപരത ശ്രദ്ധേയമാണ്. *അൻഡാലൂസിയൻ ഡോഗ്*, ചാപ്ലിന്റെ *മോഡേൺ ടൈംസ്*, അകിരാ കുറോസാവയുടെ *ഡ്രീംസ്* തുടങ്ങി നിരവധി സി

നിമകളുടെ പരിചരണരീതികളുടെ കാവ്യാത്മകത ബോധ്യപ്പെടുത്തും ഇതിഹാസത്തിന്റെ സിനിമാത്മകത[7]

സിനിമയെയും കവിതയെയും സംബന്ധിച്ച ഏറ്റവും ശ്രദ്ധേയമായ സംവാദം പിന്നീടുനടക്കുന്നത് 1960-കളുടെ ഒടുവിലും എഴുപതുകളുടെ ആദ്യവുമായാണ്. ഇറ്റാലിയൻ സംവിധായകനും എഴുത്തുകാരനും ചിന്തകനും വിവാദനായകനുമായ പിയർ പാവലോ പസോളിനി (1922–1975) 1965 ൽ എഴുതിയ Cinema of poetry എന്ന ലേഖനം[8] കാവ്യസിനിമ/ ഗദ്യസിനിമ എന്ന ദ്വന്ദ്വം വീണ്ടും അവതരിപ്പിച്ചു. ഇക്കുറി അത് മാർക്സിയൻ കലാവീക്ഷണങ്ങളുടെയും ചിഹ്നവിജ്ഞാനീയത്തിന്റെയും ഘടനാവാദചിന്തകളുടെയും പശ്ചാത്തലത്തിലായിരുന്നുവെന്നു മാത്രം. ചലച്ചിത്രഭാഷയെക്കുറിച്ചുള്ള ചർച്ചകൾക്കിടെയായിരുന്നു സംവാദം. വാചികചിഹ്നങ്ങൾക്കു സമാനമായും സമാന്തരമായും ദൃശ്യചിഹ്നങ്ങളുടെ ഗണം പസോളിനി അവതരിപ്പിച്ചു. ഭാഷാചിഹ്നങ്ങളായ വാക്കുകളുടെ ആർഥികമായ സ്വേച്ഛാപരത (semantic arbitrariness) ദൃശ്യങ്ങളുടെ കാര്യത്തിൽ മറ്റൊന്നാകും. നമ്മൾ വാക്കുകളെക്കൊണ്ടാണ് ദൃശ്യങ്ങളെക്കൊണ്ടല്ല സംസാരിക്കുന്നത് എന്ന് പസോളിനി ആവർത്തിക്കുന്നുണ്ട്. ദൃശ്യങ്ങൾക്ക് സൂചിതാശയവുമായി നേരിട്ട് ബന്ധമുള്ളതിനാൽ അവയെ ചിഹ്നമെന്ന് വ്യവഹരിക്കുന്നതിൽ സൂക്ഷ്മതക്കുറവുണ്ടെന്നും അവ short-circuited signs ആണെന്നും പിന്നീട് ക്രിസ്റ്റ്യൻ മെറ്റ്സിനെപ്പോലുള്ളവർ വിശദീകരിച്ചിട്ടുണ്ട്. പസോളിനി അവതരിപ്പിച്ച im-sign എന്നതിലും ആ സൂചനയുണ്ട്.

കവിത, കാവ്യാത്മകം എന്നൊക്കെപ്പറയുന്നതിലെ ആലങ്കാരികത വിട്ടുകളഞ്ഞാൽ ശേഷിക്കുന്നത് ചലച്ചിത്രഭാഷയെ സംബന്ധിച്ച വിചാരങ്ങളാണ്. ക്രിസ്റ്റ്യൻ മെറ്റ്സിനോട് യോജിച്ചും വിയോജിച്ചും പൂരിപ്പിച്ചും നിരാകരിച്ചുമൊക്കെ ചർച്ചകൾ സജീവമായി. ആധുനിക ഭാഷാശാസ്ത്രത്തിന്റെ അവതരണത്തിനു കാരണമായ ഫെർഡിനാന്റ് ഡി സൊസൂറിന്റെയും ചാൾസ് സാൻഡേഴ്സ് പിയേഴ്സിന്റെയുമൊക്കെ നിരീക്ഷണങ്ങളാണല്ലോ ആധുനികാനന്തര സാഹിത്യതത്ത്വവിചാരങ്ങൾക്കാകെ ചാലകശക്തിയായത്. ലിംഗ്വിസ്റ്റിക് ടേൺ എന്നു വിശേഷിപ്പിക്കപ്പെട്ട ഈ ആശയാവലികൾ ക്രമികമായി ചലച്ചിത്രചിന്തയിലേക്കും കടന്നുവരുന്നതുകാണാം. തന്റെ *Film Language, Language of Cinema* എന്നീ പുസ്തകങ്ങളിൽ (1974) ക്രോഡീകരിച്ച ആശയങ്ങൾ മെറ്റ്സ് അറുപതുകളിലേ ചർച്ചചെയ്തുതുടങ്ങിയതാണ്. റൊളാങ് ബാർത്തിന്റെയും മറ്റും ചിഹ്നവിജ്ഞാനീയ ചർച്ചകൾ ഇതിനു സമാന്തരമായുണ്ട്. സൊസൂറിന്റെ ലാങ്/പരോൾ ദ്വന്ദ്വം മെറ്റ്സ് സിനിമ/ഫിലിം എന്നു പരിഭാഷപ്പെടുത്തുന്നു. ഒന്ന് വ്യവസ്ഥ, മറ്റത് പ്രയോഗം. സിനിമയുടെ ഭാഷയും ഫിലിമിന്റെ ഭാഷയും വ്യത്യസ്തമാണ്. ഫിലിം എന്ന, നമുക്ക് കാണാൻകിട്ടുന്ന കലാസൃഷ്ടിയുടെ നിർമിതിക്ക് അപ്പുറവുമിപ്പുറവുമുള്ള ഇൻഡസ്ട്രിയും കൊട്ടകകളും കലാസംഘടനകളും ഫാൻസും പത്രമാസികാദിമാധ്യമങ്ങളും നിരൂപണവും ഗാനവിപണിയുമൊക്കെയടങ്ങുന്നു, സിനിമ എന്നതിൽ. അത്ര സൂക്ഷ്മമായല്ല നമ്മൾ സിനിമ, ചലച്ചിത്രം എന്നൊക്കെ വ്യവഹരിക്കുന്നത്.

വാചികഭാഷയുടെ ദ്വയോച്ചാരണം (double articulation) എന്ന ഘടനാപരമായ തനിമ ചലച്ചിത്രഭാഷയ്ക്കവകാശപ്പെടാനാകുമോ, അല്ലെങ്കിൽ അതിനുപകരം വേറെന്ത് എന്ന ആലോചനയിൽ മെറ്റ്സും പസോളിനിയും തൊട്ട് ഉംബർതോ ഇക്കോവരെ തലപുകയ്ക്കുന്നുണ്ട്. ഭാഷ സ്വനിമതലത്തിലും രൂപിമതലത്തിലുമായാണ് ഇരട്ട ഉച്ചാരണം സാധിക്കുന്നത്. അർഥവ്യാവർത്തനശേഷിയുള്ള ഏറ്റവും ചെറിയ ഘടകമായ സ്വനിമം അഥവാ ഫൊണീം ആദ്യം, തുടർന്ന് അർഥയുക്തമായ ഏറ്റവും ചെറിയ ഘടകമായ രൂപിമം അഥവാ മോർഫീമും. സിനിമയിലെ ഏറ്റവും ചെറിയ ഘടകമായ ഷോട്ടിനെ (മുറിയാത്ത ഒരു ദൃശ്യഖണ്ഡം) പ്രയോഗസജ്ജമായ ഏറ്റവും ചെറിയ ഭാഷാഘടകമായ പദത്തോടും തൊട്ടുവലിയ ഘടകമായ സീനിനെ വാക്യത്തോടും സീക്വൻസിനെ ഖണ്ഡികയോടുമുപമിച്ചിരുന്ന സാമ്പ്രദായിക രീതി മെറ്റ്സ് നിരാകരിച്ചത്, ചലച്ചിത്രത്തിൽ ദ്വയോച്ചാരണം സംഗതമല്ലെന്നുപറഞ്ഞാണ്.

അഞ്ചു യുക്തികൾ മെറ്റ്സ് നിരത്തുന്നു. എത്ര സമ്പന്നമായ ഭാഷയാണെങ്കിലും വാക്കുകൾ പരിമിതമാണ്; എന്നാൽ നിർമിക്കാവുന്ന ഷോട്ടുകൾ അനന്തമത്രേ. വാക്കുകൾ നിഘണ്ടുവിൽ നേരത്തേയുണ്ട്, ഷോട്ടുകളാവട്ടെ, സിനിമക്കാരന്റെ സൃഷ്ടിയാണ്; ഒരു ഷോട്ടിനു പകരാൻ സാധിക്കുന്ന അർഥങ്ങൾ അപരിമേയമാണ്, വാക്കങ്ങനെയല്ല, ഒരു പരിധിവിട്ട് അർഥത്തെ വികസിപ്പിക്കാൻ വാക്കിനു പറ്റില്ല; ഷോട്ട് സുനിശ്ചിതവും കൃത്യവുമാണ്, കാട്ടുന്ന ദൃശ്യം അതുമാത്രമാണ്, എന്നാൽ വാക്ക് വക്താവിന് ഇഷ്ടാനുസരണം ഉപയോഗിക്കാം (നായ എന്നു പറഞ്ഞാൽ ഏതു നായയുമാവാം, അത് ഏത് ഈണത്തിലും പറയുകയും ചെയ്യാം. ഏന്നാൽ ഏതെങ്കിലുമൊരു പ്രത്യേക നായയെ മാത്രമേ സിനിമയിൽ കാട്ടാനാവൂ. അതിൽ സാധ്യതകളേറെയുണ്ടെന്നത് നേര്. ദൃശ്യത്തിന്റെ പ്ലാസ്റ്റിസിറ്റിയെന്ന് താർകോവ്സ്കി ഒരിക്കലിതിനെ വിശേഷിപ്പിച്ചിട്ടുണ്ട്. വാക്ക് അങ്ങനെയല്ല. നേർ വിപരീതാർഥം പോലും വാക്കിന് കൈവരാം); പാരഡിഗ്മാറ്റിക് വിന്യസനം അഥവാ തിരഞ്ഞെടുപ്പുസാധ്യത കൊണ്ട് ഷോട്ടിന് സവിശേഷാർഥം ലഭിക്കുന്നില്ല. വാക്കിനാവട്ടെ, പകരം വരാനിടയുള്ള വാക്കുമായുള്ള വൈരുധ്യംകൊണ്ട് അധികാർഥം ലഭിക്കും[9]. എന്തുകൊണ്ട് ഈ വാക്ക് എന്നതാണ് ആ വാക്കിന്റെ കരുത്ത്. ഷോട്ടാവട്ടെ കാട്ടിയതെന്താണോ അതുമാത്രമാണ്. എന്നാൽ, തിരശ്ചീനതലത്തിൽ, വിന്യസനപരമായി മാത്രമാണ് അതുപ്രവർത്തിക്കുന്നത് എന്നു വിചാരിക്കുന്നതിൽ സൂക്ഷ്മതക്കുറവുണ്ട്. വാക്കിനുള്ളത്ര ശേഷി ഷോട്ടിന് ഇക്കാര്യത്തില്ലെന്നു മാത്രമാവാം മെറ്റ്സ് ഉദ്ദേശിച്ചത്.

ഇതെല്ലാം പരിഗണിക്കുമ്പോൾ ഷോട്ടിന് ഭാഷയിലെ വാക്യത്തോടാണ് ചാർച്ച. വാക്യസാധ്യത അനന്തമാണല്ലോ. നമുക്ക് വാക്യം നിർമിക്കാം. നിത്യനൂതനവുമാണ് ഓരോ വാക്യവും. ചലച്ചിത്രത്തിലെ ഏറ്റവും ചെറിയ യൂണിറ്റുതന്നെ ഭാഷയിലെ ഏറ്റവും സമ്പുഷ്ടമായ ഘടകത്തിനു സമാനമാകുന്നു.

സിനിമയിൽ പലതരം കോഡുകളാണുള്ളതെന്ന് മെറ്റ്സ് വിചാരിക്കുന്നു. ഭാഷയുടെ മട്ടിലല്ല, മറിച്ച് ചലിക്കുന്ന ഫോട്ടോഗ്രാഫുകൾ, ആലേഖനം ചെയ്യപ്പെട്ട സംഭാഷണങ്ങൾ, ഒച്ചകൾ, സംഗീതം, ടൈറ്റിലുകൾ പോലുള്ള എഴുത്തുകൾ എന്നീ അഞ്ചു ഘടകങ്ങളിലൂടെ ഒരു ആശയാവിഷ്കാര രീതിയായി, വ്യവഹാരമായി, കലയായി, അർഥോൽപാദനരീതിയായി സ്വന്തം കോഡുകളിലൂടെ സിനിമ പ്രവർത്തിക്കുന്നു. പുതിയ കാലത്ത് കമ്പ്യൂട്ടർ ജനറേറ്റഡ് ഇമേജസ് എന്ന വിപുലമായ മേഖലയെ വിശേഷിച്ചും സ്പെഷ്യൽ ഇഫക്ടുകളെ പൊതുവിലും ഇക്കൂട്ടത്തിൽ പ്രത്യേകം ചേർക്കേണ്ടതുണ്ട്.

മെറ്റ്സിനു മറുപടിയായി പസോളിനി ഫൊണീമിന്റെ സ്ഥാനത്ത് സിനീമും(cineme) മോർഫീമിന്റെ സ്ഥാനത്ത് നേരത്തേപറഞ്ഞ ഇം സൈനും (im-sign) അവതരിപ്പിക്കുന്നു. യഥാർഥലോകത്തെ വസ്തുസഞ്ചയങ്ങളാൽ നിർമിക്കുന്ന ഷോട്ടുകളാണ് സിനീം ആകുന്നത്. യഥാർഥ വസ്തുചിഹ്നങ്ങളെ സിനിമ കണ്ടെടുത്ത് മാറ്റിത്തീർക്കുന്നു. സ്വയം അർഥസമ്പുഷ്ടമായ ഷോട്ടിനെ ഏറ്റവും ചെറിയ ഘടകമായി നിശ്ചയിച്ച് ദ്വയോച്ചാരണത്തിനു സമാനത തേടാനാവില്ലെന്നു പറഞ്ഞ്, ഇതിനു ബദലായി മൂന്നുതലമുള്ള ത്രയോച്ചാരണം (triple articulation) അവതരിപ്പിക്കുന്നു ഇക്കോ[10]. ആദ്യപടിയിൽ ഐക്കോണിക് രൂപങ്ങൾ (iconic figures), തുടർന്ന് സീം (ലൊല) എന്നുവിളിക്കാവുന്നവിധം കൂടിച്ചേർന്ന ഐക്കോണിക് രൂപങ്ങൾ, മൂന്നാമത് കിനിമോർഫ്സ് (kinemorphes) എന്നപേരിൽ സീമുകളുടെ സംഘാതവും. ചാൾസ് സാൻഡേഴ്സ് പെയേഴ്സിന്റെ ഇൻഡക്സ്, ഐക്കൺ, സിംബൽ എന്ന ത്രിവിധചിഹ്നങ്ങളെപ്പറ്റിയുള്ള കാഴ്ചപ്പാടിന്റെ തുടർച്ച കാണാമിതിൽ.

ചലച്ചിത്ര ദൃശ്യങ്ങളെ ഗ്രാൻഡെ സിന്റാഗ്മാറ്റിക് (grande syntagmatique) എന്നപേരിൽ എട്ടുതരം സിന്റാഗ്മകളായി- വിശാലാർഥത്തിൽ സീനുകളായി- തരം തിരിക്കുന്നുണ്ട് മെറ്റ്സ്. ഉദാഹരണത്തിന് എഡിറ്റിങ് രീതിയായ ക്രോസ് കട്ടിനെ ഈ രീതിയിൽ പാരലൽ സിന്റാഗ്മ എന്നാണ് വിളിക്കുക. ഭാഷാശാസ്ത്രത്തിൽ സിന്റാക്സിനു കിട്ടിയ പദവിയാണ് വഴികാട്ടി. അപ്പോഴും വാചികഭാഷയുടെ വാക്യഘടനയുമായി ചലച്ചിത്രവാക്യത്തെ- ഷോട്ടുകളുടെ നൈരന്തര്യത്തെ- സമീകരിക്കാൻ മെറ്റ്സിനു കഴിയുന്നില്ല. സിനിമയുടെ വ്യാകരണം അഥവാ വാക്യഘടനാ നിയമങ്ങൾ പഠിച്ചെടുത്തിട്ടല്ല ഒരാൾ സിനിമ കണ്ട് മനസ്സിലാക്കുന്നത്. മറിച്ച് സിനിമ കണ്ട് മനസ്സിലായതുകൊണ്ട്, അതുകൊണ്ടുമാത്രമാണ് ഒരാൾക്ക് അതിന്റെ സിന്റാക്സ് തിരിയുന്നത്- മെറ്റ്സ് പറയുന്നു[11]. ശ്ലോകങ്ങളുടെ അന്വയം എങ്ങനെ സാധിക്കുന്നുവെന്ന ചോദ്യത്തിന് അർഥം ഇന്നതാണെന്ന് നേരത്തേ അറിയാവുന്നതുകൊണ്ട് എന്നുത്തരം പറയുന്നതിനു സമാനമാണിത്.

പസോളിനി സ്റ്റൈലീം (styleme) എന്നുപേരിട്ട് ദൃശ്യകല്പനകളെപ്പറ്റി പറയുന്നുണ്ട്. കണ്ടുകണ്ട് ക്ലിഷേയായിപ്പോയ പല ഷോട്ടുകളും സ്റ്റൈലീമുകളാണ്. പക്ഷികൾ പറന്നുപോകുന്നത്, ഇലത്തുമ്പിൽ നിന്ന് വെള്ളമിറ്റുവീഴുന്നത് എന്നിങ്ങനെ. ഇവയ്ക്ക് യഥാക്രമം അത്യാഹ്ലാദമെന്നും രത്യനുഭവമെന്നുമൊക്കെ അർഥം കിട്ടുന്നത് ആ രംഗം

നമുക്ക് തിരിയുന്നതുകൊണ്ടുകൂടിയാണ്. ഒരു തരം അനുശീലനത്തിന്റെ കാര്യമാണിത്. കവിയ്ക്കുള്ളതുപോലെ സിനിമക്കാരന് നിഘണ്ടുവില്ലല്ലോ എന്ന് പസോളിനി സങ്കടപ്പെടുന്നുണ്ട്. എന്നാൽ ശീലം കൊണ്ട് അങ്ങനെയൊന്നുണ്ടായിവരുന്നുണ്ടെന്ന് ഒപ്പം അദ്ദേഹം ആശ്വസിക്കുകയും ചെയ്യുന്നു[12]. അനുശീലനം കൊണ്ടുമാത്രം അർഥകല്പന സാധ്യമാകുന്ന ദൃശ്യങ്ങൾ എന്ന പരികല്പന ഭാഷയുടെ സ്വേച്ഛാപരതയോട് അടുത്തുനിൽക്കുന്നു. ആശയവുമായി നേരിട്ടു ബന്ധമില്ലാത്ത സൂചിതങ്ങളായി സ്വയം തുറന്നുവെക്കപ്പെട്ട ദൃശ്യങ്ങൾ മാറുന്നുവെന്നത് സിനിമയുടെ കലാപരതയുടെ സൂചനയാണ്. ഒരു തല്ലുനടക്കാനുള്ള സാധ്യത സിനിമയിൽ നമുക്ക് എളുപ്പം മണത്തറിയാൻ പറ്റുമല്ലോ. അടിക്കുമുമ്പുള്ള നിശ്ശബ്ദത തിരിച്ചറിയാൻ ശീലംകൊണ്ട് നമ്മൾ പഠിച്ചുകഴിഞ്ഞു! സിന്റാക്സിൽ നിന്ന് അടർത്തിമാറ്റിയാൽ ആ നിശ്ശബ്ദതാ ഷോട്ടിന് തല്ലുമായി ഒരു ബന്ധവും കാണില്ലതാനും. ഇവിടെ ആർഥികബന്ധം ഒരേ സമയം സ്വേച്ഛാപരവും സിന്റാഗ്മാറ്റിക്കുമാണ്.

ചലച്ചിത്രഭാഷ ദൃശ്യത്തിനപ്പുറം സഞ്ചരിക്കുന്നതിന്റെ സൂചനകളാണിത്. ഭാഷാപരമായ യൂണിറ്റുകളാക്കി വിഭജിച്ചാലുമില്ലെങ്കിലും സിനിമ, അർഥസംവേദനം സാധിക്കുന്നത് പലതരം കോഡുകളിലൂടെയാണ്. ദൃശ്യപരമായ കോഡുകളെന്നും ശാബ്ദികകോഡുകളെന്നും വിഭജിക്കാം ഇവയെ[13]. വസ്തുക്കളുടെ സൂചനകൾ തരുന്ന ഐക്കോണിക് കോഡുകൾ ഒരിനം. സീബ്രയെ കറുത്തവരയിലൂടെ തിരിച്ചറിയാമെന്നതുപോലെ. ഫ്രെയ്മിങ് മറ്റൊന്ന്. (റൊളാങ് ബാർത്ത് ഫോട്ടോവിനെ ഫ്രെയ്മിങ് എങ്ങനെ പരിഷ്കരിക്കുന്നുവെന്ന് പഠിക്കുന്നുണ്ടല്ലോ. ഫോട്ടോഗ്രാഫുകളെ അവയുടെ ലേഔട്ടും വിന്യാസരീതിയും ഫ്രെയിമുകളും ക്യാപ്ഷനും നിറവും വെളിച്ചവുമെല്ലാം എങ്ങനെ മാറ്റിമറിക്കുന്നുവെന്ന് അദ്ദേഹം വിശദീകരിച്ചിട്ടുണ്ട്.[14]) വസ്തുക്കളുടെ സ്ഥലികമായ വിന്യസനം, ഫോർഗ്രൗണ്ടിലും ഗ്രൗണ്ടിലും ബാക്ക്ഗ്രൗണ്ടിലുമായുള്ള വിന്യസനം എന്നിവയാണ് വേറൊരിനം. സാദൃശ്യം മുതലെടുത്തുകൊണ്ടുള്ള അനലോജിക്കൽ കോഡുകൾ മറ്റൊരു വിഭാഗം. ഫോട്ടോഗ്രഫിയുടെ സാധ്യതകളാൽ നിർമിക്കപ്പെടുന്ന കോഡുകൾ വലിയൊരു മേഖലയാണ്. ആംഗിളും ഫിൽട്ടറും ഫോക്കസിങ്ങും ലെൻസിന്റെ തരഭേദവുമൊക്കെക്കൊണ്ടാണ് ഈയിനം കോഡുകൾ രൂപം കൊള്ളുന്നത്. ദൃശ്യങ്ങളുടെ അടുക്കിവെപ്പുമായും ചലനരീതിയുമായും ബന്ധപ്പെട്ട കോഡുകൾ അനവധിയാണ്. ഫ്ളാഷ്ബാക്കും ഫ്ളാഷ്ഫോർവേഡും, ഫ്രീസ്, ഡിസോൾവ്, അനിമേഷൻ, ഫെയ്ഡ് ഇൻ, ഫെയ്ഡ് ഔട്ട്, സ്ലോ ഫാസ്റ്റ് മോഷനുകൾ എന്നിങ്ങനെ. ദൃശ്യങ്ങളുടെ മറ്റൊരിനം ചലനരീതി ക്യാമറയുടെ ചലനവുമായി ബന്ധപ്പെട്ടതാണ്. പാനിങ്, ടിൽട്ടിങ്, സൂമിങ്, ട്രാക്കിങ് എന്നിങ്ങനെ. ദൂരെയുള്ള ഒരാളിലേക്ക് ക്യാമറ സൂം ചെയ്യുന്നതും അയാളുടെയടുത്തേക്ക് പോകുന്നതും തമ്മിൽ വലിയ വ്യത്യാസമുണ്ടല്ലോ. ഇത്തരം കോഡുകളാണ് വേറൊരിനം. ശബ്ദസാധ്യതകളെ ദൃശ്യവുമായിച്ചേർത്തും അല്ലാതെയും പരിഗണിക്കാം. സംഭാഷണങ്ങൾ, വ്യക്തിക്കു നൽകുന്ന

ശബ്ദം, സംഗീതം, ഗാനങ്ങൾ, ഒച്ചകൾ എന്നിങ്ങനെ നിരവധിയിനം കോഡുകൾ. *എലിപ്പത്തായ*ത്തിൽ (അടൂർ ഗോപാലകൃഷ്ണൻ, 1984) എലിയെ മുക്കിക്കൊല്ലാൻ കൊണ്ടുപോകുന്ന സീനുകളിലെ പ്രശസ്തമായ പശ്ചാത്തല സംഗീതം/ശബ്ദം ഓർക്കുക. ജെയിംസ് ബോണ്ട് ചിത്രങ്ങളിൽ ആവർത്തിക്കുന്ന തീം മ്യൂസിക് മറ്റൊന്ന്.

ഈ മട്ടിലാലോചിച്ചാൽ ചലച്ചിത്രത്തിലെ ഭാഷാവിചാരം അലങ്കാരശാസ്ത്രവുമായാണ് നിരന്നുപോവേണ്ടത്. ഭാഷാപരമായല്ല, ശൈലീപരമായാണല്ലോ വ്യത്യസ്ത ഷാനറുകൾ-ത്രില്ലർ, മ്യൂസിക്കൽ, വെസ്റ്റേൺ, ഡ്രാമ.. തുടങ്ങിയവ വേറിട്ടുനിൽക്കുന്നത്. ഘടനാവാദ വിശകലനരീതി പല ആന്തരസമസ്യകളെയും വെളിച്ചത്തുകൊണ്ടുവരാൻ പര്യാപ്തമായെങ്കിലും സിനിമാനിർമാണം, താരപദവി, സിനിമയുടെ സാമൂഹികവും രാഷ്ട്രീയവുമായ അടിത്തറ തുടങ്ങി അനവധി വിഷയങ്ങളെ അത് പുറത്തുനിർത്തിയതിനാൽ സമഗ്രമാകാതെ പോയെന്ന് സൂസൻ ഹേവാഡും മറ്റും കുറ്റപ്പെടുത്തുന്നുണ്ട്[15]. ഘടനാവാദാനന്തര ഭാഷാചിന്തകൾ പക്ഷേ ഈ മട്ടിൽ വിപുലപ്പെടുന്നുണ്ട്. സിനിമയുടെ കോഡുകളെക്കുറിച്ചുള്ള, കോഡുകളിലൂന്നിയ അന്വേഷണങ്ങൾ ആ വഴിക്കുതന്നെയാവും നീങ്ങുക. പാഠത്തിനകത്തുമാത്രം ചുറ്റിത്തിരിയാതെ പാഠാന്തരമായി കാര്യത്തെ സമീപിക്കാൻ സിനിമ എന്ന, ലാങിനു സദൃശമായ പരികല്പന സഹായിക്കും. ഉദാഹരണത്തിന്, താരനായകനടന്റെ ഇമേജ് എന്നത് പാഠാന്തരമാണല്ലോ. മറ്റു ചിത്രങ്ങളിലെ പ്രകടനങ്ങളും നേടിയ വിജയങ്ങളുമാണല്ലോ ഓരോ താരത്തിന്റെയും ഓരോചിത്രത്തിലെയും മൂലധനം. ഒരിനം സദൃശസ്യഷ്ടി -അനലോജി- തന്നെ. പാഠാന്തരതയെപ്പറ്റിയുള്ള കാഴ്ചപ്പാടുകൾ സിനിമയെ ഭാഷാപരമായി വിശദീകരിക്കാൻ പ്രയോജനപ്പെടുത്താനാകും.

കുറിപ്പുകൾ

1. As quoted by Robert Richardson in Literature and Film. London: Indiana University Press. 1969. p107.
2. Ibid p104-118
3. On Imagery in Eisenstein 2: A premature Celebration of Eisensteins Centenary Ed. Jay Leyda.
4. in Rechard Taylor and Ian Christie (eds), The Film Factory: Russian and Soviet Cinema in Documents. London and New York: Routledge. 1994
5. "The fundamental distinction between poetry and prose lies possibly in a greater geometricality of devices, in the fact that a whole series of arbitrary semantic resolutions is replaced replaced by a formal geometric resolution. It is as if a geometricalization of devices is taking place".
6. Linguistics and Poetics in Modern Criticism and Theory. Ed. David Lodge
7. വിശദചർച്ചയ്ക്ക് കാണുക: ആർ വി എം ദിവാകരൻ. 'ഇതിഹാസത്തിന്റെ ചിത്രഭാഷ'. ഉപധ്വനി. 2011
8. in Bill Nichols Ed. Movies and Methods. (2vols) Vol 1. Calcutta: Seagull Books. 1993. pp 542-558
9. Christian Metz. Film Language. Trans. Michael Taylor.New York: Oxford University Press. 1974. pp 115-6

10. Umberto Eco. Articulations of the Cinematic Code in Bill Nichols Ed. Vol 1. pp590-607
11. As quoted by Gaston Roberge. The Subject of Cinema. Calcutta: Seagull books. 1990. p32
12. in Bill Nichols Ed. pp 542-558
13. Christian Metz as quoted by Gaston Roberge. pp36-37
14. Roland Barthes. 1977. The Photographic Message. Image Music Text. London: Fontana Press. pp. 15-31.
15. Susan Hayward.Cinema Studies: Key Concepts. London and New York: Routledge.2000. p361-2

(2012)

■

നാടകഭാഷയും തിരനാടകഭാഷയും

നാടകസാഹിത്യത്തെയും തിരക്കഥയെയും അവയുടെ ഭാഷ മുൻനിർത്തിയാണെങ്കിലും അല്ലെങ്കിലും താരതമ്യംചെയ്യുകയെന്നത് അല്പം ശ്രമകരമായ ജോലിയാണ്. ഇവതമ്മിൽ താരതമ്യത്തിന് വകുപ്പുണ്ട് എന്ന കാര്യംതന്നെ പലരും സമ്മതിച്ചുതരില്ല. കലകളുടെ കൂട്ടത്തിൽ ഏറ്റവും പ്രായംകുറഞ്ഞ ഒന്നാണല്ലോ സിനിമ; ഏറ്റവും പഴക്കമുള്ള കലകളിലൊന്നാണ് നാടകം. തിരക്കഥയെക്കാൾ എത്രയോ പ്രായക്കൂടുതലും തഴക്കവും വഴക്കവും പഴക്കവുമുണ്ട് നാടകസാഹിത്യത്തിന്. ലഭ്യമായ ഏറ്റവും പഴയ കാവ്യശാസ്ത്രഗ്രന്ഥം നാട്യശാസ്ത്രമാണ് എന്നതിനർഥം അതിനുമെത്രയോമുമ്പ് സജീവമായൊരു നാടകവേദിയും നാട്യപാരമ്പര്യവും നമുക്കുണ്ടായിരുന്നു എന്നതാണല്ലോ. സംസ്കൃതനാടകചരിത്രത്തിന് സമാന്തരമായി യവനസംസ്കൃതിയുണ്ട്, അതേ തലപ്പൊക്കത്തോടെ. എല്ലാനാട്ടിലും ഇതിനൊക്കെ പുറമേയുള്ളൊരു നാടോടിനാടകപാരമ്പര്യം കാണുകയുംചെയ്യും.

അവതരണകലയുടെ ലേഖനരൂപം എന്നനിലയ്ക്കുമാത്രമാണ് നാടകവും തിരക്കഥയും ഒരു ഗ്രൂപ്പിൽ വരുന്നത്, അതും സിനിമയെ അവതരണകലയായി പരിഗണിച്ചാൽ മാത്രം. അധ്വാനവുമായി ബന്ധപ്പെട്ട പഴയ വാമൊഴിപ്പാട്ടുകൾതൊട്ട് ആട്ടക്കഥയും ചമ്പുക്കളും തുള്ളൽസാഹിത്യവും കടന്ന് അരങ്ങിന്റെ സാഹിത്യപാഠങ്ങൾക്കെല്ലാം തിരക്കഥയോട് ഈയർഥത്തിൽ ചാർച്ചയുണ്ട്. അവതരണം മുഖ്യലക്ഷ്യമായി കരുതുമ്പോൾ സാഹിത്യപാഠം ആ ലക്ഷ്യത്തിലെത്താനുള്ള മാർഗം മാത്രമായി മാറും. സാഹിത്യം സ്വയം അർഥമുൽപാദിപ്പിക്കുന്നുണ്ടെങ്കിലും അതല്ല, അരങ്ങിന്റെ അർഥോൽപാദനമാണ് മുഖ്യം എന്നുവരുന്നു. അപ്പോഴും സിനിമയ്ക്കുള്ള അസംസ്കൃതവസ്തു വായല്ലാതെ വായനാവിഭവമായി തിരക്കഥ പ്രായേണ പരിഗണിക്കപ്പെടാറില്ല. മറ്റ് അരങ്ങുപാഠങ്ങൾക്കെല്ലാം അരങ്ങിനുവെളിയിലും നിലനിൽപ്പുണ്ട്. അതിനു സമാധാനം പറഞ്ഞാലേ താരതമ്യത്തിന് പ്രസക്തിവരുന്നുള്ളൂ.

നാടകത്തെയും സിനിമയെയും താരതമ്യംചെയ്തുകൊണ്ട് നിരവധി പഠനങ്ങളുണ്ടായിട്ടുണ്ട്. അഭിനയശൈലി, പ്രേക്ഷകരുടെ പങ്കാളിത്തം, അരങ്ങത്ത് കാണിക്കാവുന്ന കാര്യങ്ങളുടെ പരിമിതി, സിനിമയുടെ സാങ്കേതികസാധ്യതകൾ, ക്ലോസപ്പ് എന്ന ഒറ്റ ഉപാധിയിലൂടെ സിനിമയ്ക്ക് കിട്ടുന്ന അധികാർഥസാധ്യതകൾ, സ്ഥലകാലസാധ്യതകൾ

തുടങ്ങി അസംഖ്യം ഘടകങ്ങളിൽ ഇവയെ വേർതിരിച്ചുനിർത്താനാവും. രണ്ടിലും രംഗപ്രയോഗാർഹത രണ്ടാണ്, നാട്യധർമിത്വവും. നാടകം ജീവിക്കുന്ന കലയാണെങ്കിൽ സിനിമ മൃതമായ ഭൗതികവസ്തുവാണ്. പഴയ ശാകുന്തളം ഇന്ന് ഇന്നത്തെ മട്ടിൽ അഭിനയിക്കാം, *ജീവിതനൗക* അന്നത്തെ അതേ പഴമകാട്ടുന്ന മ്യൂസിയംപീസാണ്, ചരിത്രമാണ്. പലയർഥത്തിലും നാടകമല്ല, നോവലാണ് സിനിമയോട് അടുത്തുനിൽക്കുന്നത് എന്നും നിരീക്ഷിക്കപ്പെട്ടിട്ടുണ്ട്.

നാടകത്തെയും സിനിമയെയും അവയിലെ സ്ഥലത്തിന്റെ-സ്പെയ്സിന്റെ ഉപയോഗഭിന്നതയെ മുൻനിർത്തി സൂസൻ സൊണ്ടാഗ് വ്യവച്ഛേദിച്ചിട്ടുണ്ട്. നാടകത്തിൽ സ്പേയ്സിന്റെ ഉപയോഗം ലോജിക്കലും കണ്ടിന്യൂവസുമാണ്. സിനിമയിൽ നേരെ തിരിച്ചും. എഡിറ്റിങ്, ക്യാമറ തുടങ്ങി സകലതും ഈ താരതമ്യത്തിൽ വന്നു. നാടകകൃതിയും തിരക്കഥയുമാണ് ചർച്ചാവിഷയമെന്നതിനാൽ ഇത് വിശദീകരിക്കുന്നില്ല. രണ്ടു രചനയും നിർവഹിക്കപ്പെടുന്നത് ഈ വ്യത്യാസം പരിഗണിച്ചുകൊണ്ടാണെന്നത് വ്യക്തമാണല്ലോ. നായികയുടെ കയ്യിൽനിന്ന് പൂർവകാമുകന്റെ കത്ത് അബദ്ധത്തിൽ താഴെവീഴുന്നത് ഭർത്താവ് കാണുന്നരംഗം നാടകത്തിലും സിനിമയിലും എത്രമാത്രം വ്യത്യാസത്തോടെയാവും കാണിക്കുക എന്ന് ജി ശങ്കരപ്പിള്ള പണ്ട് ഈ വ്യത്യാസത്തെ ഉദാഹരിച്ചിട്ടുണ്ട്. കത്ത് വീഴുന്നകാര്യം ആരെങ്കിലും പറഞ്ഞില്ലെങ്കിൽ പകുതിയിലധികം നാടകപ്രേക്ഷകരും അറിയുകപോലുമില്ല. നാടകത്തിൽ ക്രിയ നടന്നാൽമാത്രം പോര. നടക്കുംമുമ്പ് ഇന്നകാര്യം നടക്കാൻ പോവുകയാണെന്ന് സൂചിപ്പിക്കണം, പിന്നെ കാര്യം നടക്കണം, അതിനുശേഷം നടന്നതായി പ്രഖ്യാപിക്കണം. സിനിമയിൽ ക്രിയ നടത്തുകയേവേണ്ടൂ എന്ന് തമാശയായി പറയാറുണ്ടെങ്കിലും രണ്ട് മാധ്യമത്തിന്റെയും ഭിന്നതയെപ്പറ്റിയുള്ള നല്ലൊരു ചിത്രം അതിലുണ്ട്.

തിരക്കഥയ്ക്ക് നാടകത്തോളംപോയിട്ട്, സിനിമയോളംപോലും പഴക്കമില്ല. ലൂമിയർ ബ്രദേഴ്സിന്റെ ഒറ്ററീൽ സിനിമകൾക്ക് സ്ക്രിപ്റ്റില്ലായിരുന്നു. എന്നാൽ തിരക്കഥയില്ലാതെ സിനിമയുണ്ടാവില്ല. എഴുതിയുണ്ടാക്കിയതുതന്നെ വേണമെന്നില്ല, വിശദമായ ആസൂത്രണരേഖ സംവിധായകരുടെ മനസ്സിലുണ്ടായാലും മതിയല്ലോ. എഴുതിത്തയ്യാറാക്കിയ തിരക്കഥ, ഒരുപാട് പ്രായോഗികബുദ്ധിമുട്ടുകൾ ഒഴിവാക്കാൻവേണ്ടിയുള്ള എളുപ്പവഴിയായാണ് രംഗപ്രവേശം ചെയ്തതെന്നു കാണാം. ചിത്രീകരണത്തിനായി സെറ്റുകൾ നിർമിച്ചുതുടങ്ങിയ കാലത്താണ് നിർബന്ധമായും തിരക്കഥ എഴുതിത്തുടങ്ങിയതെന്ന്, റഷ്യൻ സംവിധായകനും സൈദ്ധാന്തികനുമായ പുഡോവ്കിൻ നിരീക്ഷിച്ചിട്ടുണ്ട്. ഒരു വീടിന്റെ സെറ്റിട്ട് ആവശ്യമുള്ളതൊക്കെ ഷൂട്ടുചെയ്തശേഷം, ഈ സെറ്റ് പൊളിച്ചുമാറ്റും. പക്ഷേ പിന്നീടാണ്, ഇവിടെ വച്ച് ഒരു രംഗംകൂടി വേണ്ടിയിരുന്നു എന്നുതോന്നുക. അതേപടി വീണ്ടും സെറ്റുണ്ടാക്കണം. എന്നാൽ വിശദമായ സ്ക്രിപ്റ്റ് ഉണ്ടെങ്കിൽ, ഇന്നയിന്ന രംഗങ്ങൾ ഇവിടെവച്ചുവേണം എന്ന ധാരണയുണ്ടെങ്കിൽ, അതെല്ലാം ഒരുമിച്ച് ചിത്രീകരിച്ചശേഷം സെറ്റ് ഒഴിവാക്കിയാൽ മതിയാകുമല്ലോ.

നാടകകൃതികൾക്കും ഇങ്ങനെയൊരു ഉല്പത്തിക്കഥ സങ്കൽപ്പിക്കാവുന്നതാണ്. അനേകകാലത്തെ നാട്ടുകളികൾക്കുശേഷമായിരിക്കാം ചിട്ടയായ നാടകകൃതി ജന്മമെടുക്കുന്നത്. അതിന് ലക്ഷണമുണ്ടാവുന്നത് പിന്നെയും കാലംകഴിഞ്ഞായിരിക്കും. അങ്ങനെ ജനിച്ച നാടകസാഹിത്യം പിന്നീട് പ്രബലതനേടി, തിരിച്ച് അരങ്ങിനെ നിയന്ത്രിക്കുന്നുവെന്ന അവസ്ഥയുമുണ്ട്. സാങ്കേതികതാബാഹുല്യവും സാങ്കേതികവിദ്യകളുടെയും അഭിരുചികളുടെയും അനുക്ഷണവികസ്വരാവസ്ഥയുംകൊണ്ടാവാം തിരക്കഥയ്ക്ക്, അങ്ങനെയൊരു അഭിജാതപദവി കിട്ടിയിട്ടില്ല ഇതുവരെ.

പാഠവും ധ്വനിപാഠവും

ചലച്ചിത്രമാകട്ടെ നാടകമാകട്ടെ, അതു നിർമിക്കാൻ ആദിമധ്യാന്തപ്പൊരുത്തമുള്ള കഥ നിർബന്ധമല്ലെങ്കിലും, ഒരു പ്രമേയവും അതവതരിപ്പിക്കാനുള്ള ഇതിവൃത്തവും വേണമല്ലോ. നിർമിക്കാനുദ്ദേശിക്കുന്ന ചിത്രത്തിന്റെ ഒരു രൂപരേഖ ആദ്യമേ തയ്യാറാക്കിയാൽ കാര്യമെളുപ്പമാകും. തന്റെ സിനിമ എന്താണ് പ്രേക്ഷകർക്കു നൽകാനുദ്ദേശിക്കുന്നത് എന്നതിനെക്കുറിച്ചുള്ള ധാരണകളാണ് കഥാവസ്തു, പ്രമേയം എന്നൊക്കെപ്പറയുന്നത്. ഈ കഥ എങ്ങനെ പറയണം, ആരിലൂടെ പറയണം എന്നൊക്കെ ആലോചിച്ചുറപ്പിക്കുന്നതാണ് ഇതിവൃത്തം. ഇതിവൃത്തത്തിന്റെ രേഖീയാഖ്യാനത്തെയും ആദിമധ്യാന്തസുഘടിതാവസ്ഥയെയും യുക്തിഭദ്രതയെയും ഗതാനുഗതികത്വത്തെയുമൊക്കെ നിഷേധിക്കാമെന്നല്ലാതെ ഇതിവൃത്തം വേണ്ടെന്നുവെക്കാനാവില്ല. ഈ ഇതിവൃത്തത്തെവച്ച് തയ്യാറാക്കുന്ന വിശദമായ ചിത്രണരേഖയാണ് ട്രീറ്റ്മെന്റ്. സംഭവങ്ങളുടെ ക്രമം, കഥാപാത്രങ്ങൾ ഒക്കെ അതിൽ തെളിഞ്ഞുവന്നിരിക്കും. പിന്നീട്, ഇതിനെ പൊലിപ്പിച്ച്, കൃത്യമായി സിനിമ ആസൂത്രണം ചെയ്ത്, സീനുകളും ഷോട്ടുകളും തീരുമാനിച്ച്, പൂർവാപരക്രമം ദീക്ഷിച്ച് തയ്യാറാക്കുന്ന ദൃശ്യരേഖയാണ് തിരക്കഥ. ദൃശ്യങ്ങളുടെ വിശദാംശങ്ങൾ, സംഭാഷണം ഒക്കെ ഇതിലുണ്ടാവും. നാടകകൃത്തിന്റെ ജോലിക്ക് ഒരുവിധം സമാനമാണ് ഈ ജോലി. രണ്ട് മാധ്യമത്തിന്റെയും ആഖ്യാനശൈലിയിലുള്ള ഭിന്നത മനസ്സിലുണ്ടാവണമെന്നുമാത്രം.

മലയാളത്തിലെ ആദ്യകാല സിനിമകളുടെ ക്രെഡിറ്റ് ലൈനിൽ പലപ്പോഴും 'കഥ, സംഭാഷണം' ഇന്നയാൾ' എന്നേ കാണൂ. തിരക്കഥ എന്നൊരു ഏർപ്പാടേ ഇല്ലായിരുന്നു എന്നു തോന്നും. അല്ലെങ്കിൽ, കഥയും സംഭാഷണവും ചേർന്നാൽ തിരക്കഥയായല്ലോ എന്നു കരുതിക്കാണണം. സിനിമ സംഭാഷണപ്രധാനമായതും അതുകൊണ്ടാവാം. തിരക്കഥ സ്വയം തയ്യാറാക്കുന്ന സംവിധായകർ സംഭാഷണമെഴുതാൻ മറ്റൊരാളെ സമീപിക്കാറുണ്ട്. സേതുമാധവൻ തൊട്ട് കെ.ജി. ജോർജുവരെ എത്രയോ ഉദാഹരണങ്ങൾ. തിരക്കഥയെഴുതാനറിയില്ല എന്നു പരിതപിച്ച സാഹിത്യകാരനോട്, നോവൽ, സംഭാഷണങ്ങളിലൂടെ എഴുതിയാൽ മതി എന്ന് നിർദ്ദേശിച്ചിരുന്ന സംവിധായകരും

നമുക്കുണ്ടായിരുന്നു. നാടകമെഴുത്തുകാർക്ക് തിരക്കഥയെഴുത്ത് പ്രത്യേകം പഠിക്കേണ്ടകാര്യമില്ലല്ലോ എന്ന ബോധ്യത്തിൽനിന്നാണ് തോപ്പിൽഭാസിയും എസ് എൽ പുരവുമൊക്കെ അനായാസം തിരക്കഥാകൃത്തുക്കളായത്. പുതിയ മാധ്യമത്തെ നന്നായി ഉൾക്കൊണ്ട ഇരുവരും നൂറിലധികം തിരക്കഥകളെഴുതിയിട്ടുണ്ട്.

തിരക്കഥ മുൻനിർത്തി അതിവിശദമായ ഷൂട്ടിങ്സ്ക്രിപ്റ്റ് തയ്യാറാക്കാറുണ്ട് - ക്യാമറയുടെ ചലനങ്ങൾ, ലൈറ്റിങ്, ദൃശ്യവലിപ്പത്തെപ്പറ്റിയുള്ള ധാരണകൾ, ലെൻസിന്റെ സവിശേഷതകൾ തുടങ്ങി തികച്ചും സങ്കേതബദ്ധമായ ഈ സ്ക്രിപ്റ്റ് സംവിധായകർ തന്നെയാവും തയ്യാറാക്കുക. (അകിരാ കുറോസാവയെയും സത്യജിത് റായിയെയും പോലുള്ള ചിത്രകാരന്മാർകൂടിയായ സംവിധായകർ ഷോട്ടുകൾ വരച്ചുവെക്കുമായിരുന്നു ഷൂട്ടിങ് സ്ക്രിപ്റ്റിൽ. സ്റ്റോറിബോർഡിന്റെ ധർമംകൂടി തിരക്കഥയ്ക്കുകൈവരുന്നു അപ്പോൾ.) സിനിമാനിർമാണവുമായി പരിചയമില്ലാത്തവർക്ക് വായിച്ചാൽ തിരിയാത്ത' ഒന്നാവും ചിലപ്പോൾ ഷൂട്ടിങ്സ്ക്രിപ്റ്റ്. നാടകത്തിൽ ഇതിനെ പ്രൊഡക്ഷൻ സ്ക്രിപ്റ്റ് എന്നാണ് പറയുക. തിരക്കഥയുടെ ആട്ടപ്രകാരമാണ് ഷൂട്ടിങ്സ്ക്രിപ്റ്റ് എന്ന് താരതമ്യത്തിനായി പറയാം. തിരക്കഥവച്ച് എങ്ങനെ സിനിമ നിർമിക്കണമെന്ന രേഖയാണത്. നാടകത്തിന്റെയും സിനിമയുടെയും ധ്വനിപാഠം- സബ്ടെക്സ്റ്റ്- തയ്യാറാക്കലാണിത്. സംസ്കൃതനാടകം പോലെ ചിട്ടയൊപ്പിച്ച കളിനിയമങ്ങളുള്ള പാഠങ്ങൾക്ക് കൃത്യമായ അഭിനയ നിർദ്ദേശങ്ങളുമുണ്ടാവും. നാടകത്തിലെ പകർന്നാട്ടത്തിനിടയ്ക്ക് നടീനടന്മാരെടുക്കുന്ന അമിതസ്വാതന്ത്ര്യത്തെ നിയന്ത്രിക്കുക എന്നൊരു ലക്ഷ്യംകൂടി ഇതിനുണ്ട്. പ്രൊസീനിയം നാടകസങ്കല്പത്തിലും ആക്ടറുടെ ചലനങ്ങൾ നിയന്ത്രിക്കപ്പെട്ടിരിക്കുന്നതായി കാണാം. പരീക്ഷണനാടകവേദികളാണ് ഇതിനൊരു മാറ്റംവരുത്തുന്നത്. ഇംപ്രൊവൈസേഷന് ലഭിച്ച പ്രാധാന്യം അതു തെളിയിക്കുന്നു.

സാഹിത്യം വേണ്ട!

'ചിട്ടയായി എഴുതപ്പെട്ട സുഘടിതമായ തിരക്കഥ' എന്ന ആശയത്തെ പേരുകേട്ട ചലച്ചിത്രകാരന്മാർ തന്നെ താലോലിക്കുകയും തള്ളിക്കളയുകയും ചെയ്തിട്ടുണ്ട്. എല്ലാതരത്തിലും പൂർണമായ തിരക്കഥ തയ്യാറാക്കാതെ സിനിമയുടെ ചിത്രീകരണപ്രവർത്തനങ്ങൾ ആസൂത്രണം ചെയ്യാനേ പറ്റില്ലെന്ന്, സത്യജിത്റായിയെപ്പോലെ പല പ്രഗല്ഭമതികളും വിശ്വസിക്കുന്നു. ഇതിൽനിന്ന് പിന്നീട് അണുവിട മാറുകില്ലെന്ന് ഇതിനർഥമില്ല. ക്യാമറയുമായി നേരിട്ട് തെരുവിലേക്കിറങ്ങി അപ്പപ്പോഴത്തെ തോന്നലിനനുസരിച്ച് ചലച്ചിത്രം നിർമിക്കാമെന്നു കരുതുന്നവരുമുണ്ട് - ജോൺ എബ്രഹാമിനെപ്പോലെ. പല ക്ലാസിക് രചനകളും ഇങ്ങനെ പിറന്നിട്ടുമുണ്ട്. ലോകസിനിമയുടെ ആദ്യകാല ആചാര്യന്മാരിലൊരാളായ ഡേവിഡ് വാർക്ക് ഗ്രിഫിത്ത് ഒരിക്കലും വിശദമായ തിരക്കഥ ഉപയോഗിച്ചിരുന്നില്ല. ആദ്യം തിരക്കഥാകൃത്തായി, പിന്നീട് സ്വതന്ത്രസംവിധായകനായ അദ്ദേഹം *ദ ബർത്ത് ഓഫ് എ നാഷൻ* (1915), *ഇൻടോളറൻസ്* (1916), *ബ്രോക്കൺ ബ്ലോസംസ്* (1919) തുടങ്ങിയ

ചിത്രങ്ങൾക്കുപോലും തിരക്കഥ ഉപയോഗിച്ചിരുന്നില്ല. ബർഗ്മാനും വിശദമായ തിരക്കഥയുടെ വിരുദ്ധപക്ഷത്താണു നിന്നത്. സാഹിത്യാംശം സിനിമയിൽ കലരാൻ ഒരിക്കലുമനുവദിക്കാതിരുന്ന ബർഗ്മാൻ *സെവൻത് സീൽ* (1957), *വൈൽഡ് സ്ട്രോബറീസ്* (1957), *സൈലൻസ്* (1963) തുടങ്ങിയ ചിത്രങ്ങൾപോലും വിശദമായ തിരക്കഥയില്ലാതെയാണത്രേ ചിത്രീകരിച്ചത്. സെർഗി ഐസൻസ്റ്റൈനിന്റെ വിഖ്യാതമായ *ബാറ്റിൽഷിപ് പൊടെംകിനി*ലെ അതിപ്രശസ്തമായ ഒഡേസാ പടവ് സീക്വൻസ് എഴുതിയ തിരക്കഥയിലില്ലായിരുന്നു. ഷൂട്ടിങ് സമയത്ത് തോന്നിയ ആശയമായിരുന്നത്രേ ഇത്.

സുഘടിതമായ തിരക്കഥ സിനിമയ്ക്ക് ബാധ്യതയാണെന്ന് കരുതുന്ന ചലച്ചിത്രകാരന്മാരെപ്പോലെ നാടകകൃതിയെയും സംശയത്തോടെ നോക്കുന്നവരുണ്ട്. നല്ല നാടകത്തിന് നല്ല നാടകസാഹിത്യംവേണമെന്ന നിലപാടിനെ ഗ്രോട്ടോവ്സ്കിയെപ്പോലുള്ളവർ തള്ളിക്കളയുന്നു. വേദിയോ ലൈറ്റോ കർട്ടനോ സംഗീതമോ ഒന്നുംവേണ്ട, നടനശരീരവും പ്രേക്ഷകരും മാത്രംമതി എനിക്ക് എന്നതായിരുന്നു ടുവേഡ്സ് *എ പുവർ തിയറ്റർ* എന്ന പുസ്തകത്തിലെ പ്രഖ്യാപനം. വേദിയുടെ പരിമിതി മറികടക്കാൻ പ്രേക്ഷകരെ വലിയൊരു തീൻമേശയ്ക്കു ചുറ്റുമിരുത്തി നാടകം കളിച്ചിട്ടുണ്ട് ഗ്രോട്ടോവ്സ്കി. നടീനടന്മാരോടൊപ്പം കാണികൾക്കും ഭക്ഷണം കഴിച്ചുകൊണ്ട് നാടകാവതരണത്തിൽ പങ്കാളിയാവാം. സ്ക്രിപ്റ്റിന്റെ ജഡതയും ദൃഢതയും ഈ അയഞ്ഞ അരങ്ങുവ്യവസ്ഥയിൽ നിരന്നുപോവില്ലതന്നെ. ആക്ടറുടെ പൂർണമായ ആത്മാർപ്പണമായി മാറുന്നു ഓരോ അരങ്ങും. കാണികളുമായുള്ള സംവാദമാകുന്നു നാടകം.

അന്റോണിൻ അർത്താഡ് എന്ന പരീക്ഷണനാടകദാർശനികന്റെ 'തിയറ്റർ ഓഫ് ക്രുവൽട്ടി'യും ഇത്തരമൊരു ആശയം പങ്കുവെക്കുന്നുണ്ട്. *ദ തിയറ്റർ ആൻഡ് ഇറ്റ്സ് ഡബിൾ* എന്ന പുസ്തകത്തിൽ ക്രൂരതയുടെ നാടകവേദിസംബന്ധിച്ച പ്രകടനപത്രികകൾ അദ്ദേഹം പ്രഖ്യാപിക്കുന്നുണ്ട്. ആദ്യ മാനിഫെസ്റ്റോവിലെ ആഹ്വാനം നാടകവേദിയെ നാടകസാഹിത്യത്തിൽനിന്ന് മോചിപ്പിക്കുക എന്നതായിരുന്നു. അരങ്ങിന്റെ ഭാഷ സാഹിത്യത്തിന്റേതിൽനിന്ന് ഭിന്നമാണ്, ആവണം. അതിന് നാടകസാഹിത്യം ഒരു ബാധ്യതയായിരിക്കും. സമ്പൂർണ രംഗാവതരണം- ടോട്ടൽ മൈസ് എൻ സീൻ- എന്നൊരാശയം അർത്താഡ് മുന്നോട്ടുവെക്കുന്നു. നാടകകൃത്തും സംവിധായകനും തമ്മിലുള്ള പഴയ കെമിസ്ട്രി ഇനി നടപ്പില്ല. തികച്ചും സ്വതന്ത്രമായ ഒരു നാടകവേദിയാണത്. നാടകവേദിതന്നെ പള്ളിയും തെരുവും പഴയ വീടുകളുമൊക്കെയാണ് അർത്താഡിന്. പ്രേക്ഷകർക്ക് സ്ഥിരം ഇരിപ്പിടമില്ല. അവർ ചിലപ്പോൾ നടന്നുകാണേണ്ടിവരും. ചിലപ്പോൾ ഏന്തിനോക്കണം. 'ഈ പറഞ്ഞതരം പരീക്ഷണമൊന്നും നാടകകൃതി ആവശ്യപ്പെടുന്നില്ലെങ്കിലോ' എന്ന ചോദ്യത്തിന്, 'എഴുതപ്പെട്ട നാടകം ആർക്കുവേണം' എന്നതായിരുന്നു അർത്താഡിന്റെ മറുപടി.

ദൃശ്യഭാഷയ്ക്കുപകരം വാചികഭാഷ ഉപയോഗിച്ച് പറയേണ്ടിവരുന്ന പരിമിതിയുടെ നിദർശനമാണ് എഴുതപ്പെട്ട നാടകത്തിലെ എഴുതിവച്ച

ദൃശ്യനിർദ്ദേശങ്ങൾ. പറച്ചിലിനെ രേഖപ്പെടുത്തുന്ന സംഭാഷണങ്ങളാണ് മറ്റൊന്ന്. ഇതിനെയും അർത്താഡ് സംശയത്തോടെയാണ് കണ്ടത്. വാഗതീതമായ പലതിനെയും, നിലവിളിയും ഭ്രമകല്പനകളും കൂക്കിവിളിയുമെല്ലാം വാചികമായി ഉപയോഗിച്ചിരുന്നു അദ്ദേഹം. നാടകത്തിന്റെ നാട്ടുവഴക്കങ്ങളിൽ ഇതുണ്ടുതാനും. വാക്കുകളുടെ ആശയപ്രകാശനരീതിയല്ലല്ലോ ദൃശ്യത്തിന്. നാടകവും സിനിമയും ദൃശ്യത്തെയാണ് മുഖ്യമായും അവലംബിക്കുന്നത്. ദൃശ്യഭാഷയാവട്ടെ, നാടകകൃത്തിന്റെ ഭാവനയ്ക്കപ്പുറം സാധിച്ചെടുക്കേണ്ട സാധ്യതയുമാണ്.

മാധ്യമാസ്വാദനം

അരങ്ങാണ്, സാഹിത്യമല്ല പ്രധാനം എന്ന സങ്കല്പം സത്യത്തിൽ നമുക്ക് പുതിയതല്ല. നമ്മുടെ ജനപ്രിയസിനിമകളിൽ ഏറ്റവും ഒറിജിനൽ ആട്ടവും പാട്ടുമാണെന്നും ബാക്കിയെല്ലാം വെറും ആവർത്തനങ്ങൾ മാത്രമാണെന്നും നിരീക്ഷിക്കപ്പെട്ടിട്ടുണ്ട്. കഥയിൽ പുതുമയില്ല, നടീനടന്മാരും മാറുന്നില്ല, ക്രിയേറ്റീവായി എന്തെങ്കിലും പുതുമവരുന്നത് ചേരുവയുടെ നടത്തിപ്പിൽ മാത്രമാണ്. കഥയല്ല പറയുന്ന രീതിയാണ്, മാധ്യമമാണ് പ്രധാനം എന്നു വരുന്നു. അതാണെങ്കിൽ സങ്കേതബദ്ധമാണുതാനും. മാധ്യമത്തെയാണ് ആസ്വദിക്കുന്നത് എന്ന ഈ സങ്കല്പം കലാചിന്തയിൽ വളരെ പ്രധാനമാണ്.

കഥകളിയെപ്പറ്റി പറയാറുണ്ട്: ഈ കല എങ്ങനെയാണ് ആസ്വദിക്കുക? കഥയറിയാതെ ആട്ടം കാണരുത് എന്ന ചൊല്ല് ഓർക്കുക. രണ്ടു കാര്യമുണ്ടതിൽ. കഥ മുഴുവനായും ആടണമെന്നില്ല, എന്നതാണ് ഒന്ന്. മറ്റതാണ് പ്രധാനം- ഇതിവൃത്തം പ്രഖ്യാതമാണ്. 'ദുര്യോധനവധം' എന്ന കഥാശീർഷകത്തിൽത്തന്നെ കഥയുടെ സസ്പെൻസ് പൊളിയുന്നുണ്ടല്ലോ. ദുര്യോധനനെ ഭീമൻ ഇന്നയിന്ന കാരണങ്ങളാൽ ഇന്നയിന്ന മട്ടിൽ വധിക്കുമെന്ന് അറിയാത്തവരല്ല കഥകളി കാണാൻ ചെല്ലുന്നത്. കഥയല്ല, അവതരണത്തിലെ പുതുമയാണ് പ്രധാനം. ഈ നടൻ എങ്ങനെ ദുര്യോധനനായി മാറുന്നു, എന്തെന്ത് മനോധർമങ്ങൾ പ്രയോഗിക്കുന്നു എന്നതൊക്കെയാണ് ആസ്വാദകർ ശ്രദ്ധിക്കുന്നത്. പ്രഖ്യാതകീർത്തനം പാടുമ്പോഴും ഗാനമേളയിൽ ഹിറ്റ് ഗാനം പുനരാവിഷ്കരിക്കുമ്പോഴും ആസ്വദിക്കുന്നത് പെർഫോർമറുടെ തനതു സംഭാവനയാണ്. നാടകത്തിലും സിനിമയിലും ഇത് സംഗതമാണ്. ഷേക്സ്പിയർനാടകത്തിന്റെയോ ശാകുന്തളത്തിന്റെയോ കഥയറിയാത്തവരല്ലല്ലോ കാണികൾ. നാടകകഥയല്ല, ഇതിവൃത്തമല്ല, പെർഫോമൻസാണ് ആസ്വദിക്കപ്പെടുന്നത്. (കഥ മുഖ്യമായി വരുന്ന സന്ദർഭങ്ങളിലാണ്, സിനിമയാവട്ടെ നാടകമാട്ടെ ഒറ്റത്തവണ കണ്ടാൽത്തന്നെ തൃപ്തിവരുന്നത്.) പെർഫോമൻസ് ചിത്രശില്പകലകളോടും സംഗീതത്തോടുമടുക്കുന്നതപ്പോഴാണ്. രൂപം മുഖ്യമാവുന്നു. ഉള്ളടക്കം വെറും മാധ്യമംമാത്രമാവുന്നു. കഥ പ്രധാനമാവുമ്പോഴാവട്ടെ, നടനശരീരമല്ല, കഥാവസ്തുവാണ് മാധ്യമമാവുന്നത്.

നേരത്തേ സൂചിപ്പിച്ചതുപോലെ ജനപ്രിയസിനിമയും മറ്റൊരർഥത്തിൽ രൂപപരീക്ഷണം ഏറ്റെടുക്കുന്നുണ്ട്. മിക്ക ജനപ്രിയസിനിമയിലും കഥാഗതി നമുക്ക് തുടക്കംതന്നെ പിടികിട്ടും. കഥ പഴകിത്തേഞ്ഞതാണ്. കഥയിൽ പുതുമയുണ്ടോ എന്നതല്ല, ഇക്കഥ ഈ സിനിമ എങ്ങനെ പുതുതായിപ്പറയുന്നു എന്നതാണ് കാര്യം. ആശിഷ് നന്ദി ഒരിക്കലെഴുതിയതുപോലെ, മുംബൈ സിനിമയുടെ കഥാഗതി പ്രവചനീയമാണ്. നിർവഹണത്തിൽ ഒരു പുതുമയുമില്ല. കഥപറച്ചിലിന്റെ രേഖീയമായ പുരോഗതിയിലല്ല, മറ്റ് പലസിനിമയിലും പലപാട് കണ്ട ചേരുവകളുടെ നവീനമായ ആവിഷ്കരണത്തിലാണ് അവ ശ്രദ്ധയൂന്നുന്നത്. സിനിമയുടെ ചേരുവകൾ പ്രധാനമാകുന്നതിവിടെയാണ്. നായികാനായകന്മാർ പ്രത്യക്ഷപ്പെടുന്നതിലെ പുതുമ, പ്രണയത്തിലെ പുതുമ, തമാശയിലെ പുതുമ, സംഘട്ടനം ചിത്രീകരിക്കുന്നതിലെ പുതുമ, നായകൻ ചെന്നുപെടുന്ന കുഴപ്പത്തിലെ പുതുമ, വില്ലന്റെ അനിവാര്യമായ തോൽവി ആവിഷ്കരിക്കുന്നതിലെ പുതുമ, ഗാനനൃത്തരംഗങ്ങളിലെ പശ്ചാത്തലത്തിലെ പുതുമ, സെറ്റിങ്സിലെ പുതുമ, വേഷത്തിലെ പുതുമ തുടങ്ങി കഥാബാഹ്യമെന്നുപോലും പറയാവുന്ന ആവിഷ്കരണതന്ത്രങ്ങളിലെ നവീനതയാണ് ജനപ്രിയസിനിമയിൽ നാം തേടുന്നത്. ആസ്വദിക്കുന്നത് മാധ്യമമാണെന്ന് ചുരുക്കം. പഴയ കഥകളിയിലായാലും പുതിയ സിനിമയിലായാലും. നാടകത്തിനും ഇത് ബാധകമാണ്. *അടുക്കളയിൽനിന്ന് അരങ്ങത്തേക്കും കൂട്ടുകൃഷിയും നമ്മളൊന്നും അവനവൻകടമ്പയും പാവക്കൂത്തും* വീണ്ടുംവീണ്ടും അരങ്ങിലെത്തുമ്പോൾ ആസ്വദിക്കപ്പെടുന്നത് കൃതിയല്ല, പാഠമാണല്ലോ.

ഭാഷയുടെ അപൂർണത

നാടകത്തിലും തിരക്കഥയിലും നൽകേണ്ട ദൃശ്യസൂചനകൾക്ക് ഭാഷയല്ലാതെ എന്തുപയോഗിക്കാം എന്ന ചിന്ത പലരെയും അലട്ടിയിരുന്നു. സത്യജിത് റായ് വാചികഭാഷാപരിമിതി മറികടന്നത് സ്കെച്ചിട്ടായിരുന്നുവെന്ന് പറഞ്ഞല്ലോ. റായ് ഒരിക്കലെഴുതി: 'ഞാൻ എല്ലാ കാര്യങ്ങളും വ്യക്തമായി വിഷ്വലൈസ് ചെയ്യാറുണ്ട്; മനസ്സിലുള്ള എല്ലാം തിരക്കഥയിലേക്കു പകരാനും അത് ചിത്രീകരിക്കാനും സാധിക്കും. പലപ്പോഴും ഞാൻ രംഗങ്ങൾ വരച്ചുചേർക്കാറുണ്ട്. ഇത് അനുപേക്ഷണീയമാണ്. സ്വന്തം ചിത്രത്തെപ്പറ്റി ശരിയായ ധാരണയുള്ള എല്ലാ സംവിധായകരും ഇതു ചെയ്യും. ഓരോ ഷോട്ടിനുംവേണ്ടി ഞാൻ ചെറുചെറു സ്കെച്ചുകളിടും. ഷൂട്ടിങ് സ്ക്രിപ്റ്റിന്റെ അന്ത്യഘട്ടത്തിലാണിത് ചെയ്യുക. സഹപ്രവർത്തകർക്കു വിതരണംചെയ്യുന്ന, ടൈപ്പ് ചെയ്ത തിരക്കഥയിൽ ഇതൊന്നുമുണ്ടാവില്ല. ഓരോ ഷോട്ടിന്റെയും ചിത്രങ്ങളടങ്ങിയ വലിയൊരു പരമ്പര. അതിൽ സംഭാഷണ സൂചനകളും ക്യാമറാചലനങ്ങളും കുറിച്ചുവച്ചിരിക്കും. ഫ്രെയിമും വസ്തുക്കളുടെ വലിപ്പവുമെല്ലാം അതിലുണ്ടാകും. ആർട്ട്ഡയറക്ടർ, ഛായാഗ്രാഹകൻ എന്നിവരുമായുള്ള ചർച്ചകളിൽ ഇതുപകരിക്കും.'

ബർഗ്മാൻ എഴുതുന്നു: 'എന്താണ് ചിത്രീകരിക്കേണ്ടതെന്ന കാര്യം സ്വപ്നംപോലെ മനസ്സിലിട്ട് പാകപ്പെടുത്തുന്നു. താളം, രൂപം, മനോ

നിലകൾ, അന്തരീക്ഷം, ശൈലി, ഗന്ധങ്ങൾ, പിരിമുറുക്കം ഇവയെല്ലാം വായിക്കാൻപറ്റുന്നവിധം കടലാസിൽകുറിച്ചിടുക പ്രയാസമാണെങ്കിലും അസാധ്യമല്ല - സത്യത്തിൽ സിനിമയുടെ ഏറ്റവും അപൂർണവും അവിദഗ്ദ്ധവുമായ സാങ്കേതിക അടിത്തറമാത്രമാണ് സ്ക്രിപ്റ്റ്'.

മനസ്സിൽത്തോന്നുന്ന സംഗതികളെല്ലാം, സ്ഥായീഭാവങ്ങളും നിറവ്യത്യാസങ്ങളുമെല്ലാം, ആന്തരികശില്പത്തെ മൊത്തമായി അതേപടി പകർത്താൻ ഭാഷയ്ക്കപ്പുറമുള്ള എന്തെങ്കിലും നൊട്ടേഷൻസംവിധാനം അറിയുമെങ്കിൽ എത്ര നന്നായിരുന്നുവെന്ന് ബർഗ്മാൻ അഭിലഷിച്ചിട്ടുണ്ട്. സംഗീതവും അതിന്റെ നൊട്ടേഷനുകളും തമ്മിലുള്ള വ്യത്യാസം സിനിമയ്ക്കും തിരക്കഥയ്ക്കുമുണ്ടെന്ന് മറ്റൊരർഥത്തിൽ ചിദാനന്ദദാസ്ഗുപ്ത അഭിപ്രായപ്പെട്ടിട്ടുണ്ട്. തിരക്കഥയെഴുതുന്നത് നമുക്കുകൂടി പരിചിതമായ വാചികഭാഷയിലെ വാക്കുകളിലായതിനാൽ വായിച്ച് കുറേയൊക്കെ സങ്കല്പിക്കാനാകും എന്നുമാത്രം.

തിരക്കഥയ്ക്ക് നിയതമായ ചട്ടക്കൂടോ ഘടനയോ ഒന്നുമാവശ്യമില്ലെങ്കിലും തിരക്കഥയെഴുത്തിൽ അനുവർത്തിക്കപ്പെടുന്ന ചില പൊതുശൈലികളുണ്ട്; നിയമങ്ങളും. ദൃശ്യപരമായി എഴുതുക എന്നതാണ് ഇതിൽ മുഖ്യം. തിരശ്ശീലയിൽ കാണാനുദ്ദേശിക്കുന്നത് എന്താണ് എന്നതിന്റെ വിവരണമാകണം തിരക്കഥ. ചിത്രീകരണക്ഷമമായി എഴുതുക എന്നതാണ് തിരക്കഥയുടെ വിജയം. ഇത് വായിക്കുമ്പോൾ രസമുണ്ടാവണമെന്നില്ല. സാഹിത്യമെഴുത്തല്ല അത്. ദൃശ്യഭാവമാണ് തിരക്കഥയ്ക്കുണ്ടാവേണ്ടത്. ഓരോ ഷോട്ടിന്റെയും വൈവിധ്യമാർന്ന വശങ്ങൾ വിശദമായി രചിക്കണമെന്നും ക്യാമറയുടെയും എഡിറ്റിങ്ങിന്റെയും വെളിച്ചത്തിന്റെയുമൊക്കെ സാധ്യതകളും പരിമിതികളുമുൾക്കൊണ്ടുവേണം തിരക്കഥയെഴുതാനെന്നും അതിന് സവിശേഷപരിശീലനം വേണമെന്നും പുഡോവ്കിനും മറ്റും അഭിപ്രായപ്പെട്ടിട്ടുണ്ട്. സംവിധായകർതന്നെ തിരക്കഥാകൃത്തുക്കളാകുന്ന അവസരത്തിലേ ഇത് പ്രായോഗികമാവൂ.

സിനിമയിലുള്ളത്ര സ്വാഭാവികമല്ല നാടകത്തിൽ ഇക്കാര്യം. കവിപ്രതിഭയുടെ പരമകാഷ്ഠയാണ് ഭാരതീയർക്ക് നാടകം. നാടകാന്തം കവിത്വം. കവിതയിൽ കവിക്ക് നേരിട്ടുതന്നെ മുഴുവനും പറയാം. നോവലിസ്റ്റിന് ഇടയ്ക്കൊക്കെ കേറി സംസാരിക്കാം. നാടകകൃത്തിനാവട്ടെ, മുഴുവൻകാര്യവും കഥാപാത്രങ്ങളിലൂടെതന്നെ സാധിക്കണം. ബ്രഹ്ത്ത് പിന്നീട് അന്യവൽക്കരണം എന്നുവിളിച്ച സൂത്രമുപയോഗിച്ച് വിദൂഷകന്റെ മട്ടിൽ നാടകകൃത്ത് നാടകത്തിലിടപെടുന്ന പതിവ് നമുക്കുണ്ടായിരുന്നല്ലോ. വിദൂഷകനും കഥാപാത്രമാണെന്നോർത്താൽ നാടകകൃത്തിന്റെ ജോലി കവികർമത്തിന്റെ അങ്ങേയറ്റമാണെന്നു പറയണം.

നാടകമെഴുത്തിനെസംബന്ധിച്ചും ആട്ടക്കഥയെപ്പറ്റിയുമൊക്കെ മാധ്യമബോധത്തെ മുൻനിർത്തിയുള്ള നിരീക്ഷണങ്ങൾ വേണ്ടത്രയുണ്ടായിട്ടുണ്ട്. പണ്ട് കോട്ടയത്തുതമ്പുരാൻ കീർമീരവധമെഴുതിക്കാണിച്ചപ്പോൾ വായിച്ചുനോക്കി ഗുരു പറഞ്ഞത്രേ- 'നല്ലൊരു വ്യാഖ്യാനം കൂടിയുണ്ടായാൽ വിദ്യാർഥികളെ പഠിപ്പിക്കാൻനന്ന്'. അടുത്ത കഥ, ബകവധം എഴുതിയപ്പോൾ- 'പെണ്ണുങ്ങൾക്ക് കൈകൊട്ടിക്കളിക്ക്

പറ്റും' എന്നായിരുന്നത്രേ കമന്റ്. കല്യാണസൗഗന്ധികമെഴുതിയപ്പോൾ 'ഇതെഴുതിയത് സ്ത്രീജിതനാണെന്നുതോന്നും' എന്നാണ് പറഞ്ഞത്. നിവാതകവചകാലകേയവധം എഴുതിയപ്പോഴാണത്രേ, 'ഈ കൃതി ആടാൻ കൊള്ളാം' എന്ന പ്രതികരണം ലഭിച്ചത്. നളചരിതത്തിൽ സാഹിത്യാംശം കൂടുതലാണെന്ന് സാഹിത്യവിദ്യാർഥികൾ പുകഴ്ത്തുമ്പോൾ കഥകളിക്കാർക്ക് തിരിച്ചാണല്ലോ തോന്നുക, തോന്നേണ്ടത്.

ജൈവം – അജൈവം

സിനിമയിറങ്ങുന്നതോടെ അപ്രസക്തമാവുകയും ചവറ്റുകൊട്ടയിലെറിയപ്പെടുകയും ചെയ്യുന്ന വെറും കടലാസുകെട്ട് എന്ന അതിദയനീയമായ നിലയിൽനിന്ന് വീണ്ടും വായിക്കാനും പഠിക്കാനും സൂക്ഷിച്ചുവെക്കാനുമൊക്കെപ്പറ്റിയ ഒരിനം സാഹിത്യം എന്നനിലയിലേക്ക് മാറിയിട്ടുണ്ട് തിരക്കഥയെപ്പറ്റിയുള്ള നമ്മുടെ കാഴ്ചപ്പാട്. സിനിമയുടെ ഒരുപോൽപന്നമായും ചലച്ചിത്രസംബന്ധിയായ പുസ്തകമായും അതുമാറി. സിനിമയുടെ ബ്ലൂപ്രിന്റാണ് തിരക്കഥ എന്ന കാഴ്ചപ്പാടിൽത്തന്നെ വലിയൊരു മാറ്റം ദൃശ്യമാണ്. പ്രസാധനം ഉദ്ദേശിച്ചുകൊണ്ട്, ആദ്യമേതന്നെ ചിട്ടയായി-റീഡബിളായി-തിരക്കഥ എഴുതുന്നുണ്ടാവാം. സാങ്കേതികസൂചനകൾ കഴിവതും കുറയ്ക്കുന്നുണ്ടാവാം. ഇത് ഒരു വശം. അടൂരിനെപ്പോലെ പൂർത്തിയായ സിനിമ മുൻനിർത്തി, പുതിയ തിരക്കഥ തയ്യാറാക്കുന്നവരാണ് മറ്റൊരു വിഭാഗം. വായിക്കാവുന്ന സിനിമയെന്നതുമാത്രമാണ് തിരക്കഥയ്ക്ക് ഇവിടെ അർഥം. തിരക്കഥയെന്നല്ല, സിനിമയുടെ ദൃശ്യരേഖ എന്നാണ് സത്യത്തിൽ ഇവയെ വിളിക്കേണ്ടത്.

അവതരണത്തിലൂടെമാത്രം സാക്ഷാത്കരിക്കപ്പെടുന്ന ഒരു ദൃശ്യകലയുടെ ലിഖിതരൂപം എന്ന നിലയിൽ നാടകസാഹിത്യത്തോടും ആട്ടക്കഥയോടും തുള്ളലിനോടും ചമ്പുവിനോടുമൊക്കെ നല്ല ചാർച്ചയുണ്ട് തിരക്കഥയ്ക്ക്. അവയെല്ലാം സാഹിത്യമായി പരിഗണിക്കപ്പെടുമ്പോൾ തിരക്കഥയെപ്പറ്റി തിരക്കഥാകൃത്തുക്കൾപോലും അങ്ങനെ അവകാശപ്പെടാറില്ല പലപ്പൊഴും. എഴുതപ്പെട്ടതിന്റെ നേരവതരണമാവണമെന്നില്ല സിനിമ എന്നതാവാം ഇതിന് ഒരു കാരണം. അടിമുടി സങ്കേതബദ്ധമാണ് തിരക്കഥയെന്നതും പ്രസക്തമായ ഒരു കാരണമാണ്, എല്ലാ ദൃശ്യമെഴുത്തും ഒരുപരിധിവരെ അങ്ങനെയാണെങ്കിലും. മുമ്പ് പത്മരാജൻ പറഞ്ഞ ഒരു കാര്യമുണ്ട്. എഴുതുന്ന വാക്കുകൾ അന്തിമമാണ് സാഹിത്യത്തിൽ. തിരക്കഥയാവട്ടെ, സംവിധായകർ വ്യാഖ്യാനിക്കുന്നു, തിരുത്തുന്നു, നടീനടന്മാർ വ്യഖ്യാനിക്കുന്നു, ഛായാഗ്രാഹകർ വ്യാഖ്യാനിക്കുന്നു, എഡിറ്റർ വെട്ടിത്തിരുത്തുന്നു. അവസാനം, പുറത്തുവന്ന സിനിമ എന്റേതാണ് എന്ന് തിരക്കഥാകൃത്തിനും മേനിപറയാമെന്നുമാത്രം. നോവലുകൾ പ്രൊഫഷണൽ എഡിറ്ററെവെച്ച് നന്നാക്കിയെടുക്കുമ്പോഴും എഴുത്തുകാർതന്നെ പലപതിപ്പിലായി തിരുത്തലുകൾ വരുത്തുമ്പോഴും ഈ പ്രശ്നമുണ്ട്.

തിരക്കഥയിൽനിന്ന് സിനിമയിലേക്കുള്ള വികാസത്തിൽ മറ്റനേകം ഘടകങ്ങളുണ്ടെന്നേ സത്യത്തിൽ ഈ അതിവാദത്തിന് അർഥമുള്ളൂ.

എല്ലാ ഘടകങ്ങളുടെയും സമ്യക്കായ മേളനമാണ് സിനിമ. വ്യക്തിയുടെ കല എന്നതിനെക്കാൾ കൂട്ടായ്മയുടെ കലയാണത്. ഏതെങ്കിലുമൊരു ഘടകം വേറിട്ടുനിന്നാൽ മേളനം താറുമാറായെന്നർഥം. പൂർത്തിയായ സിനിമ കണ്ട് എഡിറ്ററുടെ സംഭാവന എങ്ങനെയാണ് വേറിട്ടു മനസ്സിലാക്കി അവാർഡു നിശ്ചയിക്കുന്നതെന്ന് തനിക്കിനിയും മനസ്സിലായിട്ടില്ലെന്ന് ഗൊദാർദ് അത്ഭുതപ്പെട്ടതായി കേട്ടിട്ടുണ്ട്. എന്നുടെയൊച്ച കേട്ടുവോ വേറിട്ട് എന്ന ആകാംക്ഷയ്ക്ക് ഇവിടെ പ്രസക്തി കുറയും. സിനിമയെന്ന സാകല്യത്തിന്റെ ആദ്യ ചവിട്ടുപടിയാണ് തിരക്കഥ എന്നുമാത്രം.

നാടകം സാഹിത്യമാവുകയും തിരക്കഥ സാഹിത്യമല്ലാതിരിക്കുകയും ചെയ്യുന്നതെങ്ങനെയാണ്? നാടകമാവട്ടെ, ആട്ടക്കഥയാവട്ടെ, പഴയ ചമ്പുക്കളാവട്ടെ അവയ്ക്ക് പലകുറി, പലമട്ടിൽ അരങ്ങേറാനുള്ള സാധ്യത നിലനിൽക്കുന്നുണ്ട്. ഓരോ സംവിധായകനും/സംവിധായികയും നാടകത്തെ തന്റേതായ മട്ടിൽ വ്യാഖ്യാനിക്കുകയാണ് ചെയ്യുക. കാലാനുസൃതമായി പല പാഠങ്ങൾ. നടീനടന്മാർ ഓരോ അരങ്ങിലും പുതിയ അഭിനയപാഠങ്ങൾ നിർമിക്കുന്നു. നാടകകൃതിക്ക് ലഭിക്കുന്ന പുതിയപാഠമാണ് ഓരോ അരങ്ങും. അതുകൊണ്ടുതന്നെ ജൈവമാണ് നാടകം. ആട്ടക്കഥയിലും, അഭിനേതാക്കളും അണിയറ പ്രവർത്തകരും ചില ചട്ടവട്ടങ്ങളെ അനുസരിച്ചുകൊണ്ടുതന്നെ ഓരോ തവണയും കൃതിയെ വ്യാഖ്യാനിക്കുകയാണ് ചെയ്യുന്നത്. തിരക്കഥ (പൊതുവിൽ) ഒറ്റത്തവണയേ വ്യാഖ്യാനിക്കപ്പെടുന്നുള്ളൂ. തുടർന്നുള്ള പാഠരൂപീകരണം കാഴ്ചക്കാരിൽ മാത്രമാണ്. തിരക്കഥ, സിനിമയിറങ്ങുന്നതോടെ അപ്രസക്തമായിപ്പോകുന്നതും അതുകൊണ്ടാണ്. സാങ്കേതികവിദ്യയുടെ ലഭ്യതയേറുകയും അതിന് ചെലവുകുറയുകയും ചെയ്യുന്ന മുറയ്ക്ക് ഒരേ തിരക്കഥ പലതവണ സിനിമയാക്കപ്പെടാനുള്ള സാധ്യതയുണ്ട്. അന്ന് അത് അസംഖ്യം വ്യാഖ്യാനങ്ങളെ സൃഷ്ടിക്കുന്ന ജൈവവിഭവമാവുകതന്നെചെയ്യും.

നിലവിൽ, തിരക്കഥയ്ക്കുമേൽ ഇതര ചലച്ചിത്രപ്രവർത്തകർ നടത്തുന്ന ഇടപെടലുകളാണ് അതിന്റെ പരിണാമം നിശ്ചയിക്കുന്നത്. ലൊക്കേഷൻ തിരഞ്ഞെടുപ്പ്, നടീനടന്മാരുടെ തിരഞ്ഞെടുപ്പ്, ക്യാമറയ്ക്കു സാധ്യമായ അസംഖ്യം തിരഞ്ഞെടുപ്പുകൾ, എഡിറ്റിംഗ് സാധ്യതകൾ, സംഗീതസന്നിവേശം, വെളിച്ചം, നിറങ്ങൾ-അങ്ങനെ ഓരോ ഘട്ടത്തിലും, ഓരോ തിരഞ്ഞെടുപ്പിലും സിനിമ നിശ്ചയിക്കപ്പെട്ടുകൊണ്ടേയിരിക്കുന്നു. സാധ്യമായ അനവധി സാധ്യതകളിൽ ഒന്നുമാത്രമാണ് നമുക്ക് ലഭിക്കുന്നത്. ഓരോ സിനിമയും അതുപജീവിച്ച തിരക്കഥയുടെ അനേകം സാക്ഷാത്കാരസാധ്യതകളെ നിരാകരിക്കുന്നുകൂടിയുണ്ടെന്നു ചുരുക്കം. നാടകമാവട്ടെ, മറ്റേത് സക്രിയ-ലൈവ്-കലയെയുംപോലെ ഓരോ അരങ്ങിലും ഓരോ സാക്ഷാത്കാരസാധ്യതയാണ് തേടുന്നത്.

അരങ്ങിന് പ്രാധാന്യം ലഭിക്കുകയും ഓഥർ, ആക്ടർ, ഓഡിയൻസ് എന്ന് മൂന്ന് എകാരങ്ങളിൽ ഒതുങ്ങിയിരുന്ന നാടകത്തിൽ ഡയറക്ടർ-വ്യാഖ്യാതാവ് മുന്നോട്ടുവരികയും ചെയ്യുന്നതോടെ നാടകകൃതിയുടെ

അഭിജാതപദവി നഷ്ടമാകുന്നു. അത് തിരക്കഥയുടെ അസംസ്കൃത പദവിയിലേക്ക് പിൻവാങ്ങുന്നു. സമകാലനാടകത്തിന്റെ വികാസകഥ അതാണ് ആവശ്യപ്പെടുന്നത് എന്നുതോന്നുന്നു. ഒറ്റനടൻ-നടി അവതരിപ്പിക്കുന്ന സോളോ നാടകം ഇന്ന് മുഖ്യധാരയിലേക്ക് വരികയാണ്. എഴുതപ്പെട്ട സ്ക്രിപ്റ്റല്ല, രൂപപ്പെട്ടുവരുന്ന നാടകമാണ് പ്രധാനം എന്ന സവിശേഷതയാണ് സോളോ പെർഫോമൻസ് എന്ന ഏകഹാര്യാവതരണത്തെ വ്യത്യസ്തമാക്കുന്നത്. ഓരോ അരങ്ങിലും നാടകം സ്വയം രൂപപ്പെടുകയാണ്, സംഭവിക്കുകയാണ്. ലിഖിതഭാഷയിൽ ചിട്ടപ്പെടുത്താവുന്ന ഒന്നല്ല അപ്പോൾ നാടകകൃതി. തിരക്കഥയുടെ ഭാഷാപരിമിതികൾ ഇന്ന് നാടകത്തിനും ബാധകമാണ്. എക്കാലത്തേക്കുമായി ചിട്ടപ്പെടുത്തിയ ഭാഷാശില്പം എന്ന അഹങ്കാരം നാടകകൃതി ഉപേക്ഷിച്ചുകളഞ്ഞു. സംഭാഷണമാവട്ടെ, രംഗസൂചനകളാവട്ടെ വേദിയുടെ ജൈവികതയിൽ സ്വയം സമ്പൂർണമാകാനനുവദിച്ച് വെറും രൂപരേഖയുടെ- അതത്ര നിസ്സാരമല്ലതന്നെ- റോളിലേക്ക് പിൻവാങ്ങുന്നു നാടകകൃതി. സിനിമയ്ക്കാവട്ടെ, നാടകത്തിനാവട്ടെ, സാഹിത്യത്തിൽ നിന്നുള്ള രക്ഷപ്പെടൽ അത്ര എളുപ്പമല്ല എന്നുമോർക്കണം.

(2014)

■

ഗാനഭാഷയുടെ പരിണാമവഴികൾ

ആദ്യ ശബ്ദചിത്രമായ ബാലനോടൊപ്പമാണ് (1938) മലയാള ചലച്ചിത്രഗാനങ്ങളുടെയും പിറവി. താരതമ്യേന വളരെക്കുറഞ്ഞ ചരിത്രം മാത്രമുള്ള ജനുസ്സായതിനാൽ ഇതിലെ ഭാഷാപരിണാമമെന്നതിന് ശൈലീപരിണാമമെന്ന് അർഥം നൽകുന്നതാവും ഉചിതം. 'ബാലാ'രിഷ്ടതകൾ പിന്നിട്ട് ശക്തമായൊരു ജനപ്രിയസംഗീതവിഭാഗമായി മാറിയതിനുശേഷം ശൈലീപരമായി അത് എങ്ങനെയൊക്കെ പരിണമിച്ചു, ആ പരിണാമം ചലച്ചിത്രത്തിന്റെതന്നെ മറ്റുമേഖലകളിൽ സംഭവിച്ച മാറ്റങ്ങളോളം തീവ്രമായിരുന്നോ തുടങ്ങിയ അന്വേഷണങ്ങളാണ് ഈ പ്രബന്ധത്തിൽ നടത്തുന്നത്.

മലയാളത്തിലെ ഒരുപക്ഷേ, ഏക പോപ്പുലർ സംഗീതജനുസ്സാണ് ചലച്ചിത്രഗാനം. നാടൻപാട്ടുകളോ നാടകപ്പാട്ടുകളോ ഇന്നില്ല. ആൽബങ്ങളാണ് മറ്റൊരു ശ്രദ്ധേയ വിഭാഗം. ഇവ രൂപപരമായി ചലച്ചിത്രഗാനങ്ങളുടെ ഒപ്പം നിൽക്കുന്നു. ലളിതഗാനങ്ങൾ, ഗസലുകൾ തുടങ്ങിയ വിഭാഗങ്ങൾക്കൊന്നിനും മലയാളത്തിൽ സിനിമാഗാനങ്ങളുടെ ജനപ്രിയത അവകാശപ്പെടാൻ കഴിയുകയുമില്ല.

സിനിമാപ്പാട്ടുകളുടെ പ്രധാനസവിശേഷത അത് സിനിമയെന്ന സാകല്യത്തിന്റെ വ്യത്യസ്തമായ കലാഘടകങ്ങളിൽ ഒന്നു മാത്രമാണ് എന്നതാണ്. അത് സിനിമയിലെ പെർഫോമൻസുമായി അഭേദ്യമായി ബന്ധപ്പെട്ടിരിക്കുന്നു. നൂറുശതമാനവും ദൃശ്യപരമാണ് പുതിയഗാനങ്ങൾ. ഗാനചിത്രീകരണത്തിൽ സാങ്കേതികമായും ദൃശ്യപരമായും കടന്നുവന്നിട്ടുള്ള വികാസപരിണാമങ്ങൾ ഗാനശൈലിയെയും സ്വാധീനിക്കാതിരിക്കില്ല. ഇത് തിരിച്ചും സംഭവിക്കാം. ദൃശ്യപരമായ മാറ്റം സങ്കേതബദ്ധമാണ്. പ്രമേയസ്വഭാവം, അഭിനയരീതികൾ, നാടകമുൾപ്പെടെയുള്ള കലകളുമായുള്ള ബന്ധം, ക്യാമറയുടെ സാധ്യതകളിൽ വന്ന മാറ്റം, എഡിറ്റിങ് രീതികളുടെ വികാസം, വർണവിന്യാസശൈലിയിൽ വന്ന മാറ്റം തുടങ്ങി മാധ്യമപരമായ സവിശേഷതകളാണ് ദൃശ്യശൈലീമാറ്റങ്ങൾക്കു ഹേതു. റെക്കോഡിങ് സൗകര്യങ്ങൾ, സൗണ്ട് എഞ്ചിനിയറിങ് തുടങ്ങിയ മേഖലകളിലെ വികാസവും അന്യഭാഷാഗാനങ്ങളുമായുള്ള ബന്ധവും പാട്ടിന്റെ മട്ടും മാതിരിയും മാറ്റിയിട്ടുണ്ട്. ടെലിവിഷൻ കാഴ്ചകൾ പ്രധാനമായതോടെ, ഗാനരംഗങ്ങൾക്ക് സിനിമയ്ക്കു പുറത്ത് അസ്തിത്വം കൈവന്നു. കഥയിൽനിന്ന് അടർത്തിമാറ്റിയാലും നിലനിൽപ്പുള്ള ഗാന, ദൃശ്യങ്ങൾക്ക് സിനിമയുടെ പരസ്യമെന്നനിലയിലും നിലനിൽപ്പുണ്ട് ഇന്ന്. ചലച്ചിത്രഗാനങ്ങളിലെ

ഭാഷാ,ശൈലീപരിണാമമെന്നത് ഒറ്റപ്പെട്ട പ്രതിഭാസമല്ലെന്നു ചുരുക്കം.

ആദ്യകാല സിനിമകളിൽ പൊതുവേ, നാടകവേദിയിലെ ചലനങ്ങളെ ഓർമ്മിപ്പിക്കുന്നതരത്തിൽ പ്രത്യക്ഷപ്പെടുന്ന കഥാപാത്രങ്ങൾ നേരിട്ട് ആലപിക്കുന്ന മട്ടിലാണ് ഗാനങ്ങൾ ചിത്രീകരിച്ചിരുന്നത്. ക്യാമറയുടെ ചലനസ്വാതന്ത്ര്യക്കുറവും പുറംകാഴ്ചകൾ കാട്ടാനുള്ള അതിന്റെ ശേഷിക്കുറവുമാണ് ഈ പരാധീനതയ്ക്ക് പ്രധാനകാരണം. മായക്കാഴ്ചകളും ദൃശ്യസമൃദ്ധിയുടെ അമ്പരപ്പുമില്ലാത്ത ഇത്തരം നേർക്കാഴ്ചകൾ വ്യാകരണപരമായി ഋജുവാക്യങ്ങളാണ്. വളരെക്കുറച്ചുമാത്രം ഷോട്ടുകളിൽ, ഒരു വാക്യത്തിന് ഒരുഷോട്ടെന്ന കണക്കിലാണ് ഗാനരംഗം ചിത്രീകരിച്ചിരുന്നത്. അതുതന്നെ കാണി നേരിട്ടുകാണുന്നതുപോലുള്ള മീഡിയം ഷോട്ടുകളാവുമ്പോൾ. കഥാപാത്രങ്ങൾതന്നെ പാടുന്നതായുള്ള ചിത്രീകരണത്തിൽ നേരെച്ചൊവ്വേ ഒരാശയം അവതരിപ്പിക്കാതെ വയ്യല്ലോ. അതുകൊണ്ടുതന്നെ സംഭാഷണങ്ങളുടെ ആർജവവും വ്യക്തതയും ഗാനഭാഷയ്ക്കും ഉണ്ടായിരുന്നു.

ആദ്യകാലം

സംഗീതനാടകങ്ങളിലെ ആലാപനരീതിയോടും ആട്ടപ്പദങ്ങളിലെയും കീർത്തനങ്ങളിലെയും നാടൻപാട്ടുകളിലെയും രചനാരീതിയോടും നിരന്നുപോകുന്ന ശൈലിയാണ് ആദ്യകാലപാട്ടുകളിൽ കാണുക. ബാലനിലെ ചില ഉദാഹരണങ്ങൾ കാണുക

ശ്രീവാസുദേവ പരനേ
ഗോകുലപാലക ശോകവിനാശക
കമലാപതി'വസാഗരഹാരീ
മാധവഭാവുകദായകദേവോ
നിരന്തരം പദം കവ ഗതി മമ (മുതുകുളം രാഘവൻപിള്ള)

ദുർന്നയജീവിതമേ നാഥാ
വന്നതു വിധിയേ ദേവാ
മാതൃവിയോഗമേ ഈശ്വരാ
ഓരാവതോ ഹാ ഹാ (മുതുകുളം രാഘവൻപിള്ള)

മറ്റുചില ഉദാഹരണങ്ങൾ:

ക്ഷീരാംബുധി മാനിനി നാഥാ
ജഗന്നാഥ ദേവ ദേവ ശരണം നീയേ (പ്രഹ്ലാദ 1941, കെ. മാധവവാര്യർ)

നീരിലെ കുമിളപോലെ ജീവിതം
ചപലം ലോകം
വിധിയുടെ വേല മൃതിയുടെ ലീല
മായുമേ നിഴൽപോലെ
മായികം ക്ഷണികം ലോകം (നിർമല 1948, ജി. ശങ്കരക്കുറുപ്പ്)

ആശാഹീനം ശോകദം നിയതം
സ്വാർഥതയാലേ നിഖിലം ലോകം
യാതനയാർന്നിടും സോദരന്മാർ തൻ
വേദനകാണ്മാൻ കനിവില്ലേതും (വെള്ളിനക്ഷത്രം 1949, അഭയദേവ്)

ആനത്തലയോളം വെണ്ണതരാമെടാ
ആനന്ദശ്രീകൃഷ്ണാ വാമുറുക്ക്

പൈക്കളെ മേയ്ക്കുവാൻ പാടത്തയക്കാം ഞാൻ
മൈക്കണ്ണാ പൊന്നുണ്ണീ വാമുറുക്ക് (ജീവിതനൗക 1950, അഭയദേവ്)
അനിതരവനിതാമഹിതവിലാസ
സുരുചിരസുഖദാ സുഷമാദേവി
ആരിതുപോലൊരു നാരീ
പാരിലഹോ ശ്രീരമണീറാണീ (സ്ത്രീ 1950, തിക്കുറിശ്ശി)
ആത്മവിദ്യാലയമേ
അവനിയിലാത്മവിദ്യാലയമേ
അഴിനിലയില്ലാ ജീവിതമെല്ലാം
ആറടിമണ്ണിൽ നീറിയൊടുങ്ങും (ഹരിശ്ചന്ദ്ര 1955, തിരുനയനാർ കുറിച്ചി)

വൃത്തനിഷ്ഠയില്ലായ്മ, പ്രാസദീക്ഷ, ശയ്യാഗുണം, ആലാപനസൗകര്യം തുടങ്ങിയ രചനാസവിശേഷതകൾ എളുപ്പം ശ്രദ്ധയിൽപ്പെടും. സംഗീതത്തിലും ഋജുത്വമുണ്ട്. പ്രഖ്യാത കീർത്തനങ്ങളുടെ മട്ടിൽ ഒറ്റ രാഗത്തിൽ, കലർപ്പില്ലാതെയാണ് കമ്പോസിങ്. മാനസസഞ്ചരരേ എന്ന കൃതിയുടെ നേർപ്പകർപ്പാണ് ആത്മവിദ്യാലയമേ.

ഭാസ്കരൻ, ഒ എൻ വി, വയലാർ

1950-ൽ പത്താമത്തെ മലയാളചിത്രത്തിൽ (*ചന്ദ്രിക*) പാട്ടെഴുതി പി ഭാസ്കരനും 1955 ൽ *കാലം മാറുന്നു*വിലൂടെ ഒഎൻവി യും 1956 ൽ *കൂടപ്പിറപ്പി*ലൂടെ വയലാറും ചലച്ചിത്രഗാനരചയിതാക്കളായതോടെ നമ്മുടെ ഗാനശാഖ ഈ ത്രിമൂർത്തികളുടെ സ്വാധീനവലയത്തിലായി എന്നുതന്നെ പറയാം. ഇവർക്കുമുമ്പ് മുതുകുളം രാഘവൻപിള്ള, തിരുനയനാർ കുറിച്ചി, അഭയദേവ്, തിക്കുറിശ്ശി തുടങ്ങി ഏതാനും പേർ ശ്രദ്ധേയരായുണ്ടായിരുന്നുവെങ്കിലും 1960 കളോടെ പാട്ടെഴുത്തിൽ 'മാറ്റൊലി'ക്കവികളായി പ്രജാപതികൾ.

ഇവർ തുടങ്ങിവച്ച ഗാനരീതി മൂന്നുകൈവഴികളായാണ് പരന്നൊഴുകിയത്. വയലാറിന്റെ സംസ്കൃതബഹുലവും പ്രൗഢവുമായ മട്ട്, ഭാസ്കരന്റെ നാടൻശൈലി, ഒഎൻവിയുടെ അനുരഞ്ജനമാർഗം എന്നിങ്ങനെ. മൂവരും ഈ പ്രഖ്യാതശൈലി വിട്ടും ഏറെയെഴുതിയിട്ടുണ്ടെന്നതും ഓർക്കണം. കഥാസന്ദർഭം ആവശ്യപ്പെടുന്ന തരം തമാശപ്പാട്ടുകൾ, വിപ്ലവഗാനങ്ങൾ, ഭക്തിഗാനങ്ങൾ തുടങ്ങിയവ ഉദാഹരണം. ഈ മൂന്നിനങ്ങളിലും ഇവരുണ്ടാക്കിയ മാതൃകകൾ ഏതാണ്ടതേമട്ടിൽ ഇന്നും അനുസരിക്കപ്പെടുന്നുണ്ട്.'കുരുവിപ്പെട്ടീ നമ്മുടെ പെട്ടീ' (സ്ഥാനാർഥി സാറാമ്മ) എന്നപാട്ടും 'വോട്ട് തിരഞ്ഞെടുപ്പടുക്കുമ്പോൾ വിലയുള്ള നോട്ട്' (ക്ലാസ്മേറ്റ്സ്) എന്നപാട്ടും തമ്മിൽ കാര്യമായ അന്തരമില്ല. കാലം മാറിയപ്പോൾ ബഹളം കൂടി എന്നുമാത്രം. 'നഷ്ടപ്പെടുവാനില്ലൊന്നും ഈ കൈവിലങ്ങുകളല്ലാതെ'-യും 'ചോരവീണമണ്ണിൽ നിന്നുയർന്നുവന്ന ചെങ്കൊടി'- യും തമ്മിലും എന്തുഭേദം? 'തെച്ചിമന്താരം തുളസി'യുടെ പദശയ്യതന്നെയാണ് *ബാബാകല്യാണി*യിലെ 'കൈനിറയേ വെണ്ണതരാ'മിന്റേത്.

പദങ്ങളിലെയും കീർത്തനങ്ങളിലെയും നാടൻപാട്ടുകളിലെയും എഴുത്തുരീതിയിൽനിന്നുഭിന്നമായി, ഭാസ്കരാദികൾ ഗാനത്തെ കവി

തയോടടുപ്പിച്ചു. സംഗീതം, ഈണം, ഭാവം എന്നിവയ്ക്കു പറ്റിയ ഗാന സാഹിത്യം എന്ന, കേവലാവസ്ഥയിൽനിന്ന് പാട്ടെഴുത്തിനെ കാവ്യഗുണം തികഞ്ഞ ഗാനശിൽപം എന്നനിലയിലേക്കുമാറ്റിയെടുത്തു ഇവർ. 'സാമ്യമകന്നോരുദ്യാനം, എത്രയുമഭിരമ്യമിതിനുണ്ടതു നൂനം' എന്ന നളചരിതപദവും 'സാമ്യമകന്നോരുദ്യാനമേ കല്പകോദ്യാനമേ നിന്റെ കഥകളിമുദ്രയാം കമലദളത്തിലെൻ ദേവിയുണ്ടോ ദേവി' എന്ന വയലാർഗാനവും (*ദേവി,* 1972) താരതമ്യം ചെയ്താൽ ഇതുബോധ്യപ്പെടും. കാളിദാസൻതൊട്ട് എഴുത്തച്ഛനും ഉണ്ണായിയും ആശാനും ചങ്ങമ്പുഴയുംവരെ നീളുന്ന കാവ്യപാരമ്പര്യത്തിൽനിന്നാണ് ഇവർ ഊർജം സ്വീകരിച്ചത്. ഗാനങ്ങളിൽ ആവർത്തിച്ചുപ്രത്യക്ഷപ്പെടുന്ന പദസംഘാതങ്ങളുടെയും രമണീയമായ സമസ്തപദങ്ങളുടെയും പാഠാന്തരബന്ധങ്ങൾ അന്വേഷിച്ചാൽ ഇതുബോധ്യമാകും. 'സാമ്യമകന്നോരുദ്യാനം' ഒരുദാഹരണം മാത്രം. ഈ പദക്കൂട്ടം *നളചരിത*ത്തെയാണ് അഭിസംബോധനചെയ്യുന്നത്. 'മുഴുതിങ്കൾ മണിവിളക്കണഞ്ഞൂ ക്ഷമയെന്റെ ഹൃദയത്തിലൊഴിഞ്ഞൂ' എന്ന വരിയിലെ 'ക്ഷമയെന്റെ ഹൃദയത്തിലൊഴിഞ്ഞു'വെന്ന പദക്കൂട്ടം കുമാരനാശാന്റെ 'കരുണ'യോളം ചെല്ലുന്നു.

ഗാനങ്ങളെ വയലാർ കവിതകളാക്കിമാറ്റിയെന്ന് എൻ വി കൃഷ്ണവാരിയർ നിരീക്ഷിച്ചിട്ടുണ്ട്. ശബ്ദസൗകുമാര്യത്തോടൊപ്പം ആശയസൗന്ദര്യവും വയലാർ ഗാനങ്ങളിൽ നിറച്ചുവെന്ന് അദ്ദേഹം പറയുന്നു. ഗാനത്തിലും കവിതയിലും വേണ്ടതെന്തൊക്കെയെന്ന വ്യവച്ഛേദനമാണിത്. ചലച്ചിത്രഗാനങ്ങളുടെ സാങ്കേതികപരിമിതികൾക്കകത്തുനിന്നുകൊണ്ടുതന്നെ കവിത കൈമോശം വരാതെനോക്കി വയലാറെന്ന് ഒഎൻവി എഴുതി. ചലച്ചിത്രഗാനം എങ്ങനെയാവണമെന്ന ചില നിരീക്ഷണങ്ങൾകൂടി അദ്ദേഹം ഒപ്പം അവതരിപ്പിച്ചിട്ടുണ്ട്.

'മൂന്നോ നാലോ നിമിഷങ്ങളിലൊതുങ്ങിനിൽക്കുന്ന ഒരു സ്വരശിൽപമാണ് ചലച്ചിത്രഗാനം. തന്ത്രീലയസമന്വിതമായി അല്പം ചില വരികൾ. അവയിലൂടെ ഒരു ഭാവത്തിന്റെ ഉന്മീലനം. വിരൽത്തുമ്പുകൊണ്ടൊന്നു തൊട്ടാലുടനെ പൊട്ടിവിടരുന്ന ചില പൂമൊട്ടുകളെ അനുസ്മരിപ്പിക്കും വിധം അനായാസമധുരമായ ഭാവപ്രകാശനം- പദങ്ങളും ഇമേജുകളുമെല്ലാം അതിനുതകുംവിധമാവണം. ഇതിനൊക്കെപ്പുറമേ, നമ്മുടെ സഞ്ചിതസംസ്കാരത്തിന്റെയോ സ്മൃതിമേഖലയുടെയോ ഏതോ ചിലകോണുകളിൽ വെളിച്ചംവീശുന്ന എന്തോചിലതുകൂടി സമന്വയിച്ചുവെങ്കിലോ, അപൂർവസുന്ദരമായ ഒരനുഭവമായിപ്പരിണമിക്കുമത്.'

കാവ്യഗുണമെന്ന് ഒഎൻവി എഴുതുന്നില്ലെന്നത് ശ്രദ്ധിക്കണം. എന്നാൽ സ്വരശിൽപമെന്നുണ്ട്. ശിൽപഭംഗി പ്രധാനമാണ്. ഈ ഉദ്ധരണിയിൽത്തന്നെ മിനിറ്റ് എന്നതിനുപകരം നിമിഷമെന്ന അർഥസന്ദിഗ്ധതയുള്ള പദമുപയോഗിച്ചതെന്തിനാണ്? ഇംഗ്ലീഷ് ഒഴിവാക്കാനായിരുന്നെങ്കിൽ 'ഇമേജെ'ന്ന വാക്കോ? ശിൽപഭംഗി ഗദ്യത്തിലുമുണ്ടെന്നു ചുരുക്കം.

'കായലരികത്ത് വലയെറിഞ്ഞപ്പോൾ' തുടങ്ങി അസംഖ്യം പാട്ടുകളിലൂടെ മാപ്പിളപ്പാട്ടിന്റെ ഗാന, ആലാപന സങ്കേതങ്ങളും നാടൻപാ

ട്ടുകളുടെ ചന്തവും ചെത്തവും ചൂരുമൊക്കെ സിനിമാപ്പാട്ടിലേക്കുകൊണ്ടുവരികയും മലയാളഗാനപാരമ്പര്യം എന്നൊരു തുടർച്ച ഉണ്ടാക്കാൻ ശ്രമിക്കുകയും ചെയ്ത പി.ഭാസ്കരൻ കാവ്യ, ശില്പഭംഗിക്കാര്യത്തിൽ വേറിട്ടുനിൽക്കുന്നു. നാഴൂരിപ്പാലുകൊണ്ട് നാടാകെ കല്യാണം, അല്ലിയാമ്പൽ, നാളികേരത്തിന്റെ, കദളിവാഴക്കയ്യിലിരുന്ന് പോലുള്ള എഴുത്തുശൈലി ഏറെ ചർച്ചചെയ്യപ്പെട്ടിട്ടുണ്ട്.

ഒരുതരം വീണയെക്കുറിക്കുന്ന lyre എന്ന പദത്തിൽ നിന്നുണ്ടാക്കിയ lyric എന്ന വാക്കാണ് ഇംഗ്ലീഷുകാർ ഭാവഗീതത്തിനും ഗാനങ്ങളുടെ സ്ക്രിപ്റ്റിനു പൊതുവിലും ഉപയോഗിക്കുന്നത്. നമുക്ക് രണ്ടിനും പകരമായി ഉപയോഗിക്കാനുള്ളത് ഗാനം എന്ന വാക്കാണ്. എന്നാൽ സ്ക്രിപ്റ്റിനെക്കുറിച്ചുപറയാൻ ഗാനസാഹിത്യം എന്ന പദമാണ് നമുക്കു പഥ്യം. കർണാടകസംഗീതത്തിൽ 'വാഗ്ഗേയകാരൻ'മാരെഴുതുന്നത് സാഹിത്യവും കൃതിയുമൊക്കെയാണല്ലോ. പാട്ടിന് ആലാപനബാഹ്യമായ അസ്തിത്വം വേണമെന്ന നിലപാടാണിത്. കഥകളിയരങ്ങിലല്ലാതെ നിലനിൽക്കുന്ന ആട്ടക്കഥകളെ ഓർക്കുക.

ചലച്ചിത്രഗാനങ്ങളുടെ ആലാപനസന്ദർഭങ്ങൾ പരിമിതമായിരുന്നു അക്കാലത്ത്. പാട്ടുകേൾക്കാൻ സിനിമ കാണണം, അല്ലെങ്കിൽ റേഡിയോവിൽ വരുന്നതും കാത്തിരിക്കണം. റേഡിയോതന്നെ വ്യാപകമാവുന്നത് എഴുപതുകളോടെമാത്രമാണ്. ഓർത്തിരിക്കാൻ തക്ക അർഥവും ദർശനവും സൗന്ദര്യവും വൈകാരികതയുമൊക്കെയുൾക്കൊള്ളുന്ന, ഒറ്റക്കേൾവിയിൽ മനസ്സിലാകുന്ന അർത്ഥവും അഴകുമുള്ള, കവിതതന്നെയാവണമത് എന്നവാശിക്ക് സാങ്കേതികപരിമിതിയുടെ ന്യായീകരണമുണ്ടെന്നർഥം.

ഈണക്കാര്യത്തിലും ക്ലാസിക് വാശികളുണ്ടായിരുന്നുവെന്നത് വ്യക്തം. ദേവരാജൻ, ദക്ഷിണാമൂർത്തി, ബാബുരാജ്, കെ രാഘവൻ തുടങ്ങിയ പേരുകൾതന്നെ ദൃഷ്ടാന്തം. അതേസമയം ചിലവാക്കുകൾ മാറ്റണമെന്ന സംഗീതസംവിധായകരുടെ ആവശ്യം നിഷ്കരുണം തള്ളിയ ഉദ്ധതരായ രചയിതാക്കളെപ്പറ്റിയുള്ള കഥകളുമുണ്ട്. മൗനസമാധിയിൽ കവിതചെത്തിമിനുക്കിയൊരുക്കുന്നുവെന്ന് സങ്കൽപിക്കപ്പെടുന്ന ഇതേ കവികളെ ചുറ്റിപ്പറ്റിത്തന്നെ പാട്ട് പാതിമയക്കത്തിൽ ഫോണിൽ പറഞ്ഞുകൊടുത്തു തുടങ്ങിയ കഥകളും കേൾക്കാം.

പുതിയ ഭാവുകത്വം

എഴുപതുകളിലും എൺപതുകളിലുമായി നിരവധി ഗാനരചയിതാക്കളും സംഗീതസംവിധായകരും ശ്രദ്ധേയരായി മാറി. ശ്രീകുമാരൻ തമ്പി, ബിച്ചുതിരുമല, പൂവച്ചൽ ഖാദർ, യൂസഫലി, ഷിബു ചക്രവർത്തി തുടങ്ങിയവർ എഴുത്തിലും എൽപി ആർ വർമ, എംബി ശ്രീനിവാസൻ, സലിൽ ചൗധരി, എ.ടി. ഉമ്മർ, കെ.ജെ. ജോയ്, ജെറി അമൽദേവ്, അർജുനൻ, ജോൺസൺ, കണ്ണൂർ രാജൻ, എംജി രാധാകൃഷ്ണൻ, ബോംബെ രവി, രവീന്ദ്രൻ തുടങ്ങിയവർ ഈണത്തിലും പുതിയ മട്ടും ഭാവവും കൊണ്ടുവന്നവരാണ്. ചിലരെങ്കിലും അറുപതുകളിൽത്തന്നെ ശ്രദ്ധേയരുമായിരുന്നു. എഴുപതുകളിലും എൺപതുകളിലുമായി

സിനിമയുടെ ഇതരമേഖലകളിലുണ്ടായതിനനുസൃതമായി ഗാന രംഗത്തും മാറ്റങ്ങളുണ്ടായെന്ന് ചുരുക്കം. കളർ സിനിമ സൃഷ്ടിച്ച പുതിയ ഭാവുകത്വം, ജനപ്രിയതയുടെ ചേരുവകളിൽ വന്ന മാറ്റങ്ങൾ, പുതിയ താരങ്ങളുടെ വരവും താരാധിപത്യവും, ചിത്രങ്ങളുടെ എണ്ണത്തിൽ വന്ന ഭീമമായ വർധന, അതുകൊണ്ടുതന്നെ പടം വിജയിപ്പിക്കാനുള്ള തത്രപ്പാട് എന്നിങ്ങനെ വിവിധഘടകങ്ങൾ ഗാനശൈലിയെക്കൂടി ബാധിച്ചു.

അങ്ങാടി(1980) യിലെ 'കണ്ണും കണ്ണും തമ്മിൽത്തമ്മിൽ' പോലുള്ള ഗാനങ്ങളെ ഈ ഭാവുകത്വപരിണാമത്തിന്റെ അടയാളമായിക്കാണാം. സുന്ദരപദങ്ങളാണെല്ലാം. അരങ്ങത്ത് പാരമ്പര്യക്കാരുടെ നെറ്റിചുളിപ്പിക്കുന്ന വേഷവും ചുവടുമായി പുത്തൻ തലമുറയിലെ ജയനും സീമയുമൊക്കെ. പഴയ മരംചുറ്റിയോട്ടമല്ല, നിറപ്പകിട്ടാർന്ന സുന്ദരദൃശ്യങ്ങൾ. സ്ലോമോഷൻപോലെയുള്ള വിസ്മയങ്ങൾ. നിമിഷം കൊണ്ട് കുപ്പായം മാറുന്ന നായകർ. ഗാനരംഗങ്ങൾക്ക് കഥാഗതിയിൽനിന്നു വ്യത്യസ്തമായ അസ്തിത്വം കൈവന്നു. ഏതുദരിദ്രനും സ്വപ്നത്തിൽ അടിച്ചുപൊളിക്കാം. ഈ വിസ്മയ ദൃശ്യങ്ങൾക്കിടെ കഥാപാത്രങ്ങൾ പാടുന്നമട്ടിലുള്ള ചിത്രീകരണം അസംഗതമാവുക സ്വാഭാവികം. നോർമൽ വേഗത്തിലുള്ള പാട്ടിന് സ്ലോമോഷനിൽ ചുണ്ടുചലിപ്പിച്ചാൽ മതിയാവില്ലല്ലോ. താളമേളങ്ങൾക്കിണങ്ങുന്ന ആലാപനരീതിയും രചനാശൈലിയും രൂപപ്പെട്ടു. ഓർക്കസ്ട്രേഷനെക്കുറിച്ചുള്ള പുതിയ കാഴ്ചപ്പാടിൽ വരികൾ പതുക്കെ പിന്നണിയിലായിത്തീർന്നു.

പഴയ സ്വാധീനതകളിൽനിന്ന് ഏറെക്കുറെ മുക്തമാണ് സമകാലിക ഗാനമെഴുത്ത്. എങ്കിലും ഗാനത്തിന് പ്രൗഢികിട്ടണമെങ്കിൽ സംസ്കൃതപദങ്ങൾ ധാരാളമുപയോഗിക്കണം എന്ന മട്ടിലുള്ള ചിലധാരണകൾ വേരുറച്ചിട്ടുണ്ട്. അതുപോലെ പാട്ടിൽ ഇംഗ്ലീഷ് വാക്കുകടന്നുവന്നാൽ അത് ഹാസ്യാത്മകമോ നാഗരികമോ അതിനവീനമോ ആകുമെന്നും നാം കരുതുന്നു. 'ഓ മൈ ഡാർലിങ്' പോലുള്ളവ പഴയ ഉദാഹരണങ്ങൾ. ദാർശനികമോ വിഷാദപൂർണമോ വാത്സല്യാത്മകമോ ആയ സന്ദർഭങ്ങളിലൊന്നും ഇംഗ്ലീഷ് യോജിക്കില്ലെന്നു കരുതുന്നതിനു പിന്നിൽ കാവ്യശില്പയുക്തിയാണുള്ളത്. എൻ വി കൃഷ്ണവാരിയരും എം ഗോവിന്ദനും കവിതയെ കവിതയേ അല്ലാതാക്കിയെന്നും എൻ വി തുടങ്ങിവച്ച ആംഗലമലയാളമണിപ്രവാളശൈലി വരുത്തിയ വിനയിൽനിന്ന് ഇന്നും (1986 ലാണിതെഴുതിയത്) ഭാഷാകവിത മോചിതയായിട്ടില്ലെന്നും ഒരിക്കൽ സച്ചിദാനന്ദൻ എഴുതിയിട്ടുണ്ട്. ഭാഷാസംബന്ധിയായ സവർണയുക്തികളിൽനിന്ന് അത്യാധുനികനായ സച്ചിദാനന്ദൻ പോലും മുക്തനല്ല.

ഡിയർ, ലൗ, എസ്എംഎസ്, ഇമെയിൽ, ബുക്ക്, ബൈക്ക്, വോട്ട്, കോളജ്, ക്ലാസ്, ഷർട്ട് പോലുള്ള അതിസാധാരണ പദങ്ങൾപോലും ഗാനങ്ങളിൽ വരുമ്പോൾ പാട്ടിന്റെ സ്വഭാവം മാറുന്നത് നിരീക്ഷിക്കുക. ഒരു ദാർശനികഗാനസന്ദർഭത്തിൽ പെൻഡുലം എന്നൊരു വാക്കുവന്നത് ഇന്നും അപഹസിക്കപ്പെടുന്നുണ്ട്. *പിൻനിലാവ്* എന്ന ചിത്രത്തിനായി യൂസഫലി എഴുതിയ 'മാനേ മധുരക്കരിമ്പേ' എന്ന പാട്ടിൽ ഇംഗ്ലീഷ്

പദങ്ങൾ മലയാളംപോലെ ചേർത്ത് ആഹ്ലാദകരമായ പ്രണയാനുഭവം സൃഷ്ടിച്ചിട്ടുണ്ട്. ലോട്ടസ്സൊത്ത മിഴി, സ്പീക്കിക്കൂടെ, ലൗഗാനം, കരിഫിഷ്ക്കണ്ണ്, ഗോൾഡൻ നുണക്കുഴി തുടങ്ങിയ പ്രയോഗങ്ങൾ ഉദാഹരണം.

സമകാലശൈലി

സാങ്കേതികത്തികവിൽ അഭിരമിക്കുന്ന സമകാലസിനിമകളിലെ ഗാനങ്ങളുടെ ഭാഷാശൈലിയിൽ കാണുന്ന പ്രധാനസവിശേഷതകൾ ഇങ്ങനെ സംഗ്രഹിക്കാം

ആദ്യവരികളിൽ-പല്ലവിയിൽ കാണുന്ന ശ്രദ്ധ പിന്നങ്ങോട്ടില്ല. തുടക്കം ശ്രദ്ധേയമാകലാണ് പ്രധാനം.

പശ്ചാത്തലസംഗീതത്തിനും കോറസിനും പ്രാമുഖ്യം കൂടി, നിരവധി ഉപകരണങ്ങൾ പിന്നണിയിൽ നിരന്നു, നിരവധിപേർ സ്ക്രീനിലും. അതിദ്രുതം ദൃശ്യങ്ങൾ കട്ടുചെയ്യപ്പെടുന്ന എഡിറ്റിങ് രീതി ചടുലതയുടെ മുദ്രയായി.

വർണലയതാളമേളങ്ങൾക്കിടയിൽ വരികൾ കാര്യമായി ശ്രദ്ധിക്കപ്പെടുന്നില്ല എന്നതിനാൽ എഴുത്തിന്റെ പ്രാധാന്യം കുറഞ്ഞു. കാവ്യഗുണം കൊണ്ടല്ല, ഈണം കൊണ്ടും സന്ദർഭത്തിന്റെ ഔചിത്യഭംഗികൾ കൊണ്ടുമാണ് ഗാനം ശ്രദ്ധിക്കപ്പെടുന്നത്.

സംഗീതത്തെ വഹിക്കാനുള്ള വെറും ജഡവസ്തുവായി വരികൾ. സുന്ദരപദങ്ങൾ വാരിനിരത്തുമ്പോഴും സവിശേഷമായൊരു അനുഭൂതിയോ അർഥമോ ലഭിക്കാത്തവിധം ശിഥിലമാണ് വാക്യഘടന. ഈണമാണ് അതിന്റെ വ്യാകരണം. *നീലക്കുയിലി*ലെ ഒരുഗാനസന്ദർഭത്തിലും ശിഥിലമായ വാക്യഘടന ഇണങ്ങില്ല. കാരണം ദൃശ്യം ഋജുവാണ്.

കാലം മാറിയകാര്യം പാട്ടിലെ വാക്കുകളിൽനിന്ന് ഊഹിച്ചെടുക്കുക പ്രയാസമാണ്. ഭൂരിപക്ഷം ഗാനങ്ങളിലും വൊക്കാബുലറി പഴയതുതന്നെ. വാക്യഘടനയാണ് ചിതറിപ്പോയത്.

ഗാനം ആവർത്തിച്ചുകേൾക്കാനുള്ള സാധ്യത വളരെ വ്യാപകമായതോടെ അത് ആരെങ്കിലും എഴുതിയെടുക്കാനുള്ള സാധ്യതയും നന്നേ കുറഞ്ഞു. വരികളുടെ പ്രാധാന്യം തീരെക്കുറയാൻ ഇതും കാരണമായിട്ടുണ്ടാകാം.

സംഘമായി താളമിട്ടു പാടിരസിക്കാൻ തക്കവണ്ണമാണ് മിക്ക ഗാനങ്ങളും ചിട്ടപ്പെടുത്തുന്നത്. ഏകാന്തതയിൽ സ്വയം പാടിലയിക്കുക, കാലങ്ങളോളം ഓർത്തുവെക്കുക തുടങ്ങിയ ലക്ഷ്യങ്ങളൊന്നും പാട്ടിന്റെ മുന്നിലില്ല.

പോപ്പ് മ്യൂസിക് എന്ന സംഗീതജനുസ്സിൽ വരികൾക്കുള്ള പ്രാധാന്യം സംബന്ധിച്ച് ആ മേഖലയിലെ പലപ്രമുഖരുടെയും അഭിപ്രായം ദായ് ഗ്രിഫിത്സ് സംഗ്രഹിച്ചിട്ടുണ്ട്. 1. വരികളുടെ അർഥം തിരയുക സാമൂഹികശാസ്ത്രജ്ഞരുടെ പണിയാണ്, ഞങ്ങളത് നോക്കാറില്ല. 2. പാട്ട് ഹിറ്റായി ആളുകൾ ഒപ്പം ഡാൻസുചെയ്യാൻ തുടങ്ങിയാൽപ്പിന്നെ

അതിലെ വരികൾ എത്ര തല്ലിപ്പൊളിയാണെങ്കിലും ഒന്നുരണ്ടുകൊല്ല ത്തേക്ക് ആരുമതറിയില്ല. 3. പാട്ടുകാരൻ പെർഫോം ചെയ്യുന്നതൊന്നും വരികളിൽ കാണില്ല; വരികൾക്കപ്പുറമാണതെല്ലാം. 4. സംഗീതചർച്ച യിലെ അശ്ലീലപദമാണ് കവിത. ഇപ്പറഞ്ഞതെല്ലാം നമുക്കും ബാധക മാണെന്നുകാണാം.

സമകാലഗാനങ്ങളെ പഴയ ക്ലാസിക്കുകളുമായി താരതമ്യം ചെയ്യു ന്നതിൽ കുഴപ്പമുണ്ട്. ഒന്ന്, പഴയ അസംഖ്യം ഗാനങ്ങളിൽ ദൃശ്യനിര പേക്ഷമായി കാലത്തെ അതിജീവിച്ചവയാണ് ഇന്നും നമ്മൾ ഓർക്കു ന്നത്. ഇന്നത്തെ പാട്ടുകളിൽ എത്രയെണ്ണത്തിന് നിലനിൽപ്പുണ്ടെന്ന് പറയാറായിട്ടില്ല. മറ്റൊന്ന്, ക്ലാസിക് ആവുക എന്നത് പുതിയപാട്ടുക ളുടെ ലക്ഷ്യമേയല്ല.

ജനപ്രിയമായ ഒരു ഗാനത്തിന്റെ വാക്യഘടനയിലൂടെ കടന്നു പോകാം.

കിഴക്കുപൂക്കും മുരിക്കിനെന്തൊരു ചൊകചൊകപ്പാണേ
പുതുക്കപ്പെണ്ണിൻ കവിളിലെന്തൊരു തുടുതുടുപ്പാണേ
ഇനിക്കുംനെഞ്ചിൽ കരിക്കുമായി പറന്നുവന്നൊരുമാരൻ
തുടിക്കും കണ്ണിൽ കനവുമായി തിരഞ്ഞുവന്നൊരു തോഴൻ
ഖൽബിലെത്തീ (5)
പൂവാണോ പൂവാണോ പൊന്നിളവെയിലോ പൊന്നിളവെയിലോ
തേനൂറും തേനൂറും പുഞ്ചിരിയാണോ
അലകൾ ഞൊറിയണ പാൽനിലാവോ
പാൽനിലാവോ തേൻകിനാവോ നാണമോ
പെരിശമാകും ചിറകുവീശി അരുമയായിനി കുറുകുവാൻ
ഖൽബിലെത്തീ (5)
ശവ്വാലിൻ പട്ടുറുമാലിൻ പൂതുന്നും അമ്പിളിപോലെ
മൊഴികൾ മൗനത്തിൻ കസവുനൂലിൽ കനകനൂലിൽ കോർക്കുവാൻ
അരിയമഞ്ഞിൻ കുളിരുമേകി കറുകനാമ്പുകളുണരുവാൻ
ഖൽബിലെത്തീ (5)
(അൻവർ, 2010, റഫീക്ക് അഹമ്മദ്)

പൂവ്, തേൻ, ഇളവെയിൽ, നിലാവ്, നാണം, അല, മൗനം തുടങ്ങി ഗാനോചിതങ്ങളാണ് ഇതിലെ വാക്കുകളെല്ലാം. പുതുക്കപ്പെണ്ണ്, ഖൽബ്, ശവ്വാൽ, പട്ടുറുമാൽ എന്നീ പദങ്ങളിലൂടെ ഒപ്പനയുടെ അന്തരീക്ഷവും ഒരുക്കിയിട്ടുണ്ട്. സുന്ദരവും മതേതരവുമായ വാക്കുകളും ഒപ്പം സന്ദർഭ നിഷ്ഠമായി മതാത്മകപദങ്ങളും. ഒടുവിൽ പക്ഷേ, കറുക എന്നൊരു 'സവർണഫാസിസ്റ്റു'പദം കയറിവന്നതുകാണാം. ശ്രദ്ധക്കുറവാണ് പ്രശ്നം.

കസ്തൂരിത്തൈലമിട്ട്, മയിൽപ്പീലിക്കണ്ണുകൊണ്ട് തുടങ്ങി, എന്റെ ഖൽബിലെ വരെയുള്ള മുസ്ലീംപശ്ചാത്തലമുള്ള പാട്ടുകളെല്ലാം ഇതേ രചനാതന്ത്രം തന്നെയാണ് ഉപയോഗിച്ചിരിക്കുന്നത്.

പല്ലവിയെഴുതുമ്പോൾ കാണിച്ച ശ്രദ്ധ പിന്നീടില്ല. വിജാതീയങ്ങളെ വികൽപനിപാതം കൊണ്ടു ബന്ധപ്പെടുത്തുക തുടങ്ങിയ വ്യാകരണ ത്തെറ്റുകൾ ഒഴിവാക്കിയാൽപോലും മൊത്തത്തിൽ എന്തെങ്കിലും ഉദ്ദേ ശിച്ചിട്ടുണ്ടോ എന്നു വ്യക്തമല്ല.

സവിശേഷമായി ഒരാശയം അവതരിപ്പിക്കലല്ല പാട്ടിന്റെ ലക്ഷ്യമെന്നുകാണാം. സംഘമായി നൃത്തം ചെയ്യാനുള്ള പശ്ചാത്തലവിഭവം മാത്രമായി പദങ്ങൾ മാറുന്നു. അലോസരപ്പെടുത്തുന്ന വിഷമപദങ്ങൾ പാടില്ലെന്നേയുള്ളൂ. നൃത്തത്തിനും ഉപകരണസംഗീതത്തിനും ഒപ്പം പോകുന്ന വോക്കൽ സപ്പോർട്ടുമാത്രമാണിത്. ഈ മാറ്റം ആലാപനത്തിലും കാണാം. വിഷാദാത്മകമായ പശ്ചാത്തലസംഗീതം നാമമാത്രമാകുന്ന സന്ദർഭങ്ങളിൽ വരികൾക്ക് സ്വയം നിലനിൽക്കാനുള്ള കെൽപുണ്ടായേ പറ്റൂ. വ്രീളാഭരിതയായ് വീണ്ടുമൊരു പുലർവേള (*നഖക്ഷതങ്ങൾ*)എന്ന ഗാനം ഉദാഹരണം. താളപ്രധാനമല്ല, ഭാവപ്രധാനമാണ് ഇത്തരം പാട്ടുകൾ. മൂകം, വിമൂകം, വിധുരം, യാമം, ജന്മം, അകലെ, നീറുക, നോവ്, നൊമ്പരം തുടങ്ങിയ വാക്കുകൾ ചേരുംപടി ചേർത്ത് രചിക്കപ്പെട്ടിട്ടും സംഗീതം കൊണ്ടുമാത്രം രക്ഷപ്പെട്ട പാട്ടുകളും കാണാം. *ഗദ്ദാമ*യിലെ വിധുരമീയാത്ര ഉദാഹരണം.

പുതിയ ഗാനങ്ങളെ വ്യത്യാസപ്പെടുത്തുന്ന ഭാഷാപരമായ സവിശേഷത ഇതാണ്. ഇവയിലെ ആശയപ്രകാശന ഏകകം വാക്ക് ആണ്. പദതലത്തിലാണ് ഗാനം സംവേദനം ചെയ്യപ്പെടുന്നത്. കവിതാഗുണമവകാശപ്പെടുന്ന പഴയവയാകട്ടെ, വാക്യ, പ്രകരണതലങ്ങളിലാണ് അർഥസംവേദനം സാധിക്കുന്നത്. ചലച്ചിത്രഗാനങ്ങളിലെ ഭാഷാപരിണാമമെന്നത്, വാക്യ/പ്രകരണതലങ്ങളിൽനിന്ന് പദതലത്തിലേക്കുള്ള ചുവടുമാറ്റമാണ്. ദൃശ്യതലത്തിൽ ഇതിനുസമാന്തരമായി, നീണ്ട ഷോട്ടുകൾ ചെറുഷോട്ടുകൾക്കും ലളിതമായ പശ്ചാത്തലങ്ങൾ ദൃശ്യസമൃദ്ധിക്കും വഴിമാറി. മീഡിയം ഷോട്ടുകളുടെ സ്വാഭാവികത അതിസമീപദൃശ്യങ്ങളുടെ മായികതയ്ക്കും വഴിമാറി. അർഥയുക്തമായ വാക്യങ്ങൾ ചിതറിയപദസമൂഹമായി മാറുന്നു. അനുഭൂതിയെ അർഥത്തിനു പകരം വെക്കുന്നു. ലളിതകോമളകാന്തപദാവലികളാൽ സൗന്ദര്യാനുഭൂതി സൃഷ്ടിക്കാമെന്നും ഈ പുകമറയിൽ രക്ഷപ്പെടാമെന്നുമുള്ള രഹസ്യം കവിത തന്നെയാവാം പാട്ടിന് പറഞ്ഞുകൊടുത്തത്.

കുറിപ്പുകൾ

1. വയലാർ കൃതികളുടെ അനുബന്ധം, ഡിസിബുക്സ്, (1976)1996 പു.1001
2. ടി. പു. 664
3. 'കാവ്യഭാഷ ഒരു വിശകലനം'. *കാവ്യഭാഷയിലെ പ്രശ്നങ്ങൾ* എഡി. ദേശമംഗലം രാമകൃഷ്ണൻ.കേരള ഭാഷാ ഇൻസ്റ്റിറ്റ്യൂട്ട്. 1993. പു. 59–60
4. Dai Griffiths. From lyric to anti-lyric: Analysing words in pop song. *Analysing Popular Music*. Ed. Allan F. Moore. Cambridge. 2003. pp 39-59 (2012)

■

www.ingramcontent.com/pod-product-compliance
Lightning Source LLC
LaVergne TN
LVHW100839051026
849519LV00006B/2363
* 9 7 8 9 3 8 5 8 9 9 5 5 3 *